ਟਾਈਮ ਮਸ਼ੀਨ

ਅਧਿਆਇ 1.

ਵਾਰ ਯਾਤਰਾ ਕਰਨ ਵਾਲੇ (ਇਸ ਲਈ ਇਹ ਉਸ ਦੇ ਬਾਰੇ ਬੋਲਣਾ ਸੌਖਾ ਹੋਵੇਗਾ) ਸਾਡੇ ਲਈ ਇੱਕ ਮਾਮਲਾ ਦਾ ਪਰਦਾਫਾਸ਼ ਕਰ ਰਿਹਾ ਸੀ ਉਸ ਦੇ ਸਲੇਟੀ ਨਿਗਾਹ ਚਮਕਿਆ ਅਤੇ ਝਟਕਾ ਦੇ, ਅਤੇ ਉਸ ਦਾ ਆਮ ਤੌਰ ਤੇ ਫ਼ਿੱਕੇ ਵਾਲਾ ਚਿਹਰਾ ਫਲੱਸ਼ ਅਤੇ ਐਨੀਮੇਟਡ ਸੀ. ਅੱਗ ਉਜੜ ਗਈ, ਅਤੇ ਚਾਂਦੀ ਦੇ ਵਧਦੇ ਫੁੱਲਾਂ ਵਿਚ ਧੂੰਏਂ ਦੀ ਰੌਸ਼ਨੀ ਦੀ ਨੀਂਦ ਦੀ ਰੌਸ਼ਨੀ ਸਾਡੇ ਬੁਲਰਾਂ ਵਿਚ ਲਿਸ਼ਕਦੀ ਅਤੇ ਬੱਲਬਾਂ ਨੂੰ ਫੜ ਲੈਂਦੀ ਸੀ. ਸਾਡੀਆਂ ਕੁਰਸੀਆਂ, ਉਨ੍ਹਾਂ ਦੇ ਪੇਟੈਂਟ ਹੋਣ ਦੇ ਨਾਤੇ, ਸਾਡੇ 'ਤੇ ਬੈਠਣ ਦੀ ਬਜਾਏ ਸਾਡੇ ਨਾਲ ਗਲੇ ਲਗਾਏ ਅਤੇ ਸਾਨੂੰ ਪਰੇਸ਼ਾਨ ਕੀਤਾ ਗਿਆ, ਅਤੇ ਰਾਤ ਦੇ ਖਾਣੇ ਦੇ ਮਾਹੌਲ ਦੇ ਬਾਅਦ ਉਹ ਸ਼ਾਨਦਾਰ ਸੀ ਜਦੋਂ ਸੋਚਿਆ ਜਾਂਦਾ ਸੀ ਕਿ ਅਚਾਨਕ ਟ੍ਰੈਲਰਜ਼ ਤੋਂ ਅਰਾਮ ਨਾਲ ਰੁਕ ਜਾਂਦੇ ਹਨ. ਅਤੇ ਉਸਨੇ ਇਸ ਨੂੰ ਸਾਨੂੰ ਇਸ ਢੰਗ ਨਾਲ ਪਾ ਦਿੱਤਾ- ਇਕ ਕਮਜ਼ੋਰ ਤੂਫ਼ਾਨ ਨਾਲ ਪੁਆਇੰਟਾਂ ਨੂੰ ਦਰਸਾਇਆ- ਜਿਵੇਂ ਅਸੀਂ ਸੁੱਤੇ ਅਤੇ ਅਸਚਰਜਤਾ ਨਾਲ ਇਸ ਨਵੇਂ ਵਿਵਾਦ (ਜਿਵੇਂ ਕਿ ਅਸੀਂ ਇਸਦੇ ਬਾਰੇ ਸੋਚਿਆ ਸੀ) ਅਤੇ ਉਸ ਦੀ ਤਰਸਯੋਗਤਾ ਪ੍ਰਤੀ ਉਸਦੀ ਜਵਾਨੀ ਦੀ ਪ੍ਰਸ਼ੰਸਾ ਕੀਤੀ ਸੀ.

'ਤੁਹਾਨੂੰ ਧਿਆਨ ਨਾਲ ਮੇਰੀ ਪਾਲਣਾ ਕਰਨੀ ਚਾਹੀਦੀ ਹੈ. ਮੈਨੂੰ ਇਕ ਜਾਂ ਦੋ ਵਿਚਾਰਾਂ ਦਾ ਵਿਰੋਧ ਕਰਨਾ ਪਏਗਾ ਜੋ ਲਗਭਗ ਵਿਸ਼ਵ ਵਿਆਪੀ ਪ੍ਰਵਾਨਤ ਹਨ. ਮਿਸਾਲ ਦੇ ਤੌਰ ਤੇ, ਉਨ੍ਹਾਂ ਨੇ ਤੁਹਾਨੂੰ ਸਕੂਲ ਵਿਚ ਸਿਖਾਇਆ ਹੈ, ਇਹ ਇਕ ਗ਼ਲਤਫ਼ਹਿਮੀ ਹੈ. '

'ਕੀ ਇਹ ਇਕ ਵੱਡੀ ਗੱਲ ਨਹੀਂ ਹੈ ਜੋ ਅਸੀਂ ਸ਼ੁਰੂ ਕਰਨਾ ਚਾਹੁੰਦੇ ਹਾਂ?' ਨੇ ਕਿਹਾ ਕਿ ਲਾਲ ਵਾਲਾਂ ਵਾਲੇ ਇਕ ਬਹਿਸ ਵਾਲੀ ਗੱਲ ਹੈ.

'ਮੈਂ ਇਸਦਾ ਮਤਲਬ ਇਹ ਨਹੀਂ ਹੈ ਕਿ ਤੁਸੀਂ ਇਸ ਬਾਰੇ ਸਹੀ ਆਧਾਰ' ਤੇ ਕੁਝ ਵੀ ਸਵੀਕਾਰ ਕਰਨ ਲਈ ਕਹੋ. ਤੁਸੀਂ ਛੇਤੀ ਹੀ ਜਿੰਨੀ ਚਾਹੋ ਮੇਰੀ ਜ਼ਰੂਰਤ ਤੋਂ ਪ੍ਰਵਾਨ ਕਰੋਗੇ ਤੁਹਾਨੂੰ ਅਵੱਸ਼ ਪਤਾ ਲਗਦਾ ਹੈ ਕਿ ਇੱਕ ਗਣਿਤਕ ਰੇਖਾ, ਮੋਟਾਈ ਨਿਲ ਦੀ ਇੱਕ ਲਾਈਨ, ਦੀ ਕੋਈ ਅਸਲੀ ਮੌਜੂਦਗੀ ਨਹੀਂ ਹੈ. ਉਨ੍ਹਾਂ ਨੇ ਤੁਹਾਨੂੰ ਇਹ ਸਿਖਾਇਆ? ਨਾ ਹੀ ਇਕ ਗਣਿਤ ਵਾਲਾ ਜਹਾਜ਼ ਹੈ ਇਹ ਚੀਜ਼ਾਂ ਕੇਵਲ ਐਬਸਟਰੈਕਸ਼ਨ ਹਨ. '

ਮਨੋਵਿਗਿਆਨੀ ਨੇ ਕਿਹਾ, 'ਇਹ ਠੀਕ ਹੈ.'

'ਨਾ ਹੀ, ਸਿਰਫ ਲੰਬਾਈ, ਚੌੜਾਈ ਅਤੇ ਮੋਟਾਈ ਹੋਣ, ਇਕ ਘਣ ਦਾ ਅਸਲੀ ਹੋਂਦ ਹੈ.'

'ਉੱਥੇ ਮੈਨੂੰ ਇਤਰਾਜ਼ ਹੈ,' ਫਬਿਲ ਨੇ ਕਿਹਾ. 'ਬੇਸ਼ਕ ਇੱਕ ਠੋਸ ਸਰੀਰ ਮੌਜੂਦ ਹੋ ਸਕਦਾ ਹੈ. ਸਾਰੀਆਂ ਅਸਲੀ ਚੀਜ਼ਾਂ- '

'ਇਸ ਲਈ ਬਹੁਤੇ ਲੋਕ ਸੋਚਦੇ ਹਨ. ਪਰ ਇੱਕ ਪਲ ਦੀ ਉਡੀਕ ਕਰੋ. ਕੀ ਇਕ ਤਤਕਾਲ ਕਿਊਬ ਮੌਜੂਦ ਹੋ ਸਕਦਾ ਹੈ? '

'ਤੁਹਾਡੇ ਨਾਲ ਨਾ ਚੱਲੋ'

'ਇਕ ਘਣ ਜੋ ਕਿ ਕਿਸੇ ਵੀ ਸਮੇਂ ਅਖੀਰ ਤਕ ਨਹੀਂ ਰਹਿ ਸਕਦਾ, ਅਸਲ ਹਕੀਕਤ ਹੈ?'

ਫ਼ਾਬੀ ਬੌਬੀ ਹੋ ਗਿਆ 'ਸਪਸ਼ਟ ਤੌਰ' ਤੇ, 'ਸਮੇਂ ਦੇ ਮੁਸਾਫ਼ਰ ਨੇ ਅੱਗੇ ਕਿਹਾ,' ਕਿਸੇ ਵੀ ਅਸਲੀ ਸਰੀਰ ਨੂੰ ਚਾਰ ਦਿਸ਼ਾਵਾਂ ਵਿੱਚ ਵਿਸਥਾਰ ਵਿੱਚ ਹੋਣਾ ਚਾਹੀਦਾ ਹੈ: ਇਸ ਵਿੱਚ ਲੰਬਾਈ, ਚੌੜਾਈ, ਮੋਟਾਈ ਅਤੇ ਮਿਆਦ ਹੋਣੀ ਚਾਹੀਦੀ ਹੈ. ਪਰ ਮਾਸ ਦੀ ਇੱਕ ਕੁਦਰਤੀ ਕਮਜ਼ੋਰੀ ਦੁਆਰਾ, ਜਿਸਨੂੰ ਮੈਂ ਤੁਹਾਨੂੰ ਇੱਕ ਪਲ ਵਿੱਚ ਸਮਝਾਵਾਂਗੀ, ਅਸੀਂ ਇਸ ਤੱਥ ਨੂੰ ਨਜ਼ਰਅੰਦਾਜ਼ ਕਰਨ ਦੀ ਕੋਸ਼ਿਸ਼ ਕਰਾਂਗੇ. ਅਸਲ ਚਾਰ ਦਿਸ਼ਾ ਹਨ, ਤਿੰਨ ਜੋ ਅਸੀਂ ਸਪੇਸ ਦੇ ਤਿੰਨ ਪਲਾਟਾਂ ਨੂੰ ਕਾਲ ਕਰਦੇ ਹਾਂ, ਅਤੇ ਇੱਕ ਚੌਥੇ, ਸਮਾਂ. ਹਾਲਾਂਕਿ, ਪਹਿਲੇ ਤਿੰਨ ਦਿਸ਼ਾਵਾਂ ਅਤੇ ਬਾਅਦ ਦੇ ਵਿੱਚ ਇੱਕ ਨਕਲੀ ਅੰਤਰ ਨੂੰ ਖਿੱਚਣ ਦੀ ਆਦਤ ਹੈ, ਕਿਉਂਕਿ ਇਹ ਵਾਪਰਦਾ ਹੈ ਕਿ ਸਾਡਾ ਚੇਤਨਾ ਇੱਕ ਦਿਸ਼ਾ ਵਿੱਚ ਬਾਅਦ ਵਿੱਚ ਸਾਡੇ ਜੀਵਨ ਦੇ ਅੰਤ ਤੋਂ ਲੈ ਕੇ ਦੂਜੇ ਦਿਸ਼ਾ ਵਿੱਚ ਚਲਦਾ ਹੈ. '

'ਉਸ ਨੇ ਕਿਹਾ,' ਇਕ ਬਹੁਤ ਹੀ ਜਵਾਨ ਆਦਮੀ ਨੇ ਕਿਹਾ ਸੀ ਕਿ ਉਸ ਦੇ ਸਿਗਰੇ ਨੂੰ ਦੁਪਹਿਰ ' 'ਉਹ ... ਸੱਚੀਂ ਬਹੁਤ ਸਾਫ਼ ਹੈ.'

'ਹੁਣ, ਇਹ ਬਹੁਤ ਹੀ ਕਮਾਲ ਦੀ ਗੱਲ ਹੈ ਕਿ ਇਹ ਇੰਨੇ ਵੱਡੇ ਪੱਧਰ' ਤੇ ਨਜ਼ਰਅੰਦਾਜ਼ ਕੀਤੇ ਗਏ ਹਨ, 'ਖੁਸ਼ਹਾਲੀ ਦਾ ਥੋੜ੍ਹਾ ਜਿਹਾ ਵਾਧਾ ਕਰਨ ਦੇ ਨਾਲ ਸਮੇਂ ਦੇ ਯਾਤਰੀ ਨੂੰ ਜਾਰੀ ਰੱਖਿਆ. 'ਸੱਚਮੁੱਚ ਇਹ ਹੈ ਕਿ ਚੌਥੀ ਅਨੁਪਾਤ ਦਾ ਮਤਲਬ ਹੈ, ਹਾਲਾਂਕਿ ਕੁਝ ਲੋਕ ਜਿਹੜੇ ਚੌਥੇ ਪੈਮਾਨੇ ਬਾਰੇ ਗੱਲ ਕਰਦੇ ਹਨ ਉਹ ਨਹੀਂ ਜਾਣਦੇ ਕਿ ਉਨ੍ਹਾਂ ਦਾ ਇਹ ਮਤਲਬ ਹੈ. ਇਹ ਸਮੇਂ ਨੂੰ ਦੇਖਣ ਦਾ ਇਕ ਹੋਰ ਤਰੀਕਾ ਹੈ. ਸਮੇਂ ਅਤੇ ਸਪੇਸ ਦੇ ਤਿੰਨ ਖੇਤਰਾਂ ਵਿਚ ਕੋਈ ਫਰਕ ਨਹੀਂ ਹੈ ਇਸ ਦੇ ਇਲਾਵਾ ਸਾਡੀ ਚੇਤਨਾ ਇਸਦੇ ਨਾਲ ਘੁੰਮਦੀ ਹੈ. ਪਰ ਕੁਝ ਮੂਰਖ ਲੋਕਾਂ ਨੇ ਇਸ ਵਿਚਾਰ ਦੇ ਗਲਤ ਪੱਖ ਨੂੰ ਫੜ ਲਿਆ ਹੈ. ਤੁਸੀਂ ਸਾਰਿਆਂ ਨੇ ਸੁਣਿਆ ਹੈ ਕਿ ਇਸ ਚੌਥੇ ਪੜਾਅ ਬਾਰੇ ਕੀ ਕਹਿਣਾ ਹੈ? '

ਪ੍ਰਾਂਤਿਕ ਮੇਅਰ ਨੇ ਕਿਹਾ, 'ਮੈਂ ਨਹੀਂ,' ਨਹੀਂ.

'ਇਹ ਬਸ ਇਸ ਤਰ੍ਹਾਂ ਹੈ. ਇਹ ਸਪੇਸ, ਜਿਵੇਂ ਕਿ ਸਾਡੇ ਗਣਿਤਕ ਦੇ ਕੋਲ ਹੈ, ਨੂੰ ਤਿੰਨ ਮਾਪਾਂ ਕਿਹਾ ਜਾਂਦਾ ਹੈ, ਜੋ ਕਿ ਲੰਬਾਈ, ਚੌੜਾਈ, ਅਤੇ ਮੋਟਾਈ ਕਹਿ ਸਕਦਾ ਹੈ ਅਤੇ ਹਮੇਸ਼ਾ ਤਿੰਨ ਸਪਾਤਾਂ ਦੇ ਹਵਾਲੇ ਦੇ ਕੇ ਪਰਿਭਾਸ਼ਿਤ ਹੋ ਜਾਂਦਾ ਹੈ, ਦੂਜੇ ਦੇ ਸੱਜੇ ਪਾਸੇ ਪਰ ਕੁਝ ਦਾਰਸ਼ਨਿਕ ਲੋਕ ਇਹ ਪੁੱਛ ਰਹੇ ਹਨ ਕਿ ਕਿਉਂ ਤਿੰਨ ਪੈਮਾਨੇ ਖ਼ਾਸ ਕਰਕੇ-ਇਕ ਹੋਰ ਦਿਸ਼ਾ-ਇਕ ਹੋਰ ਦਿਸ਼ਾ ਵੱਲ ਕਿਉਂ ਨਹੀਂ? -ਅਤੇ ਚਾਰ ਪੈਰਾਮੀਟਰ ਜੁਮੈਟਰੀ ਬਣਾਉਣ ਦੀ ਵੀ ਕੋਸ਼ਿਸ਼ ਕੀਤੀ ਹੈ ਪ੍ਰੋਫੈਸਰ ਸਿਮੋਨ ਨਿਊਕੌਮ ਇਸ ਮਹੀਨੇ ਦੇ ਜਾਂ ਇਸ ਤੋਂ ਪਹਿਲਾਂ ਇੱਕ ਨਵੇਂ ਯੌਰਕ ਗਣਿਤਕ ਸਮਾਜ ਵਿੱਚ ਵਿਆਖਿਆ ਕਰ ਰਿਹਾ ਸੀ. ਤੁਸੀਂ ਜਾਣਦੇ ਹੋ ਕਿ ਇੱਕ ਸਤ੍ਹਾ ਦੀ ਸਤ੍ਹਾ ਤੇ, ਜਿਸਦੀ ਸਿਰਫ ਦੋ ਆਕਾਰ ਹਨ, ਅਸੀਂ ਤਿੰਨ-ਅਯਾਮੀ ਠੋਸ ਦੀ ਨੁਮਾਇੰਦਗੀ ਕਰ ਸਕਦੇ ਹਾਂ, ਅਤੇ ਇਸੇ ਤਰ੍ਹਾਂ ਉਹ ਸੋਚਦੇ ਹਨ ਕਿ ਤਿੰਨ ਭਾਗਾਂ ਦੇ ਮਾਡਲਾਂ ਦੁਆਰਾ ਉਹ ਚਾਰ ਵਿੱਚੋਂ ਇੱਕ ਨੂੰ ਦਰਸਾ ਸਕਦੀਆਂ ਹਨ- ਜੇਕਰ ਉਹ ਦੇ ਨਜ਼ਰੀਏ ਦੇ ਮਾਲਕ ਹੋ ਸਕਦੇ ਹਨ ਗੱਲ ਇਹ ਹੈ ਕਿ. ਵੇਖ. '

'ਮੈਨੂੰ ਇਸ ਤਰ੍ਹਾਂ ਸੋਚਣਾ ਚਾਹੀਦਾ ਹੈ,' ਸੂਬਾਈ ਮੇਅਰ ਨੂੰ ਬੁੜਬੜਾ; ਅਤੇ, ਆਪਣੀ ਬਾਂਹ ਬੁਣਾਈ, ਉਸ ਨੇ ਇੱਕ ਅੰਦਰੂਨੀ ਸੂਝ-ਬੂਝ ਵਾਲੀ ਸਥਿਤੀ ਵਿੱਚ ਰੁਕੀ, ਉਸਦੇ ਬੁੱਲ੍ਹਾਂ ਨੂੰ ਉਹ ਦੇ ਰੂਪ ਵਿੱਚ ਘੁੰਮਾਇਆ ਜੋ ਰਹੱਸਵਾਦੀ ਸ਼ਬਦਾਂ ਨੂੰ ਦੁਹਰਾਉਂਦਾ ਹੈ. 'ਹਾਂ, ਮੈਂ ਸੋਚਦਾ ਹਾਂ ਕਿ ਮੈਂ ਇਸ ਨੂੰ ਹੁਣ ਦੇਖ ਰਿਹਾ ਹਾਂ,' ਉਸ ਨੇ ਕੁਝ ਸਮੇਂ ਬਾਅਦ ਕਿਹਾ, ਇਕ ਬਹੁਤ ਹੀ ਅਸਥਾਈ ਤਰੀਕੇ ਨਾਲ ਰੌਸ਼ਨ.

'ਠੀਕ, ਮੈਂ ਤੁਹਾਨੂੰ ਇਹ ਦੱਸਣ ਵਿਚ ਕੋਈ ਦਿੱਕਤ ਨਹੀਂ ਰੱਖਦਾ ਕਿ ਕੁਝ ਸਮੇਂ ਲਈ ਚਾਰ ਮਾਪਾਂ ਦੇ ਇਸ ਰੇਗਮੈਟਰੀ' ਤੇ ਮੈਂ ਕੰਮ ਤੇ ਹਾਂ. ਮੇਰੇ ਕੁਝ ਨਤੀਜੇ ਉਤਸੁਕ ਹਨ. ਮਿਸਾਲ ਵਜੋਂ, ਅੱਠ ਸਾਲਾਂ ਦੀ ਉਮਰ ਦਾ ਆਦਮੀ ਦਾ ਚਿੱਤਰ, ਦੂਜਾ ਪੰਦਰਾਂ ਦਾ, ਇਕ ਹੋਰ ਸਤਾਰਾਂ ਦਾ ਅਤੇ ਦੂਜਾ 23 ਸਾਲ ਦਾ, ਅਤੇ ਇਸੇ ਤਰ੍ਹਾਂ ਦਾ. ਇਹ ਸਾਰੇ ਸਪਸ਼ਟ ਤੌਰ ਤੇ ਵਰਤੇ ਜਾਂਦੇ ਹਨ, ਜਿਵੇਂ ਕਿ ਇਹ ਚਾਰ-ਅਯਾਮ ਵਾਲੇ ਹੋਣ ਦੇ ਤਿੰਨ-ਤਿਹਾਈ ਪ੍ਰਸਾਰਣ ਹਨ, ਜੋ ਕਿ ਇੱਕ ਨਿਸ਼ਚਿਤ ਅਤੇ ਅਸਥਿਰ ਚੀਜ਼ ਹੈ.

'ਵਿਗਿਆਨਕ ਲੋਕਾਂ' ਨੇ ਸਮੇਂ ਦੇ ਯਾਤਰੀ ਨੂੰ ਅੱਗੇ ਵਧਾਇਆ, ਇਸ ਦੇ ਸਹੀ ਰੂਪਾਂਤਰਣ ਲਈ ਲੋੜੀਂਦੇ ਵਿਰਾਮ ਦੇ ਬਾਅਦ, 'ਬਹੁਤ ਚੰਗੀ ਤਰ੍ਹਾਂ ਜਾਣਦੇ ਹੋਵੋ ਕਿ ਇਹ ਸਮਾਂ ਸਿਰਫ ਇਕ ਕਿਸਮ ਦਾ ਸਥਾਨ ਹੈ. ਇੱਥੇ ਇੱਕ ਮਸ਼ਹੂਰ ਵਿਗਿਆਨਕ ਡਾਇਆਗ੍ਰਾਮ, ਇੱਕ ਮੌਸਮ ਰਿਕਾਰਡ ਹੈ. ਇਸ ਲਾਈਨ ਵਿੱਚ ਮੈਂ ਆਪਣੀ ਉਂਗਲੀ ਨਾਲ ਟਰੇਸ ਦਰਸਾਉਂਦਾ ਹਾਂ ਜੋ ਬੈਰੋਮੀਟਰ ਦੀ ਗਤੀ ਨੂੰ ਦਰਸਾਉਂਦੀ ਹੈ. ਕੱਲ੍ਹ ਇਹ ਬਹੁਤ ਉੱਚਾ ਸੀ, ਕੱਲ੍ਹ ਰਾਤ ਨੂੰ ਇਹ ਡਿੱਗ ਪਿਆ, ਫਿਰ ਸਵੇਰ ਨੂੰ ਇਹ ਫਿਰ ਤੋਂ ਚੜ੍ਹ ਗਿਆ, ਅਤੇ ਇਸ ਤਰ੍ਹਾਂ ਹੌਲੀ-ਹੌਲੀ ਇੱਥੇ ਵੱਲ ਵਧਿਆ. ਨਿਸ਼ਚਤ ਤੌਰ ਤੇ ਪਾਰਾ ਕਿਸੇ ਵੀ ਸਪੇਸ ਵਿੱਚ ਕਿਸੇ ਵੀ ਸਪੇਸ ਵਿੱਚ ਟਰੇਸ ਨਹੀਂ ਕਰਦਾ ਜੋ ਆਮ ਤੌਰ ਤੇ ਮਾਨਤਾ ਪ੍ਰਾਪਤ ਹੁੰਦਾ ਹੈ? ਪਰ ਨਿਸ਼ਚਿਤ ਤੌਰ ਤੇ ਇਸਨੇ ਅਜਿਹੀ ਲਾਈਨ ਲੱਭੀ, ਅਤੇ ਇਸ ਲਈ, ਸਾਨੂੰ ਇਹ ਸਿੱਟਾ ਕੱਢਣਾ ਚਾਹੀਦਾ ਹੈ ਕਿ ਸਮਾਂ-ਆਕਾਰ ਦੇ ਨਾਲ ਸੀ. '

'ਪਰ,' ਮੈਡੀਕਲ ਮਨੁੱਖ ਨੇ ਅੱਗ ਵਿਚ ਇਕ ਕੋਲੇ 'ਤੇ ਸਖਤ ਨਿਖੇਧੀ ਕੀਤੀ,' ਜੇ ਸਮਾਂ ਅਸਲ ਵਿਚ ਸਿਰਫ ਚੌਥਾ ਪੜਾਅ ਹੈ, ਇਹ ਕਿਉਂ ਹੈ, ਅਤੇ ਇਹ ਹਮੇਸ਼ਾ ਵੱਖਰੀ ਕਿਉਂ ਹੋ ਗਈ ਹੈ? ਅਤੇ ਅਸੀਂ ਸਪੇਸ ਦੇ ਦੂਜੇ ਮਾਪਾਂ ਵਿਚ ਕਿਉਂ ਨਹੀਂ ਚੱਲ ਸਕਦੇ? '

ਵਾਰ ਯਾਤਰੀ ਮੁਸਕਰਾਇਆ 'ਕੀ ਤੁਸੀਂ ਨਿਸ਼ਚਤ ਰੂਪ' ਚ ਸਪੇਸ 'ਚ ਪ੍ਰੇਰਿਤ ਹੋ ਸਕਦੇ ਹੋ? ਸੱਜੇ ਅਤੇ ਖੱਬਾ ਅਸੀਂ ਜਾ ਸਕਦੇ ਹਾਂ, ਪਿੱਛੇ ਜਾ ਕੇ ਅਤੇ ਸੁਤੰਤਰ ਰੂਪ ਵਿੱਚ ਅੱਗੇ ਵਧ ਸਕਦੇ ਹਾਂ, ਅਤੇ ਮਰਦਾਂ ਨੇ ਹਮੇਸ਼ਾ ਅਜਿਹਾ ਕੀਤਾ ਹੈ. ਮੈਂ ਸਵੀਕਾਰ ਕਰਦਾ ਹਾਂ ਕਿ ਅਸੀਂ ਦੋ ਅਯਾਮਾਂ ਵਿੱਚ ਅਜ਼ਾਦ ਰੂਪ ਵਿੱਚ ਅੱਗੇ ਵਧਦੇ ਹਾਂ. ਪਰ ਇਹ ਕਿਵੇਂ ਅਤੇ ਕਿਵੇਂ? ਗ੍ਰੈਵਰੇਟੇਸ਼ਨ ਸਾਨੂੰ ਉੱਥੇ ਸੀਮਿਤ ਕਰਦੀ ਹੈ. '

'ਠੀਕ ਨਹੀਂ,' ਡਾਕਟਰੀ ਮਨੁੱਖ ਨੇ ਕਿਹਾ. 'ਗੁਬਾਰੇ ਹਨ.'

'ਪਰ ਗੁਬਾਰੇ ਤੋਂ ਪਹਿਲਾਂ, ਸਪੈਮਡਮਿਕ ਜੰਪਿੰਗ ਅਤੇ ਸਤ ਦੀ ਅਸਮਾਨਤਾਵਾਂ ਨੂੰ ਬਚਾਉਣ ਲਈ, ਆਦਮੀ ਨੂੰ ਲੰਬਕਾਰੀ ਅੰਦੋਲਨ ਦੀ ਆਜ਼ਾਦੀ ਨਹੀਂ ਸੀ.'

ਮੈਡੀਕਲ ਮਨੁੱਖ ਨੇ ਕਿਹਾ: 'ਫਿਰ ਵੀ ਉਹ ਥੋੜ੍ਹੀ ਅਚਾਨਕ ਘੁੰਮ ਸਕਦਾ ਹੈ.'

'ਆਸਾਨ, ਆਸਾਨ ਹੋ ਗਿਆ.'

'ਅਤੇ ਤੁਸੀਂ ਸਮੇਂ ਸਿਰ ਨਹੀਂ ਚੱਲ ਸਕਦੇ, ਤੁਸੀਂ ਮੌਜੂਦਾ ਸਮੇਂ ਤੋਂ ਦੂਰ ਨਹੀਂ ਹੋ ਸਕਦੇ.'

'ਮੇਰੇ ਪਿਆਰੇ ਸ੍ਰੀਮਾਨ, ਇਹ ਉਹ ਥਾਂ ਹੈ ਜਿੱਥੇ ਤੁਸੀਂ ਗਲਤ ਹੋ. ਇਹ ਉਹ ਥਾਂ ਹੈ ਜਿੱਥੇ ਸਾਰਾ ਸੰਸਾਰ ਗਲਤ ਹੋ ਗਿਆ ਹੈ. ਅਸੀਂ ਹਮੇਸ਼ਾ ਮੌਜੂਦਾ ਸਮੇਂ ਤੋਂ ਦੂਰ ਹੋ ਰਹੇ ਹਾਂ ਸਾਡੀ ਮਾਨਸਿਕ ਅਵਸਥਾਵਾਂ, ਜੋ ਕਿ ਅਸਧਾਰਨ ਹਨ ਅਤੇ ਇਨ੍ਹਾਂ ਦਾ ਕੋਈ ਪੈਮਾਨਾ ਨਹੀਂ ਹੈ, ਉਹ ਸਮਾਂ-ਆਕਾਰ ਦੇ ਨਾਲ ਲੰਘ ਰਹੇ ਹਨ, ਜਿਸ ਨਾਲ ਇਕ ਸਮਾਨ ਤਰੰਗ ਨਾਲ ਬੱਚੇ ਦੀ ਕਬਰ ਤੋਂ ਲੈ ਕੇ ਕਬਰ ਤੱਕ ਜਿਵੇਂ ਕਿ ਸਾਨੂੰ ਧਰਤੀ ਦੀ ਸਤਹ ਤੋਂ ਪੰਜਾਹ ਮੀਲ ਦੀ ਉਚਾਈ ਤੇ ਹੋਂਦ ਲੈਣਾ ਚਾਹੀਦਾ ਹੈ.

'ਪਰ ਵੱਡੀ ਮੁਸ਼ਕਲ ਇਹ ਹੈ,' ਮਨੋਵਿਗਿਆਨੀ ਨੂੰ ਰੋਕਿਆ. 'ਤੁਸੀਂ ਸਪੇਸ ਦੇ ਸਾਰੇ ਨਿਰਦੇਸ਼ਾਂ ਵਿਚ ਫੇਰ ਬਦਲ ਸਕਦੇ ਹੋ, ਪਰ ਤੁਸੀਂ ਸਮੇਂ ਸਮੇਂ ਨਹੀਂ ਬਦਲ ਸਕਦੇ.'

'ਇਹ ਮੇਰੀ ਮਹਾਨ ਖੋਜ ਦਾ ਜੀਵਾਣੂ ਹੈ ਪਰ ਇਹ ਕਹਿਣਾ ਗਲਤ ਹੈ ਕਿ ਅਸੀਂ ਸਮੇਂ ਦੇ ਵਿੱਚ ਨਹੀਂ ਜਾ ਸਕਦੇ. ਉਦਾਹਰਣ ਵਜੋਂ, ਜੇ ਮੈਂ ਕਿਸੇ ਘਟਨਾ ਨੂੰ ਵਾਪਿਸ ਲਿਆਉਂਦਾ ਹਾਂ ਤਾਂ ਬਹੁਤ ਹੀ ਸਪੱਸ਼ਟ ਹੁੰਦਾ ਹਾਂ ਕਿ ਮੈਂ ਇਸ ਦੀ ਮੌਜੂਦਗੀ ਦੇ ਤੁਰੰਤ ਵਾਪਸ ਆ ਜਾਂਦਾ ਹਾਂ: ਜਿਵੇਂ ਕਿ ਤੁਸੀਂ ਕਹਿੰਦੇ ਹੋ ਮੈਂ ਗ਼ੈਰ-ਹਾਜ਼ਰ ਹਾਂ. ਮੈਂ ਇੱਕ ਪਲ ਲਈ ਵਾਪਸ ਛਾਲ ਮਾਰਦਾ ਹਾਂ ਬੇਸ਼ੱਕ ਸਾਡੇ ਕੋਲ ਕਿਸੇ ਲੰਬੇ ਸਮੇਂ ਲਈ ਵਾਪਸ ਰਹਿਣ ਦਾ ਕੋਈ ਸਾਧਨ ਨਹੀਂ ਹੈ, ਕਿਸੇ ਜੰਗਲੀ ਜਾਨਵਰ ਜਾਂ ਜਾਨਵਰ ਦੀ ਥਾਂ ਜ਼ਮੀਨ ਤੋਂ ਛੇ ਫੁੱਟ ਉੱਚੇ ਰਹਿਣ ਦੀ ਜ਼ਰੂਰਤ ਹੈ. ਪਰ ਇੱਕ ਸੱਭਿਅਕ ਆਦਮੀ ਇਸ ਮਾਮਲੇ ਵਿੱਚ ਬੇਰਹਿਮੀ ਤੋਂ ਬਿਹਤਰ ਹੈ. ਉਹ ਗੁਬਾਰੇ ਵਿਚ ਗਰੂਤਾ ਦੇ ਵਿਰੁੱਧ ਜਾ ਸਕਦਾ ਹੈ, ਅਤੇ ਉਸ ਨੂੰ ਇਹ ਉਮੀਦ ਕਿਉਂ ਨਹੀਂ ਕਰਨੀ ਚਾਹੀਦੀ ਕਿ ਅੰਤ ਵਿਚ ਉਹ ਸਮੇਂ-ਆਕਾਰ ਨੂੰ ਰੋਕ ਸਕੇਗਾ ਜਾਂ ਹੋਰ ਤੇਜ਼ ਹੋ ਜਾ ਸਕੇਗਾ ਜਾਂ ਹੋਰ ਰਾਹ ਤੇ ਵੀ ਜਾ ਸਕਦਾ ਹੈ? '

'ਓਹ, ਇਹ,' ਸ਼ੁਰੂ ਹੋਇਆ, 'ਸਭ ਕੁਝ-'

'ਕਿਉਂ ਨਹੀਂ?' ਨੇ ਕਿਹਾ ਕਿ ਸਮੇਂ ਦਾ ਯਾਤਰੀ.

'ਇਹ ਕਾਰਨ ਦੇ ਵਿਰੁੱਧ ਹੈ,' ਫਬਿਲਾ ਨੇ ਕਿਹਾ.

'ਕੀ ਕਾਰਨ?' ਨੇ ਕਿਹਾ ਕਿ ਸਮੇਂ ਦਾ ਯਾਤਰੀ.

'ਤੁਸੀਂ ਦੱਸ ਸਕਦੇ ਹੋ ਕਿ ਬਲੈਕ ਆਰਗੂਮੈਂਟ ਕਰਕੇ ਚਿੱਟਾ ਹੈ,' ਪਰ ਤੁਸੀਂ ਕਦੇ ਵੀ ਮੈਨੂੰ ਯਕੀਨ ਨਹੀਂ ਕਰੋਗੇ. '

'ਸੰਭਵ ਤੌਰ' ਤੇ ਨਹੀਂ, 'ਟਾਈਮ ਪ੍ਰਸਾਰਕ ਨੇ ਕਿਹਾ. 'ਪਰ ਹੁਣ ਤੁਸੀਂ ਚਾਰ ਮਾਪਾਂ ਦੀ ਜਿਓਮੈਟਰੀ ਵਿਚ ਆਪਣੀ ਜਾਂਚ ਦੇ ਆਦੇਸ਼ ਨੂੰ ਦੇਖਣਾ ਸ਼ੁਰੂ ਕਰਦੇ ਹੋ. ਬਹੁਤ ਚਿਰ ਪਹਿਲਾਂ ਮੇਰੇ ਕੋਲ ਇਕ ਮਸ਼ੀਨ ਦਾ ਅਸਪਸ਼ਟ ਸੰਕੇਤ ਸੀ- '

'ਵਾਰ ਦੁਆਰਾ ਯਾਤਰਾ ਕਰਨ ਲਈ!' ਬਹੁਤ ਹੀ ਨੌਜਵਾਨ ਆਦਮੀ ਨੂੰ ਕਿਹਾ

'ਜੋ ਸਪੇਸ ਅਤੇ ਸਮੇਂ ਦੇ ਕਿਸੇ ਵੀ ਦਿਸ਼ਾ ਵਿਚ ਬਿਨਾਂ ਕਿਸੇ ਰੁਕਾਵਟ ਵਿਚ ਯਾਤਰਾ ਕਰ ਸਕਦੀਆਂ ਹਨ ਜਿਵੇਂ ਕਿ ਡਰਾਈਵਰ ਨਿਰਧਾਰਤ ਕਰਦਾ ਹੈ.'

ਫਾਬੀ ਨੇ ਆਪਣੇ ਆਪ ਨੂੰ ਹਾਸੇ ਨਾਲ ਸੰਤੁਸ਼ਟ ਕੀਤਾ.

'ਪਰ ਮੇਰੇ ਕੋਲ ਪ੍ਰਯੋਗਾਤਮਕ ਤਸਦੀਕ ਹੈ,' ਟਾਈਮ ਲੌਂਜਰ ਨੇ ਕਿਹਾ.

'ਇਹ ਇਤਿਹਾਸਕਾਰ ਲਈ ਬਹੁਤ ਵਧੀਆ ਹੋਵੇਗਾ,' ਮਨੋਵਿਗਿਆਨੀ ਨੇ ਸੁਝਾਅ ਦਿੱਤਾ. 'ਕੋਈ ਫਿਰ ਵਾਪਸ ਆ ਸਕਦਾ ਹੈ ਅਤੇ ਹੱਸਦੇ ਹੋਏ ਲੜਾਈ ਦੇ ਸਵੀਕਾਰ ਕੀਤੇ ਹੋਏ ਖਾਤੇ ਨੂੰ ਪ੍ਰਮਾਣਿਤ ਕਰ ਸਕਦਾ ਹੈ, ਜਿਵੇਂ ਕਿ!'

'ਕੀ ਤੁਸੀਂ ਨਹੀਂ ਸੋਚਦੇ ਕਿ ਤੁਸੀਂ ਧਿਆਨ ਖਿੱਚੋਗੇ?' ਨੇ ਮੈਡੀਕਲ ਮਨੁੱਖ ਨੂੰ ਕਿਹਾ

'ਸਾਡੇ ਪੁਰਖਿਆਂ ਨੂੰ ਅਤੀਤਵਾਦ ਲਈ ਕੋਈ ਵਧੀਆ ਸਹਿਣਸ਼ੀਲਤਾ ਨਹੀਂ ਸੀ.'

'ਹੋਮਰ ਅਤੇ ਪਲੈਟੋ ਦੇ ਬੁੱਲ੍ਹਾਂ ਤੋਂ ਇੱਕ ਦਾ ਗਿਰਜਾ ਪ੍ਰਾਪਤ ਹੋ ਸਕਦਾ ਹੈ,' ਬਹੁਤ ਹੀ ਨੌਜਵਾਨ ਸੋਚਦਾ ਸੀ.

'ਇਸ ਕੇਸ ਵਿਚ ਉਹ ਜ਼ਰੂਰ ਤੁਹਾਨੂੰ ਥੋੜ੍ਹੇ ਸਮੇਂ ਲਈ ਲੱਕੜ ਦੇਣਗੇ.

ਜਰਮਨ ਵਿਦਵਾਨਾਂ ਨੇ ਯੂਨਾਨੀ ਨੂੰ ਬਹੁਤ ਕੁਝ ਸੁਧਾਰਿਆ ਹੈ. '

'ਫਿਰ ਭਵਿੱਖ ਹੋਵੇਗਾ,' ਬਹੁਤ ਜਵਾਨ ਨੇ ਕਿਹਾ. 'ਸੋਚੋ! ਕੋਈ ਵਿਅਕਤੀ ਕਿਸੇ ਦਾ ਪੈਸਾ ਲਗਾ ਸਕਦਾ ਹੈ, ਇਸ ਨੂੰ ਦਿਲਚਸਪੀ ਨਾਲ ਇਕੱਠਾ ਕਰਨ ਲਈ ਛੱਡੋ, ਅਤੇ ਅੱਗੇ ਵਧੋ! '

'ਇੱਕ ਸਮਾਜ ਨੂੰ ਖੋਜਣ ਲਈ,' ਮੈਂ ਕਿਹਾ, 'ਇੱਕ ਸਰਮਾਏਦਾਰੀ ਆਧਾਰ ਤੇ ਬਣਿਆ.'

'ਸਾਰੇ ਜੰਗਲੀ ਬੇਢੰਗੀ ਥਿਊਰੀਆਂ'! ਮਨੋਵਿਗਿਆਨੀ ਨੂੰ ਸ਼ੁਰੂ ਕੀਤਾ.

'ਹਾਂ, ਇਸ ਤਰ੍ਹਾਂ ਮੈਨੂੰ ਲੱਗਦਾ ਸੀ, ਅਤੇ ਇਸ ਲਈ ਮੈਂ ਕਦੇ ਵੀ ਇਸ ਬਾਰੇ ਗੱਲ ਨਹੀਂ ਕੀਤੀ-'

'ਪ੍ਰਯੋਗਾਤਮਕ ਤਸਦੀਕ!' ਰੋਈ 'ਤੁਸੀਂ ਇਸ ਦੀ ਪੁਸ਼ਟੀ ਕਰਨ ਜਾ ਰਹੇ ਹੋ?'

'ਪ੍ਰਯੋਗ!' ਬੁੱਝ ਕੇ ਚੀਕਿਆ ਹੋਇਆ ਸੀ, ਜਿਸ ਨੂੰ ਦਿਮਾਗ-ਥੱਕਿਆ ਹੋਇਆ ਸੀ.

ਮਨੋਵਿਗਿਆਨੀ ਨੇ ਕਿਹਾ, 'ਆਓ ਆਪਾਂ ਆਪਣੇ ਪ੍ਰਯੋਗ ਨੂੰ ਕਿਸੇ ਤਰ੍ਹਾਂ ਦੇਖੀਏ,' ਹਾਲਾਂਕਿ ਇਹ ਸਾਰੇ ਹੰਬੁੰਗ ਹਨ, ਤੁਸੀਂ ਜਾਣਦੇ ਹੋ.

ਵਾਰ ਯਾਤਰੀ ਨੇ ਸਾਡੇ ਉੱਤੇ ਮੁਸਕਰਾਇਆ ਫਿਰ, ਹਾਲੇ ਵੀ ਥੋੜਾ ਜਿਹਾ ਮੁਸਕਰਾ ਰਿਹਾ ਹੈ, ਅਤੇ ਆਪਣੇ ਹੱਥਾਂ ਨਾਲ ਉਸਦੀ ਪੈਰਾਂ ਵਿਚ ਡੂੰਘੇ ਹੱਥਾਂ ਨਾਲ, ਉਹ ਹੌਲੀ ਹੌਲੀ ਕਮਰੇ ਵਿਚੋਂ ਬਾਹਰ ਚਲੇ, ਅਤੇ ਅਸੀਂ ਸੁਣਿਆ ਕਿ ਉਸਦੀ ਚੱਪਲਾਂ ਲੰਬੇ ਸਫ਼ਰ ਨੂੰ ਉਸ ਦੀ ਪ੍ਰਯੋਗਸ਼ਾਲਾ ਵਿੱਚ ਘੁਸਪੈਠ ਕਰ ਰਹੀਆਂ ਹਨ.

ਮਨੋਵਿਗਿਆਨੀ ਨੇ ਸਾਡੇ ਵੱਲ ਵੇਖਿਆ 'ਮੈਂ ਹੈਰਾਨ ਹਾਂ ਕਿ ਉਹ ਕੀ ਪ੍ਰਾਪਤ ਕਰਦਾ ਹੈ?'

ਮੈਡੀਕਲ ਮਨੁੱਖ ਨੇ ਕਿਹਾ, 'ਕੁਝ ਹੱਥਾਂ ਦਾ ਸੌਖਾ ਚਾਲ ਜਾਂ ਹੋਰ ਕੋਈ ਨਹੀਂ,'

ਫਾਬਰਿ ਨੇ ਸਾਨੂੰ ਇੱਕ ਕੱਜਰੀ ਕਰਾਰ ਬਾਰੇ ਦੱਸਣ ਦੀ ਕੋਸ਼ਿਸ਼ ਕੀਤੀ ਜੋ ਉਸਨੇ ਬੁਰਜ਼ਲ ਵਿੱਚ ਵੇਖਿਆ ਸੀ; ਪਰ

ਆਪਣੀ ਪ੍ਰਸਤਾਵਿਤ ਸਮਾਪਤੀ ਨੂੰ ਸਮਾਪਤ ਕਰਨ ਤੋਂ ਪਹਿਲਾਂ, ਸਮਾਂ ਆਉਣ ਵਾਲੇ ਵਾਪਸ ਆਇਆ ਅਤੇ

ਫੈਂਲਬੀ ਦੇ ਕਿੱਸੇ ਢਹਿ ਗਏ.

ਜਿਸ ਸਮੇਂ ਉਹ ਆਪਣੇ ਹੱਥ ਵਿਚ ਸੀ, ਉਹ ਇਕ ਚਮਕਦਾਰ ਧਾਤੂ ਫਰੇਮਵਰਕ ਸੀ, ਜੋ ਇਕ ਛੋਟੇ ਜਿਹੇ ਘੜੀ ਨਾਲੋਂ ਬਹੁਤ ਵੱਡਾ ਸੀ ਅਤੇ ਬਹੁਤ ਹੀ ਨਾਜ਼ੁਕ ਰੂਪ ਵਿਚ ਬਣਾਇਆ ਗਿਆ ਸੀ. ਇਸ ਵਿਚ ਹਾਥੀ ਦੰਦ ਸੀ ਅਤੇ ਕੁਝ ਪਾਰਦਰਸ਼ੀ ਕ੍ਰਿਸਟਲਿਨ ਪਦਾਰਥ. ਅਤੇ ਹੁਣ ਮੈਨੂੰ ਉਸ ਲਈ ਸਪੱਸ਼ਟ ਹੋਣਾ ਚਾਹੀਦਾ ਹੈ, ਜੋ ਇਸ ਲਈ ਹੈ - ਜਦੋਂ ਤੱਕ ਉਸ ਦਾ ਸਪੱਸ਼ਟੀਕਰਨ ਸਵੀਕਾਰ ਨਹੀਂ ਕੀਤਾ ਜਾਂਦਾ - ਇੱਕ ਬਿਲਕੁਲ ਗੈਰ - ਜਵਾਬਦੇਹ ਗੱਲ ਇਹ ਹੈ ਉਸ ਨੇ ਇਕ ਛੋਟੀ ਅੱਠਭੁਜੀ ਮੇਜ਼ਾਂ ਵਿੱਚੋਂ ਇਕ ਕਮਰਾ ਲੈ ਲਿਆ ਜੋ ਕਮਰੇ ਦੇ ਬਾਰੇ ਖਿੱਲਰ ਗਏ ਸਨ, ਅਤੇ ਇਸ ਨੂੰ ਅੱਗ ਦੇ ਸਾਹਮਣੇ ਰੱਖ ਦਿੱਤਾ ਸੀ, ਜਿਸ ਨਾਲ ਹੈਥਰਗ੍ਰ ਉੱਤੇ ਦੋ ਲੱਤਾਂ ਸਨ. ਇਸ ਟੇਬਲ 'ਤੇ ਉਸਨੇ ਮਸ਼ੀਨ ਨੂੰ ਪੇਸ਼ ਕੀਤਾ. ਫਿਰ ਉਸ ਨੇ ਇਕ ਕੁਰਸੀ ਖਿੱਚੀ ਅਤੇ ਬੈਠ ਗਿਆ ਸਾਰਣੀ ਵਿੱਚ ਸਿਰਫ ਇਕ ਹੋਰ ਵਸਤੂ ਇੱਕ ਛੋਟੀ ਜਿਹੀ ਰੰਗਤ ਦੀਵੇ ਸੀ, ਜਿਸਦਾ ਚਮਕਦਾਰ ਰੌਸ਼ਨੀ ਮਾਡਲ ਉੱਤੇ ਡਿੱਗੀ ਸੀ. ਉੱਥੇ ਸ਼ਾਇਦ ਇਕ ਦਰਜਨ ਦੀਆਂ ਮੋਮਬੱਤੀਆਂ ਸਨ, ਦੋ ਤਾਸ਼ ਦੇ ਪੱਤਣਾਂ ਤੇ ਕੁਰਸੀਆਂ ਤੇ ਕਈਆਂ ਨੂੰ, ਤਾਂ ਜੋ ਕਮਰੇ ਨੂੰ ਸ਼ਾਨਦਾਰ ਢੰਗ ਨਾਲ ਭਰਿਆ ਗਿਆ. ਮੈਂ ਅੱਗ ਦੇ ਨਜ਼ਦੀਕ ਇੱਕ ਨੀਵਾਂ ਬਾਂਹ-ਕੁਰਸੀ ਤੇ ਬੈਠਿਆ, ਅਤੇ ਮੈਂ ਇਸ ਅੱਗੇ ਅੱਗੇ ਵਧਿਆ ਤਾਂ ਜੋ ਲਗਭਗ ਸਮੇਂ ਦੇ ਯਾਤਰੀ ਅਤੇ ਫਾਇਰਪਲੇਸ ਦੇ ਵਿਚਕਾਰ ਹੋਵੇ. ਉਸ ਦੇ ਮੋਢੇ ਵੱਲ ਦੇਖਦੇ ਹੋਏ ਉਸ ਦੇ ਪਿੱਛੇ ਬੈਠੇ ਹੋਏ ਮੈਡੀਕਲ ਅਤੇ ਪ੍ਰੋਵਿੰਸ਼ੀਅਲ ਮੇਅਰ ਨੇ ਉਸ ਨੂੰ ਸੱਜੇ ਪਾਸੇ ਤੋਂ ਪ੍ਰੋਫਾਈਲ ਵਿਚ ਦੇਖਿਆ, ਖੱਬੇ ਪਾਸੇ ਦੇ ਮਨੋਵਿਗਿਆਨੀ ਨੇ. ਬਹੁਤ ਹੀ ਨੌਜਵਾਨ ਆਦਮੀ ਮਨੋਵਿਗਿਆਨੀ ਦੇ ਪਿੱਛੇ ਖੜ੍ਹਾ ਸੀ. ਅਸੀਂ ਸਾਰੇ ਚੇਤਾਵਨੀ 'ਤੇ ਸੀ. ਇਹ ਮੇਰੇ ਲਈ ਅਵਿਸ਼ਵਾਸ਼ ਜਾਪਦਾ ਹੈ ਕਿ ਕਿਸੇ ਵੀ ਤਰ੍ਹਾਂ ਦੀ

ਚਾਲ, ਹਾਲਾਂਕਿ ਇਸ ਨੂੰ ਚੰਗੀ ਤਰ੍ਹਾਂ ਸਮਝਿਆ ਗਿਆ ਹੈ ਅਤੇ ਭਾਵੇਂ ਅਡੋਲਤਾਪੂਰਨ ਢੰਗ ਨਾਲ ਕੀਤਾ ਗਿਆ ਹੈ, ਇਨ੍ਹਾਂ ਹਾਲਤਾਂ ਵਿਚ ਸਾਡੇ ਉੱਤੇ ਖੇਡਿਆ ਜਾ ਸਕਦਾ ਸੀ.

ਸਮੇਂ ਦੇ ਯਾਤਰੀ ਨੇ ਸਾਡੇ ਵੱਲ ਦੇਖਿਆ, ਅਤੇ ਫਿਰ ਉਸ ਵਿਧੀ ਤੇ. 'ਠੀਕ?' ਮਨੋਵਿਗਿਆਨੀ ਨੇ ਕਿਹਾ

'ਇਸ ਛੋਟੇ ਜਿਹੇ ਮਾਮਲੇ' ਨੇ ਕਿਹਾ ਕਿ ਟਾਈਮ ਸੈਲਾਨੀ, ਮੇਜ਼ ਉੱਤੇ ਆਪਣੇ ਕੋਹੜਾਂ ਨੂੰ ਆਰਾਮ ਕਰ ਕੇ ਅਤੇ ਉਪਕਰਣ ਦੇ ਉੱਪਰ ਆਪਣੇ ਹੱਥ ਇਕੱਠੇ ਦਬਾਉਣ ', ਸਿਰਫ ਇਕ ਮਾਡਲ ਹੈ. ਇਹ ਸਮੇਂ ਦੀ ਰਾਹੀਂ ਯਾਤਰਾ ਕਰਨ ਵਾਲੀ ਮਸ਼ੀਨ ਲਈ ਮੇਰੀ ਯੋਜਨਾ ਹੈ ਤੁਸੀਂ ਨੋਟ ਕਰੋਗੇ ਕਿ ਇਹ ਇਕਦਮ ਤਰਜਮਾਨ ਹੈ, ਅਤੇ ਇਸ ਬਾਰ ਬਾਰੇ ਇਕ ਅਜੀਬ ਜਿਹੀ ਦਿੱਖ ਹੈ, ਜਿਵੇਂ ਕਿ ਇਹ ਕਿਸੇ ਤਰੀਕੇ ਨਾਲ ਅਸਥਿਰ ਸੀ. ' ਉਸ ਨੇ ਆਪਣੀ ਉਂਗਲੀ ਨਾਲ ਹਿੱਸਾ ਵੱਲ ਇਸ਼ਾਰਾ ਕੀਤਾ 'ਵੀ, ਇੱਥੇ ਇਕ ਛੋਟਾ ਜਿਹਾ ਚਿੱਟਾ ਲੀਵਰ ਹੈ, ਅਤੇ ਇੱਥੇ ਇਕ ਹੋਰ ਹੈ.'

ਮੈਡੀਕਲ ਆਦਮੀ ਆਪਣੀ ਕੁਰਸੀ ਤੋਂ ਉੱਠਿਆ ਅਤੇ ਚੀਕ-ਚਿਹਾੜਾ ਪਾ ਦਿੱਤਾ.

ਉਸ ਨੇ ਕਿਹਾ, 'ਇਹ ਸੁੰਦਰਤਾ ਨਾਲ ਬਣਾਇਆ ਗਿਆ ਹੈ.'

'ਇਸ ਨੂੰ ਬਣਾਉਣ ਲਈ ਦੋ ਸਾਲ ਲੱਗੇ,' ਵਾਰ ਯਾਤਰਾ ਕਰਨ ਵਾਲੇ ਨੇ ਜਵਾਬ ਦਿੱਤਾ. ਫਿਰ ਜਦੋਂ ਅਸੀਂ ਸਾਰਿਆਂ ਨੇ ਮੈਡੀਕਲ ਮਨੁੱਖ ਦੀ ਕਾਰਵਾਈ ਦੀ ਨਕਲ ਕੀਤੀ, ਤਾਂ ਉਸ ਨੇ ਕਿਹਾ: 'ਹੁਣ ਮੈਂ ਤੁਹਾਨੂੰ ਸਾਫ਼-ਸਾਫ਼ ਸਮਝਣਾ ਚਾਹੁੰਦਾ ਹਾਂ ਕਿ ਇਹ ਲੀਵਰ, ਦਬਾਉਣ ਤੇ, ਮਸ਼ੀਨ ਨੂੰ ਭਵਿੱਖ ਵਿਚ ਭੇਜਦਾ ਹੈ, ਅਤੇ ਇਹ ਦੂਜਾ ਮੋਸ਼ਨ ਨੂੰ ਉਲਟਾ ਦਿੰਦਾ ਹੈ. ਇਹ ਕਾਠੀ ਇੱਕ ਸਮੇਂ ਦੇ ਯਾਤਰੀ ਦੀ ਸੀਟ ਨੂੰ ਦਰਸਾਉਂਦਾ ਹੈ. ਵਰਤਮਾਨ ਵਿੱਚ ਮੈਂ ਲੀਵਰ ਨੂੰ ਦਬਾਉਣ ਜਾ ਰਿਹਾ ਹਾਂ, ਅਤੇ ਮਸ਼ੀਨ ਬੰਦ ਹੋ ਜਾਵੇਗੀ. ਇਹ ਅਲੋਪ ਹੋ ਜਾਵੇਗਾ, ਭਵਿੱਖ ਦੇ ਸਮੇਂ ਵਿੱਚ ਪਾਸ ਹੋ ਜਾਵੇਗਾ, ਅਤੇ ਅਲੋਪ ਹੋ ਜਾਏਗਾ. ਇਸ ਗੱਲ ਨੂੰ ਚੰਗੀ ਤਰ੍ਹਾਂ ਦੇਖੋ. ਮੇਜ਼ ਉੱਤੇ ਵੀ ਵੇਖੋ, ਅਤੇ ਆਪਣੇ ਆਪ ਨੂੰ ਸੰਤੁਸ਼ਟ ਕਰੋ ਕਿ ਕੋਈ ਵੀ ਧੋਖਾਧੜੀ ਨਹੀਂ ਹੈ. ਮੈਂ ਇਸ ਮਾਡਲ ਨੂੰ ਬਰਬਾਦ ਨਹੀਂ ਕਰਨਾ ਚਾਹੁੰਦਾ, ਅਤੇ ਫਿਰ ਕਿਹਾ ਜਾ ਸਕਦਾ ਹੈ ਕਿ ਮੈਂ ਇੱਕ ਡਰਾਮਾ ਹਾਂ. '

ਇਕ ਮਿੰਟ ਦਾ ਵਿਰਾਮ ਹੋ ਸਕਦਾ ਹੈ ਮਨੋਵਿਗਿਆਨੀ ਮੇਰੇ ਨਾਲ ਗੱਲ ਕਰਨ ਦੀ ਜਾਪਦਾ ਸੀ, ਪਰ ਉਸਨੇ ਆਪਣਾ ਮਨ ਬਦਲ ਲਿਆ. ਫਿਰ ਸਮਾਂ ਯਾਤਰੀ ਲੀਵਰ ਵੱਲ ਆਪਣੀ ਉਂਗਲੀ ਕੱਢਦਾ ਹੈ. 'ਨਹੀਂ,' ਉਸਨੇ ਅਚਾਨਕ ਕਿਹਾ. 'ਆਪਣਾ ਹੱਥ ਉਠਾਓ.' ਅਤੇ ਮਨੋਵਿਗਿਆਨੀ ਵੱਲ ਮੁੜਿਆ, ਉਸਨੇ ਉਸ ਵਿਅਕਤੀ ਦਾ ਆਪਣਾ ਹੱਥ ਆਪਣੇ ਹੱਥ ਵਿਚ ਲੈ ਲਿਆ ਅਤੇ ਉਸਨੂੰ ਆਪਣੇ ਤੂਫ਼ਾਨ ਨੂੰ ਬਾਹਰ ਰੱਖਣ ਲਈ ਕਿਹਾ. ਇਸ ਲਈ ਇਹ ਮਨੋਵਿਗਿਆਨਕ ਸੀ ਜੋ ਆਪਣੀ ਅਨੌਖਾ ਯਾਤਰਾ ਤੇ ਮਾਡਲ ਟਾਈਮ ਮਸ਼ੀਨ ਭੇਜੇ. ਅਸੀਂ ਸਾਰਿਆਂ ਨੇ ਲੀਵਰ ਮੋੜ ਵੇਖਿਆ. ਮੈਂ ਬਿਲਕੁਲ ਸਪੱਸ਼ਟ ਹਾਂ ਕਿ ਕੋਈ ਵੀ ਧੋਖਾਧੜੀ ਨਹੀਂ ਸੀ. ਹਵਾ ਦੀ ਇੱਕ ਸਾਹ ਸੀ, ਅਤੇ ਦੀਪਕ ਦੀ ਲਾਟ ਉਛਲ ਗਈ. ਮੈਟਲ ਉੱਤੇ ਇਕ ਮੋਮਬੱਤੀਆਂ ਨੂੰ ਉਡਾ ਦਿੱਤਾ ਗਿਆ ਸੀ ਅਤੇ ਛੋਟੀ ਜਿਹੀ ਮਸ਼ੀਨ ਅਚਾਨਕ ਘੁੰਮਦੀ ਰਹਿੰਦੀ ਹੈ, ਉਹ ਅਸ਼ੁੱਭਿਚਕ ਬਣ ਗਈ ਸੀ, ਇਹ ਇਕ ਦੂਜੀ ਲਈ ਭੂਤ ਦੇ ਤੌਰ ਤੇ ਦੇਖਿਆ ਗਿਆ ਸੀ, ਜਿਵੇਂ ਕਿ ਭਿਆਨਕ ਚਮਕਦਾਰ ਪਿੱਤਲ ਅਤੇ ਹਾਥੀ ਦੰਦ ਦੇ ਐਡੀ; ਅਤੇ ਇਹ ਅਲੋਪ ਹੋ ਗਿਆ ਸੀ! ਦੀਪਕ ਲਈ ਬਚਾਓ ਸਾਰਣੀ ਬੇਅਰ ਸੀ

ਹਰ ਇਕ ਮਿੰਟ ਲਈ ਚੁੱਪ ਰਿਹਾ. ਫਿਰ ਨੇ ਕਿਹਾ ਕਿ ਉਹ ਸ਼ਰਮਿੰਦਾ ਕੀਤਾ ਗਿਆ ਸੀ.

ਮਨੋਵਿਗਿਆਨੀ ਆਪਣੇ ਘਬਰਾਹਟ ਤੋਂ ਬਰਾਮਦ ਕੀਤੇ, ਅਤੇ ਅਚਾਨਕ ਮੇਜ਼ ਦੇ ਹੇਠਾਂ ਵੱਲ ਵੇਖਿਆ. ਉਸ ਸਮੇਂ ਤੇ ਯਾਤਰੀ ਖ਼ੁਸ਼ੀ-ਖ਼ੁਸ਼ੀ ਹੱਸੇ ਸਨ. 'ਠੀਕ?' ਉਸ ਨੇ ਕਿਹਾ, ਮਨੋਵਿਗਿਆਨੀ ਦੀ ਇੱਕ ਯਾਦ ਨਾਲ. ਫਿਰ ਉੱਠ ਕੇ ਉਹ ਤੰਬਾਕੂ ਦੇ ਜਾਰ ਤੇ ਚਾਦਰ ਚਲੇ ਗਏ ਅਤੇ ਆਪਣੀ ਪਿੱਠ ਨਾਲ ਸਾਨੂੰ ਆਪਣੀ ਪਾਈਪ ਭਰਨਾ ਸ਼ੁਰੂ ਹੋ ਗਿਆ.

ਅਸੀਂ ਇੱਕ-ਦੂਜੇ ਵੱਲ ਦੇਖੇ 'ਵੇਖ', ਮੈਡੀਕਲ ਮਨੁੱਖ ਨੇ ਕਿਹਾ, 'ਕੀ ਤੁਸੀਂ ਇਸ ਬਾਰੇ ਗੰਭੀਰ ਹੋ? ਕੀ ਤੁਸੀਂ ਗੰਭੀਰਤਾ ਨਾਲ ਯਕੀਨ ਰੱਖਦੇ ਹੋ ਕਿ ਇਹ ਮਸ਼ੀਨ ਸਮੇਂ ਵਿਚ ਯਾਤਰਾ ਕਰ ਚੁੱਕਾ ਹੈ? '

'ਨਿਸ਼ਚਤ ਤੌਰ' ਤੇ, ਸਮੇਂ ਦੇ ਯਾਤਰੀ ਨੇ ਕਿਹਾ ਕਿ ਅੱਗ 'ਤੇ ਫੈਲਣ ਲਈ ਸੁੱਟੇ ਫਿਰ ਉਸ ਨੇ ਮਨੋਵਿਗਿਆਨੀ ਦੇ ਚਿਹਰੇ ਨੂੰ ਵੇਖਣ ਲਈ, ਆਪਣੇ ਪਾਈਪ ਨੂੰ ਰੋਸ਼ਨ ਕਰ ਦਿੱਤਾ. (ਮਨੋਵਿਗਿਆਨਕ, ਇਹ ਦਿਖਾਉਣ ਲਈ ਕਿ ਉਹ ਅਨਿਯਮਤ ਨਹੀਂ ਸੀ, ਆਪਣੇ ਆਪ ਨੂੰ ਇੱਕ ਸਿਗਾਰ ਵਿੱਚ ਮਦਦ ਕਰਦਾ ਸੀ ਅਤੇ ਇਸਨੂੰ ਅਨੁਕੂਤ ਕਰਨ ਦੀ ਕੋਸ਼ਿਸ਼ ਕਰਦਾ ਸੀ.) 'ਹੋਰ ਕੀ ਹੈ, ਮੇਰੇ ਕੋਲ ਇੱਕ ਵੱਡੀ ਮਸ਼ੀਨ ਹੈ ਜੋ

ਲਗਭਗ ਪੂਰੀ ਹੋਈ' - ਉਸਨੇ ਪ੍ਰਯੋਗਸ਼ਾਲਾ ਨੂੰ ਸੰਬੋਧਿਤ ਕੀਤਾ- ਅਤੇ ਜਦੋਂ ਇਹ ਇਕਠੇ ਰੱਖਿਆ ਗਿਆ ਹੈ ਮੇਰਾ ਮਤਲਬ ਮੇਰੇ ਆਪਣੇ ਖਾਤੇ ਤੇ ਸਫ਼ਰ ਕਰਨਾ ਹੈ. '

'ਤੁਸੀਂ ਕਹਿ ਰਹੇ ਹੋ ਕਿ ਮਸ਼ੀਨ ਨੇ ਭਵਿੱਖ ਵਿਚ ਸਫ਼ਰ ਕੀਤਾ ਹੈ?' ਨੇ ਕਿਹਾ.

'ਭਵਿੱਖ ਵਿੱਚ ਜਾਂ ਪਿਛਲੇ- ਨਹੀਂ, ਖਾਸ ਤੌਰ' ਤੇ, ਇਹ ਜਾਣੋ ਕਿ ਕਿਹੜਾ. '

ਇਕ ਅੰਤਰਾਲ ਦੇ ਬਾਅਦ ਮਨੋਵਿਗਿਆਨੀ ਦੇ ਕੋਲ ਪ੍ਰੇਰਨਾ ਸੀ. ਉਸ ਨੇ ਕਿਹਾ ਕਿ ਜੇਕਰ ਇਹ ਕਿਤੇ ਵੀ ਗਿਆ ਹੋਵੇ ਤਾਂ ਇਹ ਅਤੀਤ ਵਿੱਚ ਚਲਾ ਗਿਆ ਹੋਣਾ ਚਾਹੀਦਾ ਹੈ.

'ਕਿਉਂ?' ਨੇ ਕਿਹਾ ਕਿ ਸਮੇਂ ਦਾ ਯਾਤਰੀ.

'ਕਿਉਂਕਿ ਮੈਂ ਸੋਚਦਾ ਹਾਂ ਕਿ ਇਹ ਸਪੇਸ ਵਿਚ ਨਹੀਂ ਆਇਆ ਹੈ, ਅਤੇ ਜੇ ਇਹ ਭਵਿੱਖ ਵਿਚ ਯਾਤਰਾ ਕਰਦਾ ਹੈ ਤਾਂ ਇਹ ਅਜੇ ਵੀ ਇੱਥੇ ਹੀ ਰਹੇਗਾ, ਕਿਉਂਕਿ ਇਹ ਇਸ ਵਾਰ ਦੁਆਰਾ ਸਫ਼ਰ ਕੀਤਾ ਹੋਣਾ ਚਾਹੀਦਾ ਹੈ.'

'ਪਰ,' ਮੈਂ ਕਿਹਾ, 'ਜੇ ਇਹ ਅਤੀਤ ਵਿਚ ਯਾਤਰਾ ਕੀਤੀ ਜਾਂਦੀ, ਜੇ ਅਸੀਂ ਪਹਿਲਾਂ ਇਸ ਕਮਰੇ ਵਿਚ ਆਏ ਸੀ ਤਾਂ ਇਹ ਦਿਸਦੀ ਸੀ. ਅਤੇ ਆਖਰੀ ਵੇਲਾ ਜਦੋਂ ਅਸੀਂ ਇੱਥੇ ਸਾਂ; ਅਤੇ ਉਸ ਤੋਂ ਪਹਿਲਾਂ ਗਰੁਪ; ਅਤੇ ਇਸ ਤਰ੍ਹਾਂ ਅੱਗੇ! '

'ਗੰਭੀਰ ਇਤਰਾਜ਼ਾਂ' ਨੇ ਪ੍ਰੋਵਿੰਸ਼ੀਅਲ ਮੇਅਰ ਨੂੰ ਨਿਰਪੱਖਤਾ ਦੇ ਹਵਾਈ ਨਾਲ ਅਤੇ ਸਮੇਂ ਦੇ ਯਾਤਰੀ ਵੱਲ ਮੁੜਦੇ ਹੋਏ ਕਿਹਾ.

'ਬਿੱਟ ਨਹੀਂ,' ਟਾਈਮ ਪ੍ਰਸਾਰਕ ਨੇ ਕਿਹਾ, ਅਤੇ, ਮਨੋਵਿਗਿਆਨੀ ਨੂੰ: 'ਤੁਸੀਂ ਸੋਚਦੇ ਹੋ ਤੁਸੀਂ ਇਹ ਸਪੱਸ਼ਟ ਕਰ ਸਕਦੇ ਹੋ ਇਹ ਥ੍ਰੈਸ਼ਹੋਲਡ ਤੋਂ ਹੇਠਾਂ ਪੇਸ਼ਕਾਰੀ ਹੈ, ਤੁਸੀਂ ਜਾਣਦੇ ਹੋ, ਪੇਤਲੀ ਪ੍ਰਸਤੁਤੀ. '

'ਜ਼ਰੂਰ,' ਮਨੋਵਿਗਿਆਨੀ ਨੇ ਕਿਹਾ, ਅਤੇ ਸਾਨੂੰ ਭਰੋਸਾ ਦਿੱਤਾ. 'ਇਹ ਮਨੋਵਿਗਿਆਨ ਦੀ ਇੱਕ ਸਧਾਰਨ ਬਿੰਦੂ ਹੈ. ਮੈਨੂੰ ਇਸ ਬਾਰੇ ਸੋਚਣਾ ਚਾਹੀਦਾ ਸੀ. ਇਹ ਕਾਫ਼ੀ ਸਪੱਸ਼ਟ ਹੈ, ਅਤੇ ਵਿਡੰਬਨਾ ਨੂੰ ਖੁਸ਼ੀ ਨਾਲ ਭਰਨ ਵਿੱਚ ਸਹਾਇਤਾ ਕਰਦਾ ਹੈ ਅਸੀਂ ਇਸ ਨੂੰ ਦੇਖ ਨਹੀਂ ਸਕਦੇ, ਨਾ ਹੀ ਅਸੀਂ ਇਸ ਮਸ਼ੀਨ ਦੀ ਕਦਰ

ਕਰ ਸਕਦੇ ਹਾਂ, ਕਿਸੇ ਵੀ ਚੀਜ਼ ਤੋਂ ਅਸੀਂ ਚੱਕਰ ਦੀ ਸਪਿਨਿੰਗ, ਜਾਂ ਹਵਾ ਰਾਹੀਂ ਉਡਾਉਣ ਵਾਲੀ ਇੱਕ ਬੁਲੇਟ ਦੀ ਗੱਲ ਕਰ ਸਕਦੇ ਹਾਂ. ਜੇ ਇਹ ਸਾਡੇ ਦੁਆਰਾ ਪੰਜਾਹ ਵਾਰ ਜਾਂ ਇਕ ਸੌ ਗੁਣਾ ਤੇਜ਼ੀ ਨਾਲ ਸਫ਼ਰ ਕਰ ਰਿਹਾ ਹੈ, ਜੇ ਇਹ ਇਕ ਮਿੰਟ ਦੇ ਅੰਦਰ-ਅੰਦਰ ਆਉਂਦਾ ਹੈ, ਜਦੋਂ ਅਸੀਂ ਦੂਜੀ ਦੁਆਰਾ ਪ੍ਰਾਪਤ ਕਰਦੇ ਹਾਂ, ਤਾਂ ਜੋ ਪ੍ਰਭਾਵ ਪੈਦਾ ਹੁੰਦਾ ਹੈ ਉਹ ਕੇਵਲ ਇਕ-ਪੰਜਾਹ ਜਾਂ ਇਕ ਸੌ ਸਤਾਰਾਂ ਹੀ ਹੋਵੇਗਾ ਜੇ ਇਹ ਸਮੇਂ ਸਮੇਂ ਦੀ ਯਾਤਰਾ ਨਾ ਕਰ ਰਿਹਾ ਹੋਵੇ ਤਾਂ ਬਣਾਉ. ਇਹ ਕਾਫ਼ੀ ਸਾਧਾਰਨ ਹੈ. ' ਉਸ ਨੇ ਉਹ ਜਗ੍ਹਾ ਜਿਸ ਨੇ ਮਸ਼ੀਨ ਦੀ ਹੋਈ ਸੀ ਦੁਆਰਾ ਆਪਣਾ ਹੱਥ ਪਾਸ ਕਰ ਦਿੱਤਾ. 'ਤੁਸੀਂ ਵੇਖਿਆ?' ਉਸ ਨੇ ਕਿਹਾ, ਹਾਸਾ.

ਅਸੀਂ ਇਕ ਮਿੰਟ ਜਾਂ ਇਸ ਲਈ ਖਾਲੀ ਟੇਬਲ 'ਤੇ ਬੈਠ ਕੇ ਨਿਗਾਹ ਮਾਰੀ. ਫਿਰ

ਸਮੇਂ ਦੇ ਯਾਤਰੀ ਨੇ ਸਾਨੂੰ ਪੁੱਛਿਆ ਕਿ ਅਸੀਂ ਇਸ ਸਭ ਬਾਰੇ ਕੀ ਸੋਚਿਆ.

ਮੈਡੀਕਲ ਮਨੁੱਖ ਨੇ ਕਿਹਾ, 'ਇਹ ਰਾਤ ਨੂੰ ਕਾਫ਼ੀ ਪ੍ਰਤਿਭਾਸ਼ਾਲੀ ਲੱਗਦੀ ਹੈ.' 'ਪਰ ਅਗਲੇ ਕੱਲ ਤੱਕ ਉਡੀਕ ਕਰੋ. ਸਵੇਰੇ ਦੀ ਆਮ ਭਾਵਨਾ ਦੀ ਉਡੀਕ ਕਰੋ. '

'ਕੀ ਤੁਸੀਂ ਟਾਈਮ ਮਸ਼ੀਨ ਨੂੰ ਦੇਖਣਾ ਪਸੰਦ ਕਰੋਗੇ?' ਵਾਰ ਯਾਤਰੀ ਨੂੰ ਪੁੱਛਿਆ ਅਤੇ ਨਾਲ ਹੀ, ਦੀਪ ਨੂੰ ਆਪਣੇ ਹੱਥ ਵਿਚ ਲੈਂਦੇ ਹੋਏ, ਉਹ ਲੰਬੇ, ਢਲਵੇਂ ਕੋਰੀਡੋਰ ਹੇਠਾਂ ਆਪਣੀ ਪ੍ਰਯੋਗਸ਼ਾਲਾ ਤਕ ਦੀ ਅਗਵਾਈ ਕਰਦਾ ਰਿਹਾ. ਮੈਨੂੰ ਅਚੰਭੇ ਦੀ ਰੌਸ਼ਨੀ ਯਾਦ ਹੈ, ਉਸ ਦੇ ਘਟੀਆ, ਸਿਲੋਏਟ ਦਾ ਵਿਸ਼ਾਲ ਸਿਰ, ਸ਼ੈਡੋਂ ਦਾ ਨਾਚ, ਅਸੀਂ ਸਾਰੇ ਉਸਦੇ ਪਿੱਛੇ ਕਿਵੇਂ ਚੱਲੇ, ਅਜੀਬ ਅਤੇ ਪਰੇਸ਼ਾਨ, ਅਤੇ ਕਿਵੇਂ ਪ੍ਰਯੋਗਸ਼ਾਲਾ ਵਿਚ ਅਸੀਂ ਥੋੜ੍ਹੇ ਜਿਹੇ ਵਿਧੀ ਦਾ ਜੋ ਅਸੀਂ ਦੇਖਿਆ ਹੈ ਸਾਡੀ ਨਿਗਾਹ ਤੋਂ ਪਹਿਲਾਂ ਹੀ ਖ਼ਤਮ ਹੋ ਜਾਂਦੀ ਹੈ. ਹਿੱਸੇ ਨਿਕਲੇ, ਹਾਥੀ ਦੰਦ ਦੇ ਭਾਗਾਂ ਦੇ ਸਨ, ਕੁਝ ਨਿਸ਼ਚਿਤ ਰੂਪ ਵਿਚ ਚੱਪਲਾਂ ਦੇ ਸ਼ੀਸ਼ੇ ਵਿਚੋਂ ਦਰਜ ਕੀਤੇ ਗਏ ਸਨ ਜਾਂ ਸਾੜੇ ਗਏ ਸਨ. ਇਹ ਗੱਲ ਆਮ ਤੌਰ 'ਤੇ ਪੂਰੀ ਹੋ ਗਈ ਸੀ, ਪਰ ਮਰੋੜੀਂਦੀਆਂ ਕ੍ਰਿਸਟਾਲਿਨ ਬਾਰਜ਼ ਡਰਾਇੰਗ ਦੇ ਕੁਝ ਸ਼ੀਟਸ ਦੇ ਨਾਲ ਬੈਂਚ ਤੇ ਅਧੂਰੇ ਸਨ, ਅਤੇ ਮੈਂ ਇਸ' ਤੇ ਵਧੀਆ ਦਿੱਖ ਲਈ ਇੱਕ ਲਿਆ. ਕੁਆਰਟਰਜ਼ ਇਹ ਲਗਦਾ ਹੈ

'ਵੇਖ', ਮੈਡੀਕਲ ਮਨੁੱਖ ਨੇ ਕਿਹਾ, 'ਕੀ ਤੁਸੀਂ ਬਿਲਕੁਲ ਗੰਭੀਰ ਹੋ?

ਜਾਂ ਕੀ ਇਹ ਇਕ ਧੋਖਾ ਹੈ ਜਿਵੇਂ ਕਿ ਭੂਤ ਨੇ ਤੁਸੀਂ ਪਿਛਲੇ ਕ੍ਰਿਸਮਸ ਨੂੰ ਦਿਖਾਇਆ ਹੈ? '

'ਉਸ ਮਸ਼ੀਨ ਤੇ,' ਟਾਈਮ ਲੌਂਜਰ ਨੇ ਕਿਹਾ ਕਿ ਉਹ ਲੈਂਪ ਨੂੰ ਉੱਚਾ ਚੁੱਕਦੇ ਹਨ, 'ਮੈਂ ਸਮੇਂ ਦੀ ਤਲਾਸ਼ ਕਰਨਾ ਚਾਹੁੰਦਾ ਹਾਂ. ਕੀ ਇਹ ਸਾਦਾ ਹੈ? ਮੈਂ ਆਪਣੀ ਜ਼ਿੰਦਗੀ ਵਿਚ ਕਦੇ ਵੀ ਗੰਭੀਰ ਨਹੀਂ ਸੀ. '

ਸਾਡੇ ਵਿਚੋਂ ਕੋਈ ਨਹੀਂ ਜਾਣਦਾ ਕਿ ਇਹ ਕਿਵੇਂ ਲੈਣਾ ਹੈ.

ਮੈ ਮੈਡੀਕਲ ਆਦਮੀ ਦੇ ਮੋਢੇ 'ਤੇ ਫਿਲੀ ਦੀ ਅੱਖ ਫੜ ਲਿਆ, ਅਤੇ ਉਸ ਨੇ ਸੰਜੀਦਗੀ ਨਾਲ ਮੇਰੇ' ਤੇ

ਮੈਂ ਸੋਚਦਾ ਹਾਂ ਕਿ ਉਸ ਸਮੇਂ ਸਾਡੇ ਵਿੱਚੋਂ ਕੋਈ ਵੀ ਟਾਈਮ ਮਸ਼ੀਨ ਵਿਚ ਵਿਸ਼ਵਾਸ ਨਹੀਂ ਕਰਦਾ ਸੀ. ਤੱਥ ਇਹ ਹੈ ਕਿ ਸਮਾਂ ਆਉਣ ਵਾਲੇ ਉਨ੍ਹਾਂ ਵਿਅਕਤੀਆਂ ਵਿਚੋਂ ਇਕ ਸੀ ਜੋ ਬਹੁਤ ਚਤੁਰ ਹਨ ਅਤੇ ਵਿਸ਼ਵਾਸ ਕਰਦੇ ਹਨ: ਤੁਸੀਂ ਕਦੀ ਨਹੀਂ ਮਹਿਸੂਸ ਕੀਤਾ ਸੀ ਕਿ ਤੁਸੀਂ ਉਨ੍ਹਾਂ ਦੇ ਆਲੇ ਦੁਆਲੇ ਵੇਖਿਆ ਹੈ. ਤੁਹਾਨੂੰ ਹਮੇਸ਼ਾਂ ਉਸ ਦੀ ਸਪੱਸ਼ਟਤਾ ਦੇ ਪਿੱਛੇ ਕੁੱਝ ਸੂਖਮ ਰਿਜ਼ਰਵ, ਕੁੱਝ ਚਤੁਰਭੁਜ ਵਿੱਚ ਸ਼ੱਕ ਹੈ, ਨੇ ਮਾਡਲ ਨੂੰ ਦਿਖਾਇਆ ਹੈ ਅਤੇ ਸਮੇਂ ਦੇ ਯਾਤਰੀਆਂ ਦੇ ਸ਼ਬਦਾਂ ਵਿਚ ਇਸ ਮਾਮਲੇ ਨੂੰ ਸਮਝਾਇਆ ਹੈ, ਸਾਨੂੰ ਉਸ ਨੂੰ ਬਹੁਤ ਘੱਟ ਸੰਦੇਹਵਾਦ ਦਿਖਾਉਣਾ ਚਾਹੀਦਾ ਸੀ ਉਹ ਸਾਨੂੰ ਸੁਣਦਾ ਹੈ. ਇੱਕ ਸੂਰ ਦਾ ਕਸਾਈ ਢਿੱਡ ਨੂੰ ਸਮਝ ਸਕਦਾ ਸੀ. ਪਰ ਉਸ ਵੇਲੇ ਦੇ ਯਾਤਰੀ ਕੋਲ ਆਪਣੇ ਤੱਤਾਂ ਦੇ ਝਟਕੇ ਤੋਂ ਵੱਧ ਸੀ, ਅਤੇ ਅਸੀਂ ਉਸ ਨੂੰ ਬੇਯਕੀਨੀ ਕਰਦੇ ਸੀ ਜਿਹੜੀਆਂ ਚੀਜ਼ਾਂ ਇੱਕ ਘੱਟ ਚਲਾਕ ਆਦਮੀ ਦੇ ਫਰੇਮ ਬਣਾਉਂਦੀਆਂ ਸਨ ਉਹ ਆਪਣੇ ਹੱਥਾਂ ਵਿੱਚ ਜਾਪਦਾ ਸੀ. ਇਹ ਬਹੁਤ ਅਸਾਨੀ ਨਾਲ ਕੰਮ ਕਰਨ ਲਈ ਇੱਕ ਗਲਤੀ ਹੈ ਗੰਭੀਰ ਲੋਕ ਜਿਨ੍ਹਾਂ ਨੇ ਉਨ੍ਹਾਂ ਨੂੰ ਗੰਭੀਰਤਾ ਨਾਲ ਲੈ ਲਿਆ, ਉਨ੍ਹਾਂ ਨੂੰ ਕਦੇ ਵੀ ਆਪਣੇ ਦੇਸ਼ ਨਿਕਾਲੇ ਬਾਰੇ ਪੂਰੀ ਤਰ੍ਹਾਂ ਮਹਿਸੂਸ ਨਹੀਂ ਹੋਇਆ; ਉਹ ਕਿਸੇ ਤਰ੍ਹਾਂ ਇਸ ਗੱਲ ਤੋਂ ਜਾਣੂ ਸਨ ਕਿ ਉਸ ਦੇ ਨਾਲ ਨਿਰਣਾ ਕਰਨ ਲਈ ਆਪਣੀ ਵੱਕਾਰ ਉੱਤੇ ਵਿਸ਼ਵਾਸ ਕਰਨਾ ਅੰਡੇ-ਸ਼ਾਲ ਚੀਨ ਦੇ ਨਾਲ ਇਕ ਨਰਸਰੀ ਤਿਆਰ ਕਰਨਾ ਸੀ ਇਸ ਲਈ ਮੈਂ ਇਹ ਨਹੀਂ ਸੋਚਦਾ ਕਿ ਸਾਡੇ ਵਿੱਚੋਂ ਕਿਸੇ ਨੇ ਉਸ ਵੇਸਵਾ ਅਤੇ ਅਗਲੇ ਵਿਚਕਾਰ ਅੰਤਰਾਲ ਵਿਚ ਯਾਤਰਾ ਕਰਨ ਬਾਰੇ ਬਹੁਤ ਕੁਝ ਕਿਹਾ, ਹਾਲਾਂਕਿ ਇਸਦੇ ਅਸਾਧਾਰਣ ਸੰਭਾਵਨਾਵਾਂ ਨੇ ਸਾਡੇ ਦਿਮਾਗ ਦੇ ਬਹੁਤੇ ਵਿਚ ਕੋਈ ਸ਼ੱਕ ਨਹੀਂ ਸੀ: ਇਸਦੀ ਪ੍ਰਵਿਰਤੀ, ਜੋ ਕਿ, ਇਸਦਾ ਅਮਲੀ ਅਚੰਭੇ ਹੈ, ਅਗਾਸ਼ਵਾਦ ਦੀ ਉਤਸੁਕ

ਸੰਭਾਵਨਾਵਾਂ ਅਤੇ ਬਿਲਕੁਲ ਉਲਝਣ ਦੇ ਕਾਰਨ ਇਹ ਸੁਝਾਅ ਦਿੱਤਾ ਮੇਰੇ ਆਪਣੇ ਹਿੱਸੇ ਲਈ, ਮੈਂ ਵਿਸ਼ੇਸ਼ ਤੌਰ 'ਤੇ ਮਾਡਲ ਦੀ ਚਾਲ ਨਾਲ ਬਹਿੰਦਾ ਸੀ. ਮੈਨੂੰ ਯਾਦ ਹੈ ਕਿ ਮੈਡੀਕਲ ਆਦਮੀ ਨਾਲ ਚਰਚਾ ਕਰਨੀ ਹੈ, ਜਿਸ ਨੂੰ ਮੈਂ ਸ਼ਨੀਵਾਰ ਨੂੰ ਲਿਨਯਾਨ ਵਿਖੇ ਮਿਲਿਆ ਸੀ. ਉਸ ਨੇ ਕਿਹਾ ਕਿ ਉਸਨੇ ਟਿਊਬੀਨਜ ਵਿੱਚ ਵੀ ਅਜਿਹਾ ਹੀ ਦੇਖਿਆ ਹੈ, ਅਤੇ ਮੋਮਬੱਤੀ ਨੂੰ ਬਾਹਰ ਨਿਕਲਣ ਤੇ ਕਾਫੀ ਤਣਾਅ ਪਾਇਆ ਹੈ. ਪਰ ਇਹ ਕਿਵੇਂ ਕੀਤਾ ਗਿਆ, ਉਹ ਉਸ ਦੀ ਵਿਆਖਿਆ ਨਹੀਂ ਕਰ ਸਕਿਆ.

ਅਗਲੀ ਦਿਨੀ ਮੈਂ ਫਿਰ ਰਿਫੌਂਡ- ਮੈਂ ਮੰਨ ਗਿਆ ਕਿ ਮੈਂ ਇਕ ਵਾਰ ਯਾਤਰੀ ਦੇ ਸਭ ਤੋਂ ਵੱਧ ਮਹੱਤਵਪੂਰਨ ਮਹਿਮਾਨਾਂ ਵਿੱਚੋਂ ਇੱਕ ਸੀ- ਅਤੇ ਦੇਰ ਨਾਲ ਪਹੁੰਚਿਆ, ਉਸ ਦੇ ਡਰਾਇੰਗ-ਰੂਮ ਵਿੱਚ ਚਾਰ ਜਾਂ ਪੰਜ ਬੰਦੇ ਪਹਿਲਾਂ ਹੀ ਇਕੱਠੇ ਹੋਏ ਸਨ. ਮੈਡੀਕਲ ਆਦਮੀ ਅੱਗ ਦੇ ਸਾਹਮਣੇ ਖੜ੍ਹੇ ਸੀ ਅਤੇ ਇਕ ਹੱਥ ਵਿਚ ਕਾਗਜ਼ ਦੀ ਇਕ ਕਾੱਪੀ ਸੀ ਅਤੇ ਦੂਜੇ ਵਿਚ ਉਸ ਦੀ ਘੜੀ. ਮੈਂ ਉਸ ਵੇਲੇ ਦੇ ਯਾਤਰੀ ਲਈ ਗੋਲ ਵੇਖਿਆ, ਅਤੇ -'ਇਸ ਦਾ ਸੱਤ-ਅੱਧ ਬੀਤਿਆ ਹੁਣ, 'ਮੈਡੀਕਲ ਮਨੁੱਖ ਨੇ ਕਿਹਾ. 'ਮੈਨੂੰ ਲੱਗਦਾ ਹੈ ਕਿ ਅਸੀਂ ਬਿਹਤਰ ਖਾਣਾ ਖਾਵਾਂਗੇ?'

'ਕਿੱਥੇ -?' ਨੇ ਕਿਹਾ, ਮੈਂ ਸਾਡਾ ਮੇਜ਼ਬਾਨ ਨਾਂ

'ਤੁਸੀਂ ਹੁਣੇ ਆ ਗਏ ਹੋ? ਇਹ ਨਾਜ਼ੁਕ ਹੈ. ਉਸ ਨੂੰ ਅਸਥਾਈ ਤੌਰ ਤੇ ਹਿਰਾਸਤ ਵਿਚ ਲਿਆ ਗਿਆ. ਉਹ ਮੈਨੂੰ ਇਸ ਨੋਟ ਵਿਚ ਪੁੱਛਦਾ ਹੈ ਕਿ ਜੇ ਉਹ ਵਾਪਸ ਨਹੀਂ ਆਉਂਦਾ ਤਾਂ ਰਾਤ ਦੇ ਖਾਣੇ 'ਤੇ ਲਿਆਉਣ ਲਈ. ਉਹ ਕਹਿੰਦਾ ਹੈ ਕਿ ਉਹ ਕਦੋਂ ਆਵੇਗਾ.

ਇਕ ਮਸ਼ਹੂਰ ਰੋਜ਼ਾਨਾ ਅਖ਼ਬਾਰ ਦੇ ਸੰਪਾਦਕ ਨੇ ਕਿਹਾ, 'ਇਹ ਰਾਤ ਦੇ ਖਾਣੇ ਨੂੰ ਖਰਾਬ ਹੋਣਾ' ਤੇ ਤਰਸ ਲੱਗਦਾ ਹੈ. ' ਅਤੇ ਫਿਰ ਡਾਕਟਰ ਨੇ ਘੰਟੀ ਵੱਜੀ.

ਮਨੋਵਿਗਿਆਨੀ ਡਾਕਟਰ ਦੇ ਇਲਾਵਾ ਇਕੋ ਇੱਕ ਵਿਅਕਤੀ ਸੀ ਅਤੇ ਮੈਂ ਜੋ ਪਿਛਲੇ ਰਾਤ ਦੇ ਖਾਣੇ ਵਿੱਚ ਹਿੱਸਾ ਲਿਆ ਸੀ. ਦੂਜੇ ਆਦਮੀ ਖਾਲੀ ਸਨ, ਸੰਪਾਦਕ ਪਹਿਲਾਂ ਹੀ, ਇੱਕ ਪੱਤਰਕਾਰ ਅਤੇ ਇੱਕ ਹੋਰ, ਜੋ ਕਿ ਇੱਕ ਦਾੜ੍ਹੀ ਵਾਲਾ ਇੱਕ ਸ਼ਾਂਤ ਅਤੇ ਸ਼ਰਮੀਲੇ ਵਾਲਾ ਵਿਅਕਤੀ ਸੀ ਜਿਸਨੂੰ ਮੈਂ ਨਹੀਂ ਜਾਣਦਾ ਸੀ, ਅਤੇ ਜਿੱਥੋਂ ਤੱਕ ਮੇਰਾ ਅੰਦਾਜ਼ਾ ਸੀ, ਉਸ ਨੇ ਕਦੇ ਵੀ ਸ਼ਾਮ ਨੂੰ ਆਪਣਾ ਮੂੰਹ ਨਹੀਂ ਖੋਲ੍ਹਿਆ . ਸਮੇਂ ਦੀ ਯਾਤਰੀ ਦੀ ਗ਼ੈਰ ਹਾਜ਼ਰੀ ਬਾਰੇ ਰਾਤ ਦੇ ਖਾਣੇ ਵਿਚ ਕੁਝ ਅਟਕਲਾਂ ਸਨ, ਅਤੇ

ਮੈਂ ਇਕ ਅੱਧਾ ਜੋਕਲੀ ਭਾਵਨਾ ਵਿਚ ਸਮਾਂ ਯਾਤਰਾ ਕਰਨ ਦਾ ਸੁਝਾਅ ਦਿੱਤਾ ਸੀ. ਐਡੀਟਰ ਚਾਹੁੰਦਾ ਸੀ ਕਿ ਉਸ ਨੂੰ ਸਮਝਾਇਆ ਜਾਵੇ, ਅਤੇ ਮਨੋਵਿਗਿਆਨੀ ਨੇ 'ਕੁਸ਼ਲ ਪੱਖਪਾਤ ਅਤੇ ਚਾਲ' ਦਾ ਇਕ ਲੱਕੜ ਦੇ ਬਿਰਤਾਂਤ ਦਾ ਸਵਾਗਤ ਕੀਤਾ ਜਿਸ ਦਿਨ ਅਸੀਂ ਉਸ ਦਿਨ ਨੂੰ ਦੇਖਿਆ ਸੀ. ਉਹ ਆਪਣੀ ਵਿਆਖਿਆ ਦੇ ਦੌਰਾਨ ਹੀ ਸੀ ਜਦੋਂ ਕੋਰੀਡੋਰ ਦੇ ਦਰਵਾਜ਼ੇ ਹੌਲੀ-ਹੌਲੀ ਖੁੱਲ੍ਹ ਗਏ ਅਤੇ ਰੌਲੇ ਬਿਨਾਂ ਮੈਂ ਦਰਵਾਜ਼ੇ ਦਾ ਸਾਹਮਣਾ ਕਰ ਰਿਹਾ ਸੀ, ਅਤੇ ਇਸਨੂੰ ਪਹਿਲੀ ਵਾਰ ਵੇਖਿਆ. 'ਹਾਓ!' ਮੈਂ ਕਿਹਾ. 'ਅਖੀਰ ਤੇ!' ਅਤੇ ਦਰਵਾਜ਼ੇ ਖੁੱਲ੍ਹ ਗਏ, ਅਤੇ ਉਹ ਸਮਾਂ ਤੈਨਾਕ ਸਾਡੇ ਸਾਹਮਣੇ ਖੜਾ ਹੋਇਆ. ਮੈਂ ਹੈਰਾਨੀ ਦੀ ਆਵਾਜ਼ ਦਿੱਤੀ 'ਚੰਗਾ ਆਕਾਸ਼! ਆਦਮੀ, ਗੱਲ ਕੀ ਹੈ? ' ਮੈਡੀਕਲ ਆਦਮੀ ਨੂੰ ਪੁਕਾਰਿਆ, ਜਿਸ ਨੇ ਉਸਨੂੰ ਅਗਲੇ ਵੇਖਿਆ. ਅਤੇ ਸਾਰਾ ਸਾਰਣੀਕਾਰ ਦਰਵਾਜ਼ੇ ਵੱਲ ਮੁੜਿਆ.

ਉਹ ਇੱਕ ਅਦਭੁੱਤ ਦਸ਼ਾ ਵਿੱਚ ਸੀ. ਉਸ ਦਾ ਕੋਟ ਧੂੜ ਅਤੇ ਗੰਦਾ ਸੀ, ਅਤੇ ਸਲੀਵਜ਼ ਹੇਠਾਂ ਹਰੇ ਨਾਲ ਸੁੱਟੀ ਸੀ; ਉਸ ਦੇ ਵਾਲ ਅਸੰਤੋਖ ਹੋ ਗਏ ਅਤੇ ਜਿਵੇਂ ਮੈਂ ਧੂੜ ਅਤੇ ਗੰਦਗੀ ਨਾਲ ਰੰਗਿਆ ਹੋਇਆ ਸੀ ਜਾਂ ਇਸਦਾ ਰੰਗ ਅਸਲ ਵਿਚ ਮਧਮ ਹੋ ਗਿਆ ਸੀ. ਉਸਦਾ ਚਿਹਰਾ ਭਿਆਨਕ ਸੀ. ਉਸ ਦੀ ਠੋਡੀ 'ਤੇ ਇਕ ਭੂਰੇ ਰੰਗ ਦਾ ਕੱਟਿਆ ਹੋਇਆ ਸੀ - ਇਕ ਕੱਟਿਆ ਹੋਇਆ ਅੱਧਾ ਭਰਿਆ; ਉਸ ਦੇ ਪ੍ਰਗਟਾਵੇ ਬਹੁਤ ਹੀ ਖ਼ਰਾਬ ਸਨ ਅਤੇ ਖਿੱਚਿਆ ਗਿਆ ਸੀ, ਜਿਵੇਂ ਕਿ ਕਠੋਰਤਾ ਇਕ ਪਲ ਲਈ ਉਹ ਦਰਵਾਜੇ ਤੋਂ ਝਿਜਕਿਆ, ਜਿਵੇਂ ਕਿ ਉਹ ਚਾਨਣ ਨਾਲ ਚਮਕਿਆ ਹੋਇਆ ਸੀ. ਫਿਰ ਉਹ ਕਮਰੇ ਵਿਚ ਆਇਆ ਉਸ ਨੇ ਏਦਾਂ ਹੀ ਲੰਗੜਾ ਚੱਲਿਆ ਜਿਵੇਂ ਕਿ ਮੈਂ ਪੈਟਰਸੋਰ ਟ੍ਰੈਂਪਸ ਵਿਚ ਵੇਖਿਆ ਹੈ. ਅਸੀਂ ਉਸ 'ਤੇ ਚੁੱਪ ਚਾਪ ਕੇ ਵੇਖਿਆ, ਉਸ ਨੂੰ ਬੋਲਣ ਦੀ ਉਮੀਦ.

ਉਸਨੇ ਇੱਕ ਸ਼ਬਦ ਨਹੀਂ ਕਿਹਾ, ਪਰ ਮੇਜ਼ ਵਿੱਚ ਦਰਦ ਭਰੀ ਸੀ, ਅਤੇ ਸ਼ਰਾਬ ਵੱਲ ਇੱਕ ਮਤਾ ਪੇਸ਼ ਕੀਤਾ. ਸੰਪਾਦਕ ਨੇ ਸ਼ੈਂਪੇਨ ਦੀ ਇੱਕ ਗਲਾਸ ਭਰੀ ਅਤੇ ਇਸਨੂੰ ਉਸਦੇ ਵੱਲ ਧੱਕ ਦਿੱਤਾ ਉਸ ਨੇ ਇਸ ਨੂੰ ਨਿੱਕਲੀ, ਅਤੇ ਇਸ ਨੂੰ ਚੰਗਾ ਕਰਨ ਲਈ ਲਗਦਾ ਹੈ: ਉਸ ਨੇ ਮੇਜ਼ ਦੇ ਚਾਰੇ ਪਾਸੇ ਦੇਖਿਆ, ਅਤੇ ਉਸ ਦੇ ਪੁਰਾਣੇ ਮੁਸਕਰਾਹਟ ਦਾ ਭੂਤ ਉਸ ਦੇ ਚਿਹਰੇ 'ਤੇ . 'ਤੁਸੀਂ ਧਰਤੀ ਤੇ ਕੀ ਹੋ, ਆਦਮੀ?' ਡਾਕਟਰ ਨੇ ਕਿਹਾ ਵਾਰ ਯਾਤਰੀ ਸੁਣਨਾ ਨਹੀਂ ਲੱਗਦਾ ਸੀ. ਉਸ ਨੇ ਕਿਹਾ, 'ਮੈਂ ਤੁਹਾਨੂੰ ਪਰੇਸ਼ਾਨ ਨਾ ਹੋਣ ਦੇਵਾਂ,' ਉਸ ਨੇ ਕਿਹਾ, ਇੱਕ ਜੁਲਮ ਦੇ ਸ਼ਬਦਾਂ ਦੇ ਨਾਲ 'ਮੈਂ ਠੀਕ ਹਾਂ.' ਉਸਨੇ ਬੰਦ ਕਰ ਦਿੱਤਾ, ਆਪਣੀ ਗਲਾਸ ਨੂੰ ਹੋਰ ਲਈ ਰੱਖ ਲਿਆ, ਅਤੇ ਇੱਕ ਡਰਾਫਟ 'ਤੇ ਇਸਨੂੰ ਬੰਦ ਕਰ ਦਿੱਤਾ. 'ਉਹ ਚੰਗਾ ਹੈ,' ਉਸ ਨੇ ਕਿਹਾ.

ਉਸ ਦੀਆਂ ਅੱਖਾਂ ਚਮਕ ਰਹੀਆਂ ਸਨ, ਅਤੇ ਇੱਕ ਬੇਹੋਸ਼ੀ ਰੰਗ ਉਸਦੇ ਗਲੇ ਵਿੱਚ ਆਏ. ਉਸ ਦੀ ਨਿਗਾਹ ਸਾਡੇ ਚਿਹਰੇ 'ਤੇ ਇਕ ਨਿਘਰੇ ਮਨਜ਼ੂਰੀ ਦੇ ਨਾਲ , ਅਤੇ ਫਿਰ ਨਿੱਘੇ ਅਤੇ ਆਰਾਮਦਾਇਕ ਕਮਰੇ ਦੌਰ ਗਿਆ ਫਿਰ ਉਸ ਨੇ ਫਿਰ ਗੱਲ ਕੀਤੀ, ਅਜੇ ਵੀ ਉਸ ਦੇ ਸ਼ਬਦ ਦੇ ਵਿੱਚ ਉਸ ਦੇ ਤਰੀਕੇ ਨਾਲ ਮਹਿਸੂਸ ਕਰ ਰਹੇ ਸਨ ਦੇ ਰੂਪ ਵਿੱਚ. 'ਮੈਂ ਧੋਣ ਅਤੇ ਕੱਪੜੇ ਪਾਉਣ ਜਾ ਰਿਹਾ ਹਾਂ, ਅਤੇ ਫਿਰ ਮੈਂ ਹੇਠਾਂ ਆਵਾਂਗਾ ਅਤੇ ਗੱਲਾਂ ਸਮਝਾਵਾਂਗੀ ... ਮੈਨੂੰ ਕੁੱਝ ਮਟ੍ਟਾਂ ਨੂੰ ਬਚਾਓ. ਮੈਂ ਥੋੜ੍ਹਾ ਜਿਹਾ ਮਾਸ ਖਾ ਰਿਹਾ ਹਾਂ. '

ਉਸ ਨੇ ਐਡੀਟਰ ਵੱਲ ਦੇਖਿਆ, ਜੋ ਇਕ ਬਹੁਤ ਹੀ ਅਨੋਖਾ ਵਿਜ਼ਟਰ ਸੀ, ਅਤੇ ਆਸ ਪ੍ਰਗਟ ਕੀਤੀ ਕਿ ਉਹ ਬਿਲਕੁਲ ਸਹੀ ਸੀ. ਸੰਪਾਦਕ ਨੇ ਇੱਕ ਸਵਾਲ ਸ਼ੁਰੂ ਕੀਤਾ. 'ਹੁਣੇ ਤੁਹਾਨੂੰ ਦੱਸੋ,' ਟਾਈਮ ਪ੍ਰਸਾਰਕ ਨੇ ਕਿਹਾ. ''- ਮਜ਼ੇਦਾਰ! ਇਕ ਮਿੰਟ ਵਿਚ ਠੀਕ ਹੋ. '

ਉਸਨੇ ਆਪਣਾ ਗਲਾਸ ਸੁੱਟ ਦਿੱਤਾ, ਅਤੇ ਪੌੜੀਆਂ ਦੇ ਦਰਵਾਜ਼ੇ ਵੱਲ ਤੁਰਿਆ. ਫਿਰ ਮੈਂ ਉਸ ਦੇ ਲੰਗਰਪੁਣੇ ਅਤੇ ਉਸ ਦੇ ਪੈਰ ਦੇ ਨਰਮ ਪੈਡਿੰਗ ਆਵਾਜ਼ ਦਾ ਵਰਣਨ ਕੀਤਾ, ਅਤੇ ਮੇਰੇ ਸਥਾਨ 'ਤੇ ਖੜ੍ਹੇ ਹੋਣ ਦੇ ਨਾਤੇ, ਮੈਂ ਉਸ ਦੇ ਪੈਰ ਜਿਵੇਂ ਕਿ ਉਹ ਬਾਹਰ ਗਿਆ ਸੀ. ਉਸ 'ਤੇ ਉਨ੍ਹਾਂ ਕੋਲ ਕੁਝ ਨਹੀਂ ਸੀ ਪਰ ਇਕ ਫੌਜੀ, ਖ਼ੂਨ ਨਾਲ ਰੰਗੇ ਹੋਏ ਮੋਜ਼ੇਕ ਸਨ. ਫਿਰ ਦਰਵਾਜ਼ਾ ਉਸ ਉੱਤੇ ਬੰਦ ਪਿਆ. ਮੇਰਾ ਪਾਲਣ ਕਰਨ ਲਈ ਮੇਰੇ ਕੋਲ ਅੱਧਾ ਮਨ ਸੀ, ਜਦੋਂ ਤੱਕ ਮੈਨੂੰ ਯਾਦ ਨਹੀਂ ਆਉਂਦਾ ਕਿ ਉਸਨੇ ਆਪਣੇ ਆਪ ਬਾਰੇ ਕਿਸੇ ਵੀ ਤਰ੍ਹਾਂ ਬੇਈਮਾਨੀ ਨੂੰ ਘਿਰਣਾ ਕਿਵੇਂ ਕੀਤਾ. ਇਕ ਮਿੰਟ ਲਈ, ਸ਼ਾਇਦ, ਮੇਰਾ ਮਨ ਉੱਨ-ਇਕੱਠਾ ਹੋਣਾ ਸੀ. ਫਿਰ, 'ਇਕ ਮਸ਼ਹੂਰ ਸਾਇੰਸਿਸਟ ਦੇ ਅਨੋਖਾ ਵਿਵਹਾਰ', ਮੈਂ ਸੰਪਾਦਕ ਨੂੰ ਸੁਣਾਇਆ, ਜੋ ਕਿ ਸੁਰਖੀਆਂ ਵਿੱਚ ਸੋਚਦਾ ਹੈ (ਉਸਦੀ ਆਸਣ ਤੋਂ ਬਾਅਦ). ਅਤੇ ਇਸ ਨੇ ਮੇਰੇ ਧਿਆਨ ਨੂੰ ਸ਼ਾਨਦਾਰ ਰਾਤ ਦੇ ਖਾਣੇ ਦੇ ਮੇਜ਼ ਤੇ ਲੈ ਆਇਆ

'ਖੇਡ ਕੀ ਹੈ?' ਪੱਤਰਕਾਰ ਨੇ ਕਿਹਾ. 'ਕੀ ਉਹ ਸ਼ੁਕੀਨ ਕਾਡਰ ਕਰ ਰਿਹਾ ਹੈ? ਮੈਂ ਨਹੀਂ ਪਾਲਾਂਗਾ. ' ਮੈਂ ਮਨੋਵਿਗਿਆਨੀ ਦੀ ਅੱਖ ਨੂੰ ਮਿਲਿਆ ਅਤੇ ਉਸ ਦੇ ਚਿਹਰੇ 'ਤੇ ਆਪਣੀ ਖੁਦ ਦੀ ਵਿਆਖਿਆ ਪੜ੍ਹੀ. ਮੈਂ ਸੋਚਦਾ ਹਾਂ ਕਿ ਉਸ ਸਮੇਂ ਦੇ ਯਾਤਰੀ ਨੂੰ ਲੁੱਟੇਗਾ ਪਿੱਠਵਰਤੀ ਉਪਰ ਵੱਲ. ਮੈਂ ਨਹੀਂ ਸੋਚਦਾ ਕਿ ਕਿਸੇ ਹੋਰ ਨੇ ਉਸ ਦੇ ਲੱਕ ਦੇ ਵੱਲ ਧਿਆਨ ਦਿੱਤਾ.

ਸਭ ਤੋਂ ਪਹਿਲਾਂ ਇਸ ਹੈਰਾਨੀ ਤੋਂ ਮੁੜ ਪ੍ਰਾਪਤ ਕਰਨ ਵਾਲਾ ਮੈਡੀਕਲ ਮਨੁੱਖ ਸੀ, ਜਿਸ ਨੇ ਘੰਟੀ ਵੱਜੀ ਸੀ-ਵਾਰ-ਵਾਰ ਯਾਤਰੀ ਰਾਤ ਨੂੰ ਖਾਣੇ ਤੇ ਨੌਕਰੀ ਕਰਨ ਵਾਲੇ ਨਫ਼ਰਤ ਕਰਦੇ ਸਨ - ਇਕ ਹੌਟ ਪਲੇਟ ਲਈ. ਇਸ 'ਤੇ ਸੰਪਾਦਕ ਆਪਣੀ ਚਾਕੂ ਵੱਲ ਮੁੜਿਆ ਅਤੇ ਕਾਹਲੀ ਨਾਲ ਫੋਰਕ ਕਰ ਦਿੱਤਾ, ਅਤੇ ਚੁੱਪ ਕਰਨ ਵਾਲੇ ਬੰਦੇ ਨੇ ਆਪਣਾ ਕੰਮ ਕੀਤਾ. ਡਿਨਰ ਮੁੜ ਸ਼ੁਰੂ ਕੀਤਾ ਗਿਆ ਸੀ. ਗੱਲਬਾਤ ਥੋੜ੍ਹੀ ਦੇਰ ਲਈ ਹੈਰਾਨ ਰਹਿ ਗਈ, ਅਚੰਭੇ ਦੇ ਵਕਫੇ ਨਾਲ; ਅਤੇ ਫਿਰ ਸੰਪਾਦਕ ਆਪਣੀ ਉਤਸੁਕਤਾ ਵਿੱਚ ਪਾਗਲ ਹੋ ਗਿਆ. 'ਕੀ ਸਾਡਾ ਦੋਸਤ ਆਪਣੀ ਸਾਧਾਰਣ ਆਮਦਨ ਨੂੰ ਕਰੌਸਿੰਗ ਨਾਲ ਜੋੜਦਾ ਹੈ? ਜਾਂ ਕੀ ਉਸ ਨੇ ਆਪਣੇ ਨਬੂਕਦਨੱਸਰ ਦੇ ਪੜਾਵਾਂ ਹਨ? ' ਉਸ ਨੇ ਪੁੱਛਗਿੱਛ ਕੀਤੀ. ਮੈਂ ਕਿਹਾ, 'ਮੈਂ ਮਹਿਸੂਸ ਕੀਤਾ ਹੈ ਕਿ ਇਹ ਇਸ ਸਮੇਂ ਦੀ ਮਸ਼ੀਨ ਦਾ ਕਾਰੋਬਾਰ ਹੈ,' ਮੈਂ ਕਿਹਾ, ਅਤੇ ਸਾਡੀ ਪਿਛਲੀ ਮੀਟਿੰਗ ਦੇ ਮਨੋਵਿਗਿਆਨੀ ਦੇ ਖਾਤੇ ਨੂੰ ਚੁੱਕਿਆ. ਨਵੇਂ ਮਹਿਮਾਨ ਸਪੱਸ਼ਟ ਤੌਰ ਤੇ ਬੇਤੁਕੇ ਸਨ. ਸੰਪਾਦਕ ਨੇ ਇਤਰਾਜ਼ ਉਠਾਏ. 'ਇਸ ਵਾਰ ਯਾਤਰਾ ਕਰ ਕੀ ਸੀ? ਕੀ ਕੋਈ ਆਦਮੀ ਆਪਣੇ ਆਪ ਨੂੰ ਧਾਤਾਂ ਨਾਲ ਕਵਰ ਨਹੀਂ ਕਰ ਸਕਦਾ? ਅਤੇ ਫਿਰ, ਜਦੋਂ ਇਹ ਵਿਚਾਰ ਉਸ ਦੇ ਘਰ ਆਇਆ, ਤਾਂ ਉਸ ਨੇ ਹਾਸੇ-ਮਖੌਲ ਦਾ ਸਹਾਰਾ ਲਿਆ. ਕੀ ਉਨ੍ਹਾਂ ਨੇ ਭਵਿੱਖ ਵਿਚ ਕੋਈ ਕੱਪੜੇ ਨਹੀਂ ਸਨ? ਪੱਤਰਕਾਰ ਵੀ, ਕਿਸੇ ਵੀ ਕੀਮਤ ਤੇ ਵਿਸ਼ਵਾਸ ਨਹੀਂ ਕਰਨਗੇ, ਅਤੇ ਸਾਰੀ ਚੀਜ ਤੇ ਮਖੌਲ ਉਡਾਉਣ ਦੇ ਸੌਖੇ ਕੰਮ ਵਿੱਚ ਸੰਪਾਦਕ ਨਾਲ ਜੁੜ ਗਏ. ਉਹ ਦੋਵੇਂ ਹੀ ਨਵੇਂ ਪੱਤਰਕਾਰ ਸਨ - ਬਹੁਤ ਖੁਸ਼ੀ ਭਰੀ, ਬਦਤਮੀ ਜਵਾਨ 'ਕੱਲ੍ਹ ਦੀਆਂ ਰਿਪੋਰਟਾਂ ਤੋਂ ਬਾਅਦ ਦਿਨ ਵਿਚ ਸਾਡੇ ਵਿਸ਼ੇਸ਼ ਪੱਤਰਕਾਰ,' ਪੱਤਰਕਾਰ ਕਹਿ ਰਿਹਾ ਸੀ- ਜਾਂ ਉੱਚੀ ਆਵਾਜ਼ ਵਿਚ- ਜਦੋਂ ਸਮਾਂ ਆਉਣ ਵਾਲਾ ਵਾਪਸ ਆਇਆ. ਉਹ ਆਮ ਸ਼ਾਮ ਦੇ ਕੱਪੜੇ ਪਹਿਨੇ ਹੋਏ ਸਨ, ਅਤੇ ਕੁਝ ਵੀ ਉਸ ਦੀ ਗੁਸਤਾਖੀ ਨਜ਼ਰ ਨਹੀਂ ਬਚਿਆ ਸੀ, ਜਿਸ ਨੇ ਮੈਨੂੰ ਚਤੁਰਾਈ ਕਰ ਦਿੱਤੀ ਸੀ

'ਮੈਂ ਕਹਾਂਦਾ ਹਾਂ,' ਐਡੀਟਰ ਨੇ ਬੜੀ ਖ਼ੁਸ਼ੀ ਨਾਲ ਕਿਹਾ, 'ਇਹ ਚਪੇੜ ਇੱਥੇ ਕਹਿ ਰਹੇ ਹਨ ਕਿ ਤੁਸੀਂ ਅਗਲੇ ਹਫਤੇ ਦੇ ਮੱਧ ਵਿਚ ਜਾ ਰਹੇ ਹੋ! ਸਾਨੂੰ ਥੋੜ੍ਹੇ ਜਿਹੇ ਗੁਲਾਬ ਬਾਰੇ ਦੱਸੋ, ਕੀ ਤੁਸੀਂ? ਤੁਹਾਡੇ ਲਈ ਕੀ ਹੋਵੇਗਾ? '

ਸਮਾਂ ਆਉਣ ਵਾਲਾ ਇਕ ਸ਼ਬਦ ਤੋਂ ਬਿਨਾਂ ਉਸ ਲਈ ਰਾਖਵੀਂ ਥਾਂ ਤੇ ਆਇਆ ਸੀ. ਉਹ ਆਪਣੇ ਪੁਰਾਣੇ ਤਰੀਕੇ ਨਾਲ ਚੁੱਪ ਚਾਪ ਮੁਸਕਰਾਇਆ, 'ਮੇਰਾ ਮੂਤਰ ਕਿੱਥੇ ਹੈ?' ਉਸ ਨੇ ਕਿਹਾ. 'ਮੁੜ ਕੇ ਮੀਟ ਵਿਚ ਫੋਰਕ ਨੂੰ ਛੂਹਣ ਦਾ ਕੀ ਤਰੀਕਾ ਹੈ!'

'ਕਹਾਣੀ!' ਸੰਪਾਦਕ ਨੂੰ ਚੀਕਿਆ.

'ਕਹਾਣੀ ਸੁਤੰਤਰ ਹੋਈ!' ਨੇ ਕਿਹਾ ਕਿ ਸਮੇਂ ਦਾ ਯਾਤਰੀ. 'ਮੈਂ ਖਾਣ ਲਈ ਕੁਝ ਚਾਹੁੰਦਾ ਹਾਂ. ਮੈਂ ਉਦੋਂ ਤਕ ਇਕ ਸ਼ਬਦ ਨਹੀਂ ਕਹਾਂਗਾ ਜਦੋਂ ਤਕ ਮੈਨੂੰ ਆਪਣੀਆਂ ਧਮਨੀਆਂ ਵਿਚ ਕੁਝ ਪਾਈਪੋਟੋਨ ਨਹੀਂ ਮਿਲਦਾ. ਧੰਨਵਾਦ. ਅਤੇ ਲੂਣ. '

'ਇਕ ਸ਼ਬਦ', ਮੈਂ ਕਿਹਾ. 'ਕੀ ਤੁਸੀਂ ਸਮੇਂ ਦੀ ਯਾਤਰਾ ਕਰ ਰਹੇ ਹੋ?'

'ਹਾਂ' ਨੇ ਕਿਹਾ ਕਿ ਸਮੇਂ ਦਾ ਯਾਤਰੀ, ਆਪਣੇ ਮੂੰਹ ਨਾਲ ਭਰਿਆ ਹੋਇਆ ਸੀ, ਉਸ ਦੇ ਸਿਰ 'ਤੇ ਹੱਸ ਗਿਆ.

ਸੰਪਾਦਕ ਨੇ ਕਿਹਾ, 'ਮੈਂ ਇੱਕ ਸ਼ਬਿਲਨ ਇੱਕ ਵਰਬਿਟਿਮ ਨੋਟ ਲਈ ਇੱਕ ਲਾਈਨ ਦਿੰਦਾ ਹਾਂ.' ਸਮੇਂ ਦੇ ਯਾਤਰੀ ਨੇ ਆਪਣਾ ਸ਼ੀਸ਼ੇ ਚੁੱਪ ਕਰਨ ਵਾਲੇ ਬੰਦੇ ਵੱਲ ਧੱਕਿਆ ਅਤੇ ਇਸ ਨੂੰ ਆਪਣੀਆਂ ਨੰਗੀਆਂ ਨਾਲ ਬਿਰਾਜਮਾਨ ਕੀਤਾ; ਜਿਸ 'ਤੇ ਇਕ ਚੁੱਪ ਕਰਨ ਵਾਲਾ ਆਦਮੀ, ਜੋ ਉਸ ਦੇ ਚਿਹਰੇ' ਤੇ ਨਿਗਾਹ ਬੈਠਾ ਸੀ, ਉਸ ਨੇ ਬੜੇ ਹੌਸਲਾ ਸ਼ੁਰੂ ਕਰ ਦਿੱਤਾ ਅਤੇ ਉਸ ਨੂੰ ਸ਼ਰਾਬ ਪਾਈ. ਬਾਕੀ ਦਾ ਖਾਣਾ ਬੇਆਰਾਮ ਸੀ. ਮੇਰੇ ਆਪਣੇ ਹਿੱਸੇ ਲਈ, ਮੇਰੇ ਬੁੱਲ੍ਹਾਂ ਤੇ ਅਚਾਨਕ ਪ੍ਰਸ਼ਨ ਉੱਠ ਰਹੇ ਹਨ, ਅਤੇ ਮੈਂ ਇਹ ਕਹਿਣ ਦੀ ਹਿੰਮਤ ਕਰਦਾ ਹਾਂ ਕਿ ਇਹ ਦੂਜਿਆਂ ਨਾਲ ਵੀ ਉਹੀ ਸੀ. ਪੱਤਰਕਾਰ ਨੇ ਹੈਕਟੀ ਪੌਂਟਰ ਦੇ ਸਾਵਧਾਨਿਆਂ ਨੂੰ ਦੱਸ ਕੇ ਤਣਾਅ ਨੂੰ ਦੂਰ ਕਰਨ ਦੀ ਕੋਸ਼ਿਸ਼ ਕੀਤੀ. ਸਮੇਂ ਦੇ ਯਾਤਰੀ ਨੇ ਆਪਣੇ ਡਿਨਰ ਵੱਲ ਆਪਣਾ ਧਿਆਨ ਸਮਰਪਿਤ ਕੀਤਾ, ਅਤੇ ਇੱਕ ਟ੍ਰੈਂਪ ਦੀ ਭੁੱਖ ਪ੍ਰਦਰਸ਼ਿਤ ਕੀਤੀ. ਮੈਡੀਕਲ ਆਦਮੀ ਨੇ ਸਿਗਰਟ ਪੀਤੀ, ਅਤੇ ਉਸ ਸਮੇਂ ਵੇਖਿਆ ਜਦੋਂ ਉਸ ਨੇ ਆਪਣੀਆਂ ਝਮੜੀਆਂ ਦੇ ਜ਼ਰੀਏ ਦੇਖਿਆ ਖਾਮੋਸ਼ ਆਦਮੀ ਆਮ ਨਾਲੋਂ ਵਧੇਰੇ ਬੇਢੰਗਾ ਲੱਗ ਰਿਹਾ ਸੀ, ਅਤੇ ਸ਼ਰਮਾ ਦੀ ਨੀਂਦ ਤੋਂ ਨਿਪੁੰਨਤਾ ਅਤੇ ਦ੍ਰਿੜ੍ਹਤਾ ਨਾਲ ਪੀਤਾ ਸੀ. ਆਖਰੀ ਵਾਰ ਯਾਤਰਾ ਕਰਨ ਵਾਲੇ ਨੇ ਆਪਣੀ ਪਲੇਟ ਨੂੰ ਦੂਰ ਕਰ ਦਿੱਤਾ, ਅਤੇ ਸਾਡੇ ਵੱਲ ਦੇਖੇ ਉਸ ਨੇ ਕਿਹਾ, 'ਮੇਰੇ ਖ਼ਿਆਲ ਵਿਚ ਮੈਂ ਮੁਆਫੀ ਮੰਗਣਾ ਚਾਹੁੰਦਾ ਹਾਂ.' 'ਮੈਂ ਬਸ ਭੁੱਖਾ ਮਰ ਰਿਹਾ ਸੀ. ਮੇਰੇ ਕੋਲ ਸਭ ਤੋਂ ਅਦਭੁਤ ਸਮਾਂ ਸੀ. ' ਉਸ ਨੇ ਆਪਣਾ ਹੱਥ ਇਕ ਸਿਗਾਰ ਲਈ ਵਰਤਿਆ, ਅਤੇ ਅੰਤ ਨੂੰ ਕੱਟਿਆ. 'ਪਰ ਤਮਾਕੂਨੋਸ਼ੀ ਵਿੱਚ ਆ ਜਾਵੇ. ਗ੍ਰੇਸੀ ਪਲੇਟਾਂ ਨੂੰ ਦੱਸਣ ਲਈ ਇਹ ਬਹੁਤ ਲੰਮੀ ਕਹਾਣੀ ਹੈ. ' ਅਤੇ ਲੰਘਣ ਦੀ ਘੰਟੀ ਵੱਜੋਂ, ਉਸ ਨੇ ਨੇੜੇ ਦੇ ਕਮਰੇ ਵਿਚ ਜਾਣ ਦੀ ਅਗਵਾਈ ਕੀਤੀ

'ਤੁਸੀਂ ਖਾਲੀ, ਅਤੇ ਡੈਸ਼, ਅਤੇ ਮਸ਼ੀਨ ਦੀ ਚੋਣ ਕਰਨ ਬਾਰੇ ਦੱਸਿਆ ਹੈ?' ਉਸ ਨੇ ਮੈਨੂੰ ਕਿਹਾ, ਵਾਪਸ ਉਸ ਦੇ ਆਸਾਨ ਕੁਰਸੀ 'ਤੇ ਝੁਕੇ ਅਤੇ ਤਿੰਨ ਨਵ ਮਹਿਮਾਨ ਦਾ ਨਾਮ

'ਪਰ ਇਹ ਇਕ ਮਾਮੂਲੀ ਉਲਟ ਹੈ,' ਸੰਪਾਦਕ ਨੇ ਕਿਹਾ.

'ਮੈਂ ਰਾਤ ਨੂੰ ਬਹਿਸ ਨਹੀਂ ਕਰ ਸਕਦਾ. ਮੈਂ ਤੁਹਾਨੂੰ ਕਹਾਣੀ ਦੱਸਣ ਵਿਚ ਕੋਈ ਦਿੱਕਤ ਨਹੀਂ ਰੱਖਦਾ, ਪਰ ਮੈਂ ਬਹਿਸ ਨਹੀਂ ਕਰ ਸਕਦਾ. ਮੈਂ ਕਰਾਂਗਾ, 'ਉਹ ਚਲਾ ਗਿਆ', ਤੁਹਾਨੂੰ ਦੱਸੇ ਕਿ ਮੇਰੇ ਨਾਲ ਕੀ ਵਾਪਰਿਆ ਹੈ, ਜੇਕਰ ਤੁਸੀਂ ਚਾਹੁੰਦੇ ਹੋ, ਪਰ ਤੁਹਾਨੂੰ ਰੁਕਾਵਟਾਂ ਤੋਂ ਬਚਣਾ ਚਾਹੀਦਾ ਹੈ. ਮੈਂ ਇਸ ਨੂੰ ਦੱਸਣਾ ਚਾਹੁੰਦਾ ਹਾਂ. ਬੁਰੀ ਤਰਾਂ. ਇਸਦੇ ਜ਼ਿਆਦਾਤਰ ਝੂਠ ਬੋਲਣ ਦੀ ਆਵਾਜ਼ ਆਵੇਗੀ ਇਸ ਲਈ ਇਸ ਨੂੰ ਹੈ! ਇਹ ਸੱਚ ਹੈ-ਇਸਦਾ ਹਰੇਕ ਸ਼ਬਦ, ਇਹ ਸਭ ਇੱਕੋ ਜਿਹਾ ਹੈ. ਮੈਂ ਚਾਰ ਵਜੇ ਮੇਰੀ ਪ੍ਰਯੋਗਸ਼ਾਲਾ ਵਿੱਚ ਸੀ, ਅਤੇ ਉਦੋਂ ਤੋਂ ... ਮੈਂ ਅੱਠ ਦਿਨ ਬਿਤਾਇਆ ... ਅਜਿਹੇ ਦਿਨ ਜਿੰਨੇ ਕਿ ਪਹਿਲਾਂ ਕਦੇ ਵੀ ਮਨੁੱਖ ਨਹੀਂ ਰਹੇ! ਮੈਂ ਕਰੀਬ ਖਰਾਬ ਹੋ ਗਈ ਹਾਂ, ਪਰ ਮੈਂ ਉਦੋਂ ਤੱਕ ਸੌਂ ਨਹੀਂ ਸਕਾਂਗਾ ਜਦੋਂ ਤੱਕ ਮੈਂ ਇਹ ਗੱਲ ਤੁਹਾਨੂੰ ਦੱਸ ਨਹੀਂ ਦੇਵਾਂਗਾ. ਤਦ ਮੈਂ ਮੰਜੇ ਤੇ ਜਾਵਾਂਗਾ. ਪਰ ਕੋਈ ਰੁਕਾਵਟ ਨਹੀਂ! ਕੀ ਇਹ ਸਹਿਮਤ ਹੈ? '

'ਸਹਿਮਤ ਹੋ,' ਸੰਪਾਦਕ ਨੇ ਕਿਹਾ, ਅਤੇ ਅਸੀਂ ਸਾਰੇ 'ਸਹਿਮਤ ਹੋ ਗਏ.' ਅਤੇ ਉਸ ਸਮੇਂ ਦੇ ਯਾਤਰੀ ਨੇ ਆਪਣੀ ਕਹਾਣੀ ਸ਼ੁਰੂ ਕੀਤੀ ਜਿਵੇਂ ਕਿ ਮੈਂ ਇਸਨੂੰ ਸਥਾਪਿਤ ਕੀਤਾ ਹੈ. ਉਹ ਪਹਿਲੀ ਵਾਰ ਆਪਣੀ ਕੁਰਸੀ ਤੇ ਬੈਠ ਗਏ ਅਤੇ ਥੱਕ ਗਏ ਬੰਦੇ ਵਾਂਗ ਬੋਲਿਆ. ਬਾਅਦ ਵਿੱਚ ਉਹ ਹੋਰ ਐਨੀਮੇਟਡ ਮਿਲੀ. ਇਸ ਨੂੰ ਲਿਖ ਕੇ ਮੈਂ ਮਹਿਸੂਸ ਕਰਦਾ ਹਾਂ ਕਿ ਮੈਂ ਬਹੁਤ ਜ਼ਿਆਦਾ ਅਭਿਲਾਸ਼ਾ ਨਾਲ ਕਲਮ ਅਤੇ ਸਿਆਹੀ ਦੀ ਅਢੁਕਵੀਂ ਅਤੇ ਸਭ ਤੋਂ ਵੱਧ ਆਪਣੀ ਆਪਣੀ ਕਾਬਲੀਅਤ ਅਨੁਸਾਰ ਆਪਣੀ ਗੁਣਵੱਤਾ ਨੂੰ ਦਰਸਾਉਣ ਲਈ. ਤੁਸੀਂ ਪੜ੍ਹਦੇ ਹੋ, ਮੈਂ ਸਮਝ ਲਵਾਂਗਾ, ਧਿਆਨ ਨਾਲ ਕਾਫ਼ੀ; ਪਰ ਤੁਸੀਂ ਸਪੀਕਰ ਦਾ ਚਿੱਟਾ, ਚਾਨਣ ਦੇ ਚਮਕਦੇ ਚਿਹਰੇ ਵਿਚ ਦਿਲ ਦਾ ਚਿਹਰਾ ਨਹੀਂ ਦੇਖ ਸਕਦੇ ਅਤੇ ਨਾ ਹੀ ਉਸ ਦੀ ਆਵਾਜ਼ ਦੀ ਆਵਾਜ਼ ਸੁਣ ਸਕਦੇ ਹੋ. ਤੁਸੀਂ ਨਹੀਂ ਜਾਣਦੇ ਕਿ ਉਸਦੀ ਕਹਾਣੀ ਦੀਆਂ ਮੁਹਾਂਦਰਾਂ ਦੇ ਬਾਅਦ ਉਸਦਾ ਪ੍ਰਗਟਾਵਾ ਕਿਵੇਂ ਬਣਿਆ! ਸਾਡੇ ਵਿਚੋਂ ਜ਼ਿਆਦਾਤਰ ਸੁਣਨ ਵਾਲਿਆਂ ਦੀ ਛਾਂ ਵਿੱਚ ਸਨ, ਕਿਉਂਕਿ ਤਮਾਕੂਨੋਸ਼ੀ ਵਿੱਚ ਮੋਮਬੱਤੀਆਂ ਨੂੰ ਰੋਸ਼ਨੀ ਨਹੀਂ ਹੋਈ ਸੀ, ਅਤੇ ਕੇਵਲ ਪੱਤਰਕਾਰ ਦਾ ਚਿਹਰਾ ਅਤੇ

ਗੋਡੇ ਤੋਂ ਹੇਠਲੇ ਖਾਮੋਸ਼ਾਂ ਦੀ ਲੱਤ ਨੂੰ ਪ੍ਰਕਾਸ਼ਮਾਨ ਕੀਤਾ ਗਿਆ ਸੀ. ਪਹਿਲਾਂ ਅਸੀਂ ਇਕ ਦੂਜੇ ਤੇ ਇਕ-ਦੂਜੇ ਵੱਲ ਦੇਖਿਆ. ਕੁਝ ਸਮੇਂ ਬਾਅਦ ਅਸੀਂ ਅਜਿਹਾ ਕਰਨਾ ਬੰਦ ਕਰ ਦਿੱਤਾ ਅਤੇ ਸਮੇਂ ਦੇ ਯਾਤਰੀ ਦੇ ਚਿਹਰੇ 'ਤੇ ਹੀ ਵੇਖਿਆ.

'ਮੈਂ ਤੁਹਾਨੂੰ ਕੁਝ ਸਮਾਂ ਆਖਰੀ ਦਿਹਾੜੀ ਦੇ ਸਮੇਂ ਦੇ ਮਸ਼ੀਨ ਦੇ ਸਿਧਾਂਤਾਂ ਦੇ ਬਾਰੇ ਦੱਸ ਦਿੱਤਾ ਸੀ, ਅਤੇ ਵਰਕਸ਼ਾਪ ਵਿੱਚ ਤੁਹਾਨੂੰ ਅਸਲ ਚੀਜ ਖੁਦ, ਅਧੂਰਾ ਦਿਖਾਇਆ ਹੈ. ਉੱਥੇ ਇਹ ਹੁਣ ਥੋੜਾ ਜਿਹਾ ਸਫ਼ਰ ਹੈ, ਸੱਚਾ; ਅਤੇ ਹਾਥੀ ਦੇ ਦਰਵਾਜ਼ੇ ਵਿੱਚੋਂ ਇੱਕ ਤਿੜਕੀ ਆ ਜਾਂਦੀ ਹੈ, ਅਤੇ ਇੱਕ ਪਿੱਤਲ ਰੇਲ ਬਰੇਕ; ਪਰ ਬਾਕੀ ਦੇ ਇਸਦੇ ਕਾਫ਼ੀ ਆਵਾਜ਼ ਹੈ ਮੈਨੂੰ ਸ਼ੁੱਕਰਵਾਰ ਨੂੰ ਇਸ ਨੂੰ ਖਤਮ ਕਰਨ ਦੀ ਉਮੀਦ ਹੈ, ਪਰ ਸ਼ੁੱਕਰਵਾਰ ਨੂੰ, ਜਦੋਂ ਇਕੱਠੇ ਮਿਲ ਕੇ ਕੰਮ ਕੀਤਾ ਗਿਆ ਸੀ, ਮੈਨੂੰ ਪਤਾ ਲੱਗਾ ਕਿ ਇਕ ਨਿੱਕਲ ਬਾਰ ਬਿਲਕੁਲ ਇਕ ਇੰਚ ਬਹੁਤ ਛੋਟਾ ਸੀ, ਅਤੇ ਮੈਨੂੰ ਇਸ ਨੂੰ ਦੁਬਾਰਾ ਬਣਾਇਆ ਜਾਣਾ ਪਿਆ ਸੀ; ਇਸ ਲਈ ਅੱਜ ਸਵੇਰੇ ਇਹ ਗੱਲ ਪੂਰੀ ਨਹੀਂ ਹੋ ਸਕੀ. ਇਹ ਦਸ ਕੁ ਵਜੇ ਸੀ ਕਿ ਸਭ ਤੋਂ ਪਹਿਲਾਂ ਸਮੇਂ ਦੀਆਂ ਮਸ਼ੀਨਾਂ ਨੇ ਆਪਣਾ ਕਰੀਅਰ ਸ਼ੁਰੂ ਕੀਤਾ. ਮੈਂ ਇਸਨੂੰ ਇਕ ਆਖ਼ਰੀ ਨਮੂਨਾ ਦਿੱਤਾ, ਦੁਬਾਰਾ ਸਾਰੇ ਦੀ ਕੋਸ਼ਿਸ਼ ਕੀਤੀ, ਕੌਰਟਜ਼ ਡੰਡੇ 'ਤੇ ਤੇਲ ਦੀ ਇੱਕ ਹੋਰ ਬੂੰਦ ਪਾ ਦਿੱਤਾ, ਅਤੇ ਆਪਣੇ ਆਪ ਨੂੰ ਕਾਠੀ ਵਿੱਚ ਬੈਠ ਗਿਆ ਮੈਨੂੰ ਲੱਗਦਾ ਹੈ ਕਿ ਇਕ ਖੁਦਕੁਸ਼ੀ ਜੋ ਆਪਣੀ ਖੋਪੜੀ ਵਿਚ ਪਿਸਤੌਲ ਰੱਖਦੀ ਹੈ, ਉਸ ਸਮੇਂ ਬਹੁਤ ਹੀ ਹੈਰਾਨੀ ਹੁੰਦੀ ਹੈ ਜਦੋਂ ਮੈਂ ਮਹਿਸੂਸ ਕਰਦਾ ਹਾਂ ਕਿ ਉਸ ਸਮੇਂ ਕੀ ਹੋਵੇਗਾ. ਮੈਂ ਇਕ ਪਾਸੇ ਸ਼ੁਰੂਆਤੀ ਲੀਵਰ ਲੈ ਲਈ ਸੀ ਅਤੇ ਦੂਜੀ ਨੂੰ ਰੋਕਣ ਲਈ, ਪਹਿਲੇ ਨੂੰ ਦਬਾਇਆ, ਅਤੇ ਲਗਭਗ ਤੁਰੰਤ ਦੂਜਾ. ਮੈਨੂੰ ਰਾਇਲ ਲੱਗਦਾ ਸੀ; ਮੈਨੂੰ ਡਿੱਗਣ ਦਾ ਇੱਕ ਸੁਪਨੇ ਨੂੰ ਮਹਿਸੂਸ ਕੀਤਾ; ਅਤੇ, ਚੱਕਰ ਕੱਟਦੇ ਹੋਏ, ਮੈਂ ਪਹਿਲਾਂ ਵਾਂਗ ਹੀ ਪ੍ਰਯੋਗਸ਼ਾਲਾ ਨੂੰ ਵੇਖਿਆ. ਕੀ ਕੁਝ ਵੀ ਹੋਇਆ ਸੀ? ਇਕ ਪਲ ਲਈ ਮੈਨੂੰ ਸ਼ੱਕ ਸੀ ਕਿ ਮੇਰੀ ਬੁੱਧੀ ਨੇ ਮੈਨੂੰ ਧੋਖਾ ਦਿੱਤਾ ਹੈ. ਫਿਰ ਮੈਂ ਘੜੀ ਨੂੰ ਨੋਟ ਕੀਤਾ. ਇੱਕ ਪਲ ਪਹਿਲਾਂ, ਜਿਵੇਂ ਕਿ ਇਹ ਲਗਦਾ ਸੀ, ਇਹ ਇੱਕ ਦਸ ਮਿੰਟ ਜਾਂ ਇਸ ਤੋਂ ਪਿਛਲੇ ਦਸ ਸਾਲਾਂ ਤੱਕ ਖੜ੍ਹਾ ਸੀ; ਹੁਣ ਇਹ ਕਰੀਬ ਅੱਧੇ-ਤਿੰਨ ਸੀ!

'ਮੈਂ ਇਕ ਸਾਹ ਲਿਆ, ਮੇਰੇ ਦੰਦ ਲਗਾਏ, ਸ਼ੁਰੂਆਤੀ ਲੀਵਰ ਨੂੰ ਦੋਹਾਂ ਹੱਥਾਂ ਨਾਲ ਜਕੜ ਲਿਆ ਅਤੇ ਇਕ ਗਾਲਾਂ ਕੱਢੀਆਂ. ਪ੍ਰਯੋਗਸ਼ਾਲਾ ਧੁੰਦਲੀ ਹੋ ਗਈ ਅਤੇ ਹਨੇਰਾ ਗਿਆ ਸ਼੍ਰੀਮਤੀ. ਆਇਆ ਹੈ ਅਤੇ ਚਲਾ ਗਿਆ, ਜ਼ਾਹਰ ਮੈਨੂੰ ਬਾਗ਼ ਦੇ

ਦਰਵਾਜ਼ੇ ਵੱਲ, ਨੂੰ ਦੇਖ ਬਿਨਾ ਮੈਨੂੰ ਲੱਗਦਾ ਹੈ ਕਿ ਇਸ ਜਗ੍ਹਾ ਨੂੰ ਫੈਲਣ ਲਈ ਇਸ ਨੂੰ ਇੱਕ ਮਿੰਟ ਲੱਗ ਗਏ ਸਨ, ਪਰ ਮੇਰੇ ਲਈ ਉਹ ਰਾਕਟ ਵਾਂਗ ਕਮਰੇ ਦੇ ਅੰਦਰ ਗੋਲੀ ਮਾਰ ਰਹੀ ਸੀ. ਮੈਂ ਲੀਵਰ ਨੂੰ ਇਸ ਦੀ ਅਤਿ ਦੀ ਸਥਿਤੀ ਤੇ ਦਬਾਉਣ ਦੀ ਕੋਸ਼ਿਸ਼ ਕੀਤੀ. ਰਾਤ ਦਾ ਦੀਵਾ ਤੋਂ ਬਾਹਰ ਨਿਕਲ ਆਇਆ ਸੀ, ਅਤੇ ਇਕ ਹੋਰ ਪਲ ਕੱਲ੍ਹ ਆਏ. ਪ੍ਰਯੋਗਸ਼ਾਲਾ ਬੇਹੋਸ਼ ਅਤੇ ਭਿਆਨਕ ਹੋ ਗਈ, ਫਿਰ ਬੇਹੋਸ਼ ਅਤੇ ਹਮੇਸ਼ਾਂ ਘੁਮੰਡ ਵਾਲਾ. ਕੱਲ੍ਹ ਰਾਤ ਨੂੰ ਕਾਲਾ ਹੋ ਗਿਆ ਸੀ, ਫਿਰ ਦਿਨ ਫਿਰ, ਰਾਤ ਨੂੰ ਫਿਰ, ਇੱਕ ਵਾਰ ਫਿਰ, ਤੇਜ਼ ਅਤੇ ਤੇਜ਼ ਅਜੇ ਵੀ. ਇੱਕ ਬੁੜ ਬੁੜਬੁੜਾ ਮੇਰੇ ਕੰਨਾਂ ਨਾਲ ਭਰਿਆ ਹੋਇਆ ਸੀ, ਅਤੇ ਇੱਕ ਅਜੀਬ, ਗੂੰਦ ਉਲਝਣ ਮੇਰੇ ਮਨ ਵਿੱਚ ਆ ਗਈ.

'ਮੈਨੂੰ ਡਰ ਹੈ ਕਿ ਮੈਂ ਸਮੇਂ ਦੀ ਯਾਤਰਾ ਕਰਨ ਦੀ ਵਿਸ਼ੇਸ਼ ਐਸੋਸੀਏਸ਼ਨ ਨਹੀਂ ਦੱਸ ਸਕਦਾ. ਉਹ ਬੇਹੱਦ ਦੁਖਦਾਈ ਹਨ. ਉਸ ਵਰਗਾ ਇੱਕ ਅਹਿਸਾਸ ਹੁੰਦਾ ਹੈ ਜਿਵੇਂ ਇੱਕ ਸਵਿੱਚਬੈਕ ਉੱਤੇ ਇੱਕ ਬੇਸਹਾਰਾ ਮੁਠਭੇੜਨ ਦੀ ਗਤੀ ਦਾ ਹੁੰਦਾ ਹੈ! ਮੈਂ ਉਸ ਭਿਆਨਕ ਆਸ ਨੂੰ ਮਹਿਸੂਸ ਕੀਤਾ, ਜਿਸਦਾ ਆਉਣ ਵਾਲਾ ਸਮੈਸ਼ ਵੀ ਸੀ. ਜਿਵੇਂ ਕਿ ਮੈਂ ਗਤੀ ਤੇ ਰੱਖੀ, ਰਾਤ ਨੂੰ ਇੱਕ ਕਾਲਾ ਵਿੰਗ ਦੇ ਫਲੇਪ ਵਾਂਗ. ਪ੍ਰਯੋਗਸ਼ਾਲਾ ਦੇ ਧੁੰਦਲੇ ਸੁਝਾਅ ਨੇ ਹੁਣੇ-ਹੁਣੇ ਮੇਰੇ ਤੋਂ ਦੂਰ ਹੋਣ ਵੱਲ ਇਸ਼ਾਰਾ ਕੀਤਾ, ਅਤੇ ਮੈਂ ਸੂਰਜ ਨੂੰ ਅਕਾਸ਼ ਦੇ ਵਿਚਕਾਰ ਤੇਜ਼ੀ ਨਾਲ ਬੰਦ ਕਰ ਦਿੱਤਾ, ਹਰ ਮਿੰਟ ਦੀ ਛਾਲ ਮਾਰੀ ਅਤੇ ਹਰ ਮਿੰਟ ਇੱਕ ਦਿਨ ਮਾਰ ਰਿਹਾ ਸੀ. ਮੈਂ ਮੰਨਦਾ ਹਾਂ ਕਿ ਪ੍ਰਯੋਗਸ਼ਾਲਾ ਨੂੰ ਤਬਾਹ ਕਰ ਦਿੱਤਾ ਗਿਆ ਸੀ ਅਤੇ ਮੈਂ ਖੁੱਲ੍ਹੇ ਹਵਾ ਵਿਚ ਆਇਆ ਸੀ. ਮੇਰੇ ਕੋਲ ਮੈਟਰੋ ਪੈਂਨ ਦੀ ਇੱਕ ਡੂੰਘੀ ਧਾਰਨਾ ਸੀ, ਪਰ ਮੈਂ ਕਿਸੇ ਵੀ ਚਲ ਰਹੀਆਂ ਚੀਜ਼ਾਂ ਨੂੰ ਧਿਆਨ ਵਿੱਚ ਰੱਖਣ ਲਈ ਪਹਿਲਾਂ ਤੋਂ ਤੇਜ਼ੀ ਨਾਲ ਜਾ ਰਿਹਾ ਸੀ. ਮੇਰੇ ਲਈ ਬਹੁਤ ਤੇਜ਼ ਰਫਤਾਰ ਨਾਲ ਘੁੰਮਦੀ ਹੌਲੀ ਹੌਲੀ ਮੱਠੀ ਹਨੇਰੇ ਅਤੇ ਪ੍ਰਕਾਸ਼ ਦੀ ਚਮਕਦਾਰ ਉਤਰਾਧਿਕਾਰ ਅੱਖ ਨਾਲ ਬਹੁਤ ਦਰਦਨਾਕ ਸੀ. ਫਿਰ, ਰੁਕੇ ਹੋਏ ਹਨੇਰੇ ਵਿੱਚ, ਮੈਂ ਚੰਦਰਮਾ ਨੂੰ ਆਪਣੇ ਕੁਆਰਟਰਾਂ ਰਾਹੀਂ ਤੇਜ਼ੀ ਨਾਲ ਸਪਿਨ ਕਰਦਾ ਵੇਖਿਆ, ਅਤੇ ਚੱਕਰ ਲਗਾਉਣ ਵਾਲੇ ਸਿਤਾਰਿਆਂ ਦੀ ਇੱਕ ਭਿਆਨਕ ਝਲਕ ਦੇਖੀ. ਵਰਤਮਾਨ ਸਮੇਂ, ਜਿਵੇਂ ਮੈਂ ਚਲਾ ਗਿਆ, ਅਜੇ ਵੀ ਗਤੀ ਪ੍ਰਾਪਤ ਕਰ ਰਿਹਾ ਸੀ, ਰਾਤ ਅਤੇ ਦਿਨ ਦੀ ਧੜਕਣ ਇੱਕ ਲਗਾਤਾਰ ਤੀਬਰਤਾ ਵਿੱਚ ਲੀਨ ਹੋ ਗਿਆ; ਅਕਾਸ਼ ਨੇ ਨੀਲੇ ਰੰਗ ਦੀ ਇਕ ਸ਼ਾਨਦਾਰ ਗਹਿਰਾਈ ਨੂੰ ਲੈ ਲਿਆ, ਇੱਕ ਸ਼ਾਨਦਾਰ ਚਮਕਦਾਰ ਰੰਗ ਜਿਵੇਂ ਕਿ ਸ਼ੁਰੂਆਤੀ ਸੰਝ ਦੇ ਸਮੇਂ; ਝਟਕਾ ਸੂਰਜ ਦੀ ਅੱਗ, ਇਕ ਸ਼ਾਨਦਾਰ ਕਬਰ, ਸਪੇਸ ਵਿਚ ਇਕ ਤਾਰ ਬਣ ਗਈ; ਚੰਦਰਾ ਇੱਕ ਭਿਆਨਕ ਉਤਾਰ-ਚੜ੍ਹਾਅ ਵਾਲਾ ਬੈਂਡ; ਅਤੇ ਮੈਂ ਤਾਰਿਆਂ ਵਿੱਚੋਂ ਕੁਝ ਵੀ ਨਹੀਂ ਦੇਖ ਸਕਦਾ ਸੀ, ਹੁਣ ਤੋਂ

ਬਚਾਅ ਕਰਦਾ ਹਾਂ ਅਤੇ ਫਿਰ ਨੀਲੇ ਰੰਗ ਵਿਚ ਇਕ ਚਮਕੀਲਾ ਸਰਕਲ ਅਸਥਿਰ ਹੈ.

'ਭੂਪਨੀ ਗਲਤ ਅਤੇ ਅਸਪਸ਼ਟ ਸੀ. ਮੈਂ ਅਜੇ ਵੀ ਪਹਾੜੀ ਖੇਤਰ ਤੇ ਸੀ, ਜਿਸ ਉੱਤੇ ਇਹ ਘਰ ਹੁਣ ਖੜ੍ਹਾ ਹੈ, ਅਤੇ ਮੋਢੇ ਮੇਰੇ ਉੱਪਰੋਂ ਉੱਪਰ ਉੱਠਦਾ ਹੈ ਅਤੇ ਮੈਂ ਗ੍ਰੇ ਅਤੇ ਡਮ ਮੈਂ ਦਰੱਖਤਾਂ ਨੂੰ ਵਧਦੇ ਅਤੇ ਵੱਛੇ ਦੇ ਦੰਦਾਂ ਵਾਂਗ ਬਦਲਦਾ ਵੇਖਿਆ, ਹੁਣ ਭੂਰਾ, ਹੁਣ ਹਰਾ; ਉਹ ਵਾਧਾ ਹੋਇਆ, ਫੈਲ ਗਿਆ, ਕੰਬਿਆ ਗਿਆ, ਅਤੇ ਲੰਘ ਗਏ ਮੈਂ ਦੇਖਿਆ ਕਿ ਵੱਡੀਆਂ ਇਮਾਰਤਾਂ ਬੇਹੂਦਾ ਅਤੇ ਨਿਰਪੱਖ ਹੋ ਗਈਆਂ ਹਨ, ਅਤੇ ਸੁਪਨਿਆਂ ਦੀ ਤਰ੍ਹਾਂ ਪਾਸ ਕਰਦੀਆਂ ਹਨ ਧਰਤੀ ਦੀ ਪੂਰੀ ਸਤਹ ਬਦਲ ਰਹੀ ਸੀ- ਮੇਰੀ ਨਿਗਾਹ ਹੇਠ ਪਿਘਲਣ ਅਤੇ ਵਗਣ ਕਾਰਨ. ਜੋ ਡਾਇਲਜ਼ ਉੱਤੇ ਛੋਟੇ ਜਿਹੇ ਹੱਥ ਮੇਰੇ ਤੇਜ਼ ਰਫਤਾਰ ਨਾਲ ਤੇਜ਼ ਅਤੇ ਤੇਜ਼ੀ ਨਾਲ ਰੁਕੇ. ਵਰਤਮਾਨ ਵਿੱਚ ਮੈਂ ਨੋਟ ਕੀਤਾ ਹੈ ਕਿ ਸੂਰਜ ਦੀ ਬੈਲਟ ਇਕ ਮਿੰਟ ਜਾਂ ਉਸ ਤੋਂ ਘੱਟ ਸਮੇਂ ਵਿੱਚ, ਇੱਕ ਸਾਲ ਤੋਂ ਘੱਟੋਂ ਬਾਅਦ ਇੱਕ ਸਾਲ ਤੋਂ ਘੱਟ ਅਤੇ ਇਕਦਮ ਇੱਕ ਸਾਲ ਵਿੱਚ ਮੇਰੀ ਗਤੀ ਤੇ ਸੀ. ਅਤੇ ਮਿੰਟ ਇਕ ਹੀ ਮਿੰਟ ਵਿਚ ਚਿੱਟੀ ਬਰਫ ਦੀ ਜਗਮਗਾ ਚਲੀ ਗਈ, ਅਤੇ ਉਹ ਅਲੋਪ ਹੋ ਗਈ, ਅਤੇ ਬਸੰਤ ਦੀ ਚਮਕ, ਸੰਖੇਪ ਜਿਹੀ ਹਰੀ ਦੀ ਪਾਲਣਾ ਕੀਤੀ ਗਈ.

' . . , . , , . , . — — . , ,, ! , ,,,
. -, , . . .

'ਇਸ ਖਿੱਤੇ ਦਾ ਜੋ ਖਤਰਾ ਹੈ ਮੈਂ ਉਸ ਜਗ੍ਹਾ ਵਿਚ ਕੁਝ ਪਦਾਰਥ ਲੱਭਣ ਦੀ ਸੰਭਾਵਨਾ ਵਿਚ ਰੱਖਦਾ ਹਾਂ ਜੋ ਮੈਂ, ਜਾਂ ਮਸ਼ੀਨ ਤੇ ਕਬਜ਼ਾ ਕੀਤਾ ਹੋਇਆ ਹੈ. ਜਿੰਨਾ ਚਿਰ ਮੈਂ ਸਮੇਂ ਦੇ ਨਾਲ ਇੱਕ ਉੱਚ ਰਫਤਾਰ 'ਤੇ ਯਾਤਰਾ ਕੀਤੀ, ਇਹ ਬਹੁਤ ਹੀ ਮਹੱਤਵਪੂਰਨ ਸੀ. ਮੈਂ ਬੋਲਣ ਲਈ, ਐਟਿਨੁਏਟ ਸੀ- ਦਖਲ ਕਰਨ ਵਾਲੀਆਂ ਦਵਾਈਆਂ ਦੇ ਇੰਟਰਸੈਸਿਸਾਂ ਰਾਹੀਂ ਇੱਕ ਵਾਸ਼ਪ ਦੀ ਤਰ੍ਹਾਂ ਫਿਸਲ ਰਿਹਾ ਸੀ! ਪਰ ਇੱਕ ਸਟਾਪ ਆਉਣਾ ਮੇਰੇ ਆਪਣੇ ਜਮਾਂ ਨੂੰ ਸ਼ਾਮਲ ਕਰਦਾ ਹੈ, ਅਣੂ ਦੁਆਰਾ ਅਣੂ, ਜੋ ਮੇਰੇ ਰਾਹ ਵਿੱਚ ਰੁਝਿਆ ਹੈ; ਦਾ ਮਤਲਬ ਹੈ ਕਿ ਮੇਰੇ ਪ੍ਰਮਾਣੂਆਂ ਨੂੰ ਅੜਿੱਕੇ ਦੇ ਅਜਿਹੇ ਸੰਪਰਕ ਵਿਚ ਲਿਆਉਣਾ ਚਾਹੀਦਾ ਹੈ ਜੋ ਇਕ ਗਹਿਰੀ ਰਸਾਇਣਕ ਪ੍ਰਤੀਕ੍ਰਿਆ - ਸੰਭਵ ਤੌਰ 'ਤੇ ਦੂਰ ਤਕ ਪਹੁੰਚਣ ਵਾਲੀ ਧਮਾਕੇ ਦਾ ਨਤੀਜਾ ਹੋਵੇਗਾ, ਅਤੇ ਮੈਂ ਆਪਣੇ ਆਪ ਨੂੰ ਅਤੇ ਆਪਣੇ ਉਪਕਰਣ ਨੂੰ ਉਡਾ ਦੇਵਾਂਗਾ ਸਾਰੇ ਸੰਭਵ ਮਾਪਾਂ ਦਾ - ਅਣਜਾਣਾ ਵਿੱਚ. ਇਹ ਸੰਭਾਵਨਾ ਮੈਨੂੰ ਦੁਬਾਰਾ ਅਤੇ ਦੁਬਾਰਾ ਜਦੋਂ ਮੈਂ ਮਸ਼ੀਨ ਬਣਾ ਰਿਹਾ ਸੀ; ਪਰ ਫਿਰ ਮੈਂ ਖ਼ੁਸ਼ੀ-ਖ਼ੁਸ਼ੀ ਇਸ ਨੂੰ

ਇਕ ਅਟੱਲ ਖ਼ਤਰੇ ਦੇ ਤੌਰ ਤੇ ਸਵੀਕਾਰ ਕਰ ਲਿਆ - ਇਕ ਇਨਸਾਨ ਨੂੰ ਜੋਖਮ ਵਿਚ ਲਿਆਉਣ ਵਾਲਾ ਖ਼ਤਰਾ ਹੈ! ਹੁਣ ਜੋਖਮ ਅਟੱਲ ਸੀ, ਮੈਂ ਇਸ ਨੂੰ ਇਕ ਹੀ ਖੁਸ਼ਹਾਲ ਰੌਸ਼ਨੀ ਵਿਚ ਨਹੀਂ ਦੇਖਿਆ. ਤੱਥ ਇਹ ਹੈ ਕਿ, ਅਸਪੱਸ਼ਟ ਤੌਰ 'ਤੇ, ਹਰ ਚੀਜ ਦਾ ਪੂਰਨ ਵਿਪਰੀਤਤਾ, ਮਸ਼ੀਨ ਦੇ ਬਿਮਾਰ ਜੇਰਿੰਗ ਅਤੇ ਲਪੇਟਣ ਨਾਲ, ਸਭ ਤੋਂ ਵੱਧ, ਲੰਬੇ ਸਮੇਂ ਤੋਂ ਡਿੱਗਣ ਦੀ ਭਾਵਨਾ ਨੇ ਮੇਰੀ ਨਸਾਂ ਨੂੰ ਪੂਰੀ ਤਰ੍ਹਾਂ ਨਕਾਰਿਆ ਸੀ. ਮੈਂ ਆਪਣੇ ਆਪ ਨੂੰ ਕਿਹਾ ਕਿ ਮੈਂ ਕਦੇ ਵੀ ਰੁਕ ਨਹੀਂ ਸਕਦਾ, ਅਤੇ ਮੁਆਫੀ ਦੀ ਘਾਟ ਕਾਰਨ ਮੈਂ ਤੁਰੰਤ ਰੁਕਣ ਦਾ ਫ਼ੈਸਲਾ ਕੀਤਾ. ਇੱਕ ਬੇਸਬਰੇ ਮੂਰਖ ਵਾਂਗ, ਮੈਂ ਲੀਵਰ ਤੋਂ ਅੱਗੇ ਲੰਘਿਆ, ਅਤੇ ਬਿਨਾਂ ਕਿਸੇ ਗੱਲ ਤੇ ਇਹ ਚੀਕ ਚੁਕਿਆ ਗਿਆ, ਅਤੇ ਮੈਨੂੰ ਹਵਾ ਰਾਹੀਂ ਸੁੱਤਾ ਪਿਆ ਸੀ.

'ਮੇਰੇ ਕੰਨਾਂ' ਚ ਗਰਜ ਦੀ ਤਿੱਖੀ ਆਵਾਜ਼ ਆਈ ਸੀ. ਮੈਂ ਇੱਕ ਪਲ ਲਈ ਹੈਰਾਨ ਹੋ ਗਿਆ ਹੋ ਸਕਦਾ ਹੈ. ਇੱਕ ਗੁੰਝਲਦਾਰ ਗੜੇ ਨੇ ਮੈਨੂੰ ਘੇਰਿਆ ਹੋਇਆ ਸੀ, ਅਤੇ ਮੈਂ ਓਵਰਟ ਮਸ਼ੀਨ ਦੇ ਸਾਹਮਣੇ ਨਰਮ ਟਰੂਫ ਉੱਤੇ ਬੈਠਾ ਹੋਇਆ ਸੀ. ਸਭ ਕੁਝ ਅਜੇ ਵੀ ਸਲੇਟੀ ਲੱਗ ਰਿਹਾ ਸੀ, ਪਰ ਹੁਣ ਮੈਂ ਇਹ ਟਿੱਪਣੀ ਕੀਤੀ ਕਿ ਮੇਰੇ ਕੰਨ ਵਿਚ ਉਲਝਣ ਚਲੀ ਗਈ ਸੀ. ਮੈਨੂੰ ਚੌੜਾ ਵੇਖਿਆ ਮੈਂ ਜੋ ਕਿ ਰੋਡੇਡੇਂਡਰਨ ਦੇ ਬੂਟਿਆਂ ਨਾਲ ਘਿਰਿਆ ਹੋਇਆ ਇੱਕ ਬਾਗ਼ ਵਿੱਚ ਇੱਕ ਛੋਟਾ ਜਿਹਾ ਲਾਅਨ ਲਗਦਾ ਸੀ, ਅਤੇ ਮੈਂ ਵੇਖਿਆ ਕਿ ਗੜੇ ਅਤੇ ਪੱਥਰ ਦੇ ਧਮਾਕੇ ਦੇ ਹੇਠਾਂ ਇੱਕ ਫੁੱਲਾਂ ਵਿੱਚ ਆਪਣੇ ਚਮਕਦਾਰ ਅਤੇ ਜਾਮਨੀ ਫੁੱਲ ਖਿੱਚ ਰਹੇ ਸਨ. ਰਿਬਊਂਡਿੰਗ, ਨੱਚਣ ਵਾਲੀ ਗੜੇ ਤੇ ਇੱਕ ਮੇਘਣ ਉੱਤੇ ਇੱਕ ਮੇਜ ਤੇ ਲਟਕਿਆ ਅਤੇ ਧੂੰਏ ਵਰਗੇ ਧਰਤੀ ਦੇ ਨਾਲ ਨਾਲ ਚਲਾ ਗਿਆ. ਇੱਕ ਪਲ ਵਿੱਚ ਮੈਂ ਚਮੜੀ ਨੂੰ ਭਿੱਜ ਗਿਆ ਸੀ. "ਵਧੀਆ ਮਹਿਮਾਨਨਿਵਾਜ਼ੀ," ਮੈਂ ਕਿਹਾ, "ਇੱਕ ਆਦਮੀ ਨੂੰ ਜੋ ਤੁਹਾਨੂੰ ਦੇਖਣ ਲਈ ਅਣਗਿਣਤ ਸਾਲਾਂ ਦੀ ਯਾਤਰਾ ਕੀਤੀ ਹੈ."

'ਇਸ ਵੇਲੇ ਮੈਂ ਸੋਚਿਆ ਕਿ ਮੂਰਖ ਮੈਨੂੰ ਗਿੱਲੇ ਹੋਣ ਦਾ ਨਹੀਂ ਸੀ. ਮੈਂ ਖੜ੍ਹਾ ਹੋ ਗਿਆ ਅਤੇ ਮੈਨੂੰ ਗੋਲ ਘੁੰਮਾਇਆ ਇੱਕ ਭਾਰੀ ਪੱਥਰ, ਜੋ ਕਿ ਕੁਝ ਸਫੈਦ ਪੱਥਰ ਵਿੱਚ ਉਘਲਿਆ ਹੋਇਆ ਸੀ, ਧੁੰਦਲੀ ਬਾਰਸ਼ ਰਾਹੀਂ ਰਾਹਤ ਦੇ ਰਾਹ ਤੋਂ ਅਣਦੇਲੇ ਨਜ਼ਰ ਆ ਰਿਹਾ ਸੀ. ਪਰ ਸੰਸਾਰ ਦੇ ਸਭ ਕੁਝ ਅਦਿੱਖ ਸੀ.

'ਮੇਰੀ ਭਾਵਨਾ ਬਿਆਨ ਕਰਨਾ ਔਖਾ ਹੋ ਸਕਦੀ ਹੈ ਜਿਵੇਂ ਕਿ ਗੜੇ ਦੇ ਕਾਲਮ ਪਤਲੇ ਹੋ ਗਏ, ਮੈਂ ਸਫੈਦ ਚਿੱਤਰ ਨੂੰ ਵਧੇਰੇ ਸਪਸ਼ਟ ਜਿਹਾ ਵੇਖਿਆ. ਇਹ ਬਹੁਤ ਵੱਡਾ ਸੀ, ਕਿਉਂਕਿ ਇੱਕ ਚਾਂਦੀ ਦੀ ਬਿਰਛ ਦੇ ਦਰਖ਼ਤ ਨੇ ਉਸ ਦੇ ਮੋਢੇ ਨੂੰ ਛੂਹਿਆ

ਸੀ. ਇਹ ਚਿੱਟੇ ਸੰਗਮਰਮਰ ਦਾ ਸੀ, ਇਕ ਖੰਭ ਵਾਲੀ ਗੋਲੀ ਜਿਹੀ ਸ਼ਕਲ ਦੇ ਰੂਪ ਵਿਚ ਕੁਝ ਸੀ, ਪਰ ਖੰਭਾਂ ਨੂੰ ਖੜ੍ਹੇ ਪਾਸੇ ਵੱਲ ਖਿੱਚਣ ਦੀ ਬਜਾਏ, ਫੈਲਾਇਆ ਗਿਆ ਸੀ ਤਾਂ ਜੋ ਇਹ ਰੁਕਾਵਟ ਲੱਗ ਰਿਹਾ ਹੋਵੇ. ਚੌਂਕੀ, ਇਹ ਮੈਨੂੰ ਦਿਖਾਈ ਗਈ, ਕਾਂਸੀ ਦਾ ਸੀ, ਅਤੇ ਵਰਦੀਗ੍ਰਿਸ ਨਾਲ ਮੋਟੀ ਸੀ. ਇਸ ਨੇ ਚਾਕ ਨਾਲ ਕਿਹਾ ਕਿ ਮੇਰਾ ਚਿਹਰਾ ਮੇਰੇ ਵੱਲ ਹੈ; ਨਿਗਾਹਾਂ ਦੀ ਨਿਗਾਹ ਮੈਨੂੰ ਦੇਖ ਰਹੀ ਸੀ; ਬੁੱਲ੍ਹਾਂ 'ਤੇ ਮੁਸਕਰਾਹਟ ਦਾ ਭਿਆਨਕ ਛਾਂ੍ਹ ਸੀ. ਇਹ ਮੌਸਮ ਬਹੁਤ ਖਰਾਬ ਸੀ, ਅਤੇ ਇਸ ਨਾਲ ਬਿਮਾਰੀ ਦਾ ਅਪਮਾਨਜਨਕ ਸੁਝਾਅ ਦਿੱਤਾ ਗਿਆ ਸੀ. ਮੈਂ ਥੋੜ੍ਹਾ ਜਿਹਾ ਸਪੇਸ ਅੱਧਾ ਕੁ ਮਿੰਟ ਸੋਚਿਆ, ਸ਼ਾਇਦ, ਜਾਂ ਅੱਧਾ ਘੰਟਾ. ਇਹ ਅੱਗੇ ਵਧਣਾ ਅਤੇ ਅੱਗੇ ਵਧਣਾ ਲਗਦਾ ਸੀ ਜਿਵੇਂ ਕਿ ਇਸ ਨੂੰ ਡੈਂਸਰ ਜਾਂ ਥਿਨਰ ਤੋਂ ਪਹਿਲਾਂ ਗੜਵਾਇਆ ਜਾਂਦਾ ਹੈ.ਅਖ਼ੀਰ ਵਿਚ ਮੈਂ ਇਕ ਪਲ ਲਈ ਇਸ ਤੋਂ ਆਪਣੀਆਂ ਅੱਖਾਂ ਫੂਕ ਮਾਰੀ ਅਤੇ ਵੇਖਿਆ ਕਿ ਗੜੇ ਦੇ ਢੱਕਣ ਨੇ ਧਾਗੇ ਪਾਏ ਹੋਏ ਸਨ ਅਤੇ ਇਹ ਕਿ ਸੂਰਜ ਦੇ ਵਾਅਦੇ ਨਾਲ ਅਕਾਸ਼ ਚਮਕਾ ਰਿਹਾ ਸੀ.

'ਮੈਂ ਮੁੜ ਕੇ ਸਫੈਦ ਸਫੈਦ ਸ਼ਕਲ ਵੱਲ ਦੇਖਿਆ, ਅਤੇ ਮੇਰੀ ਸਮੁੰਦਰੀ ਸਫ਼ਰ ਦੀ ਤੌਹੀਨ ਅਚਾਨਕ ਮੇਰੇ ਵੱਲ ਆ ਗਈ. ਉਦੋਂ ਕੀ ਦਿਖਾਈ ਦਿੱਤਾ ਜਾ ਸਕਦਾ ਹੈ ਜਦੋਂ ਇਹ ਹੈਪਸੀ ਪਰਦੇ ਨੂੰ ਪੂਰੀ ਤਰ੍ਹਾਂ ਕੱਢਿਆ ਗਿਆ ਸੀ? ਮਨੁੱਖਾਂ ਨਾਲ ਕੀ ਹੋ ਸਕਦਾ ਹੈ? ਉਦੋਂ ਕੀ ਜੇ ਬੇਰਹਿਮੀ ਇਕ ਆਮ ਜਨੂੰਨ ਵਿੱਚ ਵਧ ਗਈ ਹੈ? ਕੀ ਇਸ ਅੰਤਰਾਲ ਵਿਚ ਰੇਸ ਦੀ ਆਪਣੀ ਸੁਲ੍ਹਾ ਖ਼ਤਮ ਹੋ ਗਈ ਸੀ ਅਤੇ ਉਸ ਨੇ ਕੁਝ ਮਨੁੱਖੀ, ਬੇਯਕੀਨੀ, ਅਤੇ ਬਹੁਤ ਸ਼ਕਤੀਸ਼ਾਲੀ ਬਣਾ ਦਿੱਤਾ ਸੀ? ਮੈਨੂੰ ਕੁਝ ਪੁਰਾਣੇ-ਸੰਸਾਰ ਨੂੰ ਬੇਰਹਿਮੀ ਜਾਨਵਰ ਲੱਗ ਸਕਦਾ ਹੈ, ਸਿਰਫ ਸਾਧਾਰਨ ਜਿਹੇ ਦ੍ਰਿਸ਼ਟੀਕੋਣ ਲਈ ਹੋਰ ਭਿਆਨਕ ਅਤੇ ਘਿਣਾਉਣੀ-ਇੱਕ ਬੁਰਾ ਜਾਨਵਰ ਨੂੰ ਨਿਰਦੋਸ਼ ਤਰੀਕੇ ਨਾਲ ਮਾਰਿਆ ਜਾਣਾ.

'ਪਹਿਲਾਂ ਤੋਂ ਹੀ ਮੈਂ ਹੋਰ ਵੱਡੇ ਆਕਾਰ ਦੇਖੇ- ਬਹੁਤ ਗੁੰਝਲਦਾਰ ਪੈਰਾਪੈਟਾਂ ਅਤੇ ਲੰਬੇ ਕਾਲਮ ਵਾਲੇ ਵੱਡੇ ਇਮਾਰਤਾਂ, ਜਿਸ ਦੇ ਨਾਲ ਇਕ ਜੰਗਲ ਵਾਲੀ ਪਹਾੜੀ ਸਵਾਰ ਨੇ ਘੱਟ ਰੌਸ਼ਨੀ ਰਾਹੀਂ ਮੈਨੂੰ ਘੇਰ ਲਿਆ. ਮੈਨੂੰ ਪੈਨਿਕ ਡਰ ਨਾਲ ਜ਼ਬਤ ਕੀਤਾ ਗਿਆ ਸੀ ਮੈਂ ਹੌਲੀ-ਹੌਲੀ ਟਾਈਮ ਮਸ਼ੀਨ ਵੱਲ ਮੁੜਿਆ, ਅਤੇ ਇਸ ਨੂੰ ਠੀਕ ਕਰਨ ਲਈ ਸਖ਼ਤ ਕੋਸ਼ਿਸ਼ ਕੀਤੀ. ਜਿਵੇਂ ਕਿ ਮੈਂ ਕੀਤਾ ਸੀ ਤਾਂ ਸੂਰਜ ਦੇ ਸ਼ਾਫਟ ਮਾਰੇ ਗਏ ਸਨ ਤੂਫ਼ਾਨ ਦੇ ਜ਼ਰੀਏ ਭੂਰੇ ਮੀਂਹ ਦਾ ਝਰਨਾ ਇੱਕ ਪਾਸੇ ਹੋ ਗਿਆ ਸੀ ਅਤੇ ਇੱਕ ਭੂਤ ਦੇ ਪਿੱਛੇਲੇ ਕੱਪੜੇ ਵਾਂਗ ਅਲੋਪ ਹੋ ਗਿਆ ਸੀ. ਮੇਰੇ ਤੋਂ ਉੱਪਰ, ਗਰਮੀਆਂ ਦੇ ਅਕਾਸ਼ ਦੇ ਗੂੜ੍ਹੇ ਨੀਲੇ ਵਿਚ, ਬੱਦਲ ਦੇ ਕੁਝ ਭਾਰੇ ਕਾਲੇ ਰੰਗ ਦੇ ਧੱਬੇ

ਨੇਪਾਣੀ ਵਿਚ ਘਿਰਿਆ. ਮੇਰੇ ਬਾਰੇ ਮਹਾਨ ਇਮਾਰਤਾਂ ਆਸਮਾਨ ਸਾਫ ਅਤੇ ਸਪੱਸ਼ਟ ਸਨ, ਤੂਫਾਨ ਦੇ ਗਿੱਲੇ ਦੇ ਨਾਲ ਚਮਕਿਆ, ਅਤੇ ਉਨ੍ਹਾਂ ਦੇ ਕੋਰਸ ਦੇ ਨਾਲ ਪੱਕੇ ਹੋਏ ਗੜੇ ਦੁਆਰਾ ਸਫੈਦ ਵਿੱਚੋਂ ਬਾਹਰ ਨਿਕਲਿਆ. ਮੈਨੂੰ ਇੱਕ ਅਜੀਬ ਸੰਸਾਰ ਵਿੱਚ ਨੰਗੇ ਮਹਿਸੂਸ ਕੀਤਾ. ਮੈਂ ਮਹਿਸੂਸ ਕੀਤਾ ਕਿ ਸ਼ਾਇਦ ਇੱਕ ਪੰਛੀ ਸਪੱਸ਼ਟ ਹਵਾ ਵਿੱਚ ਮਹਿਸੂਸ ਕਰ ਸਕਦਾ ਹੈ, ਬਾਹਾਂ ਦੇ ਉੱਪਰਲੇ ਖੰਭਾਂ ਨੂੰ ਜਾਣਨਾ ਅਤੇ ਝੁਕਣਾ ਹੈ. ਮੇਰੇ ਡਰ ਦਾ ਗੁੱਸੇ ਵਧ ਗਿਆ ਮੈਂ ਸਾਹ ਲੈਣ ਵਾਲੀ ਥਾਂ ਲੈ ਲਈ ਸੀ, ਆਪਣੇ ਦੰਦ ਲਗਾਏ, ਅਤੇ ਮਸ਼ੀਨ ਨਾਲ, ਫਿਰ ਜ਼ੋਰਦਾਰ, ਕਲਾਈ ਅਤੇ ਗੋਡੇ ਨੂੰ ਜਗਾਇਆ. ਇਹ ਮੇਰੇ ਮਾੜੇ ਸ਼ੁਰੂਆਤ ਦੇ ਅਧੀਨ ਦਿੱਤਾ ਅਤੇ ਚਾਲੂ ਹੋ ਗਿਆ. ਇਸ ਨੇ ਹਿੰਸਾ ਨਾਲ ਮੇਰੇ ਠੋਡੀ ਨੂੰ ਮਾਰਿਆ ਕਾਠੀ ਤੇ ਇੱਕ ਹੱਥ, ਲੀਵਰ ਤੇ ਦੂਜਾ, ਮੈਂ ਮੁੜ ਮੁੜ ਕੇ ਮਾਊਟ ਕਰਨ ਦੇ ਰਵੱਈਏ ਵਿੱਚ ਭਾਰੀ ਧੌਣ ਖੜ੍ਹਾ ਰਿਹਾ.

'ਪਰ ਇਸ ਪ੍ਰਕਿਰਿਆ ਤੋਂ ਬਾਅਦ ਮੇਰੀ ਹੌਂਸਲੇ ਨੂੰ ਵਾਪਸ ਲਿਆਂਦਾ ਗਿਆ. ਮੈਂ ਦੂਰ ਦੁਰਾਡੇ ਭਵਿੱਖ ਦੇ ਇਸ ਸੰਸਾਰ 'ਤੇ ਹੋਰ ਉਤਸੁਕਤਾ ਨਾਲ ਅਤੇ ਘੱਟ ਡਰਾਉਣੇ ਵੇਖਿਆ. ਇਕ ਸਰਕੂਲਰ ਦੇ ਉਦਘਾਟਨ ਵਿਚ, ਨੇੜੇ ਦੇ ਘਰ ਦੀ ਕੰਧ ਵਿਚ ਉੱਚੇ ਹੋਏ, ਮੈਂ ਅਮੀਰ ਸਾਫ ਸੁਥਰੇ ਕੱਪੜੇ ਪਹਿਨਣ ਵਾਲੇ ਇਕ ਸਮੂਹ ਨੂੰ ਦੇਖਿਆ. ਉਨ੍ਹਾਂ ਨੇ ਮੈਨੂੰ ਦੇਖਿਆ ਸੀ, ਅਤੇ ਉਨ੍ਹਾਂ ਦੇ ਚਿਹਰੇ ਮੇਰੇ ਵੱਲ ਸਨ.

'ਫਿਰ ਮੈਂ ਸੁਣਿਆ ਕਿ ਆਵਾਜ਼ ਮੇਰੇ ਕੋਲ ਆ ਰਹੀ ਹੈ. ਸਫੈਦ ਸਪਿੰਨੈਕਸ ਦੁਆਰਾ ਰੁੱਖਾਂ ਰਾਹੀਂ ਆਉਂਦੇ ਹੋਏ ਮਰਦਾਂ ਦੇ ਸਿਰ ਅਤੇ ਮੋਢੇ ਚੱਲ ਰਹੇ ਸਨ ਇਹਨਾਂ ਵਿਚੋਂ ਇਕ ਇਕ ਮਾਰਗ ਵਿਚ ਉੱਭਰਿਆ ਜਿਸ ਵਿਚ ਮੈਂ ਸਿੱਧੇ ਜਿਹੇ ਛੋਟੇ ਜਿਹੇ ਘਾਹ ਵੱਲ ਮੋੜਿਆ, ਜਿਸ ਤੇ ਮੈਂ ਆਪਣੀ ਮਸ਼ੀਨ ਨਾਲ ਖੜ੍ਹਾ ਹੋਇਆ. ਉਹ ਇਕ ਮਾਮੂਲੀ ਜੀਵ-ਸ਼ਾਇਦ ਇਕ ਜਾਮਨੀ ਰੰਗ ਵਿਚ ਚਾਰ ਫੁੱਟ ਉੱਚੇ ਕੱਪੜੇ ਸਨ, ਇਕ ਚਮੜੇ ਦੇ ਬੈੱਲਟ ਨਾਲ ਕਮਰ ਤੇ ਲਪੇਟ ਕੇ. ਜੁੱਤੀਆਂ ਜਾਂ ਬਸਕਿਨਾਂ-ਮੈਂ ਸਾਫ਼ ਨਹੀਂ ਕਰ ਸਕਦਾ ਸੀ ਕਿ ਉਸਦੇ ਪੈਰਾਂ ਤੇ ਕੀ ਸੀ; ਉਸ ਦੀਆਂ ਲੱਤਾਂ ਗੋਡਿਆਂ ਨਾਲ ਜੁੜ ਰਹੀਆਂ ਸਨ, ਅਤੇ ਉਸਦਾ ਸਿਰ ਬੇਅਰ ਸੀ ਇਹ ਦੇਖਦਿਆਂ, ਮੈਨੂੰ ਪਹਿਲੀ ਵਾਰ ਦੇਖਿਆ ਗਿਆ ਹੈ ਕਿ ਹਵਾ ਕਿੰਨੀ ਕੁ ਗਰਮ ਸੀ.

'ਉਸ ਨੇ ਮੈਨੂੰ ਬਹੁਤ ਸੋਹਣੇ ਅਤੇ ਸੁੰਦਰ ਜੀਵ ਵਜੋਂ ਮਾਰਿਆ, ਪਰ ਬੇਮਿਸਾਲ ਰੂਪ ਵਿਚ ਕਮਜ਼ੋਰ. ਉਸ ਦੇ ਚਿਹਰੇ ਦੇ ਚਿਹਰੇ ਨੇ ਮੈਨੂੰ ਹੋਰ ਖੂਬਸੂਰਤ ਕਿਸਮ ਦੀ ਖਪਤਕਾਰੀ ਦੀ ਯਾਦ ਦਿਵਾ ਦਿੱਤੀ - ਇਹ ਹੈਰਾਨੀ ਦੀ ਸੁੰਦਰਤਾ ਜਿਸਦਾ ਅਸੀਂ

ਬਹੁਤ ਕੁਝ ਸੁਣਨਾ ਚਾਹੁੰਦੇ ਸੀ. ਉਸ ਦੀ ਨਜ਼ਰ ਵਿਚ ਮੈਂ ਅਚਾਨਕ ਵਿਸ਼ਵਾਸ ਪ੍ਰਾਪਤ ਕਰ ਲਿਆ. ਮੈਂ ਮਸ਼ੀਨ ਤੋਂ ਆਪਣੇ ਹੱਥ ਲਏ.

'ਇਕ ਹੋਰ ਪਲ ਵਿਚ ਅਸੀਂ ਚਿਹਰੇ ਦੇ ਸਾਹਮਣੇ ਖੜ੍ਹੇ ਹੋਏ ਸਾਂ, ਮੈਂ ਅਤੇ ਇਹ ਕਮਜ਼ੋਰ ਚੀਜ਼ ਭਵਿੱਖਮੁਖੀ ਤੋਂ ਬਾਹਰ. ਉਹ ਸਿੱਧਾ ਮੇਰੇ ਵੱਲ ਆਇਆ ਅਤੇ ਮੇਰੀ ਨਿਗਾਹ ਵਿੱਚ ਹੱਸ ਪਈ. ਡਰ ਦੇ ਕਿਸੇ ਵੀ ਨਿਸ਼ਾਨ ਦੇ ਕਾਰਨ ਉਸ ਦੀ ਗੈਰਹਾਜ਼ਰੀ ਨੇ ਮੈਨੂੰ ਇਕੋ ਵਾਰੀ ਮਾਰਿਆ. ਫਿਰ ਉਸ ਨੇ ਉਨ੍ਹਾਂ ਦੋਵਾਂ ਨੂੰ ਪਿੱਛੇ ਛੱਡ ਦਿੱਤਾ ਜੋ ਉਸ ਦੇ ਮਗਰ ਸਨ ਅਤੇ ਇਕ ਅਜੀਬ ਅਤੇ ਮਿੱਠੇ ਤੇ ਤਰਲ ਜੀਭ ਵਿਚ ਉਨ੍ਹਾਂ ਨਾਲ ਗੱਲ ਕੀਤੀ.

'ਕੁਝ ਹੋਰ ਆ ਰਹੇ ਸਨ, ਅਤੇ ਸ਼ਾਇਦ ਇਹ ਅੱਠ ਜਾਂ ਦਸ ਜੀਵ ਜੰਤੂਆਂ ਦਾ ਇਕ ਛੋਟਾ ਸਮੂਹ ਮੇਰੇ ਬਾਰੇ ਹੈ. ਉਨ੍ਹਾਂ ਵਿਚੋਂ ਇਕ ਨੇ ਮੈਨੂੰ ਸੰਬੋਧਿਤ ਕੀਤਾ ਇਹ ਮੇਰੇ ਸਿਰ ਵਿੱਚ ਆਇਆ, ਅਜੀਬ ਕਾਫ਼ੀ ਹੈ, ਕਿ ਮੇਰੀ ਅਵਾਜ਼ ਉਹਨਾਂ ਲਈ ਬਹੁਤ ਕਠੋਰ ਅਤੇ ਡੂੰਘੀ ਸੀ ਇਸ ਲਈ ਮੈਂ ਆਪਣਾ ਸਿਰ ਹਿਲਾਇਆ, ਅਤੇ, ਮੇਰੇ ਕੰਨ ਵੱਲ ਇਸ਼ਾਰਾ ਕੀਤਾ, ਇਸਨੂੰ ਦੁਬਾਰਾ ਹਿਲਾਓ ਉਹ ਇਕ ਕਦਮ ਅੱਗੇ ਆਇਆ, ਝਿਜਕਿਆ, ਅਤੇ ਫਿਰ ਮੇਰੇ ਹੱਥ ਨੂੰ ਛੂਹਿਆ ਤਾਂ ਮੈਂ ਆਪਣੀ ਪਿੱਠ ਤੇ ਮੋਢੇ ਤੇ ਹੋਰ ਨਰਮ ਥੋੜ੍ਹੇ ਨਮਕ ਨੂੰ ਮਹਿਸੂਸ ਕੀਤਾ. ਉਹ ਇਹ ਯਕੀਨੀ ਬਣਾਉਣਾ ਚਾਹੁੰਦੇ ਸਨ ਕਿ ਮੈਂ ਅਸਲੀ ਸੀ ਇਸ ਵਿਚ ਕੁਝ ਵੀ ਖ਼ਤਰਨਾਕ ਨਹੀਂ ਸੀ. ਅਸਲ ਵਿਚ, ਇਨ੍ਹਾਂ ਬਹੁਤ ਥੋੜ੍ਹੇ ਲੋਕਾਂ ਵਿਚ ਕੁਝ ਅਜਿਹਾ ਸੀ ਜਿਸ ਨੇ ਭਰੋਸੇ ਤੋਂ ਪ੍ਰੇਰਿਤ ਕੀਤਾ - ਇਕ ਸੁਸ਼ੀਲ ਨਰਮਤਾ, ਇਕ ਨਿਵੇਕਲੇ ਬੱਚਿਆਂ ਦੀ ਸਹਿਣਸ਼ੀਲਤਾ ਅਤੇ ਇਸ ਤੋਂ ਇਲਾਵਾ, ਉਹ ਇੰਨੇ ਕਮਜ਼ੋਰ ਨਜ਼ਰ ਆਉਂਦੇ ਸਨ ਕਿ ਮੈਂ ਉਨ੍ਹਾਂ ਦੇ ਪੂਰੇ ਦਰਜਨ ਵਿੱਚੋਂ ਨੌਂ ਪਿੰਨਿਆਂ ਦੀ ਤਰ੍ਹਾਂ ਫੁੱਲਾਂ ਨੂੰ ਆਪਣੇ ਆਪ ਵਿਚ ਖਿੱਚ ਸਕਦਾ ਸੀ. ਪਰ ਮੈਂ ਉਹਨਾਂ ਨੂੰ ਚੇਤਾਵਨੀ ਦੇਣ ਲਈ ਅਚਾਨਕ ਗਤੀ ਲਿਆ ਜਦੋਂ ਮੈਂ ਉਨ੍ਹਾਂ ਦੇ ਛੋਟੇ ਗੁਲਾਬੀ ਹੱਥਾਂ ਨੂੰ ਸਮੇਂ ਦੀ ਮਸ਼ੀਨ ਤੇ ਮਹਿਸੂਸ ਕੀਤਾ.ਖੁਸ਼ਕਿਸਮਤੀ ਨਾਲ, ਜਦੋਂ ਇਹ ਬਹੁਤ ਦੇਰ ਨਾ ਹੋਇਆ ਸੀ, ਮੈਂ ਸੋਚਿਆ ਕਿ ਹੁਣ ਤੱਕ ਦੇ ਖ਼ਤਰੇ ਦਾ ਮੈਂ ਪਹਿਲਾਂ ਹੀ ਭੁੱਲ ਗਿਆ ਸੀ, ਅਤੇ ਮਸ਼ੀਨ ਦੀਆਂ ਬਾਰਾਂ 'ਤੇ ਪਹੁੰਚਣ ਤੋਂ ਬਾਅਦ ਮੈਂ ਉਸ ਛੋਟੇ ਜਿਹੇ ਲੀਵਰ ਨੂੰ ਅਣਸੁਲਝਿਆ ਜੋ ਇਸ ਨੂੰ ਮੋਸ਼ਨ ਵਿਚ ਲਗਾ ਦੇਵੇਗੀ, ਅਤੇ ਇਸ ਨੂੰ ਆਪਣੀ ਜੇਬ ਵਿਚ ਪਾ ਲਵਾਂਗੀ. ਫਿਰ ਮੈਂ ਇਹ ਵੇਖਣ ਲਈ ਵਾਪਸ ਚਲੇ ਗਏ ਕਿ ਸੰਚਾਰ ਦੇ ਢੰਗ ਵਿਚ ਮੈਂ ਕੀ ਕਰ ਸਕਦਾ ਹਾਂ.

'ਅਤੇ ਫਿਰ, ਆਪਣੀਆਂ ਵਿਸ਼ੇਸ਼ਤਾਵਾਂ ਵਿੱਚ ਹੋਰ ਕਰੀਬ ਵੇਖਣਾ, ਮੈਂ ਉਨ੍ਹਾਂ ਦੇ ਡਰੇਸਡਨ-ਚੀਨ ਵਿਅੰਗ ਦੀ ਸੁੰਦਰਤਾ ਵਿੱਚ ਕੁਝ ਹੋਰ ਵਿਸ਼ੇਸ਼ਤਾਵਾਂ ਦੇਖੀਆਂ. ਉਨ੍ਹਾਂ ਦੇ ਵਾਲ, ਜੋ ਇਕੋ ਜਿਹੇ ਕਰਲੀ ਸੀ, ਗਰਦਨ ਤੇ ਗਲ੍ਹੇ ਤੇ ਇੱਕ ਤਿੱਖੇ ਸਿਰੇ ਤੇ ਆਏ; ਚਿਹਰੇ 'ਤੇ ਇਸ ਦਾ ਭਿਆਨਕ ਸੁਝਾਅ ਨਹੀਂ ਸੀ, ਅਤੇ ਉਹਨਾਂ ਦੇ ਕੰਨ ਇਕੋ ਸਮੇਂ ਇਕ ਮਿੰਟ ਸਨ. ਮੂੰਹ ਛੋਟਾ ਸੀ, ਚਮਕਦਾਰ ਲਾਲ, ਨਾ ਤਾਂ ਪਤਲੇ ਬੁੱਲ੍ਹਾਂ ਨਾਲ, ਅਤੇ ਛੋਟੀ ਚਿੰਨ੍ਹ ਇੱਕ ਬਿੰਦੂ ਤੱਕ ਪਹੁੰਚੀ. ਅੱਖਾਂ ਵੱਡੇ ਅਤੇ ਹਲਕੇ ਸਨ; ਅਤੇ ਇਹ ਮੇਰੇ ਹਿੱਸੇ 'ਤੇ ਹੰਕਾਰ ਜਾਪ ਸਕਦਾ ਹੈ- ਮੈਂ ਇਹ ਸੋਚਦਾ ਹਾਂ ਕਿ ਉਨ੍ਹਾਂ ਵਿਚ ਉਨ੍ਹਾਂ ਦੀ ਦਿਲਚਸਪੀ ਦੀ ਕਮੀ ਸੀ,

'ਕਿਉਂਕਿ ਉਨ੍ਹਾਂ ਨੇ ਮੇਰੇ ਨਾਲ ਗੱਲ ਕਰਨ ਦੀ ਕੋਈ ਕੋਸ਼ਿਸ਼ ਨਹੀਂ ਕੀਤੀ, ਪਰ ਮੈਂ ਸਿਰਫ਼ ਮੁਸਕੁਰਾਹਟ ਨਾਲ ਖੜ੍ਹੇ ਹਾਂ ਅਤੇ ਇਕ-ਦੂਜੇ ਨੂੰ ਨਰਮ ਵੱਸਣ ਵਾਲੇ ਨੋਟਾਂ ਵਿਚ ਬੋਲਦੇ ਹੋਏ ਮੈਂ ਗੱਲਬਾਤ ਸ਼ੁਰੂ ਕੀਤੀ. ਮੈਂ ਟਾਈਮ ਮਸ਼ੀਨ ਤੇ ਅਤੇ ਆਪਣੇ ਆਪ ਨੂੰ ਇਸ਼ਾਰਾ ਕੀਤਾ. ਫਿਰ ਇੱਕ ਪਲ ਲਈ ਹਿਲਾਉਣਾ ਜਿਵੇਂ ਕਿ ਸਮੇਂ ਨੂੰ ਪ੍ਰਗਟ ਕਰਨਾ ਹੈ, ਮੈਂ ਸੂਰਜ ਵੱਲ ਇਸ਼ਾਰਾ ਕੀਤਾ ਇਕ ਵਾਰ ਚੈਕਿੰਗ ਜਾਮਨੀ ਅਤੇ ਚਿੱਟੇ ਰੰਗ ਵਿਚ ਇਕ ਬਹੁਤ ਹੀ ਥੋੜ੍ਹਾ ਜਿਹਾ ਚਿੱਤਰ ਮੇਰੇ ਸੰਕੇਤ ਦਾ ਅਨੁਸਰਣ ਕਰਦਾ ਸੀ, ਅਤੇ ਫਿਰ ਮੈਨੂੰ ਗਰਜ ਦੀ ਆਵਾਜ਼ ਦੀ ਨਕਲ ਕਰ ਕੇ ਹੈਰਾਨ ਕਰ ਦਿੱਤਾ.

'ਇਕ ਪਲ ਲਈ ਮੈਂ ਘਬਰਾ ਗਈ, ਹਾਲਾਂਕਿ ਉਸ ਦੇ ਸੰਕੇਤ ਦਾ ਆਯਾਤ ਕਾਫੀ ਹੱਦ ਤਕ ਸੀਮਿਤ ਸੀ. ਸਵਾਲ ਅਚਾਨਕ ਮੇਰੇ ਮਨ ਵਿਚ ਆਇਆ ਸੀ: ਕੀ ਇਹ ਜੀਵ ਮੂਰਖ ਸਨ? ਤੁਸੀਂ ਮੁਸ਼ਕਿਲ ਨਾਲ ਇਹ ਸਮਝ ਸਕਦੇ ਹੋ ਕਿ ਇਹ ਮੈਨੂੰ ਕਿਵੇਂ ਚੁੱਕਦਾ ਹੈ ਤੁਸੀਂ ਵੇਖਦੇ ਹੋ ਮੈਂ ਹਮੇਸ਼ਾ ਇਹ ਆਸ ਕੀਤੀ ਸੀ ਕਿ ਸਾਲ ਦੇ ਲੋਕ ਅੱਠ ਸੌ ਅਤੇ ਦੋ ਹਜ਼ਾਰ ਅਨਿਸ਼ਚਿਤਤਾ ਸਾਡੇ ਸਾਹਮਣੇ ਗਿਆਨ, ਕਲਾ, ਸਭ ਕੁਝ ਵਿਚ ਅਵਿਸ਼ਵਾਸ਼ ਨਾਲ ਹੋਣਗੇ. ਫਿਰ ਉਨ੍ਹਾਂ ਵਿਚੋਂ ਇਕ ਨੇ ਅਚਾਨਕ ਮੈਨੂੰ ਇਕ ਸਵਾਲ ਪੁੱਛਿਆ ਜਿਸ ਨੇ ਸਾਡੇ ਪੰਜ ਸਾਲਾਂ ਦੇ ਬੱਚਿਆਂ ਵਿਚੋਂ ਇਕ ਬੌਧਿਕ ਪੱਧਰ 'ਤੇ ਦਿਖਾਇਆ. ਅਸਲ ਵਿਚ, ਜੇ ਮੈਂ ਸੂਰਜ ਤੋਂ ਤੂਫਾਨੀ ਬੱਦਲਾਂ ਵਿਚ ਆਇਆ ਤਾਂ ਮੈਨੂੰ ਪੁੱਛਿਆ ਗਿਆ. ਇਸ ਨੂੰ ਸਜ਼ਾ ਕੱਟ ਦੇਣਾ ਚਾਹੀਦਾ ਹੈ ਮੈਂ ਉਹਨਾਂ ਦੇ ਕੱਪੜੇ, ਆਪਣੇ ਕਮਜ਼ੋਰ ਹਲਕੇ ਅੰਗਾਂ, ਅਤੇ ਕਮਜ਼ੋਰ ਵਿਸ਼ੇਸ਼ਤਾਵਾਂ ਤੇ ਮੁਅੱਤਲ ਕੀਤਾ ਸੀ . ਮੇਰੇ ਦਿਮਾਗ ਵਿੱਚ ਨਿਰਾਸ਼ਾ ਦਾ ਵਹਾਅ ਦੌੜ ਗਿਆ. ਇਕ ਪਲ ਲਈ ਮੈਂ ਮਹਿਸੂਸ ਕੀਤਾ ਕਿ ਮੈਂ ਵਿਅਰਥ ਟਾਈਮ ਮਸ਼ੀਨ ਬਣਾਈ ਸੀ.

'ਮੈਂ ਨਿਗਿਆ, ਸੂਰਜ ਵੱਲ ਇਸ਼ਾਰਾ ਕੀਤਾ, ਅਤੇ ਉਹਨਾਂ ਨੂੰ ਹੈਰਾਨ ਕਰ ਦਿੱਤਾ ਜਿਵੇਂ ਕਿ ਗਰਜਦੇ ਹੋਏ ਤੂਫ਼ਾਨ ਵਾਂਗ ਉਨ੍ਹਾਂ ਨੂੰ ਹੈਰਾਨ ਕੀਤਾ ਗਿਆ ਉਹ ਸਾਰੇ ਇੱਕ ਰਫ਼ਤਾਰ ਵਾਪਸ ਲੈ ਲੈਂਦੇ ਹਨ ਅਤੇ ਝੁਕਦੇ ਹਨ. ਫਿਰ ਮੇਰੇ ਵੱਲ ਇਕ ਹੱਸਣ ਆਇਆ, ਮੇਰੇ ਕੋਲ ਇਕ ਨਵਾਂ ਸੁੰਦਰ ਫੁੱਲ ਸੀ ਜੋ ਮੇਰੇ ਲਈ ਨਵੇਂ ਬਣੇ, ਅਤੇ ਇਸ ਨੂੰ ਮੇਰੀ ਗਰਦਨ ਦੇ ਬਾਰੇ ਵਿਚ ਪਾ ਦਿੱਤਾ. ਮਨਮੋਹਣੀ ਤਾਕਤਾਂ ਨਾਲ ਇਹ ਵਿਚਾਰ ਪ੍ਰਾਪਤ ਕੀਤਾ ਗਿਆ ਸੀ; ਅਤੇ ਹੁਣ ਉਹ ਸਾਰੇ ਫੁੱਲਾਂ ਦੇ ਲਈ ਦੌੜ ਰਹੇ ਸਨ, ਅਤੇ ਹੱਸ ਕੇ ਉਨ੍ਹਾਂ ਨੂੰ ਮੇਰੇ ਵੱਲ ਘੁਮਾਉਂਦੇ ਰਹੇ, ਜਦ ਤੱਕ ਕਿ ਮੈਨੂੰ ਖਿੜਕੀ ਨਾਲ ਕਰੀਬ ਖਿੱਚਿਆ ਨਾ ਗਿਆ. ਤੁਸੀਂ ਜਿਨ੍ਹਾਂ ਨੇ ਕਦੇ ਵੀ ਇਸ ਤਰ੍ਹਾਂ ਨਹੀਂ ਵੇਖਿਆ ਕਦੀ ਕਲਪਨਾ ਨਹੀਂ ਕਰ ਸਕਦੇ ਕਿ ਨਾਜ਼ੁਕ ਅਤੇ ਸ਼ਾਨਦਾਰ ਫੁੱਲਾਂ ਨੇ ਅਣਗਿਣਤ ਸਾਲਾਂ ਦੇ ਸਭਿਆਚਾਰ ਦੇ ਕਿਸ ਤਰ੍ਹਾਂ ਦਾ ਨਿਰਮਾਣ ਕੀਤਾ ਹੈ. ਫਿਰ ਕਿਸੇ ਨੇ ਸੁਝਾਅ ਦਿੱਤਾ ਕਿ ਉਹਨਾਂ ਦੀ ਖੇਡ ਨੂੰ ਨਜ਼ਦੀਕੀ ਇਮਾਰਤ ਵਿਚ ਪ੍ਰਦਰਸ਼ਿਤ ਕੀਤਾ ਜਾਣਾ ਚਾਹੀਦਾ ਹੈ, ਅਤੇ ਇਸ ਲਈ ਮੈਂ ਚਿੱਟੇ ਸੰਗਮਰਮਰ ਦੇ ਮੱਧਮ ਦੀ ਅਗਵਾਈ ਕੀਤੀ, ਜੋ ਕਿ ਮੈਨੂੰ ਹੈਰਾਨ ਕਰ ਰਿਹਾ ਸੀ, ਜਦੋਂ ਮੈਂ ਹੈਰਾਨ ਹੋਇਆ, ਮੁਸਕੁਰਾਹਟ ਨਾਲ ਭਰਿਆ ਪੱਤਾ .ਜਿਵੇਂ ਕਿ ਮੈਂ ਉਨ੍ਹਾਂ ਦੇ ਨਾਲ ਗਿਆ ਸੀ, ਇੱਕ ਡੂੰਘੀ ਕਬਰ ਅਤੇ ਬੌਧਿਕ ਉੱਤਰਾਧਿਕਾਰੀ ਦੇ ਮੇਰੇ ਵਿਸ਼ਵਾਸਪੂਰਣ ਆਸਾਂ ਦੀ ਯਾਦ, ਮੇਰੇ ਮਨ ਨੂੰ ਅਨੌਖਾ ਮਜ਼ਾਕ ਦੇ ਨਾਲ ਆਇਆ.

'ਇਸ ਇਮਾਰਤ ਦੀ ਇਕ ਵੱਡੀ ਇੰਦਰਾਜ਼ ਸੀ, ਅਤੇ ਇਸਦੇ ਨਾਲ ਹੀ ਵੱਡੇ ਪੈਮਾਨੇ ਵੀ ਸਨ. ਮੈਂ ਕੁਦਰਤੀ ਤੌਰ ਤੇ ਬਹੁਤ ਘੱਟ ਲੋਕਾਂ ਦੀ ਵਧ ਰਹੀ ਭੀੜ ਦੇ ਨਾਲ ਰਖਿਆ ਸੀ, ਅਤੇ ਵੱਡੇ ਖੁੱਲ੍ਹੇ ਪੋਰਟਲਾਂ ਦੇ ਨਾਲ ਜੋ ਮੇਰੇ ਅੱਗੇ ਭੱਦੇ ਅਤੇ ਰਹੱਸਮਈ ਸਨ. ਸੰਸਾਰ ਦੇ ਮੇਰੇ ਆਮ ਪ੍ਰਭਾਵ ਨੇ ਉਨ੍ਹਾਂ ਦੇ ਸਿਰਾਂ ਨੂੰ ਦੇਖਿਆ, ਉਹ ਸੁੰਦਰ ਰੁੱਖਾਂ ਅਤੇ ਫੁੱਲਾਂ ਦੀ ਗੁੰਝਲਦਾਰ ਰਹਿੰਦ-ਖੂੰਹਦ ਸੀ, ਇੱਕ ਲੰਮੀ ਅਣਗਹਿਲੀ ਅਤੇ ਅਜੇ ਵੀ ਬਾਹਰੀ ਬਾਗ. ਮੈਂ ਅਜੀਬ ਚਿੱਟੇ ਫੁੱਲਾਂ ਦੇ ਬਹੁਤ ਸਾਰੇ ਲੰਬੇ ਨੂੰ ਦੇਖਿਆ, ਸ਼ਾਇਦ ਮੋਜ਼ੇਨ ਪਪੜੀਆਂ ਦੇ ਫੈਲਾਅ ਦੇ ਪਾਰ ਇੱਕ ਪੈਰ ਨੂੰ ਮਾਪਣਾ ਉਹ ਖਿੰਡੇ ਹੋਏ ਹੋ ਗਏ, ਜਿਵੇਂ ਜੰਗਲੀ, ਵੰਨਗੀ ਵਾਲੇ ਸ਼ੇਰਲਾਂ ਵਿਚੋਂ, ਪਰ, ਜਿਵੇਂ ਮੈਂ ਕਹਿੰਦਾ ਹਾਂ, ਮੈਂ ਇਸ ਸਮੇਂ ਇਹਨਾਂ ਦੀ ਚੰਗੀ ਤਰ੍ਹਾਂ ਜਾਂਚ ਨਹੀਂ ਕੀਤੀ. ਟਾਈਮ ਮਸ਼ੀਨ ਰੋਜੋਡੇਂਡਰਨਸ ਦੇ ਵਿਚਕਾਰ ਖੇਤਾਂ ਵਿਚ ਰਵਾਨਾ ਹੋ ਗਈ ਸੀ.

'ਦਰਵਾਜੇ ਦੇ ਢੇਰ ਨੂੰ ਪੂਰੀ ਤਰ੍ਹਾਂ ਉੱਕਰੀ ਹੋਈ ਸੀ, ਪਰ ਕੁਦਰਤੀ ਤੌਰਾ ਤੇ ਮੈਂ ਕਾਰੀਗਰਾਂ ਨੂੰ ਬਹੁਤ ਨਿੱਕੀ ਜਿਹੀ ਨਜ਼ਰ ਨਹੀਂ ਦਿਖਾਈ, ਹਾਲਾਂਕਿ ਮੈਂ ਸੋਚਿਆ ਕਿ ਪੁਰਾਣੇ ਫੋਨੀਅਨ ਸਜਾਵਟ ਦੇ ਸੁਝਾਅ ਮੈਨੂੰ ਮਿਲਦੇ ਹਨ, ਜਿਵੇਂ ਕਿ ਮੈਂ ਲੰਘਿਆ,

ਅਤੇ ਇਹ ਮੈਨੂੰ ਮਾਰਿਆ ਕਿ ਉਹ ਬਹੁਤ ਬੁਰੀ ਤਰ੍ਹਾਂ ਟੁੱਟ ਗਏ ਸਨ ਅਤੇ ਮੌਸਮ ਖ਼ਰਾਬ . ਕਈ ਹੋਰ ਚਮਕਦਾਰ ਕੱਪੜੇ ਵਾਲੇ ਲੋਕ ਮੈਨੂੰ ਦਰਵਾਜ਼ੇ ਵਿਚ ਮਿਲੇ ਸਨ, ਅਤੇ ਇਸ ਲਈ ਅਸੀਂ ਦਾਖਲ ਹੋਏ, ਮੈਂ ਉਨ੍ਹੀਵੀਂ ਸਦੀ ਦੇ ਗੰਦੇ ਕੱਪੜੇ ਪਾਏ, ਕਾਫ਼ੀ ਵਿੰਨੇ ਮਰ ਰਹੇ, ਫੁੱਲਾਂ ਨਾਲ ਹਾਰ-ਸ਼ਿੰਗਾਰ, ਅਤੇ ਚਮਕਦਾਰ, ਨਰਮ ਰੰਗ ਦੇ ਕੱਪੜੇ ਅਤੇ ਚਮਕੀਲੇ ਚਮਕੀਲੇ ਰੰਗ ਨਾਲ ਘਿਰਿਆ ਹੋਇਆ ਹੰਝੂਆਂ ਦੇ ਸੁਰੀਲੇ ਚੱਕਰ ਅਤੇ ਹੱਸਦੇ ਭਾਸ਼ਣਾਂ ਵਿਚ

'ਵੱਡਾ ਦਰਵਾਜਾ ਭੂਰਾ ਦੇ ਨਾਲ ਲਟਕਿਆ ਅਨੁਪਾਤਕ ਸ਼ਾਨਦਾਰ ਹਾਲ ਵਿਚ ਖੋਲ੍ਹਿਆ ਗਿਆ. ਛੱਤ ਦੀ ਛਾਂ ਵਿੱਚ ਸੀ, ਅਤੇ ਵਿੰਡੋਜ਼, ਰੰਗੀਨ ਗਲਾਸ ਨਾਲ ਅੰਸ਼ਕ ਤੌਰ ਤੇ ਚਮਕਿਆ ਹੋਇਆ ਸੀ ਅਤੇ ਅੰਸ਼ਕ ਤੌਰ ਤੇ ਅਣਗੌਲਿਆ, ਇੱਕ ਸੁਚੱਜੀ ਰੋਸ਼ਨੀ ਨੂੰ ਸਵੀਕਾਰ ਕੀਤਾ ਫਰਸ਼ ਕੁਝ ਬਹੁਤ ਸਖ਼ਤ ਸਫੈਦ ਧਾਤ ਦੇ ਵੱਡੇ ਬਲਾਕਾਂ ਨਾਲ ਬਣੀ ਹੋਈ ਸੀ, ਨਾ ਕਿ ਪਲੇਟਾਂ ਅਤੇ ਨਾ ਹੀ ਸਲੀਬ-ਬਲਾਕ, ਅਤੇ ਇਹ ਬਹੁਤ ਜਿਆਦਾ ਖਰਾਬ ਸੀ, ਜਿਵੇਂ ਕਿ ਮੈਂ ਪਿਛਲੇ ਪੀੜ੍ਹੀਆਂ ਨੂੰ ਜਾਣ ਅਤੇ ਦੂਰੋਂ ਨਿਰਣਾ ਕੀਤਾ ਸੀ, ਜਿਵੇਂ ਕਿ ਹੋਰ ਵਧੇਰੇ ਵਾਰਵਾਰ ਢੰਗ ਲੰਬਾਈ ਤੋਂ ਉਲਟ ਲੰਮੇ ਪੈਰਾਂ ਤੋਂ ਬਣੇ ਪੱਟੀ ਦੀਆਂ ਸਲਾਈਬਾਂ ਦੀਆਂ ਅਣਗਿਣਤ ਟੇਬਲ ਬਣਾਏ ਗਏ ਸਨ, ਜੋ ਸ਼ਾਇਦ ਮੰਜ਼ਲ ਤੋਂ ਇੱਕ ਪੈਰ ਸੀ ਅਤੇ ਇਨ੍ਹਾਂ ਤੇ ਫਲਾਂ ਦੇ ਢੇਰ ਸਨ. ਕੁਝ ਮੈਨੂੰ ਹਾਈਪਰਟ੍ਰੌਫਿਡ ਰਾਸਬਰੀ ਅਤੇ ਸੰਤਰਾ ਦੇ ਰੂਪ ਵਿਚ ਮਾਨਤਾ ਪ੍ਰਾਪਤ ਕਰਦੇ ਸਨ, ਪਰ ਜ਼ਿਆਦਾਤਰ ਹਿੱਸੇ ਲਈ ਉਹ ਅਜੀਬੋ-ਗਰੀਬ ਸਨ.

'ਮੇਜ਼ਾਂ ਦੇ ਵਿਚਕਾਰ ਬਹੁਤ ਸਾਰੇ ਕੁਸ਼ਤੀਆਂ ਖਿੰਡਾਉਣ ਵਾਲੀਆਂ ਸਨ ਮੇਰੇ ਕੰਡਕਟਰਾਂ 'ਤੇ ਬੈਠ ਕੇ ਆਪਣੇ ਆਪ ਨੂੰ ਬੈਠੇ, ਉਸੇ ਤਰ੍ਹਾਂ ਕਰਨ ਲਈ ਮੇਰੇ ਲਈ ਦਸਤਖਤ ਵੀ ਸਮਾਰੋਹ ਦੀ ਇੱਕ ਬਹੁਤ ਹੀ ਗ਼ੈਰ-ਮੌਜੂਦਗੀ ਦੇ ਨਾਲ ਉਨ੍ਹਾਂ ਨੇ ਆਪਣੇ ਹੱਥਾਂ ਨਾਲ ਫ਼ਲ ਖਾਣਾ ਸ਼ੁਰੂ ਕੀਤਾ, ਪੀਲ ਅਤੇ ਡੰਡੇ ਉੱਡਦੇ ਹੋਏ, ਅਤੇ ਇਸ ਤਰ੍ਹਾਂ, ਮੇਜ਼ਾਂ ਦੇ ਪਾਸਿਆਂ ਦੇ ਗੋਲਿਆਂ ਦੇ ਖੰਭਾਂ ਵਿੱਚ. ਮੈਂ ਉਨ੍ਹਾਂ ਦੀ ਮਿਸਾਲ ਦਾ ਪਾਲਣ ਕਰਨ ਤੋਂ ਨਾਰਾਜ਼ ਨਹੀਂ ਸੀ, ਕਿਉਂਕਿ ਮੈਂ ਪਿਆਸ ਮਹਿਸੂਸ ਕੀਤੀ ਅਤੇ ਭੁੱਖੇ. ਜਿਵੇਂ ਮੈਂ ਕੀਤਾ ਸੀ, ਇਸ ਲਈ ਮੈਂ ਆਪਣੇ ਮਨੋਰੰਜਨ ਤੇ ਹਾਲ ਵਿੱਚ ਸਰਵੇਖਣ ਕੀਤਾ.

'ਅਤੇ ਹੋ ਸਕਦਾ ਹੈ ਕਿ ਜੋ ਚੀਜ ਮੈਨੂੰ ਸਭ ਤੋਂ ਵੱਧ ਮਾਰਦੀ ਹੈ ਉਹ ਇਸ ਦੀ ਖਿੰਨੀ ਦੀ ਦਿੱਖ ਸੀ. ਸੜੇ-ਸ਼ੀਸ਼ੇ ਦੀਆਂ ਖਿੜਕੀਆਂ, ਜੋ ਸਿਰਫ ਇਕ ਜਿਓਮੈਟਰੀ ਪੈਟਰਨ ਪ੍ਰਦਰਸ਼ਿਤ ਕਰਦੀਆਂ ਸਨ, ਕਈ ਥਾਵਾਂ 'ਤੇ ਟੁੱਟੀਆਂ ਗਈਆਂ ਸਨ ਅਤੇ ਹੇਠਲੇ

ਸਿਰੇ ਤੇ ਫਸੇ ਹੋਏ ਪਰਦੇ ਧੂੜ ਨਾਲ ਮੋਟੀ ਸਨ. ਅਤੇ ਇਸ ਨੇ ਮੇਰੀ ਅੱਖ ਫੜਿਆ ਹੈ ਕਿ ਮੇਰੇ ਨੇੜੇ ਸੰਗਮਰਮਰ ਦੀ ਮੇਜ਼ ਦਾ ਕੋਨਾ ਭੰਗ ਕੀਤਾ ਗਿਆ ਸੀ. ਫਿਰ ਵੀ, ਆਮ ਪ੍ਰਭਾਵ ਬੇਹੱਦ ਅਮੀਰ ਅਤੇ ਸੁਰਖਿਅਤ ਸੀ. ਸ਼ਾਇਦ ਹਾਲ ਵਿਚ ਕੁਝ ਸੌ ਲੋਕ ਖਾਣਾ ਖਾ ਰਹੇ ਸਨ, ਅਤੇ ਉਨ੍ਹਾਂ ਵਿਚੋਂ ਜ਼ਿਆਦਾਤਰ ਮੇਰੇ ਕੋਲ ਆ ਕੇ ਮੇਰੇ ਕੋਲ ਬੈਠੇ ਸਨ, ਮੇਰੇ ਦਿਲ ਵਿਚ ਬੜੇ ਧਿਆਨ ਨਾਲ ਦੇਖ ਰਹੇ ਸਨ, ਉਨ੍ਹਾਂ ਦੀਆਂ ਅੱਖਾਂ ਵਿਚ ਉਹ ਫਲ ਖਾ ਰਹੇ ਸਨ ਜੋ ਉਹ ਖਾ ਰਹੇ ਸਨ. ਸਾਰੇ ਇੱਕੋ ਨਰਮ ਅਤੇ ਅਜੇ ਤਕ ਮਜ਼ਬੂਤ, ਰੇਸ਼ਮਦਾਰ ਪਦਾਰਥਾਂ ਵਿੱਚ ਪਾਏ ਹੋਏ ਸਨ

'ਫਲ, ਦੁਆਰਾ ਕੇ, ਉਨ੍ਹਾਂ ਦਾ ਸਾਰਾ ਖਾਣਾ ਸੀ. ਰਿਮੋਟ ਭਵਿੱਖ ਦੇ ਇਹ ਲੋਕ ਸਖ਼ਤ ਸ਼ਾਕਾਹਾਰੀ ਸਨ, ਅਤੇ ਜਦੋਂ ਮੈਂ ਉਹਨਾਂ ਦੇ ਨਾਲ ਸੀ, ਕੁਝ ਸਰੀਰਕ ਅਭਿਆਸ ਦੇ ਬਾਵਜੂਦ, ਮੈਨੂੰ ਫ੍ਰੈਜੀਵੇਰਸ ਵੀ ਹੋਣਾ ਪਿਆ. ਵਾਸਤਵ ਵਿੱਚ, ਮੈਂ ਬਾਅਦ ਵਿੱਚ ਪਾਇਆ ਕਿ ਘੋੜਿਆਂ, ਪਸ਼ੂਆਂ, ਭੇਡਾਂ ਅਤੇ ਕੁੱਤੇ ਨੇ ਨੂੰ ਖ਼ਤਮ ਕਰ ਦਿੱਤਾ ਸੀ. ਪਰ ਫਲ ਬਹੁਤ ਸੁੰਦਰ ਸਨ; ਇਕ, ਖਾਸ ਤੌਰ 'ਤੇ, ਜੋ ਕਿ ਸੀਜ਼ਨ ਵਿਚ ਸੀ, ਜਦੋਂ ਮੈਂ ਉੱਥੇ ਸੀ - ਇਕ ਤਿੰਨ ਪਾਸੇ ਦੇ ਅਛੂਟੇ ਵਿਚ ਇਕ ਫਲਦਾਰ ਚੀਜ਼ ਸੀ-ਖ਼ਾਸ ਤੌਰ ਤੇ ਚੰਗਾ ਸੀ, ਅਤੇ ਮੈਂ ਇਸ ਨੂੰ ਆਪਣਾ ਮੁੱਖ ਬਣਾ ਦਿੱਤਾ ਪਹਿਲਾਂ ਤਾਂ ਮੈਨੂੰ ਅਜੀਬੋ-ਗ਼ਰੀਬ ਫ਼ਲ ਦੁਆਰਾ ਹੈਰਾਨ ਕੀਤਾ ਗਿਆ ਸੀ ਅਤੇ ਅਜੀਬੋ-ਗਰੀਬ ਫੁੱਲਾਂ ਨੇ ਮੈਨੂੰ ਦੇਖਿਆ, ਪਰ ਬਾਅਦ ਵਿਚ ਮੈਂ ਉਨ੍ਹਾਂ ਦੇ ਦਰਾਮਦ ਨੂੰ ਸਮਝਣ ਲੱਗਾ.

'ਪਰ, ਮੈਂ ਤੁਹਾਨੂੰ ਦੂਰ ਦੁਪਹਿਰ ਦੇ ਖਾਣੇ ਵਿਚ ਆਪਣੇ ਫ਼ਲ ਡਿਨਰ ਬਾਰੇ ਦੱਸ ਰਿਹਾ ਹਾਂ. ਇਸ ਲਈ ਜਲਦੀ ਹੀ ਮੇਰੀ ਭੁੱਖਾ ਥੋੜ੍ਹੀ ਜਿਹੀ ਚੈੱਕ ਕੀਤੀ ਗਈ ਸੀ, ਮੈਂ ਆਪਣੇ ਨਵੇਂ ਮਨੁੱਖਾਂ ਦੇ ਭਾਸ਼ਣ ਨੂੰ ਸਿੱਖਣ ਦੀ ਦ੍ਰਿੜ੍ਹਤਾ ਨਾਲ ਕੋਸ਼ਿਸ਼ ਕਰਨ ਦਾ ਪੱਕਾ ਇਰਾਦਾ ਕੀਤਾ. ਸਪੱਸ਼ਟ ਹੈ ਕਿ ਇਹ ਕਰਨ ਲਈ ਅਗਲੀ ਚੀਜ ਸੀ. ਫਲਾਂ ਨੂੰ ਸ਼ੁਰੂ ਕਰਨਾ ਇੱਕ ਸੁਵਿਧਾਜਨਕ ਗੱਲ ਸੀ, ਅਤੇ ਇਹਨਾਂ ਵਿੱਚੋਂ ਇੱਕ ਨੂੰ ਰੱਖਣ ਨਾਲ ਮੈਂ ਪੁੱਛ-ਗਿੱਛ ਕੀਤੀ ਆਵਾਜ਼ਾਂ ਅਤੇ ਸੰਕੇਤਾਂ ਦੀ ਲੜੀ ਸ਼ੁਰੂ ਕੀਤੀ. ਮੇਰੇ ਅਰਥਾਂ ਨੂੰ ਸੰਬੋਧਨ ਕਰਨ ਵਿੱਚ ਮੇਰੇ ਕੋਲ ਕਾਫੀ ਮੁਸ਼ਕਿਲ ਸੀ. ਪਹਿਲਾਂ ਮੇਰੇ ਯਤਨ ਅਚੰਭੇ ਜਾਂ ਅਸਾਧਾਰਣ ਹਾਸੇ ਦੇ ਤਾਰੇ ਨਾਲ ਮਿਲੇ ਸਨ, ਪਰ ਇਸ ਵੇਲੇ ਇਕ ਨਿਰਪੱਖਤਾ ਵਾਲੀ ਛੋਟੀ ਜਿਹੀ ਜਾਨਵਰ ਮੇਰੇ ਇਰਾਦੇ ਨੂੰ ਪਕੜ ਕੇ ਇਕ ਨਾਂ ਦੁਹਰਾਇਆ. ਉਨ੍ਹਾਂ ਨੂੰ ਇਕ ਦੂਸਰੇ ਨਾਲ ਲੰਬੇ ਸਮੇਂ ਤਕ ਵਪਾਰ ਕਰਨ ਦੀ ਵਿਆਖਿਆ ਕਰਨੀ ਪੈਂਦੀ ਸੀ ਅਤੇ ਮੇਰੀ ਭਾਸ਼ਾ ਵਿਚ ਬਹੁਤ ਵਧੀਆ ਆਵਾਜ਼ਾਂ ਦੇਣ ਦੇ ਮੇਰੇ ਪਹਿਲੇ ਯਤਨਾਂ ਕਾਰਨ ਬਹੁਤ ਮਨੋਰੰਜਨ ਹੋਇਆ. ਹਾਲਾਂਕਿ, ਮੈਂ ਬੱਚਿਆਂ ਦੇ ਵਿਚਕਾਰ ਇੱਕ ਸਕੂਲ ਅਧਿਆਪਕ ਵਰਗਾ ਮਹਿਸੂਸ ਕੀਤਾ, ਅਤੇ

ਸਥਾਈ ਰਿਹਾ, ਅਤੇ ਵਰਤਮਾਨ ਵਿੱਚ ਮੈਨੂੰ ਘੱਟੋ-ਘੱਟ ਮੇਰੇ ਹੁਕਮ 'ਤੇ ਨਾਮ ਸਿਧਾਂਤ ਦਾ ਇੱਕ ਸਕੋਰ ਮਿਲਿਆ; ਅਤੇ ਫਿਰ ਮੈਨੂੰ ਪ੍ਰਤਿਰੱਖਿਆ ਸਰਪਨਿਆਂ ਅਤੇ "ਖਾਣ ਲਈ" ਕਿਰਿਆ ਵੀ ਮਿਲੀ. ਪਰ ਇਹ ਹੌਲੀ ਕੰਮ ਸੀ, ਅਤੇ ਥੋੜ੍ਹੇ ਲੋਕ ਬਹੁਤ ਥੱਕ ਗਏ ਅਤੇ ਮੇਰੀ ਪੁੱਛਗਿੱਛ ਤੋਂ ਦੂਰ ਜਾਣਾ ਚਾਹੁੰਦੇ ਸਨ, ਇਸ ਲਈ ਮੈਂ ਲੋੜੀਂਦੀ ਹੋਣ ਦੀ ਬਜਾਇ, ਉਨ੍ਹਾਂ ਨੂੰ ਆਪਣੇ ਟੀਚੇ ਥੋੜੇ ਜਿਹੇ ਖੁਸ਼ੀ ਦੇਣ ਲਈ ਦਿੱਤੇ, ਜਦੋਂ ਉਹ ਚਾਹੁਣ ਲੱਗੇ. ਅਤੇ ਬਹੁਤ ਘੱਟ ਖ਼ੁਰਾਕ ਮੈਂ ਪਾਇਆ ਕਿ ਉਹ ਲੰਬੇ ਸਮੇਂ ਤੋਂ ਪਹਿਲਾਂ ਸਨ, ਕਿਉਂਕਿ ਮੈਂ ਕਦੇ ਵੀ ਲੋਕਾਂ ਨੂੰ ਵਧੇਰੇ ਸੁਚੇਤ ਜਾਂ ਜਿਆਦਾ ਅਸਾਨੀ ਨਾਲ ਥਕਾਵਟ ਨਾਲ ਨਹੀਂ ਮਿਲਿਆ.

'ਥੋੜ੍ਹੀ ਜਿਹੀ ਗੱਲ ਇਹ ਹੈ ਕਿ ਮੈਨੂੰ ਛੇਤੀ ਹੀ ਮੇਰੇ ਛੋਟੇ ਮੇਜ਼ਬਾਨਾਂ ਬਾਰੇ ਪਤਾ ਲੱਗਿਆ ਅਤੇ ਇਹ ਉਨ੍ਹਾਂ ਦੀ ਦਿਲਚਸਪੀ ਦੀ ਕਮੀ ਸੀ. ਉਹ ਮੇਰੇ ਕੋਲ ਆਉਂਦੇ ਹਨ ਹੈਰਾਨਕੁੰਨ ਰੌਣ ਦੇ ਨਾਲ, ਬੱਚਿਆਂ ਦੀ ਤਰ੍ਹਾਂ, ਪਰ ਬੱਚਿਆਂ ਦੀ ਤਰ੍ਹਾਂ ਉਹ ਛੇਤੀ ਹੀ ਮੈਨੂੰ ਤੈਅ ਕਰਨਾ ਬੰਦ ਕਰ ਦੇਣਗੇ ਅਤੇ ਕੁਝ ਹੋਰ ਖਿਡੌਣਿਆਂ ਤੋਂ ਬਾਅਦ ਭਟਕਣਗੇ. ਡਿਨਰ ਅਤੇ ਮੇਰੀ ਸੰਗਤੀਨਾਤਮਕ ਸ਼ੁਰੂਆਤ ਖਤਮ ਹੋ ਗਈ, ਮੈਂ ਪਹਿਲੀ ਵਾਰ ਨੋਟ ਕੀਤਾ ਕਿ ਲਗਭਗ ਸਾਰੇ ਜਿਨ੍ਹਾਂ ਨੇ ਪਹਿਲਾਂ ਮੈਨੂੰ ਘੇਰਿਆ ਹੋਇਆ ਸੀ ਉਹ ਚਲੇ ਗਏ ਸਨ ਇਹ ਅਜੀਬ ਗੱਲ ਹੈ, ਮੈਂ ਇਨ੍ਹਾਂ ਥੋੜ੍ਹੇ ਲੋਕਾਂ ਨੂੰ ਨਜ਼ਰਅੰਦਾਜ਼ ਕਰਨ ਲਈ ਕਿੰਨੀ ਤੇਜ਼ੀ ਨਾਲ ਆਇਆ ਹਾਂ. ਜਿਵੇਂ ਹੀ ਮੇਰੀ ਭੁੱਖ ਮਿਟ ਗਈ ਸੀ, ਮੈਂ ਮੁੜ ਪਲਾਂਟ ਰਾਹੀਂ ਸੂਰਜ ਚੜ੍ਹਨ ਵਾਲੀ ਦੁਨੀਆਂ ਵਿੱਚ ਗਿਆ. ਮੈਂ ਲਗਾਤਾਰ ਭਵਿੱਖ ਦੇ ਇਹਨਾਂ ਆਦਮੀਆਂ ਦੀ ਇਕ-ਦੂਜੇ ਨਾਲ ਮੁਲਾਕਾਤ ਕਰ ਰਿਹਾ ਸੀ, ਜੋ ਮੇਰੇ ਤੋਂ ਥੋੜਾ ਦੂਰੀ ਤੇ ਪਿੱਛਾ ਕਰਦਾ ਹੈ, ਮੇਰੇ ਬਾਰੇ ਹੱਸਦਾ ਹੈ ਅਤੇ ਹੱਸਦਾ ਹੈ, ਅਤੇ ਦੋਸਤਾਨਾ ਢੰਗ ਨਾਲ ਮੁਸਕਰਾਇਆ ਅਤੇ ਜੋਸ਼ ਭਰਿਆ ਹੋਇਆ ਹੈ, ਮੈਨੂੰ ਮੁੜ ਆਪਣੇ ਜੰਤਰਾਂ ਤੇ ਛੱਡੋ.

'ਸ਼ਾਮ ਦੇ ਸ਼ਾਂਤ ਸੰਸਾਰ' ਤੇ ਸੀ ਜਿਵੇਂ ਮੈਂ ਮਹਾਨ ਹਾਲ ਤੋਂ ਉਭਰਿਆ ਸੀ, ਅਤੇ ਦ੍ਰਿਸ਼ ਸਥਾਪਤ ਸੂਰਜ ਦੀ ਨਿੱਘੀ ਰੌਸ਼ਨੀ ਨਾਲ ਪ੍ਰਕਾਸ਼ਤ ਹੋਇਆ ਸੀ. ਪਹਿਲੀ ਚੀਜ ਤੇ ਬਹੁਤ ਹੀ ਉਲਝਣ ਵਾਲੀ ਸੀ ਸਭ ਕੁਝ ਇਸ ਤੋਂ ਬਿਲਕੁਲ ਵੱਖਰਾ ਸੀ ਜਿਸ ਬਾਰੇ ਮੈਂ ਜਾਣਦੀ ਸੀ- ਇੱਥੋਂ ਤਕ ਕਿ ਫੁੱਲ ਵੀ. ਵੱਡੀ ਇਮਾਰਤ ਜੋ ਮੈਂ ਛੱਡ ਦਿੱਤੀ ਸੀ ਇੱਕ ਵਿਸ਼ਾਲ ਨਦੀ ਘਾਟੀ ਦੇ ਢਲਾਣ ਤੇ ਸਥਿਤ ਸੀ, ਪਰ ਥੈਮਜ਼ ਨੇ ਸ਼ਾਇਦ ਆਪਣੀ ਵਰਤਮਾਨ ਸਥਿਤੀ ਤੋਂ ਇਕ ਮੀਲ ਬਦਲ ਦਿੱਤਾ ਸੀ . ਮੈਂ ਇੱਕ ਢਾਲ ਦੇ ਸਿਖਰ ਤੇ ਪਹੁੰਚਣ ਦਾ ਫੈਸਲਾ ਕੀਤਾ, ਸ਼ਾਇਦ ਇੱਕ ਮੀਲ ਦੂਰ ਅੱਧਾ ਦੂਰ, ਜਿਸ ਤੋਂ ਮੈਂ ਆਪਣੇ ਗ੍ਰਹਿ ਨੂੰ ਇਸਦੇ ਅੱਠ ਸੌ ਦੋ ਸੌ ਸੱਤ ਸੌ ਅਤੇ ਇੱਕ ਇਸ਼ਤਿਹਾਰ ਵਿੱਚ ਵੱਡਾ

ਦ੍ਰਿਸ਼ਟੀ ਪ੍ਰਾਪਤ ਕਰ ਸਕਦਾ ਹਾਂ, ਮੈਨੂੰ ਦੱਸਣਾ ਚਾਹੀਦਾ ਹੈ , ਇਹ ਉਹ ਤਾਰੀਖ਼ ਸੀ ਜਿਸਦੀ ਮੇਰੀਆਂ ਮਸ਼ੀਨ ਦੇ ਥੋੜ੍ਹੇ ਡਾਇਲ ਕੀਤੇ ਗਏ ਸਨ.

'ਜਿਵੇਂ ਮੈਂ ਤੁਰਿਆ ਮੈਂ ਹਰ ਪ੍ਰਭਾਵ ਲਈ ਵੇਖ ਰਿਹਾ ਸੀ ਜੋ ਸੰਭਵ ਤੌਰ' ਤੇ ਵਿਨਾਸ਼ਕਾਰੀ ਸ਼ਾਨ ਦੀ ਸਥਿਤੀ ਨੂੰ ਸਮਝਾਉਣ ਵਿਚ ਮਦਦ ਕਰ ਸਕਦਾ ਹੈ ਜਿਸ ਵਿਚ ਮੈਂ ਸੰਸਾਰ ਲੱਭਿਆ-ਇਹ ਤਬਾਹੀ ਲਈ ਸੀ ਉਦਾਹਰਨ ਲਈ, ਪਹਾੜੀ ਉੱਪਰ ਥੋੜਾ ਜਿਹਾ ਰਸਤਾ, ਗ੍ਰੇਨਾਈਟ ਦਾ ਇੱਕ ਵੱਡਾ ਢੇਰ ਸੀ, ਅਲਮੀਨੀਅਮ ਦੇ ਜਨਤਾ ਦੁਆਰਾ ਇਕੱਠਿਆ ਹੋਇਆ ਸੀ, ਬਹੁਤ ਗੁੰਝਲਦਾਰ ਭਵਨ ਦੀ ਇੱਕ ਵੱਡੀ ਭੁਲੇਖਾ ਸੀ ਅਤੇ ਬਹੁਤ ਢੇਰ ਢੇਰ ਬਣੀਆਂ ਸਨ, ਜਿਸ ਵਿੱਚ ਬਹੁਤ ਹੀ ਸੁੰਦਰ ਪਗੋਰਾ ਵਰਗੇ ਪੌਦੇ-ਨੈੱਟਟਲਜ਼ ਦੇ ਢੇਰ ਢੇਰ ਸਨ- ਪਰ ਸ਼ਾਨਦਾਰ ਪੱਤੇ ਬਾਰੇ ਭੂਰਾ ਨਾਲ ਰੰਗੇ, ਅਤੇ ਸਟਿੰਗਿੰਗ ਦੇ ਅਸਮਰਥ. ਇਹ ਸਪੱਸ਼ਟ ਹੈ ਕਿ ਕੁਝ ਵਿਸ਼ਾਲ ਢਾਂਚੇ ਦੇ ਅਪਾਹਜ ਬਚੇ ਹੋਏ ਸਨ, ਜਿਸ ਦੇ ਅੰਤ ਵਿੱਚ ਮੈਂ ਨਿਰਣਾ ਨਹੀਂ ਕਰ ਸਕਿਆ. ਇਹ ਇੱਥੇ ਸੀ ਕਿ ਮੈਂ ਇੱਕ ਬਾਅਦ ਦੀ ਤਾਰੀਖ ਵਿੱਚ, ਇੱਕ ਬਹੁਤ ਹੀ ਅਜੀਬ ਤਜਰਬਾ ਸੀ- ਇੱਕ ਅਜੇ ਵੀ ਅਜਨਬੀ ਖੋਜ ਦੀ ਪਹਿਲੀ ਸੂਚਨਾ- ਪਰ ਇਸਦੇ ਮੈਂ ਸਹੀ ਥਾਂ ਤੇ ਗੱਲ ਕਰਾਂਗਾ.

'ਅਚਾਨਕ ਸੋਚ ਨਾਲ ਚਾਰੋ ਪਾਸੇ ਦੇਖ ਰਿਹਾ ਸੀ, ਇਕ ਛੱਤ ਤੋਂ ਜਿਸ' ਤੇ ਮੈਂ ਥੋੜ੍ਹੀ ਦੇਰ ਲਈ ਆਰਾਮ ਕਰ ਲਿਆ, ਮੈਨੂੰ ਅਹਿਸਾਸ ਹੋਇਆ ਕਿ ਇੱਥੇ ਵੇਖਿਆ ਜਾਣ ਵਾਲਾ ਕੋਈ ਛੋਟਾ ਮਕਾਨ ਨਹੀਂ ਸੀ. ਜ਼ਾਹਰ ਹੈ ਕਿ ਇਕੋ ਘਰ ਅਤੇ ਸ਼ਾਇਦ ਘਰ ਵੀ ਖਤਮ ਹੋ ਗਿਆ ਸੀ. ਇੱਥੇ ਅਤੇ ਹਰਿਆਲੀ ਵਿਚ ਮਹਿਲ ਵਰਗੇ ਇਮਾਰਤਾਂ ਸਨ, ਪਰ ਘਰ ਅਤੇ ਕਾਟੇਜ, ਜੋ ਸਾਡੇ ਆਪਣੇ ਅੰਗ੍ਰੇਜ਼ੀ ਭੂਗੋਲਿਕ ਦੀ ਵਿਸ਼ੇਸ਼ਤਾਵਾਂ ਨੂੰ ਦਰਸਾਉਂਦੇ ਹਨ, ਗਾਇਬ ਹੋ ਗਏ ਸਨ.

" ਕਮਿਊਨਿਜ਼ਮ " ਨੇ ਆਪਣੇ ਆਪ ਨੂੰ ਕਿਹਾ.

'ਅਤੇ ਇਸ ਦੇ ਨਾਲ ਹੀ ਇਕ ਹੋਰ ਵਿਚਾਰ ਆਇਆ. ਮੈਂ ਅੱਧਾ ਦਰਜਨ ਥੋੜੇ ਜਿਹੇ ਚਿੱਤਰਾਂ ਨੂੰ ਵੇਖਿਆ ਜੋ ਮੇਰੇ ਪਿੱਛੇ ਚੱਲ ਰਹੇ ਸਨ ਫੇਰ, ਇੱਕ ਫਲੈਸ਼ ਵਿੱਚ, ਮੈਂ ਸਮਝ ਲਿਆ ਕਿ ਸਾਰੇ ਇੱਕੋ ਜਿਹੇ ਕੱਪੜੇ ਹਨ, ਇੱਕੋ ਨਰਮ ਪੌੜੀਦਾਰ ਚਿਹਰਾ ਅਤੇ ਅੰਗ ਦਾ ਇੱਕੋ ਹੀ ਲਿੰਗੀ ਚਾਨਣ. ਇਹ ਅਜੀਬ ਲੱਗ ਸਕਦਾ ਹੈ, ਸ਼ਾਇਦ, ਕਿ ਮੈਂ ਇਸ ਤੋਂ ਪਹਿਲਾਂ ਨਹੀਂ ਦੇਖਿਆ ਸੀ. ਪਰ ਹਰ ਚੀਜ਼ ਇੰਨੀ ਅਜੀਬ ਸੀ. ਹੁਣ, ਮੈਂ ਸਪੱਸ਼ਟ ਤੌਰ ਤੇ ਇਸ ਤੱਥ ਨੂੰ ਵੇਖਿਆ. ਪਹਿਰਾਵੇ ਵਿਚ, ਅਤੇ ਟੈਕਸਟ ਦੇ ਸਾਰੇ

ਭਿੰਨਤਾਵਾਂ ਅਤੇ ਇਸ ਵਿਚ ਜੋ ਹੁਣ ਇਕ-ਦੂਜੇ ਤੋਂ ਲਿੰਗੀ ਨਿਸ਼ਾਨ ਲਗਾਉਂਦੇ ਹਨ, ਭਵਿੱਖ ਦੇ ਇਹ ਲੋਕ ਇਕੋ ਜਿਹੇ ਹੁੰਦੇ ਹਨ. ਅਤੇ ਬੱਚਿਆਂ ਨੇ ਮੇਰੀਆਂ ਅੱਖਾਂ ਨੂੰ ਦਿਖਾਇਆ ਪਰ ਉਨ੍ਹਾਂ ਦੇ ਮਾਪਿਆਂ ਦੀਆਂ ਛੋਟੀਆਂ ਤਸਵੀਰਾਂ ਸਨ. ਮੈਂ ਫੈਸਲਾ ਕੀਤਾ, ਇਸ ਲਈ, ਉਸ ਸਮੇਂ ਦੇ ਬੱਚੇ ਬੇਹੱਦ ਅਤਿਆਚਾਰੀ ਸਨ, ਸਰੀਰਕ ਤੌਰ ਤੇ ਘੱਟ ਤੋਂ ਘੱਟ, ਅਤੇ ਮੈਂ ਬਾਅਦ ਵਿਚ ਆਪਣੇ ਵਿਚਾਰ ਦੀ ਭਰਪੂਰ ਤਸਦੀਕ ਦੇਖੀ.

'ਉਹ ਲੋਕ ਜਿੰਨੇ ਆਸਾਨੀ ਅਤੇ ਸੁਰੱਖਿਆ ਦੇਖ ਰਹੇ ਹਨ, ਮੈਂ ਮਹਿਸੂਸ ਕੀਤਾ ਕਿ ਮਰਦਾਂ ਦੇ ਇਸ ਨਜ਼ਰੀਏ ਦੀ ਸਮਾਪਤੀ ਉਹ ਸਭ ਤੋਂ ਬਾਅਦ ਕੀਤੀ ਜਾਣੀ ਸੀ ਜੋ ਸਭ ਕੁਝ ਆਸ ਕਰਨਗੇ. ਇੱਕ ਆਦਮੀ ਦੀ ਤਾਕਤ ਅਤੇ ਇੱਕ ਔਰਤ ਦੀ ਕੋਮਲਤਾ ਲਈ, ਪਰਿਵਾਰ ਦੀ ਸੰਸਥਾ ਅਤੇ ਕਿੱਤਿਆਂ ਦੀ ਭਿੰਨਤਾ ਕੇਵਲ ਭੌਤਿਕ ਸ਼ਕਤੀ ਦੀ ਇੱਕ ਉਮਰ ਦੇ ਅੱਤਵਾਦੀ ਜਰੂਰਤਮੰਦ ਹੈ; ਜਿੱਥੇ ਆਬਾਦੀ ਸੰਤੁਲਿਤ ਅਤੇ ਭਰਪੂਰ ਹੈ, ਬਹੁਤ ਜਿਆਦਾ ਬੱਚਾ ਰਾਜ ਲਈ ਬਰਕਤ ਦੀ ਬਜਾਏ ਇੱਕ ਬੁਰਾਈ ਬਣ ਜਾਂਦਾ ਹੈ; ਜਿੱਥੇ ਹਿੰਸਾ ਆਉਂਦੀ ਹੈ, ਪਰ ਕਦੇ-ਕਦੇ ਅਤੇ ਬੰਦ-ਬਸੰਤ ਸੁਰੱਖਿਅਤ ਹੁੰਦੇ ਹਨ, ਘੱਟ ਲੋੜ ਹੁੰਦੀ ਹੈ-ਸੱਚ-ਮੁੱਚ ਕੋਈ ਕੁਸ਼ਲ ਪਰਿਵਾਰ ਲਈ, ਅਤੇ ਆਪਣੇ ਬੱਚਿਆਂ ਦੀਆਂ ਲੋੜਾਂ ਦੇ ਹਵਾਲੇ ਦੇ ਨਾਲ ਲਿੰਗੀ ਮੁਹਾਰਤ ਅਲੋਪ ਹੋ ਜਾਂਦੀ ਹੈ. ਅਸੀਂ ਆਪਣੇ ਸਮੇਂ ਵਿੱਚ ਵੀ ਇਸ ਦੀ ਸ਼ੁਰੂਆਤ ਦੇਖਦੇ ਹਾਂ, ਅਤੇ ਇਸ ਭਵਿੱਖ ਦੀ ਉਮਰ ਵਿੱਚ ਇਹ ਪੂਰਾ ਹੋ ਗਿਆ ਸੀ. ਇਹ, ਮੈਨੂੰ ਤੁਹਾਨੂੰ ਯਾਦ ਦਿਵਾਉਣਾ ਚਾਹੀਦਾ ਹੈ, ਉਸ ਵਕਤ ਮੇਰੀ ਵਿਚਾਰਧਾਰਾ ਸੀ. ਬਾਅਦ ਵਿੱਚ,ਮੈਂ ਇਹ ਜਾਣਨਾ ਚਾਹੁੰਦੀ ਹਾਂ ਕਿ ਇਹ ਅਸਲੀਅਤ ਤੋਂ ਕਿੰਨੀ ਘੱਟ ਸੀ.

'ਜਦੋਂ ਮੈਂ ਇਨ੍ਹਾਂ ਚੀਜ਼ਾਂ' ਤੇ ਸੋਚ ਰਿਹਾ ਸੀ ਤਾਂ ਮੇਰਾ ਧਿਆਨ ਖਿੜਕੀ ਦੇ ਹੇਠ ਇਕ ਖੁਰਲੀ ਜਿਹੇ ਜਿਹਾ ਜਿਹਾ ਜਿਹਾ ਢਾਂਚਾ ਸੀ, ਖਿੱਚਿਆ ਗਿਆ. ਮੈਂ ਸੋਚਦਾ ਹਾਂ ਕਿ ਅਜੇ ਵੀ ਮੌਜੂਦ ਖੂਹਾਂ ਦੀ ਅਜੀਬਤਾ ਦੇ ਘਾਤਕ ਤਰੀਕੇ ਨਾਲ, ਅਤੇ ਫਿਰ ਮੇਰੇ ਅਨੁਮਾਨਾਂ ਦਾ ਧਾਗਾ ਮੁੜ ਸ਼ੁਰੂ ਕੀਤਾ. ਪਹਾੜੀ ਦੇ ਉੱਪਰ ਵੱਲ ਕੋਈ ਵੱਡੀ ਇਮਾਰਤਾਂ ਨਹੀਂ ਸਨ, ਅਤੇ ਜਿਵੇਂ ਕਿ ਮੇਰੇ ਤੁਰਨ ਸ਼ਕਤੀਆਂ ਚਮਤਕਾਰੀ ਸਨ, ਮੈਂ ਇਸ ਵੇਲੇ ਪਹਿਲੀ ਵਾਰ ਇਕੱਲਾ ਇਕੱਲਾ ਰਹਿ ਗਿਆ ਸੀ. ਅਜਾਦੀ ਅਤੇ ਸਾਹਸ ਦੀ ਇੱਕ ਅਜੀਬ ਭਾਵਨਾ ਨਾਲ ਮੈਂ ਮੁੰਤਕਿਲ ਵੱਲ ਅੱਗੇ ਵਧਿਆ.

'ਉੱਥੇ ਮੈਨੂੰ ਕੁਝ ਪੀਲੇ ਧਾਤਾਂ ਦੀ ਇਕ ਸੀਟ ਮਿਲੀ ਜੋ ਮੈਂ ਪਛਾਣਿਆ ਨਹੀਂ ਸੀ, ਇਕ ਕਿਸਮ ਦੇ ਗੁਲਾਬੀ ਜੰਗਾਲ ਨਾਲ ਅਤੇ ਅੱਧ ਨਾਲ ਨਰਮ ਸੁਆਹ, ਹੱਥ ਬੰਨ੍ਹ ਕੇ ਅਤੇ ਗ੍ਰਿਗਨਾਂ ਦੇ ਮੁਖੀਆਂ ਦੇ ਸਮਰੂਪ ਵਿਚ ਦਾਇਰ ਕੀਤੀ. ਮੈਂ ਇਸ 'ਤੇ ਬੈਠ

ਗਿਆ, ਅਤੇ ਮੈਂ ਉਸ ਲੰਬੇ ਦਿਨ ਦੀ ਸੂਰਜ ਡੁੱਬਣ ਵੇਲੇ ਸਾਡੀ ਪੁਰਾਣੀ ਦੁਨੀਆਂ ਦੇ ਵਿਆਪਕ ਦ੍ਰਿਸ਼ਟੀ ਦੀ ਸਰਵੇਖਣ ਕੀਤੀ. ਇਹ ਮਿੱਠਾ ਅਤੇ ਨਿਰਪੱਖ ਦ੍ਰਿਸ਼ਟੀ ਸੀ ਜਿਵੇਂ ਮੈਂ ਕਦੇ ਵੇਖਿਆ ਹੈ. ਸੂਰਜ ਪਹਿਲਾਂ ਹੀ ਖਤਰੇ ਤੋਂ ਥੱਲੇ ਚਲਾ ਗਿਆ ਸੀ ਅਤੇ ਪੱਛਮ ਵਿਚ ਸੋਨੇ ਦੀਆਂ ਉਲਝੀਆਂ ਹੋਈਆਂ ਸਨ, ਜਾਮਨੀ ਅਤੇ ਗ੍ਰੀਨ ਦੇ ਕੁਝ ਖਿਤਿਜੀ ਬਾਰਾਂ ਨੂੰ ਛੋਹਿਆ. ਹੇਠਾਂ ਥਮੈ ਦੀ ਵਾਦੀ ਸੀ, ਜਿਸ ਵਿੱਚ ਨੀਲਿਆ ਸਟੀਲ ਦਾ ਇੱਕ ਬੈਂਡ ਸੀ. ਮੈਂ ਪਹਿਲਾਂ ਹੀ ਵੱਖੋ-ਵੱਖਰੀਆਂ ਹਰਿਆਸੀਆਂ ਵਿਚਲੇ ਸ਼ਾਨਦਾਰ ਮਹਾਂਪੁਰਸਾਂ ਦੀ ਗੱਲ ਕਰ ਚੁੱਕੀ ਹਾਂ, ਕੁਝ ਖੰਡਹਰਾਂ ਵਿਚ ਅਤੇ ਕੁਝ ਅਜੇ ਵੀ ਕਬਜ਼ੇ ਵਿਚ ਹਨ. ਇੱਥੇ ਧਰਤੀ ਦੀ ਬਰਬਾਦੀ ਦੇ ਬਾਗ਼ ਵਿਚ ਇਕ ਚਿੱਟਾ ਜਾਂ ਚਾਂਦੀ ਵਾਲਾ ਚਿੱਤਰ ਉੱਠਿਆ,ਇੱਥੇ ਅਤੇ ਕੁਝ ਕੁੰਡੋਲਾ ਜਾਂ ਲੇਬੀਿਲ ਦੀ ਤਿੱਖੀ ਲੰਬਕਾਰੀ ਲਾਈਨ. ਕੋਈ ਹਿਜੈਂਜ ਨਹੀਂ ਸਨ, ਮਾਲਕੀ ਹੱਕਾਂ ਦੇ ਕੋਈ ਸੰਕੇਤ ਨਹੀਂ ਸਨ, ਖੇਤੀ ਦੇ ਕੋਈ ਸਬੂਤ ਨਹੀਂ ਸਨ; ਸਾਰੀ ਧਰਤੀ ਇੱਕ ਬਾਗ਼ ਬਣ ਗਈ ਸੀ.

'ਇਸ ਲਈ ਮੈਂ ਦੇਖ ਰਿਹਾ ਸੀ ਕਿ ਮੈਂ ਜੋ ਚੀਜ਼ਾਂ ਦੇਖੀਆਂ ਸਨ ਉਸ ਤੇ ਮੈਂ ਆਪਣੀ ਵਿਆਖਿਆ ਕਰਨ ਲੱਗ ਪਈ ਅਤੇ ਜਿਵੇਂ ਹੀ ਇਹ ਮੇਰੇ ਲਈ ਸੰਝ ਨੂੰ ਹੈ, ਉਸੇ ਤਰ੍ਹਾਂ ਮੇਰੀ ਵਿਆਖਿਆ ਇਸ ਤਰੀਕੇ ਨਾਲ ਕੀਤੀ ਗਈ ਸੀ. (ਬਾਅਦ ਵਿਚ ਮੈਨੂੰ ਪਤਾ ਲੱਗਾ ਕਿ ਮੈਨੂੰ ਸਿਰਫ ਅੱਧੇ-ਸੱਚ ਸੀ-ਜਾਂ ਸੱਚਾਈ ਦੇ ਇਕ ਪਹਿਲੂ ਦੀ ਝਲਕ.)

'ਇਹ ਮੈਨੂੰ ਜਾਪਦਾ ਸੀ ਕਿ ਮੈਂ ਹੋਂਦ' ਤੇ ਮਨੁੱਖਤਾ 'ਤੇ ਵਾਪਰਿਆ ਸੀ. ਸੂਰਜ ਡੁੱਬਣ ਨਾਲ ਮੈਨੂੰ ਮਨੁੱਖਜਾਤੀ ਦੀ ਸੂਰਜ ਡੁੱਬਣ ਦੇ ਬਾਰੇ ਸੋਚਣ ਲੱਗ ਪਿਆ. ਪਹਿਲੀ ਵਾਰ ਮੈਨੂੰ ਸਮਾਜਿਕ ਯਤਨਾਂ ਦਾ ਇੱਕ ਅਜੀਬੋ ਨਤੀਜਾ ਮਹਿਸੂਸ ਕਰਨਾ ਸ਼ੁਰੂ ਕੀਤਾ ਜਿਸ ਵਿੱਚ ਅਸੀਂ ਵਰਤਮਾਨ ਵਿੱਚ ਰੁੱਝੇ ਹੋਏ ਹਾਂ. ਅਤੇ ਫਿਰ ਵੀ, ਸੋਚਣ ਲਈ ਆਉਂਦੇ ਹਨ, ਇਹ ਇੱਕ ਲਾਜ਼ੀਕਲ ਨਤੀਜਾ ਹੈ ਤਾਕਤ ਲੋੜ ਦਾ ਨਤੀਜਾ ਹੈ; ਸੁਰੱਖਿਆ ਨੇ ਕਮਜ਼ੋਰੀ ਤੇ ਪ੍ਰੀਮੀਅਮ ਤੈਅ ਕੀਤਾ ਜ਼ਿੰਦਗੀ ਦੀਆਂ ਸਥਿਤੀਆਂ ਨੂੰ ਸੁਧਾਰਨ ਦਾ ਕੰਮ -ਸੱਚੀ ਸਾਵਧਾਨ ਪ੍ਰਕਿਰਿਆ ਜਿਸ ਨਾਲ ਜੀਵਨ ਨੂੰ ਹੋਰ ਅਤੇ ਵਧੇਰੇ ਸੁਰੱਖਿਅਤ ਬਣਾ ਦਿੱਤਾ ਜਾਂਦਾ ਹੈ-ਇੱਕ ਸਿਖਰ 'ਤੇ ਨਿਰੰਤਰ ਚੱਲਾ ਗਿਆ ਸੀ ਕੁਦਰਤ ਤੋਂ ਇਕ ਸੰਯੁਕਤ ਮਾਨਵਤਾ ਦੀ ਇਕ ਜਿੱਤ ਇਕ ਹੋਰ ਦੀ ਪਾਲਣਾ ਕੀਤੀ ਗਈ ਸੀ. ਜਿਹੜੀਆਂ ਚੀਜ਼ਾਂ ਹੁਣ ਹੁਣੇ ਜਿਹੀਆਂ ਸੁਪਨਿਆਂ ਹਨ ਉਨ੍ਹਾਂ ਨੂੰ ਜਾਣ ਬੁੱਝ ਕੇ ਪ੍ਰੇਰਿਤ ਕੀਤਾ ਗਿਆ ਹੈ ਅਤੇ ਅੱਗੇ ਵਧਾਇਆ ਗਿਆ ਹੈ. ਅਤੇ ਵਾਢੀ ਦਾ ਕੰਮ ਮੈਂ ਦੇਖਿਆ!

'ਸਭ ਤੋਂ ਪਹਿਲਾਂ, ਸਫਾਈ ਅਤੇ ਖੇਤੀ ਦੀ ਅੱਜ ਦੀ ਔਸਤ ਅਜੇ ਵੀ ਮੁੱਢਲੇ ਪੜਾਅ' ਚ ਹੈ. ਸਾਡੇ ਸਮੇਂ ਦੇ ਵਿਗਿਆਨ ਨੇ ਹਮਲਾ ਕੀਤਾ ਹੈ ਪਰ ਮਨੁੱਖੀ ਬਿਮਾਰੀ ਦੇ ਖੇਤਰ ਦਾ ਥੋੜ੍ਹਾ ਜਿਹਾ ਵਿਭਾਗ ਹੈ, ਪਰੰਤੂ ਇਹ ਇਸ ਦੇ ਕੰਮ ਨੂੰ ਬਹੁਤ ਤੇਜ਼ੀ ਨਾਲ ਅਤੇ ਲਗਾਤਾਰ ਫੈਲਾਉਂਦਾ ਹੈ. ਸਾਡੇ ਖੇਤੀਬਾੜੀ ਅਤੇ ਬਾਗਬਾਨੀ ਨੇ ਸਿਰਫ ਇੱਥੇ ਅਤੇ ਇੱਥੇ ਬੂਟੀ ਨੂੰ ਨਸ਼ਟ ਕਰ ਦਿੱਤਾ ਹੈ ਅਤੇ ਸ਼ਾਇਦ ਇੱਕ ਸਕੋਰ ਜਾਂ ਪੌਸ਼ਟਿਕ ਪੌਦਿਆਂ ਦੀ ਪੈਦਾਵਾਰ ਕੀਤੀ ਹੈ, ਜਿਸ ਨਾਲ ਵੱਧ ਗਿਣਤੀ ਨੂੰ ਸੰਤੁਲਨ ਨਾਲ ਲੜਨ ਦੀ ਕੋਸ਼ਿਸ਼ ਕੀਤੀ ਜਾ ਸਕਦੀ ਹੈ ਜਿਵੇਂ ਕਿ ਉਹ ਕਰ ਸਕਦੇ ਹਨ. ਅਸੀਂ ਆਪਣੇ ਮਨਪਸੰਦ ਪੌਦਿਆਂ ਅਤੇ ਜਾਨਵਰਾਂ ਨੂੰ ਸੁਧਾਰਦੇ ਹਾਂ-ਅਤੇ ਉਹ ਕਿੰਨੇ ਕੁ ਹਨ - ਹੌਲੀ ਹੌਲੀ ਚਣਨਪੂਰਨ ਪ੍ਰਜਨਨ ਦੁਆਰਾ; ਹੁਣ ਇੱਕ ਨਵ ਅਤੇ ਵਧੀਆ ਆੜੂ, ਜੋ ਹੁਣ ਬੇਸਣ ਵਾਲੇ ਅੰਗੂਰ ਹੈ, ਹੁਣ ਇੱਕ ਮੀਟਰ ਅਤੇ ਵੱਡੇ ਫੁੱਲ, ਹੁਣ ਪਸ਼ੂਆਂ ਦੀ ਇੱਕ ਹੋਰ ਸੁਵਿਧਾਜਨਕ ਨਸਲ. ਅਸੀਂ ਹੌਲੀ ਹੌਲੀ ਉਨ੍ਹਾਂ ਨੂੰ ਸੁਧਾਰਦੇ ਹਾਂ, ਕਿਉਂਕਿ ਸਾਡੇ ਆਦਰਸ਼ ਅਸਪਸ਼ਟ ਅਤੇ ਤਜਰਬੇਕਾਰ ਹਨ, ਅਤੇ ਸਾਡਾ ਗਿਆਨ ਬਹੁਤ ਹੀ ਸੀਮਿਤ ਹੈ; ਕਿਉਂਕਿ ਕੁਦਰਤ ਵੀ ਸਾਡੇ ਅਢੁੱਕੇ ਹੱਥਾਂ ਵਿਚ ਸ਼ਰਮੀਲੀ ਅਤੇ ਹੌਲੀ ਹੈ.ਕੁਝ ਦਿਨ ਇਹ ਸਭ ਬਿਹਤਰ ਢੰਗ ਨਾਲ ਸੰਗਠਿਤ ਕੀਤਾ ਜਾਵੇਗਾ, ਅਤੇ ਅਜੇ ਵੀ ਵਧੀਆ ਹੈ. ਐਡਡੀਜ਼ ਦੇ ਬਾਵਜੂਦ ਵੀ ਇਹ ਮੌਜੂਦਾ ਦੀ ਪ੍ਰਵਾਹ ਹੈ. ਸਾਰਾ ਸੰਸਾਰ ਬੁੱਧੀਮਾਨ, ਪੜ੍ਹਿਆ ਲਿਖਿਆ ਅਤੇ ਸਹਿ-ਕਾਰਜਸ਼ੀਲ ਹੋਵੇਗਾ; ਕੁਦਰਤ ਦੀ ਅਧੀਨਗੀ ਲਈ ਚੀਜਾਂ ਛੇਤੀ ਅਤੇ ਤੇਜ਼ੀ ਨਾਲ ਅੱਗੇ ਵਧ ਸਕਦੀਆਂ ਹਨ. ਅੰਤ ਵਿੱਚ, ਸਮਝਦਾਰੀ ਨਾਲ ਅਤੇ ਧਿਆਨ ਨਾਲ ਅਸੀਂ ਆਪਣੀਆਂ ਮਨੁੱਖੀ ਲੋੜਾਂ ਨੂੰ ਪੂਰਾ ਕਰਨ ਲਈ ਜਾਨਵਰ ਅਤੇ ਸਬਜ਼ੀਆਂ ਦੀ ਜ਼ਿੰਦਗੀ ਦਾ ਸੰਤੁਲਨ ਤਿਆਰ ਕਰਾਂਗੇ.

'ਇਹ ਠੀਕ ਹੈ, ਮੈਂ ਇਹ ਕਹਿਣਾ ਚਾਹੁੰਦਾ ਹਾਂ ਕਿ ਇਹ ਪੂਰੀ ਤਰ੍ਹਾਂ ਕੀਤਾ ਗਿਆ ਹੈ. ਸਮੇਂ ਦੇ ਸਮੇਂ ਵਿੱਚ, ਜੋ ਕਿ ਮੇਰਾ ਮਸ਼ੀਨ ਉਛਾਲਿਆ ਸੀ, ਸੱਚਮੁੱਚ ਹਮੇਸ਼ਾ ਲਈ ਕੀਤਾ. ਹਵਾ ਗਾਰਟਾਂ ਤੋਂ ਮੁਕਤ ਸੀ, ਜੰਗਲੀ ਜ ਫੰਗੀ ਤੋਂ ਧਰਤੀ; ਹਰ ਜਗ੍ਹਾ ਫਲ ਅਤੇ ਮਿੱਠੇ ਅਤੇ ਸੁੰਦਰ ਫੁੱਲ ਸਨ; ਸ਼ਾਨਦਾਰ ਇੱਥੇ ਅਤੇ ਉਥੇ ਵਜੇ ਫੈਲ ਬਚਾਓ ਵਾਲੀ ਦਵਾਈ ਦਾ ਆਦਰਸ਼ ਪ੍ਰਾਪਤ ਕੀਤਾ ਗਿਆ ਸੀ ਬਿਮਾਰੀਆਂ ਨੂੰ ਸਟੈਂਪਡ ਕਰ ਦਿੱਤਾ ਗਿਆ ਸੀ ਮੇਰੇ ਸਾਰੇ ਰਹਿਣ ਦੇ ਦੌਰਾਨ ਮੈਨੂੰ ਕੋਈ ਛੂਤ ਦੀਆਂ ਬਿਮਾਰੀਆਂ ਦਾ ਕੋਈ ਸਬੂਤ ਨਹੀਂ ਮਿਲਿਆ. ਅਤੇ ਮੈਨੂੰ ਬਾਅਦ ਵਿੱਚ ਤੁਹਾਨੂੰ ਇਹ ਦੱਸਣਾ ਪਏਗਾ ਕਿ ਇਹਨਾਂ ਤਬਦੀਲੀਆਂ ਨਾਲ ਸੁੱਤਾ ਅਤੇ ਸੜ ਦੀ ਪ੍ਰਕਿਰਿਆ ਦਾ ਡੂੰਘਾ ਪ੍ਰਭਾਵ ਪਿਆ ਹੈ.

'ਸਮਾਜਿਕ ਜਿੱਤਾਂ ਵੀ ਪ੍ਰਭਾਵਿਤ ਹੋਈਆਂ ਹਨ. ਮੈਂ ਮਨੁੱਖਤਾ ਨੂੰ ਸ਼ਾਨਦਾਰ ਵਿਹੜੇ ਵਿਚ, ਸ਼ਾਨਦਾਰ ਢੰਗ ਨਾਲ ਕੱਪੜੇ ਪਾ ਕੇ ਦੇਖਿਆ, ਅਤੇ ਅਜੇ ਵੀ ਮੈਂ ਉਨ੍ਹਾਂ ਨੂੰ ਕੋਈ ਕੰਮ ਨਹੀਂ ਕੀਤਾ. ਸੰਘਰਸ਼ ਦੇ ਕੋਈ ਸੰਕੇਤ ਨਹੀਂ ਸਨ, ਨਾ ਹੀ ਸਮਾਜਿਕ ਅਤੇ ਨਾਜ਼ੁਕ ਸੰਘਰਸ਼. ਦੁਕਾਨ, ਇਸ਼ਤਿਹਾਰ, ਆਵਾਜਾਈ, ਸਾਡੇ ਸਾਰੇ ਵਣਜ ਜੋ ਸਾਡੀ ਦੁਨੀਆ ਦਾ ਸਰੀਰ ਬਣਾਉਂਦਾ ਹੈ, ਖਤਮ ਹੋ ਗਿਆ ਸੀ. ਇਹ ਉਸ ਸੁਨਹਿਰੀ ਸ਼ਾਮ ਨੂੰ ਕੁਦਰਤੀ ਸੀ ਕਿ ਮੈਨੂੰ ਇੱਕ ਸਮਾਜਿਕ ਫਿਰਦੌਸ ਦੇ ਵਿਚਾਰ 'ਤੇ ਉਛਾਲਣਾ ਚਾਹੀਦਾ ਹੈ. ਵਧਦੀ ਜਨਸੰਖਿਆ ਦੀ ਮੁਸ਼ਕਲ ਨੂੰ ਪੂਰਾ ਕਰ ਲਿਆ ਗਿਆ, ਮੈਂ ਅਨੁਮਾਨ ਲਗਾਇਆ, ਅਤੇ ਆਬਾਦੀ ਵਧਣ ਤੇ ਰੋਕ ਲਾਈ ਗਈ ਸੀ.

'ਪਰ ਹਾਲਾਤ ਵਿਚ ਇਸ ਬਦਲਾਅ ਦੇ ਨਾਲ ਤਬਦੀਲੀ ਦੇ ਲਾਜ਼ਮੀ ਰੂਪ ਵਿਚ ਅਨੁਕੂਲਤਾ ਆਉਂਦੀ ਹੈ. ਕੀ, ਜਦ ਤਕ ਕਿ ਬਾਇਓਲੋਜੀਕਲ ਵਿਗਿਆਨ ਗਲਤੀ ਦਾ ਇਕ ਪੁੰਜ ਨਹੀਂ ਹੈ, ਕੀ ਇਹ ਮਨੁੱਖੀ ਅਕਲ ਅਤੇ ਸ਼ਕਤੀ ਦਾ ਕਾਰਨ ਹੈ? ਮੁਸ਼ਕਲ ਅਤੇ ਆਜ਼ਾਦੀ: ਉਹ ਹਾਲਾਤ ਜਿਨ੍ਹਾਂ ਦੇ ਅਧੀਨ ਸਰਗਰਮ, ਮਜ਼ਬੂਤ ਅਤੇ ਸੂਖਮ ਬਚੇ ਅਤੇ ਕਮਜ਼ੋਰ ਲੋਕ ਕੰਧ ਵੱਲ ਜਾ ਰਹੇ ਹਨ; ਅਜਿਹੀਆਂ ਹਾਲਤਾਂ ਜਿਹੜੀਆਂ ਸਮਰੱਥ ਵਿਅਕਤੀਆਂ ਦੇ ਵਫ਼ਾਦਾਰ ਗੱਠਜੋੜ ਤੇ ਸਵੈ-ਸੰਜਮ, ਧੀਰਜ ਅਤੇ ਫੈਸਲਾ ਉੱਤੇ ਪ੍ਰੀਮੀਅਮ ਪਾਉਂਦੀਆਂ ਹਨ. ਅਤੇ ਪਰਿਵਾਰ ਦੀ ਸੰਸਥਾ, ਅਤੇ ਇਸ ਵਿਚ ਪੈਦਾ ਹੋਈਆਂ ਭਾਵਨਾਵਾਂ, ਜ਼ਬਰਦਸਤ ਈਰਖਾ, ਸੰਤਾਨ ਲਈ ਕੋਮਲਤਾ, ਪਾਲਣ-ਪੋਸਣ ਦੀ ਸਵੈ-ਸ਼ਰਧਾ, ਸਾਰਿਆਂ ਨੂੰ ਨੌਜਵਾਨਾਂ ਦੇ ਆਉਣ ਵਾਲੇ ਖ਼ਤਰਿਆਂ ਵਿਚ ਉਨ੍ਹਾਂ ਦੇ ਧਰਮੀ ਅਤੇ ਸਮਰਥਨ ਮਿਲਿਆ. ਹੁਣ, ਇਹ ਅਸੰਭਵ ਖ਼ਤਰਿਆਂ ਕਿੱਥੇ ਹਨ? ਇਕ ਭਾਵਨਾ ਪੈਦਾ ਹੋਣ ਵਾਲੀ ਹੈ, ਅਤੇ ਇਹ ਵਿਭਿੰਨ ਈਰਖਾ ਦੇ ਵਿਰੁੱਧ, ਭਿਆਨਕ ਪ੍ਰਸੂਤੀ ਦੇ ਵਿਰੁੱਧ, ਹਰ ਕਿਸਮ ਦੇ ਜਜ਼ਬਾਤਾਂ ਦੇ ਵਿਰੁੱਧ ਵਧੇਗੀ; ਹੁਣ ਬੇਲੋੜੀਆਂ ਚੀਜ਼ਾਂ,ਅਤੇ ਉਹ ਚੀਜ਼ਾਂ ਜਿਹੜੀਆਂ ਸਾਨੂੰ ਬੇਆਰਾਮ ਕਰਦੀਆਂ ਹਨ, ਬੇਰਹਿਮੀ ਨਾਲ ਬਚਾਅ ਕਰਦੀਆਂ ਹਨ, ਇੱਕ ਸੁਧਾਈ ਅਤੇ ਸੁਹਾਵਣਾ ਜੀਵਨ ਵਿੱਚ ਵਿਘਨ ਪਾਉਂਦੀਆਂ ਹਨ.

'ਮੈਂ ਲੋਕਾਂ ਦੀ ਭੌਤਿਕ ਕਮਜ਼ੋਰੀ, ਉਨ੍ਹਾਂ ਦੀ ਸੂਝ ਅਤੇ ਉਨ੍ਹਾਂ ਦੇ ਵੱਡੇ ਖੰਡਰ ਬਾਰੇ ਸੋਚਿਆ, ਅਤੇ ਇਸ ਨੇ ਇੱਕ ਸੁਤੰਤਰ ਸੰਪੂਰਨ ਜਿੱਤ' ਤੇ ਮੇਰੇ ਵਿਸ਼ਵਾਸ ਨੂੰ ਮਜ਼ਬੂਤ ਕੀਤਾ. ਕਿਉਂਕਿ ਲੜਾਈ ਦੇ ਬਾਅਦ ਚੁੱਪ ਹੋ ਜਾਂਦੀ ਹੈ. ਮਨੁੱਖਤਾ ਸ਼ਕਤੀਸ਼ਾਲੀ, ਊਰਜਾਵਾਨ ਅਤੇ ਬੁੱਧੀਮਾਨ ਸੀ, ਅਤੇ ਉਸ ਦੀਆਂ ਸਥਿਤੀਆਂ ਨੂੰ ਬਦਲਣ ਲਈ ਉਸ ਦੇ ਸਾਰੇ ਭਰਪੂਰ ਜੀਵਨਸ਼ਕਤੀ ਦੀ ਵਰਤੋਂ ਕੀਤੀ ਸੀ ਜਿਸ ਦੇ ਅਧੀਨ ਇਹ ਰਹਿੰਦਾ ਸੀ. ਅਤੇ ਹੁਣ ਬਦਲੀਆਂ ਹੋਈਆਂ ਹਾਲਤਾਂ ਦੇ ਪ੍ਰਤੀਕਿਰਿਆ ਆ ਗਈ ਹੈ.

'ਪੂਰੀ ਅਰਾਮ ਅਤੇ ਸੁਰੱਖਿਆ ਦੀਆਂ ਨਵੀਂਆਂ ਸ਼ਰਤਾਂ ਅਧੀਨ, ਬੇਆਸਰਾ ਊਰਜਾ, ਜੋ ਸਾਡੇ ਨਾਲ ਤਾਕਤ ਹੈ, ਕਮਜ਼ੋਰੀ ਬਣ ਜਾਵੇਗੀ. ਇੱਥੋਂ ਤਕ ਕਿ ਸਾਡੇ ਆਪਣੇ ਸਮੇਂ ਵਿਚ ਕੁਝ ਵਸਤੂਆਂ ਅਤੇ ਇੱਛਾਵਾਂ, ਇੱਕ ਵਾਰ ਬਚਣ ਲਈ ਜਰੂਰੀ ਹੈ, ਅਸਫਲਤਾ ਦਾ ਇੱਕ ਲਗਾਤਾਰ ਸਰੋਤ ਹਨ. ਮਿਸਾਲ ਲਈ, ਸਰੀਰਕ ਤੌਰ ਤੇ ਦਲੇਰੀ ਅਤੇ ਲੜਾਈ ਦਾ ਪਿਆਰ ਕੋਈ ਵੀ ਵੱਡੀ ਮਦਦ ਨਹੀਂ ਕਰ ਸਕਦਾ, ਭਾਵੇਂ ਕੋਈ ਸੁੱਘੜ ਇਨਸਾਨ ਹੋਵੇ, ਇਕ ਸੁੱਜ ਇਨਸਾਨ ਨੂੰ. ਅਤੇ ਸਰੀਰਕ ਸੰਤੁਲਨ ਅਤੇ ਸੁਰੱਖਿਆ, ਸ਼ਕਤੀ, ਬੌਧਿਕ ਅਤੇ ਨਾਲ ਹੀ ਸਰੀਰਕ ਸਥਿਤੀ ਦੀ ਸਥਿਤੀ ਵਿੱਚ, ਸਥਾਨ ਤੋਂ ਬਾਹਰ ਹੋਣਾ ਚਾਹੀਦਾ ਹੈ. ਅਣਗਿਣਤ ਸਾਲਾਂ ਤੱਕ ਮੈਂ ਨਿਰਣਾ ਕੀਤਾ ਕਿ ਜੰਗ ਜਾਂ ਇਕੱਲੇ ਹਿੰਸਾ ਦਾ ਕੋਈ ਖਤਰਾ ਨਹੀਂ ਸੀ, ਜੰਗਲੀ ਜਾਨਵਰਾਂ ਤੋਂ ਕੋਈ ਖਤਰਾ ਨਹੀਂ, ਸੰਵਿਧਾਨ ਦੀ ਤਾਕਤ ਦੀ ਲੋੜ ਨਹੀਂ, ਨਾ ਬਿਪਤਾ ਵਾਲੀ ਬਿਮਾਰੀ, ਜੋਸ਼ ਦੀ ਕੋਈ ਲੋੜ ਨਹੀਂ. ਅਜਿਹੇ ਜੀਵਨ ਲਈ, ਜੋ ਸਾਨੂੰ ਕਮਜ਼ੋਰ ਲੋਕਾਂ ਨੂੰ ਸੱਦਣਾ ਚਾਹੀਦਾ ਹੈ ਉਹ ਮਜ਼ਬੂਤ ਅਤੇ ਮਜ਼ਬੂਤ ਹੋਣੇ ਚਾਹੀਦੇ ਹਨ, ਸੱਚਮੁਚ ਕਮਜ਼ੋਰ ਨਹੀਂ ਹਨ. ਅਸਲ ਵਿਚ ਇਹ ਵਧੀਆ ਹਨ,ਕਿਉਂਕਿ ਤਾਕਤਵਰ ਲੋਕਾਂ ਲਈ ਇਕ ਊਰਜਾ ਨੂੰ ਫਿੱਟ ਕੀਤਾ ਜਾਣਾ ਸੀ ਜਿਸ ਲਈ ਕੋਈ ਆਊਟਲੈੱਟ ਨਹੀਂ ਸੀ. ਇਸ ਵਿਚ ਕੋਈ ਸ਼ੱਕ ਨਹੀਂ ਹੈ ਕਿ ਜਿਨ੍ਹਾਂ ਇਮਾਰਤਾਂ ਦਾ ਮੈਂ ਦੇਖਿਆ ਉਹ ਬਹੁਤ ਵਧੀਆ ਸੁੰਦਰਤਾ ਸੀ, ਇਸ ਤੋਂ ਪਹਿਲਾਂ ਮਨੁੱਖਜਾਤੀ ਦੀ ਅਗਲੀ ਊਰਜਾ ਦੇ ਆਖ਼ਰੀ ਸਰ੍ਹੋਂ ਦਾ ਨਤੀਜਾ ਇਹ ਨਿਕਲਿਆ ਕਿ ਇਸ ਦੇ ਸਿੱਟੇ ਵਜੋਂ ਹਾਲਤਾਂ ਦੇ ਨਾਲ ਇਕਸਾਰ ਹੋਣੀ ਪਈ. . ਇਹ ਕਦੇ ਵੀ ਊਰਜਾ ਦੀ ਕਿਸਮਤ ਵਿੱਚ ਸੁਰੱਖਿਆ ਰਿਹਾ ਹੈ; ਇਹ ਕਲਾ ਅਤੇ ਜਾਦੂਗਰੀ ਵੱਲ ਜਾਂਦਾ ਹੈ, ਅਤੇ ਫੇਰ ਆਤਮਸਾਤ ਅਤੇ ਸੜਨ ਆਉਂਦੀ ਹੈ.ਅਤੇ ਫਿਰ ਦਿਮਾਗ ਅਤੇ ਸੜਨ ਆਓ.ਅਤੇ ਫਿਰ ਦਿਮਾਗ ਅਤੇ ਸੜਨ ਆਓ.

'ਇੱਥੋਂ ਤਕ ਕਿ ਇਹ ਕਲਾਤਮਕ ਪ੍ਰੇਰਨਾ ਆਖ਼ਰਕਾਰ ਮਰ ਜਾਵੇ - ਜਿਸ ਸਮੇਂ ਮੈਂ ਵੇਖਿਆ ਉਸ ਸਮੇਂ ਲਗਭਗ ਹੀ ਮੌਤ ਹੋ ਗਈ ਸੀ. ਫੁੱਲਾਂ ਨਾਲ ਆਪਣੇ ਆਪ ਨੂੰ ਸਜਾਉਣ, ਡਾਂਸ ਕਰਨ ਲਈ, ਸੂਰਜ ਦੀ ਰੌਸ਼ਨੀ ਵਿਚ ਗਾਇਨ ਕਰਨ ਲਈ: ਬਹੁਤ ਕੁਝ ਕਲਾਤਮਕ ਭਾਵਨਾ ਤੋਂ ਬਚਿਆ ਗਿਆ ਸੀ , ਅਤੇ ਹੋਰ ਨਹੀਂ. ਇੱਥੋਂ ਤਕ ਕਿ ਅੰਤ ਵਿੱਚ ਇੱਕ ਸੰਤੁਸ਼ਟ ਸਰਗਰਮੀ ਵਿੱਚ ਵਿਗਾੜਦਾ ਹੈ. ਸਾਨੂੰ ਦਰਦ ਅਤੇ ਲੋੜਾਂ ਦੀ ਚਿੰਬੜਨਾ 'ਤੇ ਉਤਸੁਕ ਰਹਿੰਦਾ ਹੈ, ਅਤੇ, ਇਹ ਮੈਨੂੰ ਜਾਪਦਾ ਸੀ, ਕਿ ਇੱਥੇ ਇਹ ਨਫ਼ਰਤ ਭਰੀ ਪਿੜ੍ਹਟਾ ਪਿਆ ਹੈ!

'ਜਿਵੇਂ ਕਿ ਮੈਂ ਇਕੱਠਿਆਂ ਡੂੰਘਾਈ ਵਿਚ ਖੜ੍ਹੀ ਸੀ, ਮੈਂ ਸੋਚਿਆ ਕਿ ਇਸ ਸਧਾਰਨ ਵਿਆਖਿਆ ਵਿੱਚ ਮੈਂ ਸੰਸਾਰ ਦੇ ਮਸਲੇ ਵਿੱਚ ਮਾਹਰ ਸੀ - ਇਹਨਾਂ ਸੁਆਦੀ ਲੋਕਾਂ ਦੇ ਸਮੁੱਚੇ ਗੁਪਤ ਵਿੱਚ ਮਾਹਰ ਹੋਏ. ਸੰਭਵ ਤੌਰ 'ਤੇ ਉਹ ਆਬਾਦੀ ਦੇ ਵਾਧੇ ਲਈ ਤਿਆਰ ਕੀਤੇ ਗਏ ਚੈਕਾਂ ਨੇ ਬਹੁਤ ਵਧੀਆ ਢੰਗ ਨਾਲ ਸਫ਼ਲਤਾ ਪ੍ਰਾਪਤ ਕੀਤੀ ਸੀ, ਅਤੇ ਉਹਨਾਂ ਦੀ ਗਿਣਤੀ ਸਥਿਰ ਨਜ਼ਰ ਰੱਖੀ ਗਈ ਸੀ ਜੋ ਕਿ ਬੇਸਹਾਰਾ ਖੰਡਰਾਂ ਲਈ ਵਰਤੇਗਾ. ਬਹੁਤ ਹੀ ਸਧਾਰਨ ਮੇਰੇ ਸਪੱਸ਼ਟੀਕਰਨ ਸੀ, ਅਤੇ ਕਾਫ਼ੀ ਤਰਸਯੋਗ - ਜਿਵੇਂ ਕਿ ਸਭ ਗਲਤ ਸਿਧਾਂਤ ਹਨ!

'ਜਿਵੇਂ ਕਿ ਮੈਂ ਉੱਥੇ ਖੜ੍ਹੇ ਹਾਂ ਇਹ ਪੁਰਸ਼ਾਂ ਦੀ ਸੰਪੂਰਨ ਜਿੱਤ, ਪੂਰੇ ਚੰਦਰਮਾ, ਪੀਲੇ ਅਤੇ ਗਿੱਬਸ, ਉੱਤਰੀ-ਪੂਰਬ ਵਿੱਚ ਇੱਕ ਚਾਂਦੀ ਦੇ ਚਾਂਦੀ ਦੀ ਰੋਸ਼ਨੀ ਵਿੱਚੋਂ ਬਾਹਰ ਆਏ. ਚਮਕਦਾਰ ਛੋਟੀਆਂ ਨੀਂਹਾਂ ਥੱਲੇ ਆਉਂਦੀਆਂ ਰਹਿੰਦੀਆਂ ਰਹਿੰਦੀਆਂ ਸਨ, ਇਕ ਗੁੰਝਲਦਾਰ ਉੱਲੂ, ਅਤੇ ਮੈਂ ਰਾਤ ਨੂੰ ਠੰਢਾ ਹੋ ਗਿਆ. ਮੈਂ ਹੇਠਾਂ ਉਤਰਨ ਅਤੇ ਲੱਭਣ ਦਾ ਪੱਕਾ ਇਰਾਦਾ ਕੀਤਾ ਹੈ ਕਿ ਮੈਂ ਕਿੱਥੇ ਸੌਂ ਸਕਦਾ ਹਾਂ

'ਮੈਂ ਇਮਾਰਤ ਦੀ ਤਲਾਸ਼ ਕੀਤੀ ਸੀ ਜੋ ਮੈਨੂੰ ਪਤਾ ਸੀ. ਤਾਂ ਮੇਰੀ ਅੱਖ ਬ੍ਰੋਨਜ਼ ਦੇ ਚੌਂਕ ਉੱਤੇ ਚਿੱਟੇ ਸਪਿਨਕਸ ਦੀ ਤਸਵੀਰ ਨਾਲ ਯਾਤਰਾ ਕੀਤੀ, ਵਧਦੀ ਚੰਦਰਮਾ ਦੀ ਰੋਸ਼ਨੀ ਦੇ ਤੌਰ ਤੇ ਵੱਖਰੀ ਵਧ ਰਹੀ ਚਮਕਦਾਰ ਬਣ ਗਈ. ਮੈਂ ਇਸ ਦੇ ਵਿਰੁੱਧ ਚਾਂਦੀ ਦੀ ਬਿਰਛ ਦੇਖ ਸਕਦਾ ਸੀ. ਰੋਡੇਡੈਂਡਰਰੋਨ ਬੱਸਾਂ ਦੀ ਗੁੰਝਲਦਾਰ ਸੀ, ਪੀਲੇ ਰੌਸ਼ਨੀ ਵਿੱਚ ਕਾਲਾ ਸੀ ਅਤੇ ਥੋੜ੍ਹਾ ਘਾਹ ਸੀ. ਮੈਂ ਦੁਬਾਰਾ ਲਾਅਨ ਵੱਲ ਦੇਖਿਆ. ਇਕ ਚਮਤਕਾਰੀ ਸੰਦੇਹ ਨੇ ਮੇਰੇ ਪ੍ਰਸੰਸਾ ਨੂੰ ਠੰਢਾ ਕੀਤਾ. "ਨਹੀਂ," ਮੈਂ ਆਪਣੇ ਆਪ ਨੂੰ ਕਹਿੰਦਾ ਹਾਂ, "ਇਹ ਲਾਅਨ ਨਹੀਂ ਸੀ."

'ਪਰ ਇਹ ਲਾਅਨ ਸੀ. ਸਫਾਈ ਦੇ ਚਿੱਟੇ ਕੋੜ੍ਹੀ ਚਿਹਰੇ ਲਈ ਇਸ ਦੇ ਵੱਲ ਸੀ. ਕੀ ਤੁਸੀਂ ਕਲਪਨਾ ਕਰ ਸਕਦੇ ਹੋ ਕਿ ਮੈਂ ਕੀ ਮਹਿਸੂਸ ਕੀਤਾ ਕਿਉਂਕਿ ਇਹ ਵਿਸ਼ਵਾਸ ਮੇਰੇ ਲਈ ਆਇਆ ਸੀ? ਪਰ ਤੁਸੀਂ ਨਹੀਂ ਕਰ ਸਕਦੇ. ਟਾਈਮ ਮਸ਼ੀਨ ਚਲੀ ਗਈ ਸੀ!

'ਇਕ ਵਾਰ ਤੇ, ਚਿਹਰੇ ਦੇ ਆਲ੍ਹਣੇ ਵਾਂਗ, ਮੇਰੀ ਆਪਣੀ ਉਮਰ ਗੁਆਉਣ ਦੀ ਸੰਭਾਵਨਾ, ਇਸ ਅਜੀਬ ਨਵੀਂ ਦੁਨੀਆਂ ਵਿਚ ਬੇਬੱਸ ਹੋਣ ਛੱਡਣ ਦੀ ਸੰਭਾਵਨਾ ਆਈ. ਇਸਦਾ ਬੇਅਰਕ ਵਿਚਾਰ ਅਸਲ ਸ਼ੋਸ਼ਣ ਸੀ. ਮੈਂ ਮਹਿਸੂਸ ਕਰ ਸਕਦਾ ਹਾਂ

ਕਿ ਮੈਨੂੰ ਗਲੇ ਤੇ ਪਕੜ ਕੇ ਮੇਰੀ ਸਾਹ ਲੈਣੀ ਬੰਦ ਹੋ ਗਈ ਹੈ. ਇਕ ਹੋਰ ਪਲ ਵਿਚ ਮੈਂ ਡਰ ਦੇ ਜਨੂੰਨ ਵਿਚ ਸੀ ਅਤੇ ਢਲਾਣ ਹੇਠਾਂ ਬਹੁਤ ਵਧੀਆ ਝਟਕੇ ਨਾਲ ਦੌੜਦਾ ਹੋਇਆ. ਇਕ ਵਾਰ ਜਦੋਂ ਮੈਂ ਸਿਰ ਡਿੱਗਿਆ ਅਤੇ ਮੇਰਾ ਮੂੰਹ ਕੱਟਿਆ ਮੈਂ ਖੂਨ ਦੀ ਪੁਣਛਾਣ ਕਰਨ ਵਿਚ ਕੋਈ ਸਮਾਂ ਨਹੀਂ ਗੁਆਇਆ, ਪਰ ਉੱਠਿਆ ਅਤੇ ਦੌੜ ਗਿਆ, ਮੇਰੀ ਗਲੇ ਅਤੇ ਠੋਡੀ ਦੇ ਹੇਠ ਗਰਮ ਤਿਲਕਣ ਨਾਲ. ਜਦੋਂ ਵੀ ਮੈਂ ਦੌੜਿਆ, ਮੈਂ ਆਪਣੇ ਆਪ ਨੂੰ ਇਹ ਕਹਿ ਰਿਹਾ ਸੀ: "ਉਨ੍ਹਾਂ ਨੇ ਇਸ ਨੂੰ ਥੋੜਾ ਜਿਹਾ ਬਦਲ ਦਿੱਤਾ ਹੈ, ਇਸ ਨੂੰ ਰੁੱਖਾਂ ਦੇ ਅੰਦਰ ਧੱਕ ਦਿੱਤਾ ਹੈ." ਫਿਰ ਵੀ, ਮੈਂ ਆਪਣੀ ਸਾਰੀ ਤਾਕਤ ਨਾਲ ਦੌੜ ਗਈ. ਹਰ ਸਮੇਂ, ਨਿਸ਼ਚਿਤਤਾ ਨਾਲ ਕਿ ਕਦੇ-ਕਦੇ ਬਹੁਤ ਜ਼ਿਆਦਾ ਡਰ ਨਾਲ ਆਉਂਦੀ ਹੈ, ਮੈਨੂੰ ਪਤਾ ਸੀ ਕਿ ਇਹ ਭਰੋਸਾ ਮੂਰਖਤਾ ਸੀ, ਇਹ ਸੁਭਾਵਕ ਸੀ ਕਿ ਮਸ਼ੀਨ ਮੇਰੀ ਪਹੁੰਚ ਤੋਂ ਬਾਹਰ ਕੀਤੀ ਗਈ ਸੀ.ਮੇਰੀ ਸਾਹ ਦਰਦ ਨਾਲ ਆਈ ਸੀ. ਮੈਂ ਸਮਝਦਾ ਹਾਂ ਕਿ ਮੈਂ ਪਹਾੜੀ ਦੀ ਚੋਟੀ ਤੋਂ ਲੈ ਕੇ ਛੋਟੇ ਘਾਹ ਤੱਕ ਸਾਰੀ ਦੂਰੀ ਨੂੰ ਢੱਕਿਆ ਹੋਇਆ ਹੈ, ਸ਼ਾਇਦ ਦੋ ਮੀਲ, ਸ਼ਾਇਦ ਦਸ ਮਿੰਟ ਵਿਚ. ਅਤੇ ਮੈਂ ਇੱਕ ਜਵਾਨ ਆਦਮੀ ਨਹੀਂ ਹਾਂ. ਮੈਂ ਬਹੁਤ ਸਰਾਪਿਆ, ਜਿਵੇਂ ਮੈਂ ਦੌੜ ਗਿਆ, ਮਸ਼ੀਨ ਨੂੰ ਛੱਡਣ ਵਿੱਚ ਆਪਣੀ ਭਰੋਸੇਮੰਦ ਮੂਰਖਤਾ ਤੇ, ਇਸਦਾ ਚੰਗੀ ਸਵਾਸਾਂ ਨੂੰ ਬਰਬਾਦ ਕਰਨਾ ਮੈਂ ਉੱਚੀ ਪੁਕਾਰਿਆ, ਅਤੇ ਕੋਈ ਵੀ ਜਵਾਬ ਨਹੀਂ ਆਇਆ. ਚੰਦਰਮਾ ਦੀ ਦੁਨੀਆਂ ਵਿਚ ਇਕ ਪ੍ਰਾਣੀ ਉਤਪੰਨ ਨਹੀਂ ਹੋਇਆ.

'ਜਦੋਂ ਮੈਂ ਲਾਅਨ ਪਹੁੰਚ ਗਿਆ ਤਾਂ ਮੇਰੇ ਸਭ ਤੋਂ ਭੈਅ ਭਰੇ ਹੋਏ ਸਨ. ਇਸ ਗੱਲ ਦਾ ਪਤਾ ਲਗਾਉਣ ਦੀ ਕੋਈ ਗੱਲ ਨਹੀਂ ਸੀ. ਮੈਨੂੰ ਠੰਢ ਅਤੇ ਠੰਢਾ ਮਹਿਸੂਸ ਹੋਇਆ ਜਦੋਂ ਮੈਂ ਬੱਸਾਂ ਦੇ ਕਾਲੇ ਟਕਰਾ ਵਿੱਚੋਂ ਖਾਲੀ ਜਗ੍ਹਾ ਦਾ ਸਾਹਮਣਾ ਕੀਤਾ. ਮੈਂ ਇਸ ਨੂੰ ਪੂਰੀ ਤਰ੍ਹਾਂ ਭਟਕਿਆ, ਜਿਵੇਂ ਕਿ ਇਹ ਚੀਜ਼ ਇਕ ਕੋਨੇ ਵਿਚ ਲੁੱਕੀ ਹੋ ਸਕਦੀ ਹੈ, ਅਤੇ ਫਿਰ ਅਚਾਨਕ ਰੁਕ ਗਈ, ਮੇਰੇ ਹੱਥਾਂ ਨਾਲ ਮੇਰੇ ਵਾਲ ਫੜ ਕੇ ਮੇਰੇ ਉੱਪਰ, ਚੰਦਰਮਾ ਦੇ ਚਾਨਣ ਵਿੱਚ, ਕਾਂਸੇ ਦੇ ਚੌਂਕ ਤੇ, ਚਿੱਟੇ, ਚਮਕਦਾਰ, ਕੋਰਾ, ਉੱਤੇ ਗੋਲਾਕਾਰ ਪੁਛੇ. ਇਸ ਨੂੰ ਮੇਰੇ ਨਿਰਾਸ਼ਾ ਦੇ ਮਜ਼ਾਕ ਵਿੱਚ ਮੁਸਕਰਾਹਟ ਨੂੰ ਲੱਗਦਾ ਸੀ.

'ਸ਼ਾਇਦ ਮੈਂ ਸੋਚਿਆ ਕਿ ਥੋੜ੍ਹੇ ਲੋਕਾਂ ਨੇ ਮੇਰੇ ਲਈ ਕੁਝ ਸ਼ਰਨ ਬਣਾ ਦਿੱਤਾ ਹੈ. ਮੈਂ ਉਨ੍ਹਾਂ ਨੂੰ ਆਪਣੀ ਸਰੀਰਕ ਅਤੇ ਬੌਧਿਕ ਯੋਗਤਾ ਦਾ ਭਰੋਸਾ ਨਹੀਂ ਮਹਿਸੂਸ ਕੀਤਾ. ਇਹ ਹੈ ਜਿਸ ਨੇ ਮੈਨੂੰ ਨਿਰਾਸ਼ ਕੀਤਾ: ਕੁਝ ਸੁੰਤਤਰ ਸ਼ੱਕ ਸ਼ਕਤੀ ਦੀ ਭਾਵਨਾ, ਜਿਸ ਦੁਆਰਾ ਦਖਲਅੰਦਾਜ਼ੀ ਦੇ ਦੌਰਾਨ ਮੇਰੀ ਖੋਜ ਖਤਮ ਹੋ ਗਈ ਸੀ. ਫਿਰ ਵੀ, ਇਕ ਗੱਲ ਨੇ ਮੈਨੂੰ ਭਰੋਸਾ ਦਿੱਤਾ: ਜਿੰਨੀ ਦੇਰ ਤਕ ਕੋਈ ਹੋਰ ਉਮਰ ਵਿਚ ਇਸ ਦੀ

ਅਸਲੀ ਡੁਪਲੀਕੇਟ ਨਹੀਂ ਬਣਦੀ ਸੀ, ਮਸ਼ੀਨ ਸਮੇਂ ਵਿਚ ਨਹੀਂ ਹੋ ਸਕਦੀ ਸੀ. ਲੀਵਰ ਦਾ ਲਗਾਵ-ਮੈਂ ਤੁਹਾਨੂੰ ਬਾਅਦ ਵਿਚ ਵਿਧੀ ਦਿਖਾਏਗੀ - ਇਸ ਨੂੰ ਉਦੋਂ ਹਟਾ ਦਿੱਤਾ ਗਿਆ ਜਦੋਂ ਉਨ੍ਹਾਂ ਨੂੰ ਹਟਾ ਦਿੱਤਾ ਗਿਆ ਸੀ. ਇਹ ਥਾਂ ਤੇ ਚਲੀ ਗਈ ਸੀ, ਅਤੇ ਸਿਰਫ਼ ਲੁਕਾਇਆ ਗਿਆ ਸੀ. ਪਰ ਫਿਰ ਇਹ ਕਿੱਥੇ ਹੋ ਸਕਦਾ ਹੈ?

'ਮੈਂ ਸੋਚਦਾ ਹਾਂ ਕਿ ਮੇਰੇ ਕੋਲ ਇੱਕ ਕਿਸਮ ਦਾ ਭਰੋਸਾ ਹੋਣਾ ਚਾਹੀਦਾ ਹੈ. ਮੈਨੂੰ ਯਾਦ ਹੈ ਕਿ ਚਿਮਨੀ ਦੀਆਂ ਫੁੱਲਾਂ ਦੇ ਅੰਦਰ ਅਤੇ ਬਾਹਰ ਗੋਲਾਕਾਰ ਦੌੜਦੇ ਹਨ ਅਤੇ ਕੁਝ ਚਿੱਟੇ ਜਾਨਵਰ ਹਨਰਾਨੀ ਕਰਦੇ ਹਨ ਕਿ, ਥੋੜ੍ਹੀ ਜਿਹੀ ਰੌਸ਼ਨੀ ਵਿਚ ਮੈਂ ਇਕ ਛੋਟੇ ਜਿਹੇ ਹਿਰਨ ਲਈ ਲਿਆ. ਮੈਨੂੰ ਯਾਦ ਹੈ, ਉਹ ਰਾਤ ਨੂੰ ਦੇਰ ਨਾਲ, ਜਦੋਂ ਮੈਂ ਆਪਣੇ ਟੁਕੜਿਆਂ ਨੂੰ ਗਲੇ ' ਫਿਰ, ਮੇਰੇ ਮਨ ਦੇ ਕਸ਼ਟ ਵਿੱਚ ਰੋਣ ਅਤੇ ਬਹਾਦਰੀ ਨਾਲ, ਮੈਂ ਪੱਥਰ ਦੀ ਮਹਾਨ ਇਮਾਰਤ ਵੱਲ ਗਿਆ ਵੱਡਾ ਹਾਲ ਹਨੇਰੇ, ਚੁੱਪ ਅਤੇ ਉਜਾੜ ਸੀ. ਮੈਂ ਅਸਲੇ ਫਲੋਰ 'ਤੇ ਥੱਪੜ ਮਾਰਿਆ, ਅਤੇ ਇਕ ਮੇਲਾਚਾਈਟ ਟੇਬਲ ਤੋਂ ਡਿੱਗ ਗਿਆ, ਲਗਭਗ ਮੇਰੀਆਂ ਚੀਕਾਂ ਤੋੜ ਰਿਹਾ ਸੀ ਮੈਂ ਇੱਕ ਮੈਚ ਨੂੰ ਰੋਸ਼ਨ ਕੀਤਾ ਅਤੇ ਧੂੜ ਦੇ ਪਰਦੇ ਪਿਛਲੇ ਪਾਸੇ ਗਿਆ, ਜਿਸ ਬਾਰੇ ਮੈਂ ਤੁਹਾਨੂੰ ਦੱਸਿਆ ਹੈ

'ਉੱਥੇ ਮੈਂ ਇਕ ਦੂਜੇ ਵੱਡੇ ਹਾਲ ਨੂੰ ਕੁਸ਼ਤੀਆਂ ਨਾਲ ਢੱਕਿਆ, ਜਿਸ ਉੱਤੇ, ਸ਼ਾਇਦ, ਥੋੜ੍ਹੇ ਜਿਹੇ ਲੋਕਾਂ ਦਾ ਸਕੋਰ ਜਾਂ ਤਾਂ ਸੁੱਤਾ ਪਿਆ ਸੀ. ਮੈਨੂੰ ਇਸ ਗੱਲ ਦਾ ਕੋਈ ਸ਼ੱਕ ਨਹੀਂ ਹੈ ਕਿ ਉਹ ਮੇਰੇ ਦੂਜੀ ਪਹਿਰ ਨੂੰ ਅਜੀਬ ਜਿਹਾ ਅਜੀਬ ਲੱਗਦੇ ਹਨ, ਅਚਾਨਕ ਸ਼ਾਨਦਾਰ ਅਲੋਪ ਤੋਂ ਅਚਾਨਕ ਆਊਟ ਕਰਕੇ ਅਤੇ ਮੈਚ ਦੇ ਸਪੱਸ਼ਟ ਅਤੇ ਭੜਕਣ ਨਾਲ. ਕਿਉਂਕਿ ਉਹ ਮੈਚਾਂ ਬਾਰੇ ਭੁੱਲ ਗਏ ਸਨ "ਮੇਰਾ ਸਮਾਂ ਮਸ਼ੀਨ ਕਿੱਥੇ ਹੈ?" ਮੈਂ ਸ਼ੁਰੂ ਕੀਤਾ, ਇੱਕ ਗੁੱਸੇ ਨਾਲ ਬੱਚੀ ਬਿੱਲੀ ਵਾਂਗ, ਹੱਥ ਉੱਤੇ ਹੱਥ ਰੱਖ ਕੇ ਅਤੇ ਇਕੱਠੇ ਮਿਲ ਕੇ ਝੰਜੋੜੇ. ਇਹ ਉਨ੍ਹਾਂ ਲਈ ਬਹੁਤ ਹੀ ਅਜੀਬ ਹੋਣਾ ਚਾਹੀਦਾ ਹੈ. ਕੁਝ ਹੱਸੇ ਗਏ, ਉਨ੍ਹਾਂ ਵਿਚੋਂ ਜ਼ਿਆਦਾਤਰ ਨੇ ਡਰੀ ਹੋਈ ਦਿਖਾਈ ਜਦੋਂ ਮੈਂ ਉਨ੍ਹਾਂ ਨੂੰ ਮੇਰੇ ਸਾਹਮਣੇ ਖੜ੍ਹਾ ਦੇਖਿਆ, ਇਹ ਮੇਰੇ ਸਿਰ ਵਿੱਚ ਆਇਆ ਕਿ ਮੈਂ ਇੱਕ ਬੇਵਕੂਫੀ ਕਰ ਰਿਹਾ ਹਾਂ ਕਿਉਂਕਿ ਮੇਰੇ ਲਈ ਹਾਲਾਤ ਦੇ ਅਨੁਸਾਰ ਕੰਮ ਕਰਨਾ ਸੰਭਵ ਹੈ, ਡਰ ਦੇ ਅਹਿਸਾਸ ਨੂੰ ਮੁੜ ਸੁਰਜੀਤ ਕਰਨ ਦੀ ਕੋਸ਼ਿਸ਼ ਵਿੱਚ. ਲਈ, ਆਪਣੇ ਡੇਲਾਈਟ ਵਰਤਾਓ ਤੋਂ ਤਰਕ, ਮੈਂ ਸੋਚਿਆ ਕਿ ਡਰ ਨੂੰ ਭੁਲਾਇਆ ਜਾਣਾ ਚਾਹੀਦਾ ਹੈ.

'ਅਚਾਨਕ, ਮੈਂ ਮੈਚ ਨੂੰ ਢਾਹ ਦਿੱਤਾ, ਅਤੇ ਮੇਰੇ ਕੋਰਸ ਵਿਚਲੇ ਲੋਕਾਂ ਵਿਚੋਂ ਇਕ ਨੂੰ ਖੋਦ ਕੇ, ਵੱਡੇ ਡਾਇਨਿੰਗ ਹਾਲ ਵਿਚ ਫਿਰ ਚੁੱਪ ਕਰਕੇ, ਬਾਹਰ ਚਲੀ ਗਈ. ਮੈਂ

ਦਹਿਸ਼ਤ ਦੇ ਰੋਣ ਅਤੇ ਉਨ੍ਹਾਂ ਦੇ ਛੋਟੇ ਜਿਹੇ ਪੈਰ ਦੌੜਦੇ ਹੋਏ ਅਤੇ ਇਸ ਤਰੀਕੇ ਨਾਲ ਠੋਕਰ ਮਾਰਿਆ ਸੁਣਿਆ. ਮੈਨੂੰ ਯਾਦ ਨਹੀਂ ਕਿ ਮੈਂ ਕੀ ਕੀਤਾ ਸੀ ਕਿਉਂਕਿ ਚੰਦ ਅਕਾਸ਼ ਨੂੰ ਚੜ੍ਹ ਗਿਆ. ਮੈਨੂੰ ਲੱਗਦਾ ਹੈ ਕਿ ਇਹ ਮੇਰੇ ਨੁਕਸਾਨ ਦੀ ਅਚਾਨਕ ਸੁਭਾਅ ਸੀ ਜਿਸ ਨੇ ਮੈਨੂੰ ਘਬਰਾਇਆ. ਮੈਂ ਮਹਿਸੂਸ ਕੀਤਾ ਕਿ ਮੈਂ ਆਪਣੀ ਕਿਸਮ ਤੋਂ ਨਾਸ਼ ਨਹੀਂ ਛੱਡੇਗਾ-ਇੱਕ ਅਣਜਾਣ ਦੁਨੀਆਂ ਵਿੱਚ ਇਕ ਅਜੀਬ ਜਾਨਵਰ. ਮੈਂ ਰੱਬ ਅਤੇ ਕਿਸਮਤ ਨੂੰ ਚੀਕ ਕੇ ਚੀਕ ਕੇ ਰੋ ਰਹੀ ਸੀ. ਮੈਨੂੰ ਭਿਆਨਕ ਥਕਾਵਟ ਦੀ ਇੱਕ ਯਾਦ ਹੈ, ਜਿਵੇਂ ਕਿ ਨਿਰਾਸ਼ਾ ਦੀ ਲੰਮੀ ਰਾਤ ਖ਼ਤਮ ਹੋ ਗਈ; ਇਸ ਅਸੰਭਵ ਸਥਾਨ 'ਤੇ ਦੇਖਦੇ ਹੋਏ ਅਤੇ ਇਹ ਕਿ; ਚੰਦਰਮਾ ਰੋਸ਼ਨ ਹੋਏ ਖੰਡਰਾਂ ਦੇ ਵਿਚਕਾਰ ਘੁੰਮਣਾ ਅਤੇ ਕਾਲੇ ਰੰਗਾਂ ਵਿਚ ਅਜੀਬ ਜੀਵ ਨੂੰ ਛੂਹਣਾ; ਆਖ਼ਰਕਾਰ, ਸਫਾਈ ਦੇ ਨਜ਼ਦੀਕ ਜ਼ਮੀਨ 'ਤੇ ਲੇਟਿਆ ਹੋਇਆ ਅਤੇ ਪੂਰੀ ਦੁਖੀ ਮਨ ਨਾਲ ਰੋਣਾ. ਮੇਰੇ ਕੋਲ ਕੁਝ ਵੀ ਨਹੀਂ ਬਚਿਆ ਪਰ ਦੁੱਖਫਿਰ ਮੈਂ ਸੌਂ ਗਿਆ, ਅਤੇ ਜਦੋਂ ਮੈਂ ਦੁਬਾਰਾ ਜਗਾਇਆ, ਇਹ ਪੂਰਾ ਦਿਨ ਸੀ, ਅਤੇ ਮੇਰੇ ਦੋਹਾਂ ਤੀਰਾਂ ਦੀ ਆੜ ਵਿਚ ਮੈਦਾਨ ਵਿਚ ਇਕ ਚਿੜੀਆਂ ਨੇ ਮੈਨੂੰ ਘੇਰ ਲਿਆ ਹੋਇਆ ਸੀ.

'ਮੈਂ ਸਵੇਰ ਦੀ ਤਾਜ਼ਗੀ ਵਿਚ ਬੈਠ ਕੇ ਇਹ ਯਾਦ ਕਰਨ ਦੀ ਕੋਸ਼ਿਸ਼ ਕੀਤੀ ਕਿ ਮੈਂ ਉੱਥੇ ਕਿਵੇਂ ਆਇਆ ਸੀ, ਅਤੇ ਇਸੇ ਕਾਰਨ ਮੈਂ ਨਿਰਾਸ਼ ਅਤੇ ਨਿਰਾਸ਼ਾ ਦਾ ਅਜਿਹਾ ਗਹਿਰਾ ਭਾਵ ਰੱਖਦਾ ਸੀ. ਫਿਰ ਮੇਰੇ ਮਨ ਵਿਚ ਕੁਝ ਸਪਸ਼ਟ ਆਇਆ. ਸਾਦੀ, ਵਾਜਬ ਦਿਨ ਦੀ ਰੌਸ਼ਨੀ ਨਾਲ, ਮੈਂ ਆਪਣੇ ਹਾਲਾਤਾਂ ਨੂੰ ਚਿਹਰੇ 'ਤੇ ਨਿਰਪੱਖ ਵੇਖ ਸਕਦਾ ਹਾਂ ਮੈਂ ਰਾਤੋ ਰਾਤ ਆਪਣੇ ਗੁੱਸੇ ਦੀ ਜੰਗਲੀ ਮੂਰਖਤਾ ਨੂੰ ਦੇਖਿਆ, ਅਤੇ ਮੈਂ ਆਪਣੇ ਆਪ ਨਾਲ ਤਰਕ ਕਰ ਸਕਿਆ "ਕੀ ਬੁਰਾ ਹੋ?" ਮੈਂ ਕਿਹਾ. "ਮੰਨ ਲਓ ਕਿ ਮਸ਼ੀਨ ਪੂਰੀ ਤਰ੍ਹਾਂ ਗੁੰਮ ਹੋ ਗਈ ਹੈ-ਸ਼ਾਇਦ ਤਬਾਹ ਹੋ ਗਿਆ ਹੈ, ਇਹ ਮੈਨੂੰ ਸ਼ਾਂਤ ਅਤੇ ਧੀਰਜ ਕਰਨ ਲਈ ਵਰਤਦਾ ਹੈ, ਲੋਕਾਂ ਦੇ ਤਰੀਕੇ ਸਿੱਖਣ ਲਈ, ਮੇਰੇ ਨੁਕਸਾਨ ਦੀ ਵਿਧੀ ਦਾ ਸਪਸ਼ਟ ਵਿਚਾਰ ਪ੍ਰਾਪਤ ਕਰਨ ਲਈ ਅਤੇ ਸਮੱਗਰੀ ਅਤੇ ਸੰਦ ਪ੍ਰਾਪਤ ਕਰਨ ਦਾ ਸਾਧਨ; ਅੰਤ ਵਿੱਚ, ਸ਼ਾਇਦ, ਮੈਂ ਇੱਕ ਹੋਰ ਬਣਾ ਸਕਦਾ ਹਾਂ. " ਇਹ ਮੇਰੀ ਇੱਕੋ-ਇਕ ਉਮੀਦ ਹੋਵੇਗੀ, ਸ਼ਾਇਦ, ਪਰ ਨਿਰਾਸ਼ਾ ਨਾਲੋਂ ਬਿਹਤਰ ਹੈ. ਅਤੇ, ਆਖਰਕਾਰ, ਇਹ ਇੱਕ ਸੁੰਦਰ ਅਤੇ ਉਤਸੁਕ ਸੰਸਾਰ ਸੀ.

'ਪਰ ਸੰਭਵ ਤੌਰ' ਤੇ, ਇਹ ਮਸ਼ੀਨ ਸਿਰਫ ਚੁੱਕ ਲਈ ਗਈ ਸੀ. ਅਜੇ ਵੀ, ਮੈਨੂੰ ਸ਼ਾਂਤ ਅਤੇ ਮਰੀਜ਼ ਹੋਣਾ ਚਾਹੀਦਾ ਹੈ, ਇਸਦੇ ਲੁਕਣ-ਸਥਾਨ ਨੂੰ ਲੱਭਣਾ, ਅਤੇ ਸ਼ਕਤੀ ਦੁਆਰਾ ਚਲਾਉਣਾ ਜਾਂ ਚਲਾਕ ਕਰਨਾ. ਅਤੇ ਉਸ ਨਾਲ ਮੈਂ ਮੇਰੇ ਪੈਰਾਂ ਲਈ ਤਿਲਕਿਆ ਅਤੇ ਮੇਰੇ ਬਾਰੇ ਸੋਚਿਆ, ਇਹ ਸੋਚਦਿਆਂ ਕਿ ਮੈਂ ਕਿੱਥੇ ਨਹਾ ਸਕਦਾ

ਹਾਂ ਮੈਂ ਥੱਕਿਆ, ਸਖਤ, ਅਤੇ ਸਫਰ-ਮਘੇਲਾ ਮਹਿਸੂਸ ਕੀਤਾ. ਸਵੇਰ ਦੀ ਤਾਜ਼ਗੀ ਨੇ ਮੈਨੂੰ ਇਕ ਸਮਾਨਤਾ ਪ੍ਰਾਪਤ ਕਰਨ ਦੀ ਇੱਛਾ ਕੀਤੀ. ਮੈਂ ਆਪਣੀਆਂ ਭਾਵਨਾਵਾਂ ਨੂੰ ਥੱਕ ਗਿਆ ਸੀ. ਅਸਲ ਵਿੱਚ, ਜਿਵੇਂ ਮੈਂ ਆਪਣੇ ਬਿਜਨਸ ਬਾਰੇ ਕੀਤਾ ਸੀ, ਮੈਂ ਆਪਣੇ ਆਪ ਨੂੰ ਰਾਤੋ ਰਾਤ ਆਪਣੇ ਤੀਬਰ ਉਤਸ਼ਾਹ ਤੇ ਹੈਰਾਨ ਕਰ ਦਿੱਤਾ. ਮੈਂ ਥੋੜ੍ਹੀ ਜਿਹੀ ਘਾਹ ਬਾਰੇ ਜ਼ਮੀਨ ਦੀ ਧਿਆਨ ਨਾਲ ਜਾਂਚ ਕੀਤੀ. ਮੈਂ ਵਿਅਰਥ ਅਹਿਸਾਸਾਂ ਵਿੱਚ ਕੁਝ ਸਮਾਂ ਬਰਬਾਦ ਕਰ ਦਿੱਤਾ, ਬੋਲੇ, ਅਤੇ ਨਾਲ ਹੀ ਮੈਂ ਸਮਰੱਥ ਸੀ, ਜਿਵੇਂ ਕਿ ਛੋਟੇ ਲੋਕਾਂ ਨੇ ਇਸ ਤਰ੍ਹਾਂ ਕੀਤਾ ਹੈ. ਉਹ ਸਾਰੇ ਮੇਰੇ ਜੈਸਚਰ ਨੂੰ ਸਮਝਣ ਵਿੱਚ ਅਸਫਲ ਹੋਏ; ਕੁਝ ਤਾਂ ਸਿਰਫ਼ ਮਜ਼ਬੂਤ ਸਨ, ਕੁਝ ਸੋਚਦੇ ਸਨ ਕਿ ਇਹ ਇੱਕ ਮਖੌਲ ਹੈ ਅਤੇ ਮੇਰੇ 'ਤੇ ਹੱਸਦੀ ਹੈ. ਮੈਂ ਦੁਨੀਆਂ ਦੇ ਸਭ ਤੋਂ ਔਖੀ ਕੰਮ ਕਰਕੇ ਆਪਣੇ ਹੱਥਾਂ ਨੂੰ ਆਪਣੇ ਹੱਸਣ ਵਾਲੇ ਚਿਹਰੇ ਤੋਂ ਬਚਾਉਣ ਲਈ ਸੀ.ਇਹ ਇੱਕ ਮੂਰਖ ਭਾਵਨਾ ਸੀ, ਪਰ ਭੈਅ ਅਤੇ ਅੰਨ੍ਹਾਂ ਗੁੱਸੇ ਦਾ ਸ਼ਿਸ਼ਲਾ ਪੈਦਾ ਹੋਇਆ ਬੀਮਾਰ ਸੀਮਤ ਸੀ ਅਤੇ ਅਜੇ ਵੀ ਮੇਰੇ ਪਰੇਸ਼ਾਨੀ ਦਾ ਫਾਇਦਾ ਉਠਾਉਣ ਲਈ ਉਤਸੁਕ ਸੀ. ਟਰਫ ਨੇ ਵਧੀਆ ਸਲਾਹ ਦਿੱਤੀ ਮੈਨੂੰ ਇੱਕ ਖੋਖਲਾ ਦਿਸਦਾ ਹੈ ਜੋ ਇਸ ਵਿੱਚ ਦਬਾਇਆ ਹੋਇਆ ਹੈ, ਸਪੀਨੈਕਸ ਦੇ ਚੌਂਕ ਵਿਚਕਾਰ ਅਤੇ ਮੇਰੇ ਪੈਰਾਂ ਦੇ ਚਿੰਨ੍ਹ ਦੇ ਵਿਚਕਾਰ, ਜਿੱਥੇ, ਪਹੁੰਚਣ ਤੇ, ਮੈਂ ਉਲਟੀਆਂ ਮਸ਼ੀਨ ਨਾਲ ਸੰਘਰਸ਼ ਕੀਤਾ ਸੀ ਮੈਂ ਉਹਨਾਂ ਨੂੰ ਹਟਾਉਣ ਦੇ ਹੋਰ ਸੰਕੇਤ ਵੀ ਸਨ, ਜਿਵੇਂ ਕਿ ਮੈਂ ਇਕ ਸੁਸਤਤਾ ਦੀ ਕਲਪਨਾ ਕਰ ਸਕਦਾ ਸਾਂ. ਇਸਨੇ ਚੌਂਕ ਵੱਲ ਮੇਰਾ ਨਜ਼ਦੀਕੀ ਧਿਆਨ ਕੇਂਦਰਿਤ ਕੀਤਾ. ਜਿਵੇਂ ਕਿ ਮੈਂ ਸੋਚਦਾ ਹਾਂ, ਮੈਂ ਬ੍ਰੋਨਜ਼ ਦੇ ਬਰਾਬਰ ਸੀ. ਇਹ ਸਿਰਫ ਇੱਕ ਬਲਾਕ ਨਹੀਂ ਸੀ, ਪਰ ਕਿਸੇ ਵੀ ਪਾਸੇ ਡੂੰਘੇ ਫਰੇਮ ਕੀਤੇ ਪੈਨਲ ਦੇ ਨਾਲ ਸਜਾਇਆ ਗਿਆ. ਮੈਂ ਉੱਥੇ ਗਿਆ ਅਤੇ ਇਹਨਾਂ ਤੇ ਖਿਲਰ ਗਿਆ. ਚੌਂਕੀ ਖੋਖਲੇ ਸੀ. ਦੇਖਭਾਲ ਨਾਲ ਪੈਨਲਾਂ ਦੀ ਜਾਂਚ ਕਰਕੇ ਮੈਂ ਉਨ੍ਹਾਂ ਨੂੰ ਫਰੇਮਾਂ ਨਾਲ ਅਸੰਤੋਖ ਮਹਿਸੂਸ ਕੀਤਾ. ਉੱਥੇ ਕੋਈ ਹੈਂਡਲ ਜਾਂ ਕੀਹੋਲ ਨਹੀਂ ਸਨ, ਪਰ ਸੰਭਵ ਤੌਰ 'ਤੇ ਪੈਨਲ, ਜੇ ਉਹ ਦਰਵਾਜ਼ੇ ਸਨ, ਜਿਵੇਂ ਮੈਂ ਚਾਹੁੰਦਾ ਸੀ,ਅੰਦਰੋਂ ਖੋਲ੍ਹਿਆ ਇਕ ਗੱਲ ਸੀ ਮੇਰੇ ਦਿਮਾਗ ਨੂੰ ਕਾਫ਼ੀ ਸਪੱਸ਼ਟ ਕਰੋ ਇਸ ਨੇ ਅਨੁਮਾਨ ਲਗਾਉਣ ਲਈ ਕੋਈ ਮਹਾਨ ਮਾਨਸਿਕ ਜਤਨ ਨਹੀਂ ਲਿਆ ਕਿ ਮੇਰੀ ਟਾਈਮ ਮਸ਼ੀਨ ਉਸ ਚੌਂਕੀ ਦੇ ਅੰਦਰ ਸੀ ਪਰ ਇਹ ਕਿਵੇਂ ਹੋਇਆ, ਇੱਕ ਵੱਖਰੀ ਸਮੱਸਿਆ ਸੀ.

'ਮੈਂ ਦਰੱਖਤਾਂ ਦੇ ਆਲੇ ਦੁਆਲੇ ਦੇ ਦੋ ਨਾਰੰਗੇ ਕੱਪੜੇ ਵਾਲੇ ਲੋਕਾਂ ਦੇ ਸਿਰ ਅਤੇ ਕੁਝ ਖਿੜਕੀ ਨਾਲ ਢਕੇ ਹੋਏ ਸੇਬ-ਦਰੱਖਤਾਂ ਦੇ ਸਿਰ ਮੇਰੇ ਵੱਲ ਦੇਖੀਆਂ. ਮੈਂ ਉਨ੍ਹਾਂ ਨੂੰ ਮੁਸਕਰਾਇਆ ਅਤੇ ਉਨ੍ਹਾਂ ਨੂੰ ਮੇਰੇ ਵੱਲ ਬੁਲਾਇਆ. ਉਹ ਆ ਗਏ, ਅਤੇ ਫਿਰ, ਕਾਂਸੀ ਦੇ ਚੌਂਕ ਵੱਲ ਇਸ਼ਾਰਾ ਕਰਦੇ ਹੋਏ, ਮੈਂ ਇਸਨੂੰ ਖੋਲ੍ਹਣ ਦੀ ਮੇਰੀ ਚਾਹਤ

ਜਾਣਨ ਦੀ ਕੋਸ਼ਿਸ਼ ਕੀਤੀ. ਪਰ ਇਸਦੇ ਵੱਲ ਮੇਰੇ ਪਹਿਲੇ ਸੰਕੇਤ 'ਤੇ ਉਹ ਬਹੁਤ ਹੀ ਅਜੀਬੋ ਨਾਲ ਵਿਵਹਾਰ ਕਰਦੇ ਸਨ. ਮੈਨੂੰ ਨਹੀਂ ਪਤਾ ਕਿ ਤੁਸੀਂ ਉਨ੍ਹਾਂ ਦਾ ਪ੍ਰਗਟਾਵਾ ਕਿਵੇਂ ਕਰਨਾ ਹੈ ਫ਼ਰਜ਼ ਕਰੋ ਕਿ ਤੁਸੀਂ ਇਕ ਨਾਜ਼ੁਕ ਸੋਚ ਵਾਲੇ ਔਰਤ ਨੂੰ ਬਹੁਤ ਹੀ ਗਲਤ ਸੰਕੇਤ ਦਾ ਇਸਤੇਮਾਲ ਕਰਨਾ ਚਾਹੁੰਦੇ ਸੀ-ਇਸ ਤਰ੍ਹਾਂ ਉਹ ਕਿਵੇਂ ਦੇਖੇਗੀ? ਉਹ ਦੌੜ ਗਏ ਜਿਵੇਂ ਕਿ ਉਹਨਾਂ ਨੇ ਆਖ਼ਰੀ ਸੰਭਵ ਅਪਮਾਨ ਪ੍ਰਾਪਤ ਕਰ ਲਿਆ ਸੀ. ਮੈਂ ਅਗਲੇ ਚਿੱਟੇ ਰੰਗ ਵਿਚ ਇਕ ਮਿੱਠਾ ਦਿੱਖ ਵਾਲਾ ਚਾਪ ਲਾਉਣ ਦੀ ਕੋਸ਼ਿਸ਼ ਕੀਤੀ, ਜਿਸ ਦਾ ਬਿਲਕੁਲ ਉਹੀ ਨਤੀਜਾ ਨਿਕਲਿਆ. ਕਿਸੇ ਤਰ੍ਹਾਂ, ਉਸ ਦੇ ਢੰਗ ਨੇ ਮੈਨੂੰ ਆਪਣੇ ਆਪ ਨੂੰ ਸ਼ਰਮ ਮਹਿਸੂਸ ਕੀਤਾ ਪਰ, ਜਿਵੇਂ ਕਿ ਤੁਸੀਂ ਜਾਣਦੇ ਹੋ, ਮੈਂ ਟਾਈਮ ਮਸ਼ੀਨ ਚਾਹੁੰਦਾ ਸੀ, ਅਤੇ ਮੈਂ ਉਸਨੂੰ ਇਕ ਵਾਰ ਫਿਰ ਕੋਸ਼ਿਸ਼ ਕੀਤੀ. ਜਿਵੇਂ ਉਹ ਬੰਦ ਹੋ ਗਿਆ ਹੈ, ਦੂਸਰਿਆਂ ਵਾਂਗ, ਮੇਰਾ ਗੁੱਸਾ ਮੇਰੇ ਤੋਂ ਬਿਹਤਰ ਹੋ ਗਿਆ ਹੈਤਿੰਨ ਪੜਾਵਾਂ ਵਿਚ ਮੈਂ ਉਸ ਤੋਂ ਪਿੱਛੋਂ ਸੀ, ਉਸ ਨੂੰ ਗਰਦਨ ਵਿਚ ਆਪਣੇ ਚੋਲੇ ਦੇ ਢਿੱਲੇ ਹਿੱਸੇ ਵਿਚ ਰੱਖ ਕੇ, ਉਸ ਨੂੰ ਤਪਸ਼ ਵਿਚ ਲਿਜਾਣਾ ਸ਼ੁਰੂ ਕੀਤਾ. ਫਿਰ ਮੈਂ ਉਸ ਦੇ ਚਿਹਰੇ ਦੇ ਦਹਿਸ਼ਤ ਅਤੇ ਘ੍ਰਿਣਾ ਨੂੰ ਵੇਖਿਆ, ਅਤੇ ਅਚਾਨਕ ਮੈਂ ਉਸ ਨੂੰ ਜਾਣ ਦਿੱਤਾ

'ਪਰ ਮੈਂ ਅਜੇ ਕੁੱਟਿਆ ਨਹੀਂ ਗਿਆ ਸੀ. ਮੈਂ ਕਾਂਸੀ ਦੀਆਂ ਪਿੰਲਾਂ 'ਤੇ ਆਪਣੀ ਮੁੱਠੀ ਨਾਲ ਮੁੱਕੇ. ਮੈਂ ਸੋਚਿਆ ਕਿ ਮੈਂ ਕੁਝ ਸੁਝਿਆ ਸੁਣਿਆ- ਅੰਦਰੂਨੀ ਬਣਨ ਲਈ, ਮੈਂ ਸੋਚਿਆ ਕਿ ਮੈਂ ਇੱਕ ਚੁਟਕਲੇ ਵਾਂਗ ਇੱਕ ਆਵਾਜ਼ ਸੁਣੀ ਸੀ-ਪਰ ਮੈਂ ਗਲਤ ਹੋ ਗਿਆ ਹੋਣਾ ਚਾਹੀਦਾ ਹੈ. ਫਿਰ ਮੈਨੂੰ ਦਰਿਆ ਤੋਂ ਇਕ ਵੱਡਾ ਕਾਲੀ ਬੰਨ੍ਹ ਮਿਲ ਗਿਆ, ਅਤੇ ਆਇਆ ਅਤੇ ਠੋਕਰ ਲੱਗ ਗਿਆ ਜਦੋਂ ਤੱਕ ਮੈਂ ਸਜਾਵਟ ਵਿੱਚ ਇੱਕ ਕੁਆਇਲ ਨੂੰ ਵੱਢਿਆ ਨਹੀਂ ਸੀ, ਅਤੇ ਕ੍ਰਾਈਡਿਗੀਸ ਪਾਊਡਰਰੀ ਫਲੇਕਸ ਵਿੱਚ ਆ ਗਿਆ. ਨਾਜ਼ੁਕ ਥੋੜ੍ਹਾ ਜਿਹੇ ਲੋਕਾਂ ਨੇ ਮੈਨੂੰ ਸੁਣਿਆ ਹੋਵੇਗਾ ਕਿ ਮੈਂ ਇਕ ਮੀਲ ਦੂਰ ਇੱਕ ਗਰਮ ਖਰਗੋਸ਼ ਵਿੱਚ ਹਥੌੜੇ ਪਾਉਂਦਾ ਹਾਂ, ਪਰ ਕੁਝ ਨਹੀਂ ਆਇਆ. ਮੈਂ ਉਨ੍ਹਾਂ ਦੀ ਭੀੜ ਨੂੰ ਢਲਾਣਾਂ ਤੇ ਵੇਖੀ, ਉਹ ਮੇਰੇ ਤੇ ਚਤੁਰਾਈ ਨਾਲ ਦੇਖ ਰਿਹਾ ਸੀ. ਆਖ਼ਰਕਾਰ, ਗਰਮ ਅਤੇ ਥੱਕਿਆ ਹੋਇਆ, ਮੈਂ ਸਥਾਨ ਦੇਖਣ ਲਈ ਬੈਠ ਗਿਆ. ਪਰ ਮੈਂ ਲੰਬੇ ਸਮੇਂ ਤੱਕ ਦੇਖਣ ਲਈ ਬਹੁਤ ਬੇਚੈਨ ਸੀ; ਲੰਮੀ ਚੌਕਸੀ ਲਈ ਮੈਂ ਬਹੁਤ ਘਾਤਕ ਹਾਂ. ਮੈਂ ਕਈ ਸਾਲਾਂ ਤੋਂ ਇਕ ਸਮੱਸਿਆ 'ਤੇ ਕੰਮ ਕਰ ਸਕਦਾ ਹਾਂ , ਪਰ ਚੌਵੀ ਘੰਟਿਆਂ ਦੇ ਅੰਦਰ-ਅੰਦਰ ਉਡੀਕ ਕਰਨ ਲਈ - ਇਹ ਇਕ ਹੋਰ ਮਾਮਲਾ ਹੈ.

'ਮੈਂ ਥੋੜ੍ਹੀ ਦੇਰ ਬਾਅਦ ਉੱਠਿਆ ਅਤੇ ਪਹਾੜਾਂ ਵੱਲ ਮੁੜ ਕੇ ਤੁਰ ਪਈ. "ਧੀਰਜ," ਮੈਂ ਆਪਣੇ ਆਪ ਨੂੰ ਕਿਹਾ "ਜੇ ਤੁਸੀਂ ਆਪਣੀ ਮਸ਼ੀਨ ਨੂੰ ਮੁੜ ਪ੍ਰਾਪਤ ਕਰਨਾ ਚਾਹੁੰਦੇ ਹੋ ਤਾਂ ਤੁਹਾਨੂੰ ਸਿਰਫ ਉਸ ਸਪੀਨੈਕਸ ਨੂੰ ਛੱਡ ਦੇਣਾ ਚਾਹੀਦਾ ਹੈ ਜੇ ਇਹ ਤੁਹਾਡੀ ਮਸ਼ੀਨ ਨੂੰ ਦੂਰ ਲੈ ਜਾਣ ਦਾ ਮਤਲਬ ਹੈ, ਤਾਂ ਇਹ ਤੁਹਾਡੇ ਲਈ ਕਾਂਸੀ ਦੇ ਪੈਨਲਾਂ ਨੂੰ ਤਬਾਹ ਕਰਨਾ ਬਹੁਤ ਵਧੀਆ ਹੈ, ਅਤੇ ਜੇਕਰ ਉਹ ਨਹੀਂ ਕਰਦੇ, ਤਾਂ ਤੁਸੀਂ ਜਿੰਨੀ ਛੇਤੀ ਹੋ ਸਕੇ ਮੰਗ ਸਕਦੇ ਹੋ. ਇਸ ਲਈ ਇਹ ਸਭ ਕੁਝ ਅਣਜਾਣਿਆਂ ਵਿਚ ਬੈਠਣਾ ਜਿਵੇਂ ਕਿ ਇਕ ਬੁਝਾਰਤ, ਜੋ ਕਿ ਨਿਰਾਸ਼ਾਜਨਕ ਹੁੰਦੀ ਹੈ, ਇਸ ਤਰ੍ਹਾਂ ਇਸ ਸੰਸਾਰ ਦਾ ਸਾਹਮਣਾ ਕਰਦਾ ਹੈ, ਇਸਦੇ ਢੰਗਾਂ ਨੂੰ ਸਿੱਖੋ, ਇਸ ਨੂੰ ਸਮਝੋ, ਇਸਦੇ ਅਰਥਾਂ ਤੇ ਅਚਾਨਕ ਅੰਦਾਜ਼ਾ ਲਗਾਓ. ਸਭ ਨੂੰ ਇਸ ਨੂੰ ਸੁਰਾਗ. " ਫਿਰ ਅਚਾਨਕ ਸਥਿਤੀ ਦੇ ਮਜ਼ਾਕ ਮੇਰੇ ਦਿਮਾਗ ਵਿਚ ਆ ਗਏ: ਜਿਨ੍ਹਾਂ ਸਾਲਾਂ ਤੋਂ ਮੈਂ ਅਧਿਐਨ ਵਿਚ ਬਿਤਾਇਆ ਅਤੇ ਭਵਿੱਖ ਵਿਚ ਆਉਣ ਲਈ ਮਿਹਨਤ ਕੀਤੀ, ਅਤੇ ਹੁਣ ਮੇਰੀ ਚਿੰਤਾ ਦਾ ਜੋਸ਼ ਇਸ ਵਿਚੋਂ ਨਿਕਲਣਾ ਹੈ.ਮੈਂ ਆਪਣੇ ਆਪ ਨੂੰ ਸਭ ਤੋਂ ਗੁੰਝਲਦਾਰ ਅਤੇ ਸਭ ਤੋਂ ਨਿਰਾਸ਼ਾਜਨਕ ਜਾਲ ਬਣਾਇਆ ਹੈ ਜੋ ਕਿ ਕਦੇ ਵੀ ਇੱਕ ਆਦਮੀ ਦੁਆਰਾ ਤਿਆਰ ਕੀਤਾ ਗਿਆ ਹੈ. ਹਾਲਾਂਕਿ ਇਹ ਮੇਰੇ ਖੁਦ ਦੇ ਖ਼ਰਚੇ ਤੇ ਸੀ, ਮੈਂ ਆਪਣੀ ਸਹਾਇਤਾ ਨਹੀਂ ਕਰ ਸਕਿਆ ਮੈਂ ਉੱਚੀ ਆਵਾਜ਼ ਵਿਚ ਹੱਸ ਪਈ

'ਵੱਡੇ ਮਹਿਲ ਦੇ ਵਿੱਚੋਂ ਦੀ ਲੰਘ ਰਿਹਾ ਸੀ, ਮੈਨੂੰ ਲਗਦਾ ਸੀ ਕਿ ਛੋਟੇ ਲੋਕ ਮੇਰੇ ਤੋਂ ਬਚੇ ਸਨ. ਇਹ ਮੇਰੀ ਮਨਭਾਉਂਦੀ ਹੋ ਸਕਦੀ ਹੈ, ਜਾਂ ਇਸ ਕੋਲ ਕਾਂਸੀ ਦੇ ਫਾਟਕ ਤੇ ਮੇਰੇ ਹਥੌੜੇ ਦੇ ਨਾਲ ਕੁਝ ਕਰਨ ਦੀ ਹੋ ਸਕਦੀ ਹੈ. ਫਿਰ ਵੀ ਮੈਂ ਆਸਾਨੀ ਨਾਲ ਇਹ ਮਹਿਸੂਸ ਕੀਤਾ ਕਿ ਬਚੇ ਹੋਏ ਬਚੇ ਰਹਿਣ ਤੋਂ ਬਚਿਆ ਜਾ ਰਿਹਾ ਹੈ. ਹਾਲਾਂਕਿ ਮੈਂ ਕੋਈ ਚਿੰਤਾ ਨਹੀਂ ਕੀਤੀ ਅਤੇ ਉਹਨਾਂ ਦੀ ਕਿਸੇ ਵੀ ਪ੍ਰਾਪਤੀ ਤੋਂ ਬਚਣ ਵੱਲ ਧਿਆਨ ਦਿੱਤਾ, ਅਤੇ ਇੱਕ ਜਾਂ ਦੋ ਚੀਜ਼ਾਂ ਦੇ ਦੌਰ ਵਿੱਚ ਪੁਰਾਣੇ ਪੈਰੀਂ ਵਾਪਸ ਆ ਗਿਆ. ਮੈਂ ਭਾਸ਼ਾ ਵਿੱਚ ਕੀ ਤਰੱਕੀ ਕਰ ਸਕਦਾ ਹਾਂ, ਅਤੇ ਇਸਦੇ ਇਲਾਵਾ ਮੈਂ ਇੱਥੇ ਅਤੇ ਇੱਥੇ ਆਪਣੇ ਅੰਦੋਲਨਾਂ ਨੂੰ ਧੱਕਿਆ. ਜਾਂ ਤਾਂ ਮੈਂ ਕੁਝ ਸੂਖਮ ਬਿੰਦੂ ਗੁਆ ਲੈਂਦਾ ਹਾਂ ਜਾਂ ਉਸਦੀ ਭਾਸ਼ਾ ਬਹੁਤ ਜ਼ਿਆਦਾ ਸਧਾਰਨ ਸੀ- ਲਗਭਗ ਖਾਸ ਤੌਰ ਤੇ ਕੰਕ੍ਰਿਟ ਸਥਿਤੀਆਂ ਅਤੇ ਕਿਰਿਆਵਾਂ ਦੀ ਰਚਨਾ ਕੀਤੀ ਗਈ ਸੀ ਅਜਿਹਾ ਕੋਈ ਲਗਦਾ ਸੀ, ਜੇ ਕੋਈ ਹੋਵੇ, ਸੰਖੇਪ ਸ਼ਬਦ ਜਾਂ ਲਾਖਣਿਕ ਭਾਸ਼ਾ ਦੀ ਥੋੜ੍ਹੀ ਵਰਤੋਂ. ਉਹਨਾਂ ਦੇ ਵਾਕ ਆਮ ਤੌਰ ਤੇ ਸਧਾਰਣ ਅਤੇ ਦੋ ਸ਼ਬਦ ਸਨ, ਅਤੇ ਮੈਂ ਕਿਸੇ ਵੀ ਗੱਲ ਨੂੰ ਸਪਸ਼ਟ ਜਾਂ ਸਮਝਣ ਵਿੱਚ ਅਸਫਲ ਰਿਹਾ ਪਰ ਸਧਾਰਨ ਪ੍ਰਾਵਧਾਨਮੈਂ ਇਸ ਨੂੰ ਪਾਉਣਾ ਚਾਹੁੰਦਾ ਸੀ ਮੇਰੇ ਸਮੇਂ ਦੀ ਮਸ਼ੀਨ ਅਤੇ ਮੈਡੀਕਲ ਦੇ ਇਕ ਕੋਨੇ ਵਿਚ ਜਿੰਨੇ ਸੰਭਵ ਹੋ ਸਕੇ ਸਪੀਨੈਕਸ ਦੇ ਅਧੀਨ ਕਾਂਸੀ ਦੇ ਦਰਵਾਜ਼ੇ ਦਾ ਭੇਦ

ਸੋਚਿਆ, ਜਦ ਤੱਕ ਕਿ ਮੇਰਾ ਵਧਿਆ ਹੋਇਆ ਗਿਆਨ ਮੈਨੂੰ ਉਨ੍ਹਾਂ ਨੂੰ ਕੁਦਰਤੀ ਤਰੀਕੇ ਨਾਲ ਨਹੀਂ ਲੈ ਜਾਂਦਾ. ਫਿਰ ਵੀ ਇਕ ਖਾਸ ਭਾਵਨਾ, ਤੁਸੀਂ ਸਮਝ ਸਕਦੇ ਹੋ, ਕੁਝ ਹੀ ਮੀਲਾਂ ਦੇ ਇੱਕ ਚੱਕਰ ਵਿੱਚ ਮੇਰੇ ਪਹੁੰਚਣ ਦੇ ਸਮੇਂ ਦੇ ਦੌਰ ਵਿੱਚ ਮੈਨੂੰ ਘੇਰ ਲਿਆ.

'ਜਿੱਥੋਂ ਤੱਕ ਮੈਂ ਦੇਖ ਸਕਦਾ ਸੀ, ਸਾਰੇ ਸੰਸਾਰ ਨੇ ਥਮਾਸ ਘਾਟੀ ਵਾਂਗ ਇਕੋ ਅਮੀਰ ਦਰਜੇ ਨੂੰ ਪ੍ਰਦਰਸ਼ਿਤ ਕੀਤਾ. ਹਰ ਪਹਾੜੀ ਤੋਂ ਮੈਂ ਚੜ੍ਹਿਆ, ਮੈਂ ਸ਼ਾਨਦਾਰ ਇਮਾਰਤਾਂ ਦੀ ਬਹੁਤ ਹੀ ਵਡਿਆਈ ਦੇਖੀ, ਅਨਾਜ ਅਤੇ ਭੰਡਾਰ ਵਿਚ ਬਹੁਤ ਭਿੰਨ ਸੀ, ਸਦਾਬਹਾਰਾਂ ਦੀ ਇੱਕੋ ਜਿਹੀ ਕਲੱਸਟਰਿੰਗ, ਇਕੋ ਖਿੜਕੀ ਨਾਲ ਲਗੇ ਹੋਏ ਰੁੱਖ ਅਤੇ ਰੁੱਖ ਦੇ ਫਰਨ. ਇੱਥੇ ਅਤੇ ਉੱਥੇ ਪਾਣੀ ਚਾਂਦੀ ਵਾਂਗ ਅਤੇ ਚਮੜੀ ਵਾਂਗ ਚਮਕਿਆ, ਜ਼ਮੀਨ ਨੀਲੇ ਰੰਗ ਦੀ ਉੱਚੇ ਪਹਾੜੀਆਂ ਉੱਤੇ ਚੜ੍ਹ ਗਈ, ਅਤੇ ਇਸ ਤਰ੍ਹਾਂ ਅਸਮਾਨ ਦੀ ਸ਼ਾਂਤੀ ਵਿੱਚ ਫਿੱਕਾ ਪੈ ਗਿਆ. ਇਕ ਅਜੀਬ ਵਿਸ਼ੇਸ਼ਤਾ, ਜੋ ਹੁਣੇ-ਹੁਣ ਮੇਰਾ ਧਿਆਨ ਖਿੱਚਦੀ ਹੈ, ਕੁਝ ਚੱਕਰੀ ਦੇ ਖੂਹਾਂ ਦੀ ਮੌਜੂਦਗੀ ਸੀ, ਕਈ, ਜਿਵੇਂ ਕਿ ਇਹ ਮੈਨੂੰ ਜਾਪਦਾ ਸੀ, ਬਹੁਤ ਹੀ ਮਹਾਨ ਡੂੰਘਾਈ ਦਾ. ਇਕ ਪਹਾੜੀ ਉੱਪਰ ਰਾਹ ਪੈ ਰਿਹਾ ਸੀ, ਜਿਸ ਨੂੰ ਮੈਂ ਆਪਣੀ ਪਹਿਲੀ ਸੈਰ ਤੇ ਪਾਲਣ ਕੀਤਾ ਸੀ. ਦੂਜਿਆਂ ਦੀ ਤਰ੍ਹਾਂ, ਇਸ ਨੂੰ ਕਾਂਸੀ ਨਾਲ ਜੋੜਿਆ ਗਿਆ, ਉਤਸੁਕਤਾ ਨਾਲ ਗਰੇਟ ਕੀਤਾ ਗਿਆ, ਅਤੇ ਮੀਂਹ ਤੋਂ ਇੱਕ ਛੋਟੇ ਜਿਹੇ ਕੋਲੇ ਦੁਆਰਾ ਸੁਰੱਖਿਅਤ ਕੀਤਾ ਗਿਆ. ਇਨ੍ਹਾਂ ਖੂਹਾਂ ਦੇ ਪਾਸੇ ਬੈਠ ਕੇ,ਅਤੇ ਘੁੰਗੇ ਹੋਏ ਹਨੇਰੇ ਵਿਚ ਪਕੜ ਕੇ, ਮੈਂ ਪਾਣੀ ਦੀ ਕੋਈ ਚਮਕ ਨਹੀਂ ਦੇਖ ਸਕਦਾ ਸੀ, ਨਾ ਹੀ ਮੈਂ ਕਿਸੇ ਰੋਸ਼ਨੀ ਮੈਚ ਨਾਲ ਕੋਈ ਪ੍ਰਤੀਬਿੰਬ ਸ਼ੁਰੂ ਕਰ ਸਕਦਾ ਸੀ. ਪਰ ਉਨ੍ਹਾਂ ਸਾਰਿਆਂ ਨੇ ਮੈਨੂੰ ਇੱਕ ਖਾਸ ਆਵਾਜ਼ ਸੁਣੀ: ਇੱਕ ਥੱਗ-ਥਦ-ਥਦ, ਜਿਵੇਂ ਕਿ ਕੁਝ ਵੱਡੇ ਇੰਜਣ ਦੀ ਧੜਕਣ; ਅਤੇ ਮੈਂ ਆਪਣੇ ਮੈਚਾਂ ਦੇ ਖੰਭੇ ਤੋਂ ਖੋਜ ਲਿਆ, ਕਿ ਹਵਾ ਦੀ ਇੱਕ ਸਥਿਰ ਮੌਜੂਦਾ ਸ਼ਿਫਟ ਤੈਅ ਕੀਤੀ ਅੱਗੇ, ਮੈਂ ਇੱਕ ਦੇ ਗਲੇ ਵਿੱਚ ਕਾਗਜ਼ ਦਾ ਇੱਕ ਪੇਚ ਸੁੱਟ ਦਿੱਤਾ, ਅਤੇ, ਹੌਲੀ ਹੌਲੀ ਹੌਲੀ ਹੌਲੇ ਹਿਲਣ ਦੀ ਬਜਾਏ ਇਹ ਇੱਕ ਵਾਰ ਤੇਜ਼ੀ ਨਾਲ ਨਜ਼ਰ ਤੋਂ ਬਾਹਰ ਨਿਕਲਿਆ ਸੀ.ਇਹ ਇੱਕੋ ਸਮੇਂ ਤੇ ਤੇਜ਼ੀ ਨਾਲ ਨਜ਼ਰ ਤੋਂ ਬਾਹਰ ਨਿਕਲਿਆ ਸੀਇਹ ਇੱਕੋ ਸਮੇਂ ਤੇ ਤੇਜ਼ੀ ਨਾਲ ਨਜ਼ਰ ਤੋਂ ਬਾਹਰ ਨਿਕਲਿਆ ਸੀ

'ਇੱਕ ਸਮੇਂ ਦੇ ਬਾਅਦ ਵੀ, ਮੈਂ ਇਨ੍ਹਾਂ ਖੂਹਾਂ ਨੂੰ ਲੰਬੇ ਟਾਰਾਂ ਨਾਲ ਜੋੜਨ ਲਈ ਆਇਆ ਹਾਂ ਜੋ ਇੱਥੇ ਅਤੇ ਢਲਾਨਾਂ' ਤੇ ਖੜ੍ਹੇ ਹਨ; ਇਹਨਾਂ ਤੋਂ ਉੱਪਰ ਅਕਸਰ ਹਵਾ ਵਿੱਚ ਅਜਿਹੀ ਝਟਕੇ ਵਾਲੀ ਗੱਲ ਹੁੰਦੀ ਸੀ ਜਿਵੇਂ ਕਿ ਇੱਕ ਸੂਰਜ-ਚਟਣ ਵਾਲੇ ਸਮੁੰਦਰ ਦੇ ਉੱਪਰ ਇੱਕ ਗਰਮ ਦਿਨ ਨੂੰ ਵੇਖਦਾ ਹੈ. ਚੀਜ਼ਾਂ ਨੂੰ ਇਕੱਠੇ

ਇਕੱਠਾ ਕਰਨਾ, ਮੈਂ ਭੂਮੀਗਤ ਹਵਾਦਾਰੀ ਦੀ ਵਿਸ਼ਾਲ ਪ੍ਰਣਾਲੀ ਦਾ ਇੱਕ ਮਜ਼ਬੂਤ ਸੁਝਾਅ ਤੱਕ ਪਹੁੰਚਿਆ , ਜਿਸਦਾ ਅਸਲ ਆਯਾਤ ਇਸਦੀ ਕਲਪਨਾ ਕਰਨਾ ਮੁਸ਼ਕਲ ਸੀ. ਮੈਂ ਪਹਿਲਾਂ ਇਨ੍ਹਾਂ ਲੋਕਾਂ ਦੇ ਸੈਨੇਟਰੀ ਉਪਕਰਣ ਨਾਲ ਜੋੜਨ ਲਈ ਤਿਆਰ ਸੀ. ਇਹ ਇਕ ਸਾਫ਼ ਸਿੱਟਾ ਸੀ, ਪਰ ਇਹ ਬਿਲਕੁਲ ਗਲਤ ਸੀ.

'ਅਤੇ ਇੱਥੇ ਮੈਨੂੰ ਲਾਜ਼ਮੀ ਤੌਰ' ਤੇ ਮੰਨਣਾ ਚਾਹੀਦਾ ਹੈ ਕਿ ਮੈਂ ਇਸ ਅਸਲੀ ਭਵਿੱਖ ਵਿੱਚ ਆਪਣੇ ਸਮੇਂ ਦੇ ਦੌਰਾਨ ਬਹੁਤ ਘੱਟ ਡਰੇਨਾਂ ਅਤੇ ਘੰਟੀਆਂ ਅਤੇ ਕਿਲ੍ਹਿਆਂ ਦੇ ਸਾਧਨ ਅਤੇ ਇਸ ਤਰ੍ਹਾਂ ਦੀਆਂ ਸੁਵਿਧਾਵਾਂ ਨੂੰ ਜਾਣਦਾ ਹਾਂ. ਯੂਟੋਪਿਆ ਅਤੇ ਆਉਣ ਵਾਲੇ ਸਮੇਂ ਦੇ ਕੁਝ ਦਰਸ਼ਣਾਂ ਵਿਚ ਜਿਨ੍ਹਾਂ ਨੂੰ ਮੈਂ ਪੜ੍ਹਿਆ ਹੈ, ਇੱਥੇ ਬਿਲਡਿੰਗ ਅਤੇ ਸਮਾਜਕ ਪ੍ਰਬੰਧਾਂ ਅਤੇ ਇਸ ਤਰ੍ਹਾਂ ਦੇ ਹੋਰ ਬਹੁਤ ਸਾਰੇ ਵੇਰਵੇ ਹਨ. ਪਰ ਜਦ ਕਿ ਇਹ ਵੇਰਵੇ ਪ੍ਰਾਪਤ ਕਰਨ ਲਈ ਕਾਫ਼ੀ ਸੌਖੇ ਹੁੰਦੇ ਹਨ ਜਦੋਂ ਸਾਰੀ ਦੁਨੀਆ ਦੀ ਕਲਪਨਾ ਵਿੱਚ ਸ਼ਾਮਿਲ ਹੁੰਦਾ ਹੈ, ਉਹ ਅਸਲੀ ਵਾਸੀਆਂ ਨੂੰ ਅਸਲ ਵਿੱਚ ਅਜਿਹੀਆਂ ਹਕੀਕਤਾਂ ਵਿੱਚ ਪਹੁੰਚਦਾ ਹੈ ਜੋ ਮੈਂ ਇੱਥੇ ਲੱਭੀਆਂ ਹਨ. ਲੰਡਨ ਦੀ ਕਹਾਣੀ ਨੂੰ ਗਰਭਵਤੀ ਹੈ ਜੋ ਕਿ ਇਕ ਨੀਊਰੋ, ਮੱਧ ਅਫ਼ਰੀਕਾ ਤੋਂ ਤਾਜ਼ਾ, ਆਪਣੇ ਕਬੀਲੇ ਕੋਲ ਲੈ ਜਾਵੇਗੀ! ਉਹ ਰੇਲਵੇ ਕੰਪਨੀਆਂ, ਸੋਸ਼ਲ ਅੰਦੋਲਨਾਂ, ਟੈਲੀਫੋਨ ਅਤੇ ਟੈਲੀਗ੍ਰਾਫ ਵਾਇਰਸ, ਪਾਰਸਲਜ਼ ਡੀਲਰ ਕੰਪਨੀ, ਅਤੇ ਪੋਸਟਲ ਆਦੇਸ਼ਾਂ ਅਤੇ ਉਹਨਾਂ ਦੀ ਤਰ੍ਹਾਂ ਕੀ ਜਾਣੇਗਾ? ਫਿਰ ਵੀ ਅਸੀਂ ਘੱਟੋ-ਘੱਟ, ਇਨ੍ਹਾਂ ਚੀਜ਼ਾਂ ਨੂੰ ਉਸ ਨੂੰ ਸਮਝਾਉਣ ਲਈ ਤਿਆਰ ਹੋਣਾ ਚਾਹੀਦਾ ਹੈ!ਅਤੇ ਉਹ ਜਾਣਦਾ ਸੀ ਕਿ ਉਸ ਦੇ ਅਣਪਛਾਤੇ ਮਿੱਤਰ ਨੇ ਤਾਂ ਉਸ ਨੂੰ ਫੜਵਾਉਣ ਜਾਂ ਵਿਸ਼ਵਾਸ ਕਰਨ ਲਈ ਕਿੰਨਾ ਕੁਝ ਦਿੱਤਾ ਸੀ? ਫਿਰ, ਸੋਚੋ ਕਿ ਨੀਊਰੋ ਅਤੇ ਸਾਡੇ ਆਪਣੇ ਸਮੇਂ ਦੇ ਚਿੱਟੇ ਆਦਮੀ ਦੇ ਵਿਚਲਾ ਅੰਤਰ ਕਿੰਨਾ ਸੰਕੁਚਿਤ ਹੈ, ਅਤੇ ਮੈਂ ਆਪਣੇ ਆਪ ਨੂੰ ਅਤੇ ਇਹਨਾਂ ਸੁਨਹਿਰੀ ਉਮਰ ਦੇ ਅੰਤਰਾਲ ਨੂੰ ਕਿੰਨੀ ਚੌੜਾ ਕਰ ਰਿਹਾ ਹਾਂ! ਮੈਂ ਬਹੁਤ ਅਦਭੁਤ ਸੀ ਜਿਸ ਨੂੰ ਅਣਡਿੱਠ ਕੀਤਾ ਗਿਆ ਸੀ ਅਤੇ ਜਿਸ ਨੇ ਮੇਰੇ ਦਿਲਾਸੇ ਵਿਚ ਯੋਗਦਾਨ ਪਾਇਆ ਸੀ; ਪਰ ਆਟੋਮੈਟਿਕ ਸੰਸਥਾ ਦੇ ਇੱਕ ਆਮ ਪ੍ਰਭਾਵ ਲਈ ਬੱਚਤ ਕਰੋ, ਮੈਨੂੰ ਡਰ ਹੈ ਕਿ ਮੈਂ ਤੁਹਾਡੇ ਮਨ ਵਿੱਚ ਅੰਤਰ ਦੇ ਬਹੁਤ ਥੋੜ੍ਹਾ ਦੱਸ ਸਕਦਾ ਹਾਂ.ਮੈਨੂੰ ਡਰ ਹੈ ਕਿ ਮੈਂ ਤੁਹਾਡੇ ਮਨ ਵਿੱਚ ਬਹੁਤ ਘੱਟ ਅੰਤਰ ਸਪੱਸ਼ਟ ਕਰ ਸਕਦਾ ਹਾਂ.ਮੈਨੂੰ ਡਰ ਹੈ ਕਿ ਮੈਂ ਤੁਹਾਡੇ ਮਨ ਵਿੱਚ ਬਹੁਤ ਘੱਟ ਅੰਤਰ ਸਪੱਸ਼ਟ ਕਰ ਸਕਦਾ ਹਾਂ.

ਮਿਸਾਲ ਲਈ, ਮੱਛੀ ਪਾਲਣ ਦੇ ਮਾਮਲੇ ਵਿਚ ਮੈਂ ਸ਼ਮਸ਼ਾਨ ਘਾਟ ਦਾ ਕੋਈ ਸੰਕੇਤ ਨਹੀਂ ਦੇਖਿਆ ਅਤੇ ਨਾ ਹੀ ਕਬਰ ਦੇ ਕਿਸੇ ਵੀ ਸੰਕੇਤ ਨੂੰ ਵੇਖਿਆ. ਪਰ ਮੇਰੇ ਨਾਲ

ਇਹ ਵਾਪਰਿਆ ਹੈ ਕਿ, ਸੰਭਵ ਤੌਰ 'ਤੇ, ਮੇਰੀ ਖੋਜਾਂ ਦੀ ਹੱਦ ਤੋਂ ਕਿਤੇ ਬਾਹਰ ਸ਼ਮਸ਼ਾਨਗੀ (ਜਾਂ ਸ਼ਮਸ਼ਾਨਗੀ) ਹੋ ਸਕਦੀ ਹੈ. ਇਹ ਇਕ ਵਾਰ ਫਿਰ ਇਕ ਸਵਾਲ ਸੀ ਜਿਸ ਬਾਰੇ ਮੈਂ ਜਾਣ-ਬੁੱਝ ਕੇ ਖੁਦ ਨੂੰ ਵਿਚਾਰਿਆ ਸੀ, ਅਤੇ ਮੇਰੀ ਉਤਸੁਕਤਾ ਇਸ ਮੁੱਦੇ 'ਤੇ ਪੂਰੀ ਤਰ੍ਹਾਂ ਹਾਰ ਗਈ ਸੀ. ਇਸ ਗੱਲ ਨੇ ਮੈਨੂੰ ਪਰੇਸ਼ਾਨ ਕੀਤਾ, ਅਤੇ ਮੈਨੂੰ ਹੋਰ ਟਿੱਪਣੀ ਦੇਣ ਦੀ ਅਗਵਾਈ ਕੀਤੀ ਗਈ, ਜਿਸ ਨੇ ਮੈਨੂੰ ਹੋਰ ਵੀ ਪਰੇਸ਼ਾਨ ਕਰ ਦਿੱਤਾ: ਇਸ ਲੋਕ ਵਿਚਕਾਰ ਬਜ਼ੁਰਗ ਅਤੇ ਬੇਬੁਨਿਆਦ ਕੋਈ ਵੀ ਨਹੀਂ ਸੀ

'ਮੈਨੂੰ ਮੰਨਣਾ ਚਾਹੀਦਾ ਹੈ ਕਿ ਇਕ ਆਟੋਮੈਟਿਕ ਸਭਿਅਤਾ ਦੇ ਪਹਿਲੇ ਤਜਰਬਿਆਂ ਅਤੇ ਇਕ ਅਣਦੇਖੀ ਮਨੁੱਖਤਾ ਨਾਲ ਮੇਰੀ ਸੰਤੁਸ਼ਟੀ ਲੰਮੇ ਸਮੇਂ ਤੱਕ ਸਹਿਣ ਨਹੀਂ ਹੋਈ. ਫਿਰ ਵੀ ਮੈਂ ਹੋਰ ਕਿਸੇ ਬਾਰੇ ਨਹੀਂ ਸੋਚ ਸਕਦਾ ਸੀ. ਮੈਨੂੰ ਆਪਣੀਆਂ ਮੁਸੀਬਤਾਂ ਝੱਲਣ ਦਿਓ. ਕਈ ਵੱਡੇ ਮਹਿਲ ਜਿਨ੍ਹਾਂ ਦੀ ਮੈਂ ਖੋਜ ਕੀਤੀ ਸੀ ਉਹ ਸਿਰਫ਼ ਜੀਉਂਦੀਆਂ ਸਥਾਨ ਸਨ, ਬਹੁਤ ਵਧੀਆ ਖਾਣਾ-ਘਰ ਅਤੇ ਸੁੱਤੇ ਘਰ ਸਨ ਮੈਨੂੰ ਕੋਈ ਮਸ਼ੀਨਰੀ ਨਹੀਂ ਮਿਲਦੀ, ਕਿਸੇ ਕਿਸਮ ਦੀ ਕੋਈ ਉਪਕਰਣ ਨਹੀਂ ਮਿਲਦਾ. ਫਿਰ ਵੀ ਇਹ ਲੋਕ ਸੁਹੱਪਣ ਕੱਪੜੇ ਪਹਿਨੇ ਹੋਏ ਸਨ ਜਿਨ੍ਹਾਂ ਨੂੰ ਕਈ ਵਾਰੀ ਨਵਿਆਉਣ ਦੀ ਜ਼ਰੂਰਤ ਪੈਂਦੀ ਸੀ, ਅਤੇ ਉਨ੍ਹਾਂ ਦੀਆਂ ਜੁੱਤੀਆਂ, ਭਾਵੇਂ ਕਿ ਜੁੱਤੀਆਂ ਨਹੀਂ ਸਨ, ਉਹਨਾਂ ਨੂੰ ਮੋਟਰ ਦਾ ਕੰਮ ਦੇ ਬਹੁਤ ਹੀ ਤੇਜ਼ ਨਮੂਨੇ ਸਨ. ਅਚਾਨਕ ਇਹੋ ਜਿਹੀਆਂ ਗੱਲਾਂ ਜ਼ਰੂਰ ਕੀਤੀਆਂ ਜਾਣੀਆਂ ਚਾਹੀਦੀਆਂ ਹਨ. ਅਤੇ ਥੋੜ੍ਹੇ ਲੋਕਾਂ ਨੇ ਰਚਨਾਤਮਕ ਰੁਝਾਨ ਦੀ ਕੋਈ ਨਿਸ਼ਾਨੀ ਨਹੀਂ ਦਿਖਾਈ. ਉੱਥੇ ਕੋਈ ਦੁਕਾਨਾ ਨਹੀਂ ਸੀ, ਕੋਈ ਵਰਕਸ਼ਾਪ ਨਹੀਂ ਸਨ, ਉਨ੍ਹਾਂ ਵਿਚਾਲੇ ਆਯਾਤ ਦੀ ਕੋਈ ਨਿਸ਼ਾਨੀ ਨਹੀਂ ਸੀ. ਉਨ੍ਹਾਂ ਨੇ ਆਪਣਾ ਸਾਰਾ ਸਮਾਂ ਨਰਮੀ ਨਾਲ ਖੇਡਣ, ਨਦੀ ਵਿੱਚ ਨਹਾਉਣ, ਅੱਧੇ-ਨਸਲੀ ਫੈਸ਼ਨ ਵਿੱਚ ਪਿਆਰ ਕਰਨ, ਫਲ ਖਾਣ ਅਤੇ ਸੌਣ ਵਿੱਚ ਖਰਚ ਕੀਤਾ.ਮੈਂ ਨਹੀਂ ਦੇਖ ਸਕਿਆ ਕਿ ਚੀਜ਼ਾਂ ਕਿਵੇਂ ਚਲੀਆਂ ਜਾਂਦੀਆਂ ਸਨ

'ਫਿਰ, ਇਕ ਵਾਰ ਫਿਰ, ਸਮੇਂ ਦੀ ਮਸ਼ੀਨ ਬਾਰੇ: ਕੁਝ, ਮੈਨੂੰ ਪਤਾ ਨਹੀਂ ਕੀ, ਇਹ ਚਿੱਟੇ ਸਪਿੰਕਸ ਦੇ ਖੋਖਲੇ ਪਡੇਸਟਲ ਵਿਚ ਲਿਆ ਸੀ. ਕਿਉਂ? ਮੇਰੇ ਜੀਵਨ ਲਈ ਮੈਂ ਕਲਪਨਾ ਨਹੀਂ ਕਰ ਸਕਦਾ. ਉਹ ਪਾਣੀ ਰਹਿਤ ਖੂਹ, ਵੀ, ਉਹ ਚੂਨੇ ਥੰਮ੍ਹ. ਮੈਂ ਮਹਿਸੂਸ ਕੀਤਾ ਕਿ ਮੈਨੂੰ ਇੱਕ ਸੁਰਾਗ ਦੀ ਘਾਟ ਹੈ. ਮੈਂ ਮਹਿਸੂਸ ਕੀਤਾ- ਮੈਂ ਇਸਨੂੰ ਕਿਵੇਂ ਪਾਵਾਂ? ਫ਼ਰਜ਼ ਕਰੋ ਕਿ ਤੁਹਾਨੂੰ ਇਕ ਸਿਲਸਿਲਾ ਮਿਲਿਆ ਹੈ, ਇੱਥੇ ਬਹੁਤ ਵਧੀਆ ਢੰਗ ਨਾਲ ਅੰਗ੍ਰੇਜ਼ੀ ਵਿਚ ਵਾਕਾਂਸ਼ ਮਿਲਦਾ ਹੈ, ਅਤੇ ਇਸ ਨਾਲ ਇੰਟਰਪੋਲਟੇਡ ਹੋ ਗਿਆ ਹੈ, ਤਾਂ ਦੂਜੇ ਤੁਹਾਡੇ ਸ਼ਬਦਾਂ ਤੋਂ ਬਿਲਕੁਲ ਅਣਜਾਣ

ਹਨ. ਠੀਕ ਹੈ, ਮੇਰੇ ਫੇਰੀ ਦੇ ਤੀਜੇ ਦਿਨ ਤੇ, ਇਸੇ ਤਰ੍ਹਾਂ ਅੱਠ ਸੌ ਅਤੇ ਸੱਤ ਹਜ਼ਾਰ ਸੱਤ ਸੌ ਮੈਂਬਰਾਂ ਨੇ ਮੈਨੂੰ ਖੁਦ ਪੇਸ਼ ਕੀਤਾ!

'ਉਸ ਦਿਨ, ਮੈਂ ਵੀ ਇਕ ਦੋਸਤ ਬਣਾਈ-ਇਕ ਕਿਸਮ ਦੀ. ਇਹ ਵਾਪਰਿਆ ਜਿਵੇਂ ਮੈਂ ਥੋੜ੍ਹੇ ਜਿਹੇ ਛੋਟੇ ਲੋਕਾਂ ਨੂੰ ਉਚਾਈ ਵਿਚ ਨਹਾਉਂਦੀ ਵੇਖ ਰਿਹਾ ਸੀ, ਉਨ੍ਹਾਂ ਵਿਚੋਂ ਇਕ ਨੂੰ ਅਚਾਨਕ ਹੀ ਜ਼ਬਤ ਕੀਤਾ ਗਿਆ ਸੀ ਅਤੇ ਹੌਲੀ-ਹੌਲੀ ਆਵਾਜਾਈ ਸ਼ੁਰੂ ਕਰ ਦਿੱਤੀ ਸੀ. ਮੁੱਖ ਸਮੇਂ ਦੀ ਬਜਾਏ ਹੌਲੀ ਹੌਲੀ ਭੱਜਿਆ, ਪਰ ਇੱਕ ਮੱਧਮ ਤੈਰਾਕ ਲਈ ਵੀ ਬਹੁਤ ਜ਼ੋਰਦਾਰ ਨਹੀਂ. ਇਸ ਲਈ, ਤੁਹਾਨੂੰ ਇਹ ਜੀਵਾਣੂਆਂ ਵਿੱਚ ਅਜੀਬ ਘਾਟ ਦਾ ਇੱਕ ਵਿਚਾਰ ਮਿਲੇਗਾ, ਜਦੋਂ ਮੈਂ ਤੁਹਾਨੂੰ ਦੱਸਾਂਗਾ ਕਿ ਕਿਸੇ ਨੇ ਕਮਜ਼ੋਰ ਰੋਂਦੀ ਛੋਟੀ ਜਿਹੀ ਚੀਜ਼ ਨੂੰ ਬਚਾਉਣ ਦੀ ਕੋਸ਼ਿਸ਼ ਕੀਤੀ ਹੈ ਜੋ ਆਪਣੀਆਂ ਅੱਖਾਂ ਤੋਂ ਪਹਿਲਾਂ ਡੁੱਬ ਰਹੀ ਸੀ. ਜਦੋਂ ਮੈਂ ਇਸ ਨੂੰ ਮਹਿਸੂਸ ਕੀਤਾ, ਮੈਂ ਛੇਤੀ ਨਾਲ ਆਪਣੇ ਕੱਪੜੇ ਲਾਹ ਲਈ, ਅਤੇ, ਇੱਕ ਬਿੰਦੂ ਤੇ ਹੇਠਾਂ ਵੱਲ ਨੂੰ ਘੁਮਾਕੇ, ਮੈਂ ਗਰੀਬ ਪੰਘੂੜੇ ਨੂੰ ਫੜ ਲਿਆ ਅਤੇ ਉਸ ਨੂੰ ਸੁਰੱਖਿਅਤ ਥਾਂ 'ਤੇ ਲਿਜਾਇਆ. ਅੰਗਾਂ ਦਾ ਥੋੜਾ ਜਿਹਾ ਝੱਟਕਾ ਛੇਤੀ ਹੀ ਉਸ ਨੂੰ ਘੇਰ ਲੈਂਦਾ ਸੀ, ਅਤੇ ਮੈਨੂੰ ਇਹ ਵੇਖਣ ਦਾ ਸੰਤੁਸ਼ਟੀ ਸੀ ਕਿ ਮੈਂ ਉਸ ਨੂੰ ਛੱਡਣ ਤੋਂ ਪਹਿਲਾਂ ਠੀਕ ਸੀਮੈਨੂੰ ਉਸਦੇ ਕਿਸਮ ਦੇ ਅਜਿਹੇ ਘੱਟ ਅੰਦਾਜ਼ੇ ਲਈ ਮਿਲੀ ਸੀ ਕਿ ਮੈਂ ਉਸ ਤੋਂ ਕੋਈ ਸ਼ੁਕਰਗੁਜ਼ਾਰ ਨਹੀਂ ਚਾਹੁੰਦਾ ਸੀ ਇਸ ਵਿੱਚ, ਹਾਲਾਂਕਿ, ਮੈਂ ਗਲਤ ਸੀ.

'ਇਹ ਸਵੇਰ ਨੂੰ ਹੋਇਆ. ਦੁਪਹਿਰ ਨੂੰ ਮੈਂ ਆਪਣੀ ਛੋਟੀ ਔਰਤ ਨਾਲ ਮੁਲਾਕਾਤ ਕੀਤੀ, ਕਿਉਂਕਿ ਮੇਰਾ ਵਿਸ਼ਵਾਸ ਹੈ ਕਿ ਇਹ ਸੀ, ਜਿਵੇਂ ਕਿ ਮੈਂ ਇੱਕ ਖੋਜ ਤੋਂ ਮੇਰੇ ਕੇਂਦਰ ਵੱਲ ਵਾਪਸ ਆ ਰਿਹਾ ਸੀ, ਅਤੇ ਉਸਨੇ ਮੈਨੂੰ ਖੁਸ਼ੀ ਦੇ ਰੌਲਾ ਪਾ ਦਿੱਤਾ ਅਤੇ ਮੈਨੂੰ ਫੁੱਲਾਂ ਦੀ ਇੱਕ ਵੱਡੀ ਹਾਰ ਨਾਲ ਪੇਸ਼ ਕੀਤਾ- ਸਪੱਸ਼ਟ ਤੌਰ ਤੇ ਮੇਰੇ ਲਈ ਅਤੇ ਇਕੱਲੀ ਇਸ ਗੱਲ ਨੇ ਮੇਰੀ ਕਲਪਨਾ ਫੜੀ. ਬਹੁਤ ਸੰਭਵ ਤੌਰ 'ਤੇ ਮੈਂ ਵਿਰਾਨ ਮਹਿਸੂਸ ਕਰ ਰਿਹਾ ਸੀ. ਕਿਸੇ ਵੀ ਕੀਮਤ 'ਤੇ ਮੈਂ ਤੋਹਫ਼ੇ ਦੀ ਸ਼ਲਾਘਾ ਦਿਖਾਉਣ ਲਈ ਆਪਣੀ ਪੂਰੀ ਕੋਸ਼ਿਸ਼ ਕੀਤੀ. ਅਸੀਂ ਛੇਤੀ ਹੀ ਇਕ ਛੋਟੇ ਪੱਥਰ ਦੇ ਕਿਨਾਰਿਆਂ ਵਿਚ ਇਕੱਠੇ ਬੈਠ ਗਏ, ਗੱਲਬਾਤ ਵਿਚ ਰੁੱਝੇ ਹੋਏ, ਮੁੱਖ ਤੌਰ ਤੇ ਮੁਸਕਰਾਉਂਦੇ ਹੋਏ ਮੇਰੇ ਬੱਚੇ ਦੀ ਇੱਛਾ ਅਨੁਸਾਰ ਜੀਵਾਣਾ ਦੀ ਮਿੱਤਰਤਾ ਨੇ ਮੈਨੂੰ ਬਿਲਕੁਲ ਪ੍ਰਭਾਵਿਤ ਕੀਤਾ ਹੈ ਅਸੀਂ ਇਕ ਦੂਜੇ ਨੂੰ ਫੁੱਲ ਚੁਕੇ ਸਾਂ, ਅਤੇ ਉਸਨੇ ਮੇਰੇ ਹੱਥ ਚੁੰਮਿਆਂ. ਮੈਂ ਉਸ ਲਈ ਉਹੀ ਕੀਤਾ. ਫਿਰ ਮੈਂ ਗੱਲ ਕਰਨ ਦੀ ਕੋਸ਼ਿਸ਼ ਕੀਤੀ, ਅਤੇ ਮੈਨੂੰ ਪਤਾ ਲੱਗਾ ਕਿ ਉਸਦਾ ਨਾਮ ਵੀਨਾ ਸੀ, ਭਾਵੇਂ ਕਿ ਮੈਨੂੰ ਨਹੀਂ ਪਤਾ ਕਿ ਇਹ ਕੀ ਮਤਲਬ ਹੈ, ਪਰ ਕੁਝ ਅਜਿਹਾ ਕਰਨ ਲਈ ਢੁਕਵਾਂ ਸੀ.ਇਹ ਇਕ

ਹਾਲੀਆ ਦੋਸਤੀ ਦੀ ਸ਼ੁਰੂਆਤ ਸੀ ਜੋ ਇਕ ਹਫਤੇ ਤਕ ਚਲਦੀ ਰਹੀ ਅਤੇ ਖਤਮ ਹੋਈ ਜਿਵੇਂ ਮੈਂ ਤੁਹਾਨੂੰ ਦੱਸਾਂ!

'ਉਹ ਬਿਲਕੁਲ ਇਕ ਬੱਚੇ ਦੀ ਤਰ੍ਹਾਂ ਸੀ ਉਹ ਹਮੇਸ਼ਾ ਮੇਰੇ ਨਾਲ ਰਹਿਣਾ ਚਾਹੁੰਦੀ ਸੀ ਉਸਨੇ ਹਰ ਥਾਂ ਮੇਰੇ ਨਾਲ ਪਾਲਣ ਕਰਨ ਦੀ ਕੋਸ਼ਿਸ਼ ਕੀਤੀ, ਅਤੇ ਮੇਰੇ ਅਗਲੇ ਸਫ਼ਰ ਤੇ ਅਤੇ ਇਸ ਬਾਰੇ ਇਸ ਨੂੰ ਮੇਰੇ ਦਿਲ ਨੂੰ ਕਰਨ ਲਈ ਚਲਾ ਗਿਆ ਹੈ, ਉਸ ਨੂੰ ਥੱਕ ਹੈ, ਅਤੇ ਅਖੀਰ 'ਤੇ ਉਸ ਨੂੰ ਛੱਡ, ਥੱਕਿਆ ਅਤੇ ਮੇਰੇ ਬਾਅਦ ਕਾਲ ਕਰਨ ਦੇ ਪਰ ਸੰਸਾਰ ਦੀਆਂ ਸਮੱਸਿਆਵਾਂ ਨੂੰ ਮਾਹਰ ਹੋਣਾ ਚਾਹੀਦਾ ਸੀ. ਮੈਂ ਨਹੀਂ ਸੀ, ਮੈਂ ਆਪਣੇ ਆਪ ਨੂੰ ਕਿਹਾ, ਭਵਿੱਖ ਵਿੱਚ ਇੱਕ ਛੋਟਾ ਜਿਹਾ ਫਲਰਟ ਜਾਰੀ ਕਰਨ ਲਈ ਆਉਣਾ. ਪਰ ਜਦੋਂ ਮੈਂ ਉਸ ਨੂੰ ਛੱਡਿਆ ਤਾਂ ਉਹ ਬਹੁਤ ਦੁਖਦਾਈ ਸੀ, ਉਸ ਦਾ ਵਿਦਾਇਗੀ ਕਈ ਵਾਰ ਬੇਹੋਸ਼ ਹੋ ਗਏ ਸਨ ਅਤੇ ਮੈਂ ਸੋਚਦਾ ਹਾਂ ਕਿ ਉਸ ਦੀ ਸ਼ਰਧਾ ਤੋਂ ਆਰਾਮ ਨਾਲ ਮੈਨੂੰ ਬਹੁਤ ਮੁਸ਼ਕਿਲ ਸੀ. ਫਿਰ ਵੀ ਉਹ, ਅੱਜਕੱਲ੍ਹ, ਇੱਕ ਬਹੁਤ ਵੱਡਾ ਅਰਾਮ ਸੀ. ਮੈਂ ਸੋਚਿਆ ਕਿ ਇਹ ਸਿਰਫ ਬਚਪਨ ਹੀ ਸੀ ਜਿਸ ਨੇ ਉਸ ਨੂੰ ਮੈਨੂੰ ਫੜ ਲਿਆ. ਜਦ ਤੱਕ ਬਹੁਤ ਦੇਰ ਹੋ ਗਈ, ਮੈਨੂੰ ਪਤਾ ਨਹੀਂ ਸੀ ਕਿ ਮੈਂ ਉਸ ਨੂੰ ਕਦੋਂ ਛੱਡਿਆ ਸੀ ਜਦੋਂ ਮੈਂ ਉਸ ਨੂੰ ਛੱਡ ਦਿੱਤਾ ਸੀ ਨਾ ਹੀ ਬਹੁਤ ਦੇਰ ਹੋ ਗਈ, ਜਦ ਤੱਕ ਕਿ ਮੈਂ ਸਪੱਸ਼ਟ ਰੂਪ ਵਿੱਚ ਇਹ ਨਹੀਂ ਸਮਝਿਆ ਕਿ ਉਹ ਮੇਰੇ ਨਾਲ ਕੀ ਸੀ ਕਿਉਂਕਿ, ਸਿਰਫ਼ ਮੈਨੂੰ ਪਸੰਦ ਹੈ, ਅਤੇ ਆਪਣੇ ਕਮਜ਼ੋਰ, ਵਿਅਰਥ ਢੰਗ ਨਾਲ ਦਿਖਾ ਰਿਹਾ ਹੈ ਕਿ ਉਹ ਮੇਰੇ ਲਈ ਬਹੁਤ ਪਿਆਰ ਕਰਦੀ ਹੈ,ਇਕ ਪ੍ਰਾਣੀ ਦੀ ਛੋਟੀ ਜਿਹੀ ਗੁੱਡੀ ਹੁਣੇ ਹੀ ਆਉਂਦੀ ਘੁੰਮਣਘਰ ਦੇ ਸਫੇਨ ਦੇ ਗੁਆਂਢ ਵਿਚ ਮੇਰੀ ਵਾਪਸੀ ਦਿੰਦੀ ਹੈ; ਅਤੇ ਮੈਂ ਇਸਦੇ ਜਲਦੀ ਹੀ ਚਿੱਟੇ ਤੇ ਸੋਨੇ ਦੇ ਛੋਟੇ ਜਿਹੇ ਚਿੱਤਰ ਨੂੰ ਦੇਖਾਂਗਾ, ਜਿਵੇਂ ਮੈਂ ਪਹਾੜੀ ਤੇ ਆਇਆ ਹਾਂ.

'ਇਹ ਉਸ ਤੋਂ ਵੀ ਸੀ, ਜਿਸ ਤੋਂ ਮੈਂ ਸਿੱਖਿਆ ਕਿ ਡਰ ਅਜੇ ਦੁਨੀਆਂ ਨੂੰ ਨਹੀਂ ਛੱਡਿਆ ਸੀ. ਉਹ ਰੋਸ਼ਨੀ ਵਿਚ ਡਰੀ ਹੋਈ ਸੀ, ਅਤੇ ਮੇਰੇ ਵਿਚ ਸਭ ਤੋਂ ਜ਼ਿਆਦਾ ਆਤਮ ਵਿਸ਼ਵਾਸ ਸੀ; ਇੱਕ ਵਾਰ ਮੂਰਖ ਪਲ ਵਿੱਚ, ਮੈਂ ਉਸ ਉੱਤੇ ਧਮਕਾਉਣ ਵਾਲੀ ਚਿੜਚਿੜਾ ਕੀਤੀ, ਅਤੇ ਉਹ ਉਨ੍ਹਾਂ 'ਤੇ ਸਿਰਫ ਹੱਸ ਪਈ. ਪਰ ਉਸ ਨੇ ਹਨੇਰੇ, ਡਰੇ ਹੋਏ ਸ਼ੈਡੋ, ਡਰਾਉਣੀਆਂ ਕਾਲੀਆਂ ਚੀਜ਼ਾਂ ਨੂੰ ਡਰਾਇਆ. ਉਸ ਲਈ ਇਕ ਅਨੋਖਾ ਗੱਲ ਸੀ. ਇਹ ਇਕ ਬਹੁਤ ਹੀ ਭਾਵਨਾਤਮਕ ਭਾਵਨਾ ਸੀ, ਅਤੇ ਇਸ ਨੇ ਮੈਨੂੰ ਸੋਚਣ ਅਤੇ ਵੇਖਣ ਦੀ ਥਾਂ ਬਣਾਈ. ਮੈਂ ਫਿਰ ਹੋਰ ਚੀਜ਼ਾਂ ਦੇ ਵਿਚਕਾਰ ਦੇਖਿਆ, ਕਿ ਇਹ ਬਹੁਤ ਘੱਟ ਲੋਕ ਹਨੇਰੇ ਦੇ ਬਾਅਦ ਵੱਡੇ ਘਰਾਂ ਵਿੱਚ ਇਕੱਠੇ ਹੋਏ ਅਤੇ ਸੁੱਤੇ ਪਏ ਸੌਂ ਗਏ. ਕਿਸੇ ਰੋਸ਼ਨੀ ਦੇ ਬਗੈਰ ਉਨ੍ਹਾਂ ਉੱਤੇ ਦਾਖਲ ਹੋਣ ਲਈ ਉਨ੍ਹਾਂ ਨੂੰ ਡਰ

ਦੀ ਆੜ ਵਿਚ ਸੁੱਟਣਾ ਸੀ. ਮੈਂ ਕਦੀ ਕਿਸੇ ਨੂੰ ਦਰਵਾਜ਼ਿਆਂ ਵਿੱਚੋਂ ਬਾਹਰ ਨਹੀਂ ਲੱਭਿਆ, ਜਾਂ ਡਾਰਾਂ ਦੇ ਅੰਦਰ ਇੱਕ ਹੀ ਨੀਂਦ ਲਿਆਉਣ ਤੋਂ ਬਾਅਦ, ਹਨੇਰੇ ਤੋਂ ਬਾਅਦ. ਫਿਰ ਵੀ ਮੈਂ ਅਜੇ ਵੀ ਅਜਿਹਾ ਬਲਾਕਹੈਡ ਸੀ ਜਿਸ ਨੂੰ ਮੈਂ ਇਸ ਡਰ ਦੇ ਸਬਕ ਤੋਂ ਖੁੰਝ ਗਿਆ, ਅਤੇ 'ਮੈਂ ਸੁੱਤੇ ਹੋਏ ਲੋਕਾਂ ਤੋਂ ਦੂਰ ਸੌਂ ਰਿਹਾ ਹਾਂ.

'ਇਹ ਉਸ ਨੂੰ ਬਹੁਤ ਪਰੇਸ਼ਾਨ ਕਰ ਰਹੀ ਸੀ, ਪਰ ਅਖੀਰ ਵਿਚ ਮੇਰੇ ਲਈ ਉਸ ਦੀ ਅਜੀਬ ਪਿਆਰ ਨੇ ਜਿੱਤ ਪ੍ਰਾਪਤ ਕੀਤੀ, ਅਤੇ ਸਾਡੇ ਆਖ਼ਰੀ ਰਾਤ ਸਮੇਤ ਸਾਡੇ ਜਾਣੂਆਂ ਦੀਆਂ ਪੰਜ ਰਾਤਾਂ ਲਈ, ਉਸ ਨੇ ਆਪਣੇ ਸਿਰ ਦੇ ਨਾਲ ਸੁੱਤਾ ਹੋਇਆ ਮੇਰੀ ਬਾਂਹ' ਤੇ ਪਕੜਿਆ. ਪਰ ਮੇਰੀ ਕਹਾਣੀ ਉਸ ਤੋਂ ਦੂਰ ਖਿਸਕ ਜਾਂਦੀ ਹੈ ਜਿਵੇਂ ਮੈਂ ਉਸ ਦੀ ਗੱਲ ਕਰਦਾ ਹਾਂ. ਇਹ ਉਸ ਦੇ ਬਚਾਉ ਤੋਂ ਇਕ ਰਾਤ ਪਹਿਲਾਂ ਹੋਣਾ ਚਾਹੀਦਾ ਸੀ ਕਿ ਮੈਂ ਸਵੇਰ ਦੇ ਬਾਰੇ ਜਾਗਰੂਕ ਸੀ. ਮੈਂ ਬੇਚੈਨ ਸੀ, ਸਭ ਤੋਂ ਅਸਪਸ਼ਟ ਹੈ ਕਿ ਮੈਂ ਡੁੱਬ ਗਈ ਸੀ, ਅਤੇ ਉਹ ਸਮੁੰਦਰੀ ਕਿਨਾਰੀਆਂ ਮੇਰੇ ਨਰਮ ਪੰਪਾਂ ਨਾਲ ਮੇਰੇ ਚਿਹਰੇ 'ਤੇ ਮਹਿਸੂਸ ਕਰ ਰਹੀਆਂ ਸਨ. ਮੈਂ ਇੱਕ ਸ਼ੁਰੂਆਤ ਨਾਲ ਜਗਾਇਆ, ਅਤੇ ਇੱਕ ਅਜੀਬ ਪ੍ਰਸੰਸਾ ਦੇ ਨਾਲ ਕਿ ਕੁਝ ਗ੍ਰੇਅ ਜਾਨਵਰ ਚੈਂਬਰ ਤੋਂ ਬਾਹਰ ਨਿਕਲਿਆ ਸੀ. ਮੈਂ ਦੁਬਾਰਾ ਸੌਣ ਦੀ ਕੋਸ਼ਿਸ਼ ਕੀਤੀ, ਪਰ ਮੈਂ ਬੇਚੈਨ ਅਤੇ ਅਸੁਵਿਧਾਜਨਕ ਮਹਿਸੂਸ ਕੀਤਾ. ਇਹ ਉਹ ਨੀਲਾ ਗ੍ਰੇ ਘੰਟਾ ਸੀ ਜਦੋਂ ਚੀਜ਼ਾਂ ਕੇਵਲ ਹਨੇਰੇ ਤੋਂ ਬਾਹਰ ਆ ਰਹੀਆਂ ਸਨ, ਜਦੋਂ ਕਿ ਸਭ ਕੁਝ ਰੰਗਹੀਨ ਅਤੇ ਸਪੱਸ਼ਟ ਤੌਰ ਤੇ ਹੁੰਦਾ ਹੈ, ਅਤੇ ਫਿਰ ਵੀ ਅਸਥਿਰ. ਮੈਂ ਉੱਠਿਆ, ਅਤੇ ਉੱਠਿਆ, ਅਤੇ ਉੱਠ ਕੇ ਬੈਠ ਗਿਆ.ਅਤੇ ਇਸ ਤਰ੍ਹਾਂ ਮਹਾਂਨਗਰ ਦੇ ਸਾਹਮਣੇ ਝੰਡੇ ਉੱਪਰੋਂ ਬਾਹਰ. ਮੈਂ ਸੋਚਿਆ ਕਿ ਮੈਂ ਲੋੜੀਂਦਾ ਇੱਕ ਗੁਣ ਬਣਾਵਾਂਗਾ, ਅਤੇ ਸੂਰਜ ਚੜ੍ਹਨ ਨੂੰ ਵੇਖਾਂਗਾ.

'ਚੰਦ ਸੈੱਟ ਕਰ ਰਿਹਾ ਸੀ, ਅਤੇ ਮਰਨ ਵਾਲਾ ਚਾਨਣ ਅਤੇ ਸਵੇਰ ਦਾ ਪਹਿਲਾ ਟੋਟੇ ਭਿਆਨਕ ਅੱਧ-ਚਾਨਣ ਨਾਲ ਮਿਲਾ ਰਿਹਾ ਸੀ. ਇਹ ਬੱਸਾਂ ਕਾਲਪਨਿਕ ਕਾਲਾ ਸਨ, ਜ਼ਮੀਨ ਇੱਕ ਨਰਮ ਗ੍ਰੇ, ਅਸਮਾਨ ਰੰਗ ਰਹਿਤ ਅਤੇ ਨਾਜਾਇਜ਼. ਅਤੇ ਪਹਾੜੀ ਤੇ ਮੈਂ ਸੋਚਿਆ ਕਿ ਮੈਂ ਭੂਤਾਂ ਨੂੰ ਦੇਖ ਸਕਦਾ ਹਾਂ. ਉੱਥੇ ਕਈ ਵਾਰ, ਜਿਵੇਂ ਕਿ ਮੈਂ ਢਲਾਨ ਨੂੰ ਸਕੈਨ ਕੀਤਾ, ਮੈਂ ਸਫੈਦ ਅੰਕੜੇ ਦੇਖੇ. ਦੋ ਵਾਰ ਮੈਂ ਸੋਚਿਆ ਕਿ ਮੈਂ ਇਕ ਇਕੋ ਚਿੱਟੀ, ਆਕ ਵਰਗੇ ਜਿਹੀ ਜਾਨਵਰ ਨੂੰ ਪਹਾੜੀ ਦੇ ਨੇੜੇ ਤੇਜ਼ੀ ਨਾਲ ਚਲਾਉਣ ਲੱਗੀ ਹੋਈ ਸੀ, ਅਤੇ ਇਕ ਵਾਰ ਖੰਡਰ ਦੇ ਨਜ਼ਦੀਕ ਜਦੋਂ ਮੈਂ ਕੁਝ ਡਾਰਕ ਬਾਡੀ ਲੈ ਗਿਆ ਉਹ ਜਲਦੀ ਚਲੇ ਗਏ ਮੈਂ ਨਹੀਂ ਦੇਖਿਆ ਕਿ ਉਨ੍ਹਾਂ ਦਾ ਕੀ ਬਣਿਆ. ਇੰਜ ਜਾਪਦਾ ਸੀ ਕਿ ਉਹ ਬੱਸਾਂ ਵਿਚਾਲੇ ਅਲੋਪ ਹੋ ਗਏ ਸਨ. ਸਵੇਰ

ਅਜੇ ਵੀ ਸੰਦੇਹ ਸੀ, ਤੁਹਾਨੂੰ ਸਮਝਣਾ ਚਾਹੀਦਾ ਹੈ ਮੈਂ ਇਹ ਮਹਿਸੂਸ ਕਰ ਰਿਹਾ ਸੀ ਕਿ ਮਿਰਚ, ਬੇ-ਨਿਰਭਰ, ਸਵੇਰ ਦੀ ਸਵੇਰ ਦੀ ਭਾਵਨਾ ਜੋ ਤੁਹਾਨੂੰ ਪਤਾ ਹੈ ਹੋ ਸਕਦਾ ਹੈ. ਮੈਂ ਆਪਣੀਆਂ ਅੱਖਾਂ ਤੇ ਸ਼ੱਕ ਕਰਦਾ ਹਾਂ

'ਜਿਵੇਂ ਪੂਰਬੀ ਅਸਮਾਨ ਚਮਕ ਉੱਠਿਆ ਸੀ, ਅਤੇ ਦਿਨ ਦਾ ਪ੍ਰਕਾਸ਼ ਆ ਗਿਆ ਅਤੇ ਇਸਦਾ ਰੌਚਕ ਰੰਗ ਇਕ ਵਾਰ ਫਿਰ ਦੁਨੀਆ ਤੇ ਵਾਪਸ ਆਇਆ, ਮੈਂ ਇਸ ਦ੍ਰਿਸ਼ਟੀਕੋਣ ਨੂੰ ਬਹੁਤ ਧਿਆਨ ਨਾਲ ਦੇਖਿਆ. ਪਰ ਮੈਂ ਆਪਣੇ ਚਿੱਟੇ ਰੰਗ ਦਾ ਕੋਈ ਝੁਕਣਾ ਨਹੀਂ ਦੇਖਿਆ ਅੰਕੜੇ. ਉਹ ਅੱਧਿਆਂ ਦੀ ਰੌਸ਼ਨੀ ਦੇ ਜੀਵ ਸਨ. "ਉਹ ਭੂਤ ਹੋਣੇ ਚਾਹੀਦੇ ਹਨ," ਮੈਂ ਕਿਹਾ; "ਮੈਨੂੰ ਪਤਾ ਹੈ ਕਿ ਉਹ ਕਦੋਂ ਆਏ ਸਨ." ਇਕ ਅਜੀਬ ਵਿਚਾਰ ਲਈ ਐਲਨ ਮੇਰੇ ਸਿਰ ਵਿਚ ਆ ਗਈ, ਅਤੇ ਮੈਨੂੰ ਹੈਰਾਨ ਕਰ ਦਿੱਤਾ. ਜੇ ਹਰ ਪੀੜ੍ਹੀ ਦੇ ਭੂਤ ਮਰ ਜਾਂਦੇ ਹਨ ਅਤੇ ਭੂਤ ਨੂੰ ਛੱਡ ਦਿੰਦੇ ਹਨ, ਤਾਂ ਉਸ ਨੇ ਦਲੀਲ ਦਿੱਤੀ ਕਿ ਆਖਿਰਕਾਰ ਦੁਨੀਆਂ ਉਨ੍ਹਾਂ ਦੇ ਨਾਲ ਭਰੀ ਜਾਵੇਗੀ. ਇਸ ਥਿਊਰੀ ਤੇ ਉਹ ਅੱਠ ਸੌ ਹਜ਼ਾਰ ਸਾਲਾਂ ਤੋਂ ਅਣਗਿਣਤ ਹੋ ਜਾਣੇ ਸਨ, ਅਤੇ ਇਹ ਇਕੋ ਸਮੇਂ ਚਾਰ ਨੂੰ ਦੇਖ ਕੇ ਕੋਈ ਹੈਰਾਨ ਨਹੀਂ ਸੀ. ਪਰ ਜੇਤਨਾ ਅਸੰਤੁਸ਼ਟ ਸੀ, ਅਤੇ ਮੈਂ ਸਾਰੇ ਸਵੇਰੇ ਇਹ ਅੰਕੜੇ ਸੋਚ ਰਿਹਾ ਸੀ, ਜਦ ਤੱਕ ਕਿ ਵਿਗਾੜ ਦੇ ਬਚਾਅ ਨੇ ਉਨ੍ਹਾਂ ਨੂੰ ਮੇਰੇ ਸਿਰ ਤੋਂ ਬਾਹਰ ਨਹੀਂ ਕੱਢ ਦਿੱਤਾ. ਮੈਂ ਉਨ੍ਹਾਂ ਨੂੰ ਸਫੈਦ ਜਾਨਵਰ ਦੇ ਨਾਲ ਕੁਝ ਅਨਿਸ਼ਚਿਤ ਤਰੀਕੇ ਨਾਲ ਜੋੜਿਆ ਸੀ, ਮੈਂ ਟਾਈਮ ਮਸ਼ੀਨ ਲਈ ਆਪਣੀ ਪਹਿਲੀ ਲਾਜ਼ਮੀ ਖੋਜ ਵਿੱਚ ਡੁਲ੍ਹ ਪਾਉਂਦਾ ਸੀ. ਪਰ ਵਿਅੰਜ ਇਕ ਸੋਹਣੀ ਬਦਲ ਸੀ. ਪਰ ਇਹ ਸਭ ਕੁਝ ਅਜੇ ਵੀ ਹੈ, ਉਹ ਛੇਤੀ ਹੀ ਮੇਰੇ ਦਿਮਾਗ ਦੇ ਖਤਰਨਾਕ ਕਬਜ਼ੇ ਲੈਣ ਲਈ ਕਿਸਮਤ ਵਾਲੇ ਸਨ.

'ਮੈਂ ਸੋਚਦਾ ਹਾਂ ਕਿ ਮੈਂ ਇਹ ਕਿਹਾ ਹੈ ਕਿ ਇਹ ਸੋਨੇ ਦੀ ਉਮਰ ਦਾ ਮੌਸਮ ਸਾਡੇ ਆਪਣੇ ਨਾਲੋਂ ਬਹੁਤ ਗਰਮ ਸੀ. ਮੈਂ ਇਸ ਲਈ ਖਾਤਾ ਨਹੀਂ ਕਰ ਸਕਦਾ. ਇਹ ਹੋ ਸਕਦਾ ਹੈ ਕਿ ਸੂਰਜ ਜ਼ਿਆਦਾ ਗਰਮ ਸੀ, ਜਾਂ ਧਰਤੀ ਸੂਰਜ ਦੇ ਨਜ਼ਦੀਕ ਹੈ. ਇਹ ਮੰਨਣਾ ਆਮ ਗੱਲ ਹੈ ਕਿ ਭਵਿੱਖ ਵਿੱਚ ਸੂਰਜ ਹੌਲੀ-ਹੌਲੀ ਠੰਡਾ ਪੈ ਰਿਹਾ ਹੈ. ਪਰ ਲੋਕ, ਛੋਟੀ ਦਰਵਾਜੇ ਦੀਆਂ ਇਨ੍ਹਾਂ ਵਿਚਾਰਾਂ ਤੋਂ ਅਣਜਾਣ ਹਨ, ਇਹ ਭੁੱਲ ਜਾਣ ਕਿ ਗ੍ਰਹਿਆਂ ਨੂੰ ਆਖਿਰਕਾਰ ਇੱਕ ਤੋਂ ਬਾਅਦ ਇੱਕ ਮੁੱਖ ਸਰੀਰ ਵਿੱਚ ਡਿੱਗਣਾ ਚਾਹੀਦਾ ਹੈ. ਕਿਉਂਕਿ ਇਹ ਤਬਾਹੀ ਵਾਪਰਦੀ ਹੈ, ਸੂਰਜ ਨਵਿਆਇਆ ਊਰਜਾ ਨਾਲ ਭੜਕ ਜਾਵੇਗਾ; ਅਤੇ ਸ਼ਾਇਦ ਇਹ ਹੋ ਸਕਦਾ ਹੈ ਕਿ ਕੁਝ ਅੰਦਰੂਨੀ ਗ੍ਰਹਿ ਨੂੰ ਇਸ ਕਿਸਮਤ ਨੂੰ ਦੁੱਖ ਝੱਲਣਾ ਪਿਆ. ਜੋ ਵੀ ਕਾਰਨ ਹੋਵੇ, ਇਹ ਤੱਥ ਰਹਿ ਜਾਂਦਾ ਹੈ ਕਿ ਸੂਰਜ ਬਹੁਤ ਜ਼ਿਆਦਾ ਗਰਮ ਸੀ ਇਸ ਲਈ ਸਾਨੂੰ ਪਤਾ ਹੈ.

'ਠੀਕ ਹੈ, ਇਕ ਬਹੁਤ ਹੀ ਗਰਮ ਸਵੇਰ ਨੂੰ- ਮੇਰਾ ਚੌਥਾ, ਮੈਂ ਸੋਚਦਾ ਹਾਂ- ਜਿਵੇਂ ਮੈਂ ਗਰਮੀ ਅਤੇ ਗਹਿਰੀ ਤੌਂਹ ਤੋਂ ਪਨਾਹ ਲੈ ਰਿਹਾ ਸੀ ਅਤੇ ਜਿੱਥੇ ਮੈਂ ਸੁੱਤਾ ਤੇ ਰੋਟੀ ਖਾਂਦਾ ਸੀ, ਉਥੇ ਇਹ ਅਜੀਬੋ-ਗ਼ਰੀਬ ਘਟਨਾ ਵਾਪਰ ਗਈ ਸੀ: ਚੂਨੇ ਦੇ ਇਨ੍ਹਾਂ ਢੇਰਿਆਂ ਵਿਚ ਘੁੰਮਣਾ , ਮੈਨੂੰ ਇੱਕ ਤੰਗ ਗੈਲਰੀ ਮਿਲੀ, ਜਿਸਦਾ ਅੰਤ ਅਤੇ ਪਾਸੇ ਦੀਆਂ ਖਿੜਕੀਆਂ ਪੱਥਰ ਦੇ ਡਿੱਗ ਰਹੇ ਲੋਕਾਂ ਦੁਆਰਾ ਬਲੌਕ ਕੀਤੀਆਂ ਗਈਆਂ ਸਨ ਬਾਹਰੀ ਬਾਹਰੀ ਰੂਪ ਦੇ ਉਲਟ , ਇਹ ਪਹਿਲਾਂ ਮੇਰੇ ਲਈ ਅਸਹਿ ਭੁਲੇਖ ਵਿੱਚ ਲੱਗਦਾ ਸੀ ਮੈਂ ਇਸ ਨੂੰ ਗ੍ਰੌਪਿੰਗ ਕਰਨ ਲਈ ਪ੍ਰੇਰਿਆ, ਰੌਸ਼ਨੀ ਤੋਂ ਲੈ ਕੇ ਕਾਲਾਈ ਕੀਤੇ ਗਏ ਬਦਲਾਅ ਲਈ ਮੇਰੇ ਅੱਗੇ ਰੰਗਾਂ ਦੇ ਤੈਰਾਕੀ ਬਣਾਏ. ਅਚਾਨਕ ਮੈਂ ਸਪੈੱਲਬੈਂਡ ਨੂੰ ਰੋਕ ਦਿੱਤਾ ਅੱਖਾਂ ਦੀ ਇੱਕ ਜੋੜਾ, ਬਿਨਾ ਰੋਸ਼ਨੀ ਦੇ ਪ੍ਰਤੀਬ ਚਿਣ ਕੇ ਚਮਕਦਾਰ, ਮੈਨੂੰ ਹਨੇਰੇ ਵਿੱਚੋਂ ਬਾਹਰ ਵੇਖ ਰਿਹਾ ਸੀ.

'ਜੰਗਲੀ ਜਾਨਵਰਾਂ ਦਾ ਪੁਰਾਣਾ ਡਰਾਉਣਾ ਮੇਰੇ ਉੱਤੇ ਆਇਆ ਸੀ. ਮੈਂ ਆਪਣੇ ਹੱਥਾਂ ਨੂੰ ਮੋੜਿਆ ਅਤੇ ਦ੍ਰਿੜ੍ਹਤਾ ਨਾਲ ਨੇਤਰਹੀਣ ਅੱਖਾਂ ਵਿਚ ਦੇਖਿਆ ਮੈਂ ਚਾਲੂ ਹੋਣ ਤੋਂ ਡਰਦਾ ਸੀ ਤਦ ਪੂਰੀ ਸੁਰਖਿਆ ਦਾ ਵਿਚਾਰ ਜਿਸ ਵਿੱਚ ਮਨੁੱਖਤਾ ਰਹਿੰਦੀ ਹੈ ਉਹ ਮੇਰੇ ਦਿਮਾਗ ਵਿੱਚ ਆ ਗਿਆ. ਅਤੇ ਫਿਰ ਮੈਨੂੰ ਅਹਿਸਾਸ ਹੋਇਆ ਕਿ ਹਨੇਰੇ ਦੀ ਅਜੀਬ ਅੱਤਵਾਦ. ਕੁਝ ਹੱਦ ਤਕ ਮੇਰੇ ਡਰ 'ਤੇ ਕਾਬੂ ਪਾ ਲਿਆ, ਮੈਂ ਇਕ ਕਦਮ ਅੱਗੇ ਵਧਾਇਆ ਅਤੇ ਬੋਲਿਆ. ਮੈਂ ਇਹ ਸਵੀਕਾਰ ਕਰਾਂਗਾ ਕਿ ਮੇਰੀ ਆਵਾਜ਼ ਕਠੋਰ ਅਤੇ ਜ਼ਰਾ ਕੰਟਰੋਲਰ ਸੀ. ਮੈਂ ਆਪਣਾ ਹੱਥ ਕੱਢ ਲਿਆ ਅਤੇ ਨਰਮ ਸਾਫ ਕੀਤਾ. ਇਕਦਮ ਅੱਖਾਂ ਬਾਹਰੀ ਟਿਕਾਣੇ ਤੇ ਆ ਗਈਆਂ, ਅਤੇ ਕੁਝ ਚਿੱਟਾ ਮੇਰੇ ਕੋਲ ਚਲੀ ਗਈ ਮੈਂ ਆਪਣੇ ਮੂੰਹ ਵਿਚ ਆਪਣੇ ਮੂੰਹ ਨਾਲ ਮੋੜ ਲਿਆ ਅਤੇ ਇਕ ਖੰਭੇ ਦੀ ਥੋੜ੍ਹੀ ਜਿਹੀ ਆਵਾਜ਼ ਦੇਖੀ, ਇਸਦੇ ਸਿਰ ਨੂੰ ਇਕ ਅਜੀਬ ਢੰਗ ਨਾਲ ਢਾਹਿਆ ਗਿਆ, ਮੇਰੇ ਪਿੱਛੇ ਦੀ ਧੁੱਪ ਵਾਲੀ ਥਾਂ ਤੇ ਦੌੜ. ਇਸਨੇ ਗ੍ਰੇਨਾਈਟ ਦੇ ਇਕ ਬਲਾਕ ਦੇ ਵਿਰੁੱਧ ਇਕ ਕਲੰਕ ਨੂੰ ਮਿਟਾ ਦਿੱਤਾ ਅਤੇ ਇਕ ਪਲ ਇਕ ਬਰਬਾਦੀ ਚਿਰਾਗ ਦੇ ਇਕ ਹੋਰ ਢੇਰ ਹੇਠਾਂ ਇਕ ਕਾਲਾ ਸ਼ੈਡੋ ਵਿਚ ਲੁਕਿਆ ਹੋਇਆ ਸੀ.

'ਇਸ ਦਾ ਮੇਰਾ ਪ੍ਰਭਾਵ ਬੇਮਿਸਾਲ ਹੈ; ਪਰ ਮੈਨੂੰ ਪਤਾ ਹੈ ਕਿ ਇਹ ਇੱਕ ਸੁਸਤ ਜਿਹਾ ਸਫੈਦ ਸੀ, ਅਤੇ ਅਜੀਬ ਜਿਹਾ ਲਾਲ ਰੰਗੀ ਅੱਖਾਂ ਸਨ; ਇਹ ਵੀ ਕਿ ਉਸ ਦੇ ਸਿਰ ਵਿਚ ਲੱਕੜੀ ਦੇ ਵਾਲ ਸਨ ਅਤੇ ਇਸਦੇ ਪਿੱਠ ਦੇ ਹੇਠਾਂ ਸਨ ਪਰ, ਜਿਵੇਂ ਮੈਂ ਕਹਿੰਦਾ ਹਾਂ, ਇਹ ਮੇਰੇ ਲਈ ਸਪਸ਼ਟ ਤੌਰ ਤੇ ਬਹੁਤ ਤੇਜ਼ ਚਲਾ ਗਿਆ. ਮੈਂ ਇਹ ਵੀ

ਨਹੀਂ ਕਹਿ ਸਕਦਾ ਕਿ ਇਹ ਸਭ-ਚਾਰਾਂ 'ਤੇ ਚੱਲ ਰਿਹਾ ਸੀ, ਜਾਂ ਇਸਦੇ ਪੂਰਵ ਦੇ ਨਾਲ ਹੀ ਬਹੁਤ ਘੱਟ ਆਯੋਜਿਤ ਕੀਤਾ ਗਿਆ ਸੀ. ਇੱਕ ਤਤਕਾਲ ਰੋਕ ਦੇ ਬਾਅਦ ਮੈਂ ਇਸਨੂੰ ਖੰਡਰ ਦੇ ਦੂਜੇ ਢੇਰ ਵਿੱਚ ਬਦਲ ਗਿਆ. ਮੈਨੂੰ ਪਹਿਲਾਂ ਇਹ ਨਹੀਂ ਮਿਲਿਆ; ਪਰ, ਗਹਿਰਾ ਅਸ਼ਲੀਲਤਾ ਵਿੱਚ ਇੱਕ ਸਮੇਂ ਦੇ ਬਾਅਦ, ਮੈਂ ਉਨ੍ਹਾਂ ਗੋਲਫਾਂ ਦੇ ਇੱਕ ਖੰਭ 'ਤੇ ਆਇਆ ਹਾਂ ਜਿਸਦਾ ਮੈਂ ਤੁਹਾਨੂੰ ਦੱਸਿਆ ਹੈ, ਅੱਧੇ ਇੱਕ ਖੜੀ ਥੰਮ੍ਹ ਦੁਆਰਾ ਬੰਦ. ਅਚਾਨਕ ਸੋਚ ਮੇਰੇ ਕੋਲ ਆਇਆ ਕੀ ਇਹ ਚੀਜ ਧੁਰ ਤੋਂ ਅਲੋਪ ਹੋ ਸਕਦੀ ਹੈ? ਮੈਂ ਇੱਕ ਮੈਚ ਨੂੰ ਰੋਸ਼ਨ ਕੀਤਾ, ਅਤੇ, ਹੇਠਾਂ ਵੱਲ ਦੇਖਦਿਆਂ, ਮੈਂ ਇੱਕ ਛੋਟਾ ਜਿਹਾ, ਚਿੱਟਾ, ਚੱਲਦੀ ਪ੍ਰਾਣੀ ਦੇਖੀ, ਜਿਸ ਵਿੱਚ ਵੱਡੇ ਚਮਕਦਾਰ ਅੱਖਾਂ ਸਨ ਜਿਹਨਾਂ ਨੂੰ ਸਮਝਿਆ ਜਾਂਦਾ ਸੀ ਮੈਨੂੰ ਹੌਲੀ ਹੌਲੀ ਇਸ ਨੂੰ ਪਿੱਛੇ ਛੱਡ ਕੇ ਇਸ ਨੇ ਮੈਨੂੰ ਕੰਬ ਗਿਆ. ਇਹ ਇਕ ਮਨੁੱਖੀ ਮੱਕੜੀ ਦੀ ਤਰ੍ਹਾਂ ਸੀ! ਇਹ ਕੰਧ ਢਾਹ ਰਿਹਾ ਸੀ, ਅਤੇ ਹੁਣ ਮੈਂ ਪਹਿਲੀ ਵਾਰ ਵੇਖਿਆ ਹੈ ਕਿ ਬਹੁਤ ਸਾਰੇ ਧਾਤ ਦੇ ਪੈਰਾਂ ਅਤੇ ਹੱਥਾਂ ਨੂੰ ਸ਼ਾਰਕ ਦੇ ਹੇਠਾਂ ਇਕ ਪੌੜੀ ਬਣਾਉਣਾ ਹੈ. ਤਦ ਪ੍ਰਕਾਸ਼ ਨੇ ਮੇਰੀ ਉਂਗਲਾਂ ਨੂੰ ਸਾੜ ਦਿੱਤਾ ਅਤੇ ਮੇਰੇ ਹੱਥ ਵਿਚੋਂ ਬਾਹਰ ਡਿੱਗਿਆ, ਬਾਹਰ ਨਿਕਲਿਆ ਜਿਵੇਂ ਬਾਹਰ ਨਿਕਲਿਆ, ਅਤੇ ਜਦੋਂ ਮੈਂ ਇਕ ਹੋਰ ਨੂੰ ਛਕਿਆ ਤਾਂ ਥੋੜਾ ਜਿਹਾ ਰਾਕਸ਼ ਅਲੋਪ ਹੋ ਗਿਆ ਸੀ.

'ਮੈਨੂੰ ਨਹੀਂ ਪਤਾ ਕਿ ਮੈਂ ਕਿੰਨੀ ਦੇਰ ਤੱਕ ਇਸ ਖੂਹ' ਤੇ ਬੈਠਾ ਸੀ. ਇਹ ਕੁਝ ਸਮੇਂ ਲਈ ਨਹੀਂ ਸੀ ਕਿ ਮੈਂ ਆਪਣੇ ਆਪ ਨੂੰ ਯਕੀਨ ਦਿਵਾਉਣ ਵਿਚ ਕਾਮਯਾਬ ਹੋ ਸਕੇ ਕਿ ਜੋ ਚੀਜ਼ ਮੈਂ ਦੇਖੀ ਉਹ ਮਨੁੱਖੀ ਸੀ. ਪਰ ਹੌਲੀ-ਹੌਲੀ, ਸੱਚ ਮੈਨੂੰ ਮੇਰੇ 'ਤੇ ਲੱਗਿਆ: ਉਹ ਆਦਮੀ ਇੱਕ ਜੀਵ ਨਹੀਂ ਰਿਹਾ ਸੀ, ਪਰ ਦੋ ਵੱਖ-ਵੱਖ ਜਾਨਵਰਾਂ ਵਿੱਚ ਵੰਡਿਆ ਗਿਆ ਸੀ: ਉੱਚੀ ਦੁਨੀਆਂ ਦੇ ਮੇਰੇ ਸੁੰਦਰ ਬੱਚੇ ਸਾਡੀ ਪੀੜ੍ਹੀ ਦੇ ਇਕਲੌਤੇ ਵੰਸ਼ ਸਨ, ਪਰ ਇਹ ਇਸ ਨੂੰ ਨਸ਼ਟ ਕੀਤਾ, ਅਸ਼ਲੀਲ , ਰਾਤੋ-ਰਾਤ, ਜੋ ਮੇਰੇ ਸਾਮ੍ਹਣੇ ਲਿਸ਼ੀ ਹੋਈ ਸੀ, ਉਹ ਹਰ ਉਮਰ ਦੇ ਵਾਰਸ ਵੀ ਸੀ.

'ਮੈਂ ਝਟਪਟ ਥੰਮ੍ਹਾਂ ਅਤੇ ਇਕ ਭੂਮੀਗਤ ਹਵਾਦਾਰੀ ਦੇ ਆਪਣੇ ਥਿਊਰੀ ਬਾਰੇ ਸੋਚਿਆ. ਮੈਂ ਉਨ੍ਹਾਂ ਦੇ ਅਸਲ ਆਯਾਤ ਤੇ ਸ਼ੱਕ ਕਰਨ ਲੱਗ ਪਿਆ. ਅਤੇ ਕੀ, ਮੈਂ ਸੋਚਿਆ, ਕੀ ਇਹ ਲੇਮਰ ਇੱਕ ਪੂਰੀ ਤਰ੍ਹਾਂ ਸੰਤੁਲਿਤ ਸੰਸਥਾ ਦੀ ਮੇਰੀ ਯੋਜਨਾ ਵਿੱਚ ਕਰ ਰਿਹਾ ਸੀ? ਇਹ ਕਿਸ ਤਰ੍ਹਾਂ ਸੁੰਦਰ ਉਪਨਗਰ ਲੋਕਾਂ ਦੀ ਸੁਜਾਕਤਾ ਨਾਲ ਸੰਬੰਧਿਤ ਸੀ? ਅਤੇ ਉਹ ਸ਼ਾਹ ਦੇ ਪੈਰਾਂ ਹੇਠੋਂ ਕੀ ਲੁਕਾਇਆ ਗਿਆ ਸੀ? ਮੈਂ ਆਪਣੇ ਆਪ ਨੂੰ ਦੱਸਣ ਦੇ ਕਿਨਾਰੇ ਤੇ ਬੈਠ ਗਿਆ ਕਿ, ਕਿਸੇ ਵੀ ਕੀਮਤ ਤੇ, ਡਰ ਦੀ ਕੋਈ ਚੀਜ ਨਹੀਂ ਸੀ, ਅਤੇ ਇਹ ਹੈ ਕਿ ਮੈਨੂੰ ਆਪਣੀਆਂ ਮੁਸ਼ਕਲਾਂ ਦੇ ਹੱਲ

ਲਈ ਹੇਠਾਂ ਉਤਰਨਾ ਪੈਂਦਾ ਹੈ. ਅਤੇ ਨਾਲ ਹੀ ਮੈਂ ਜਾਣ ਲਈ ਬਿਲਕੁਲ ਡਰਿਆ ਹੋਇਆ ਸੀ! ਜਿਵੇਂ ਕਿ ਮੈਂ ਝਿਜਕਿਆ, ਉੱਚੇ ਸੰਸਾਰ ਦੇ ਦੋ ਸੁੰਦਰ ਲੋਕ ਆਪਣੀ ਸ਼ੋਹਰਤ ਵਿੱਚ ਖੇਡਦੇ ਹੋਏ ਪੂਰੇ ਦਿਨ ਦੀ ਰੋਸ਼ਨੀ ਵਿੱਚ ਸ਼ੈਡ ਵਿੱਚ ਆਏ. ਨਰ ਨੇ ਔਰਤ ਦਾ ਪਿੱਛਾ ਕੀਤਾ, ਜਦੋਂ ਉਹ ਭੱਜਿਆ ਤਾਂ ਉਹ ਉਸ ਦੇ ਫੁੱਲਾਂ ਨੂੰ ਭੜਕਾਉਣ ਲੱਗ ਪਿਆ.

'ਉਹ ਖੋਖਲੇ ਥੰਮ੍ਹ ਤੋਂ ਮੇਰੀ ਬਾਂਹ, ਖੂਹ ਨੂੰ ਚਕਨਾਚੂਰ ਕਰਦੇ ਹੋਏ, ਮੈਨੂੰ ਲੱਭਣ ਲਈ ਦੁਖੀ ਮਹਿਸੂਸ ਕਰਦੇ ਸਨ ਜ਼ਾਹਰ ਹੈ ਕਿ ਇਹ ਅਪਰਚਰਜ਼ ਨੂੰ ਟਿੱਪਣੀ ਕਰਨ ਲਈ ਬੁਰਾ ਫਾਰਮ ਮੰਨਿਆ ਗਿਆ ਸੀ; ਜਦੋਂ ਮੈਂ ਇਸ ਵੱਲ ਇਸ਼ਾਰਾ ਕੀਤਾ, ਅਤੇ ਇਸ ਬਾਰੇ ਆਪਣੀ ਜੀਭ ਵਿਚ ਇਕ ਸਵਾਲ ਦਾ ਫੁਰਮਾਨ ਕਰਨ ਦੀ ਕੋਸ਼ਿਸ਼ ਕੀਤੀ, ਉਹ ਅਜੇ ਵੀ ਜ਼ਿਆਦਾ ਨਿਰਾਸ਼ਾਜਨਕ ਸਨ ਅਤੇ ਦੂਰ ਹੋ ਗਏ. ਪਰ ਉਹ ਮੇਰੇ ਮੈਚਾਂ ਤੋਂ ਦਿਲਚਸਪੀ ਰੱਖਦੇ ਸਨ, ਅਤੇ ਮੈਂ ਉਨ੍ਹਾਂ ਨੂੰ ਖੁਸ਼ ਕਰਨ ਲਈ ਕੁਝ ਕੀਤਾ. ਮੈਂ ਉਹਨਾਂ ਨੂੰ ਖੂਹ ਬਾਰੇ ਦੁਬਾਰਾ ਕੋਸ਼ਿਸ਼ ਕੀਤੀ, ਅਤੇ ਫਿਰ ਮੈਂ ਫੇਲ੍ਹ ਹੋਈ. ਇਸ ਲਈ ਹੁਣ ਮੈਂ ਉਨ੍ਹਾਂ ਨੂੰ ਛੱਡ ਦਿੱਤਾ ਹੈ, ਮਤਲਬ ਕਿ ਵਾਪਸ ਪਰਤਣ ਲਈ, ਅਤੇ ਦੇਖੋ ਕੀ ਮੈਂ ਉਸ ਤੋਂ ਪ੍ਰਾਪਤ ਕਰ ਸਕਦਾ ਹਾਂ? ਪਰ ਮੇਰਾ ਮਨ ਪਹਿਲਾਂ ਹੀ ਇਨਕਲਾਬ ਵਿੱਚ ਸੀ. ਮੇਰੇ ਅੰਦਾਜ਼ੇ ਅਤੇ ਪ੍ਰਭਾਵ ਛੱਡੇ ਜਾ ਰਹੇ ਸਨ ਅਤੇ ਨਵੇਂ ਸਮਾਯੋਜਨ ਲਈ ਸਲਾਈਡਿੰਗ ਸਨ. ਮੈਂ ਹੁਣ ਇਨ੍ਹਾਂ ਖੂਹਾਂ ਦੀ ਦਰਾਮਦ ਨੂੰ, ਜੋ ਕਿ ਹਵਾਦਾਰਾਂ ਦੇ ਤਾਰਾਂ ਨੂੰ, ਭੂਤਾਂ ਦੇ ਭੇਤ ਨੂੰ ਜਾਣਨ ਲਈ ਇੱਕ ਸੰਕੇਤ ਸੀ; ਕਾਂਸੀ ਦਰਵਾਜ਼ੇ ਦੇ ਅਰਥ ਅਤੇ ਟਾਈਮ ਮਸ਼ੀਨ ਦੇ ਕਿਸਮਤ ਦੇ ਸੰਕੇਤ ਦਾ ਕੁਝ ਨਹੀਂ ਕਹਿਣਾ! ਅਤੇ ਬਹੁਤ ਹੀ ਮਾਮੂਲੀ ਤੌਰ ਤੇ ਆਰਥਿਕ ਸਮੱਸਿਆ ਦੇ ਹੱਲ ਲਈ ਕੋਈ ਸੁਝਾਅ ਆਇਆ ਜਿਸ ਨੇ ਮੈਨੂੰ ਪਰੇਸ਼ਾਨ ਕੀਤਾ

'ਇੱਥੇ ਨਵਾਂ ਦ੍ਰਿਸ਼ ਸੀ. ਸਪੱਸ਼ਟ ਤੌਰ ਤੇ, ਮਨੁੱਖ ਦੀ ਇਹ ਦੂਜੀ ਸਪੀਸੀਨ ਭੂ-ਰੇਣਕ ਸੀ. ਖਾਸ ਤੌਰ ਤੇ ਤਿੰਨ ਹਾਲਾਤ ਸਨ ਜਿਸ ਕਰਕੇ ਮੈਨੂੰ ਇਹ ਸੋਚਣਾ ਪਿਆ ਕਿ ਜ਼ਮੀਨ ਤੋਂ ਉਪਜਿਆ ਇਹ ਬਹੁਤ ਹੀ ਦੁਰਲੱਭ ਖਰਾਬੀ ਇਕ ਲੰਮੇ ਸਮੇਂ ਤੋਂ ਚੱਲਦੀ ਆਦਤ ਦਾ ਨਤੀਜਾ ਸੀ. ਸਭ ਤੋਂ ਜ਼ਿਆਦਾ ਜਾਨਵਰ ਜੋ ਆਮ ਤੌਰ 'ਤੇ ਹਨੇਰੇ ਵਿਚ ਰਹਿੰਦੇ ਹਨ - ਜਿਵੇਂ ਕੇੈਂਟੂਜ਼ੀ ਦੇ ਗੁਫਾਵਾਂ ਦੀ ਚਿੱਟੀ ਮੱਛੀ, ਜਿਵੇਂ ਕਿ ਪਹਿਲੀ ਥਾਂ' ਤੇ ਖ਼ੂਨ ਨਾਲ ਰੰਗੀ ਹੋਈ ਦਿੱਖ ਆਮ ਸੀ. ਫਿਰ, ਉਨ੍ਹਾਂ ਵੱਡੀ ਅੱਖਾਂ, ਜੋ ਰੌਸ਼ਨੀ ਨੂੰ ਪ੍ਰਤੀਬਿੰਬਤ ਕਰਨ ਦੀ ਸਮਰੱਥਾ ਰੱਖਦੇ ਹਨ, ਰਾਤ ਦੀਆਂ ਚੀਜ਼ਾਂ ਦੀਆਂ ਆਮ ਵਿਸ਼ੇਸ਼ਤਾਵਾਂ ਹਨ - ਉੱਲੂ ਅਤੇ ਬਿੱਲੀ ਨੂੰ ਗਵਾਹੀ ਅਤੇ ਸਭ ਤੋਂ ਆਖ਼ਰਕਾਰ, ਧੁੱਪ ਵਿਚ ਸਪੱਸ਼ਟ ਸੰਵੇਦਨਸ਼ੀਲਤਾ, ਜੋ ਕਿ ਅਜੇ ਵੀ ਅਚਾਨਕ ਘਟੀਆ ਪਰਛਾਵਾਂ

ਵੱਲ ਬੇਮੁਹਾਰੀ ਉਡਾ ਰਹੀ ਹੈ, ਅਤੇ ਰੌਸ਼ਨੀ ਵਿੱਚ ਸਿਰ ਦੇ ਵਿਲੱਖਣ ਕੈਰੇਜ਼ - ਸਾਰੇ ਨੇ ਰੈਟਿਨਾ ਦੀ ਅਤਿ ਸੰਵੇਦਨਸ਼ੀਲਤਾ ਦੇ ਸਿਧਾਂਤ ਨੂੰ ਹੋਰ ਮਜਬੂਤ ਬਣਾਇਆ.

'ਮੇਰੇ ਪੈਰਾਂ ਦੇ ਹੇਠਾਂ, ਧਰਤੀ ਨੂੰ ਬਹੁਤ ਖੂਬਸੂਰਤ ਬਣਾਇਆ ਜਾਣਾ ਚਾਹੀਦਾ ਹੈ, ਅਤੇ ਇਹ ਸੁਰੰਗਾਂ ਦੀ ਨਵੀਂ ਨਸਲ ਦਾ ਨਿਵਾਸ ਸਥਾਨ ਸੀ. ਦਰਿਆ ਦੀਆਂ ਢਲਾਣਾਂ ਦੇ ਨਾਲ-ਨਾਲ ਹਵਾਦਾਰ ਸ਼ਾਫਟਾਂ ਅਤੇ ਖੂਹਾਂ ਦੀ ਮੌਜੂਦਗੀ - ਅਸਲ ਵਿਚ, ਦਰਿਆ ਵਾਦੀ ਦੇ ਇਲਾਵਾ, ਇਹ ਦਰਸਾਉਂਦਾ ਹੈ ਕਿ ਕਿਵੇਂ ਵਿਆਪਕ ਰੂਪ ਵਿਚ ਇਸਦੇ ਪ੍ਰਭਾਵਾਂ ਸਨ. ਤਾਂ ਇਹ ਕੁੱਝ ਕੁਦਰਤੀ ਕਿਉਂ ਹੈ, ਇਹ ਮੰਨਣਾ ਕਿ ਇਹ ਇਸ ਨਕਲੀ ਅੰਡਰਵਰਲਡ ਵਿੱਚ ਸੀ ਕਿ ਡੇਲਾਈਟ ਰੇਸ ਦੇ ਆਰਾਮ ਲਈ ਇਹ ਜ਼ਰੂਰੀ ਸੀ ਕਿ ਅਜਿਹਾ ਕੰਮ ਕੀਤਾ ਗਿਆ ਸੀ? ਸੋਚਣਾ ਇੰਨਾ ਅਟੱਲ ਸੀ ਕਿ ਮੈਂ ਇਕ ਵਾਰ ਇਸ ਨੂੰ ਸਵੀਕਾਰ ਕਰ ਲਿਆ ਅਤੇ ਇਹ ਮੰਨ ਲਿਆ ਕਿ ਮਨੁੱਖੀ ਕਿਸਮਾਂ ਦੇ ਇਸ ਵੰਡ ਨੂੰ ਕਿਵੇਂ ਵੰਡਣਾ ਹੈ. ਮੈਂ ਇਸ ਗੱਲ ਦਾ ਹੌਸਲਾ ਕਰਦਾ ਹਾਂ ਕਿ ਤੁਸੀਂ ਮੇਰੇ ਸਿਧਾਂਤ ਦੀ ਸ਼ਕਲ ਦੀ ਉਮੀਦ ਕਰੋਂਗੇ; ਹਾਲਾਂਕਿ, ਆਪਣੇ ਆਪ ਲਈ, ਮੈਨੂੰ ਬਹੁਤ ਛੇਤੀ ਹੀ ਮਹਿਸੂਸ ਹੋਇਆ ਕਿ ਇਹ ਸੱਚਾਈ ਤੋਂ ਬਹੁਤ ਦੂਰ ਹੈ.

'ਪਹਿਲਾਂ, ਸਾਡੀ ਆਪਣੀ ਉਮਰ ਦੀਆਂ ਸਮੱਸਿਆਵਾਂ ਤੋਂ ਅੱਗੇ ਵਧਣਾ, ਇਹ ਮੇਰੇ ਲਈ ਦਿਨ ਦੇ ਦਿਨ ਵਾਂਗ ਸਪੱਸ਼ਟ ਸੀ ਕਿ ਪੂੰਜੀਵਾਦੀ ਅਤੇ ਮਜ਼ਦੂਰ ਵਿਚਕਾਰ ਮੌਜੂਦਾ ਸਮੇਂ ਦੀ ਸਿਰਫ ਆਰਜ਼ੀ ਅਤੇ ਸਮਾਜਿਕ ਫਰਕ ਦੀ ਚੌੜਾਈ, ਪੂਰੀ ਸਥਿਤੀ ਦੀ ਕੁੰਜੀ ਸੀ. ਇਸ ਵਿਚ ਕੋਈ ਸ਼ੱਕ ਨਹੀਂ ਕਿ ਇਹ ਤੁਹਾਡੇ ਲਈ ਬੇਤੁਕੇ ਜਾਪਦਾ ਹੈ- ਅਤੇ ਬੇਤੁਕੇ ਬੇਮਿਸਾਲ! -ਅਤੇ ਅਜੇ ਵੀ ਅਜੇ ਵੀ ਇਸ ਸਥਿਤੀ ਨੂੰ ਦਰਸਾਉਣ ਲਈ ਮੌਜੂਦਾ ਹਾਲਾਤ ਹਨ. ਸੱਭਿਆਚਾਰ ਦੇ ਘੱਟ ਸਜਾਵਟੀ ਉਦੇਸ਼ਾਂ ਲਈ ਭੂਮੀਗਤ ਥਾਂ ਨੂੰ ਵਰਤਣ ਲਈ ਇੱਕ ਰੁਝਾਨ ਹੈ; ਲੰਡਨ ਵਿਚ ਮੈਟਰੋਪੋਲੀਟਨ ਰੇਲਵੇ ਹੈ, ਉਦਾਹਰਣ ਵਜੋਂ, ਨਵੇਂ ਇਲੈਕਟ੍ਰਿਕ ਰੇਲਵੇ ਹਨ, ਸਬਵੇਅ ਹਨ, ਭੂਮੀਗਤ ਵਰਕ ਰੂਮ ਅਤੇ ਰੈਸਟੋਰੈਂਟ ਹਨ, ਅਤੇ ਉਹ ਵੱਧਦੇ ਅਤੇ ਗੁਣਾ ਕਰਦੇ ਹਨ ਸਪੱਸ਼ਟ ਹੈ, ਮੈਂ ਸੋਚਿਆ, ਇਹ ਰੁਝਾਨ ਵਧਿਆ ਹੈ ਜਦੋਂ ਤੱਕ ਉਦਯੋਗ ਹੌਲੀ-ਹੌਲੀ ਆਕਾਸ਼ ਵਿੱਚ ਆਪਣੇ ਜਨਮ ਦੇ ਹੱਕ ਗੁਆ ਚੁੱਕਿਆ ਹੈ.ਮੇਰਾ ਮਤਲਬ ਹੈ ਕਿ ਇਹ ਵੱਡੇ ਅਤੇ ਕਦੇ ਵੀ ਵੱਡੇ ਭੂਮੀਗਤ ਫੈਕਟਰੀਆਂ ਵਿੱਚ ਡੂੰਘੇ ਅਤੇ ਡੂੰਘੇ ਚਲੇ ਗਏ ਸਨ, ਇਸਦੇ ਅੰਤ ਵਿੱਚ, ਉਦੋਂ ਤਕ, ਇਸਦੇ ਸਮੇਂ ਦੀ ਵਧਦੀ ਰਕਮ ਖਰਚ ਕੀਤੀ ਗਈ ਸੀ! ਹੁਣ ਵੀ, ਕੀ ਪੂਰਬ-ਅੰਤ ਦੇ ਕਰਮਚਾਰੀ ਅਜਿਹੀ ਨਕਲੀ ਹਾਲਤਾਂ ਵਿਚ ਨਹੀਂ ਰਹਿੰਦਾ ਜਿੰਨਾ ਕਿ ਧਰਤੀ ਦੇ ਕੁਦਰਤੀ ਸਤਿਆ ਤੋਂ ਕੱਟਿਆ ਜਾ ਸਕਦਾ ਹੈ?

'ਦੁਬਾਰਾ ਫਿਰ, ਅਮੀਰ ਲੋਕਾਂ ਦੀ ਨਿਵੇਕਲੀ ਰੁਝਾਨ - ਬਿਨਾਂ ਸ਼ੱਕ, ਉਨ੍ਹਾਂ ਦੀ ਸਿੱਖਿਆ ਦੇ ਵਧਦੇ ਸੁਧਾਰ ਅਤੇ ਉਨ੍ਹਾਂ ਦੇ ਵਿਚਕਾਰ ਅਤੇ ਗਰੀਬਾਂ ਦੀ ਬੇਰਹਿਮੀ ਹਿੰਸਾ ਵਿਚਕਾਰ ਚੌਂਗੜੀ ਦੀ ਖੜ੍ਹੋਤ ਪਹਿਲਾਂ ਹੀ ਬੰਦ ਹੋਣ ਵੱਲ ਵਧ ਰਹੀ ਹੈ, ਉਨ੍ਹਾਂ ਦੇ ਵਿਆਜ ਵਿੱਚ, ਕਾਫ਼ੀ ਹੈ ਜ਼ਮੀਨ ਦੀ ਸਤਹ ਦੇ ਹਿੱਸੇ. ਮਿਸਾਲ ਲਈ, ਲੰਡਨ ਬਾਰੇ, ਸ਼ਾਇਦ ਅੱਧੇ ਕੁੱਝ ਦੇਸ਼ ਇਸ ਦੇ ਵਿਰੁੱਧ ਬੰਦ ਹੈ ਘੁਸਪੈਠ ਅਤੇ ਇਹੋ ਜਿਹੀ ਚੌੜੀ ਖੰਡੀ-ਜੋ ਕਿ ਉੱਚ ਵਿਦਿਅਕ ਪ੍ਰਕਿਰਿਆ ਦੀ ਲੰਬਾਈ ਅਤੇ ਖਰਚ ਅਤੇ ਅਮੀਰਾਂ ਦੇ ਰਿਫਾਈਂਡ ਦੀਆਂ ਆਦਤਾਂ ਪ੍ਰਤੀ ਵਧੀਆਂ ਸਹੂਲਤਾਂ ਅਤੇ ਲਾਲਚ ਕਾਰਨ ਹੈ- ਉਹ ਕਲਾਸ ਅਤੇ ਕਲਾਸ ਦੇ ਵਿਚਕਾਰ ਉਸ ਵਿਭਾਜਨ ਨੂੰ ਬਣਾਉਣਗੇ, ਜੋ ਕਿ ਅੰਤਰ-ਵਿਆਹੁਤਾ ਦੁਆਰਾ ਉਹ ਤਰੱਕੀ ਵਰਤਮਾਨ ਵਿੱਚ ਸਮਾਜਿਕ ਤਬਦੀਲੀ ਦੀ ਤਰਤੀਬ ਨਾਲ ਸਾਡੀਆਂ ਪ੍ਰਜਾਤੀਆਂ ਦੀ ਵੰਡ ਨੂੰ ਰੋਕਦਾ ਹੈ, ਘੱਟ ਅਤੇ ਘੱਟ ਵਾਰਵਾਰ. ਇਸ ਲਈ, ਅਖੀਰ ਵਿੱਚ, ਜ਼ਮੀਨ ਤੋਂ ਉਪਰ ਤੁਹਾਡੇ ਕੋਲ ਲਾਜ਼ਮੀ ਹੋਣੀ ਚਾਹੀਦੀ ਹੈ, ਖੁਸ਼ੀ ਅਤੇ ਆਰਾਮ ਅਤੇ ਸੁੰਦਰਤਾ ਦਾ ਪਿੱਛਾ ਕਰਨਾ, ਅਤੇ ਜ਼ਮੀਨ ਤੋਂ ਹੇਠਾਂ ਕੰਮ ਕਰਨਾ, ਕਰਮਚਾਰੀਆਂ ਨੂੰ ਲਗਾਤਾਰ ਉਨ੍ਹਾਂ ਦੇ ਮਜ਼ਦੂਰਾਂ ਦੀਆਂ ਹਾਲਤਾਂ ਮੁਤਾਬਕ ਢਾਲਣਾ ਲਾਜ਼ਮੀ ਹੈ. ਇਕ ਵਾਰ ਉਹ ਉੱਥੇ ਸਨ, ਉਨ੍ਹਾਂ ਨੂੰ ਬਿਨਾਂ ਸ਼ੱਕ ਕਿਰਾਏ ਦਾ ਭੁਗਤਾਨ ਕਰਨਾ ਪੈਣਾ ਸੀ, ਨਾ ਕਿ ਇਸ ਦੀ ਥੋੜ੍ਹੀ ਜਿਹੀ, ਉਨ੍ਹਾਂ ਦੇ ਕੇਵਾਰਾਂ ਦੇ ਹਵਾਦਾਰੀ ਲਈ; ਅਤੇ ਜੇ ਉਹ ਇਨਕਾਰ ਕਰ ਦਿੰਦੇ, ਤਾਂ ਉਹ ਭੁੱਖੇ ਜਾਂ ਬਕਾਇਆਂ ਲਈ ਗੁੱਸੇ ਹੋ ਜਾਣਗੇ.ਉਨ੍ਹਾਂ ਵਿਚੋਂ ਕੁਝ ਅਜਿਹੇ ਹਨ ਜਿੰਨੇ ਦੁਖੀ ਹਨ ਅਤੇ ਬਾਗ਼ੀ ਮਰ ਜਾਣਗੇ; ਅਤੇ ਅੰਤ ਵਿੱਚ, ਸੰਤੁਲਨ ਸਥਾਈ ਰਿਹਾ ਹੈ, ਬਚੇ ਹੋਏ ਲੋਕ ਭੂਮੀਗਤ ਜੀਵਨ ਦੀਆਂ ਹਾਲਤਾਂ ਦੇ ਨਾਲ ਨਾਲ ਉਨ੍ਹਾਂ ਦੇ ਤਰੀਕੇ ਨਾਲ ਖੁਸ਼ ਹੋ ਜਾਣਗੇ, ਅਤੇ ਉਨ੍ਹਾਂ ਦੇ ਤਰੀਕੇ ਨਾਲ ਖੁਸ਼ ਹੋਣਗੇ, ਕਿਉਂਕਿ ਉੱਪਰੀ ਵਿਸ਼ਵ ਲੋਕ ਉਨ੍ਹਾਂ ਦੇ ਸਨ. ਜਿਵੇਂ ਕਿ ਇਹ ਮੈਨੂੰ ਜਾਪਦਾ ਸੀ, ਕੁੰਦਨ ਦੀ ਸੁੰਦਰਤਾ ਅਤੇ ਢਿੱਲੀ ਫਿੱਕੀ ਕੁਦਰਤੀ ਤੌਰ ਤੇ ਕਾਫ਼ੀ ਚਲੀ ਗਈ

'ਮੈਂ ਦੇਖਿਆ ਸੀ ਕਿ ਮਨੁੱਖਤਾ ਦੀ ਮਹਾਨ ਜਿੱਤ ਨੇ ਮੇਰੇ ਮਨ ਵਿਚ ਇਕ ਵੱਖਰੀ ਸ਼ਕਲ ਲੈ ਲਈ ਸੀ. ਇਹ ਨੈਤਿਕ ਸਿੱਖਿਆ ਅਤੇ ਸਧਾਰਨ ਸਹਿਯੋਗ ਦੀ ਅਜਿਹੀ ਕੋਈ ਵੀ ਜਿੱਤ ਨਹੀਂ ਸੀ ਜਿਸ ਤਰ੍ਹਾਂ ਮੈਂ ਕਲਪਨਾ ਕੀਤੀ ਸੀ. ਇਸਦੀ ਬਜਾਏ, ਮੈਂ ਇੱਕ ਅਸਲੀ ਅਮੀਰਸ਼ਾਹੀ ਨੂੰ ਦੇਖਿਆ, ਇੱਕ ਸੰਪੂਰਨ ਵਿਗਿਆਨ ਦੇ ਨਾਲ ਹਥਿਆਰਬੰਦ ਅਤੇ ਇੱਕ ਲਾਜ਼ਮੀ ਸਿੱਟੇ ਵਜੋਂ ਕੰਮ ਕਰਨਾ ਅੱਜ ਦੇ ਉਦਯੋਗਿਕ ਪ੍ਰਣਾਲੀ ਨੂੰ. ਇਸ ਦੀ ਜਿੱਤ ਕੁਦਰਤ ਉੱਤੇ ਸਿਰਫ਼ ਜਿੱਤ ਨਹੀਂ ਸੀ, ਪਰ ਸੁਭਾਅ ਅਤੇ ਸਾਥੀ-ਆਦਮੀ ਦੀ ਜਿੱਤ ਸੀ. ਇਹ, ਮੈਨੂੰ ਤੁਹਾਨੂੰ ਚੇਤਾਵਨੀ ਦੇਣਾ ਚਾਹੀਦਾ ਹੈ, ਉਸ ਵੇਲੇ ਮੇਰੀ ਥਿਊਰੀ ਸੀ. ਮੈਨੂੰ ਵਿਅੰਪਿਅਨ ਕਿਤਾਬਾਂ ਦੇ ਪੈਟਰਨ ਵਿੱਚ ਕੋਈ

ਸੁਵਿਧਾਜਨਕ ਸਿਸਰੋਨ ਨਹੀਂ ਸੀ. ਮੇਰੀ ਵਿਆਖਿਆ ਬਿਲਕੁਲ ਗਲਤ ਹੋ ਸਕਦੀ ਹੈ. ਮੈਂ ਅਜੇ ਵੀ ਸੋਚਦਾ ਹਾਂ ਕਿ ਇਹ ਸਭ ਤੋਂ ਤਰਸਯੋਗ ਇਕ ਹੈ. ਪਰ ਇਸ ਵਿਚਾਰ 'ਤੇ ਵੀ ਸੰਤੁਲਿਤ ਸੱਭਿਅਤਾ, ਜੋ ਆਖਰੀ ਵਾਰ ਹਾਸਲ ਕੀਤੀ ਗਈ ਸੀ, ਬਹੁਤ ਲੰਬਾ ਸਮਾਂ ਲੰਘਣਾ ਸੀ, ਅਤੇ ਹੁਣ ਦੂਰ ਸੜਕ ਵਿੱਚ ਵੱਡੇ-ਦੁਨਿਆਵੀ ਲੋਕਾਂ ਦੀ ਸੰਪੂਰਨ ਸੁਰੱਖਿਆ ਨੇ ਉਨ੍ਹਾਂ ਨੂੰ ਪਤਨ ਦੀ ਹੌਲੀ ਹੌਲੀ ਲਹਿਰ ਵੱਲ ਅਗਵਾਈ ਕੀਤੀ, ਜਿਸ ਦਾ ਆਕਾਰ, ਤਾਕਤ ਅਤੇ ਖੁਫੀਆ ਘਟਨਾਂ ਵਿਚ ਘਟ ਰਿਹਾ ਸੀ. ਕਿ ਮੈਂ ਪਹਿਲਾਂ ਹੀ ਸਪਸ਼ਟ ਤੌਰ ਤੇ ਕਾਫ਼ੀ ਦੇਖ ਸਕਦਾ ਸੀ ਮੇਰੇ 'ਤੇ ਹਾਲੇ ਤੱਕ ਸ਼ੱਕ ਨਹੀਂ ਸੀ; ਪਰ ਜਿਸ ਮੋਰਚੇ ਦਾ ਮੈਂ ਵੇਖਿਆ ਸੀ ਉਸ ਤੋਂ ਉਹ ਨਾਮ ਸੀ ਜਿਸ ਦੁਆਰਾ ਇਨ੍ਹਾਂ ਜਾਨਵਰਾਂ ਨੂੰ ਬੁਲਾਇਆ ਗਿਆ- ਮੈਂ ਇਹ ਕਲਪਨਾ ਕਰ ਸਕਦੀ ਸੀ ਕਿ ਮਨੁੱਖੀ ਕਿਸਮ ਦਾ ਸੋਧਣਾ "ਈਲੋਈ" ਦੇ ਮੁਕਾਬਲੇ ਕਿਤੇ ਜ਼ਿਆਦਾ ਡੂੰਘਾ ਹੈ ਦੌੜ ਜਿਹੜੀ ਮੈਂ ਪਹਿਲਾਂ ਹੀ ਜਾਣਦਾ ਸੀ

'ਫਿਰ ਪਰੇਸ਼ਾਨੀ ਵਾਲੇ ਸ਼ੱਕ ਆਏ. ਮੋਰਚੇ ਨੇ ਮੇਰੀ ਟਾਈਮ ਮਸ਼ੀਨ ਕਿਉਂ ਖਰੀਦੀ? ਕਿਉਂਕਿ ਮੈਂ ਮਹਿਸੂਸ ਕੀਤਾ ਹੈ ਕਿ ਇਹ ਉਹਨਾਂ ਹੀ ਸਨ ਜਿਨ੍ਹਾਂ ਨੇ ਇਸਨੂੰ ਲਿਆ ਸੀ. ਇਸੇ ਕਰਕੇ, ਜੇ ਏਲੋਈ ਮਾਸਟਰ ਸਨ, ਤਾਂ ਕੀ ਇਹ ਮਸ਼ੀਨ ਮੇਰੇ ਕੋਲ ਵਾਪਸ ਨਹੀਂ ਕਰ ਸਕਣਗੇ? ਅਤੇ ਉਹ ਹਨੇਰੇ ਦੀ ਇੰਨੀ ਭਾਰੀ ਡਰ ਕਿਉਂ ਸਨ? ਮੈਂ ਕਿਹਾ ਹੈ ਕਿ ਜਿਵੇਂ ਮੈਂ ਕਿਹਾ ਹੈ, ਮੈਂ ਇਸ ਦੁਨੀਆਂ ਦੇ ਬਾਰੇ ਸੂਆ ਦੇ ਸਵਾਲ ਦਾ ਜਵਾਬ ਦੇ ਦਿੱਤਾ ਹੈ, ਪਰ ਇੱਥੇ ਫਿਰ ਮੈਂ ਨਿਰਾਸ਼ ਹੋ ਗਿਆ ਹਾਂ. ਪਹਿਲਾਂ ਉਹ ਮੇਰੇ ਸਵਾਲਾਂ ਨੂੰ ਨਹੀਂ ਸਮਝੇਗੀ, ਅਤੇ ਇਸ ਵੇਲੇ ਉਨ੍ਹਾਂ ਨੇ ਉਨ੍ਹਾਂ ਦੇ ਜਵਾਬ ਦੇਣ ਤੋਂ ਇਨਕਾਰ ਕਰ ਦਿੱਤਾ. ਉਸ ਨੇ ਥਿੜਕਿਆ ਜਿਵੇਂ ਕਿ ਇਹ ਵਿਸ਼ੇ ਅਸਹਿਣਯੋਗ ਸੀ. ਅਤੇ ਜਦੋਂ ਮੈਂ ਉਸ ਨੂੰ ਦਬਾਇਆ, ਸ਼ਾਇਦ ਥੋੜਾ ਜਿਹਾ ਕਠੋਰ, ਉਹ ਰੋ ਪਿਆ ਉਹ ਸਿਰਫ ਇਕੋ ਹੰਝੂ ਸਨ, ਆਪਣੇ ਆਪ ਨੂੰ ਛੱਡ ਕੇ, ਮੈਂ ਉਸ ਸੁਨਹਿਰੀ ਉਮਰ ਵਿੱਚ ਵੇਖਿਆ. ਜਦੋਂ ਮੈਂ ਉਨ੍ਹਾਂ ਨੂੰ ਦੇਖਿਆ ਤਾਂ ਅਚਾਨਕ ਹੀ ਮੋਰਲਾਂ ਬਾਰੇ ਮੁਸੀਬਤਾਂ ਖੜ੍ਹੀਆਂ ਹੋ ਗਈਆਂ ਸਨ ਅਤੇ ਕੇਵਲ ਵਿਅੰਨੇ ਦੀਆਂ ਅੱਖਾਂ ਤੋਂ ਮਨੁੱਖੀ ਵਿਰਾਸਤ ਦੀਆਂ ਇਨ੍ਹਾਂ ਨਿਸ਼ਾਨੀਆਂ ਨੂੰ ਘਟਾਉਣ 'ਚ ਸਿਰਫ ਚਿੰਤਤ ਸਨ. ਅਤੇ ਛੇਤੀ ਹੀ ਉਹ ਮੁਸਕਰਾ ਰਿਹਾ ਸੀ ਅਤੇ ਆਪਣੇ ਹੱਥਾਂ ਨੂੰ ਵੱਢ ਰਹੀ ਸੀ,ਜਦੋਂ ਮੈਂ ਇਕ ਮੈਚ ਨੂੰ ਸਾੜ ਦਿੱਤਾ.

'ਇਹ ਤੁਹਾਡੇ ਲਈ ਵਿਲੱਖਣ ਲੱਗ ਸਕਦਾ ਹੈ, ਪਰ ਇਹ ਦੋ ਦਿਨ ਪਹਿਲਾਂ ਮੈਂ ਨਵੇਂ-ਲੱਭੇ ਗਏ ਸੁਝਾਅ ਦੀ ਪਾਲਣਾ ਕਰ ਸਕਦਾ ਸੀ ਜੋ ਸਹੀ ਢੰਗ ਨਾਲ ਦਰਸਾਉਂਦਾ ਸੀ. ਮੈਂ ਮਹਿਸੂਸ ਕੀਤਾ ਕਿ ਇਹ ਖਰਾਬ ਸਵਾਰੀਆਂ ਤੋਂ ਇੱਕ ਵਿਸ਼ੇਸ਼

ਸੁੰਘਣ ਵਾਲੀ. ਉਹ ਇਕ ਜ਼ੂਲੋਜੀ ਅਜਾਇਬ ਘਰ ਵਿਚ ਕੀੜਿਆਂ ਅਤੇ ਕੁਝ ਚੀਜ਼ਾਂ ਨੂੰ ਅੱਧਾ ਰੰਗ ਨਾਲ ਰੰਗਿਆ ਗਿਆ ਸੀ. ਅਤੇ ਉਹ ਛੋਹ ਨੂੰ ਗੰਦੇ ਠੰਡੇ ਹੋਏ ਸਨ . ਸ਼ਾਇਦ ਮੇਰਾ ਸੁੰਘਣ ਹੋਣਾ ਏਲੋਈ ਦੇ ਹਮਦਰਦੀ ਦੇ ਪ੍ਰਭਾਵ ਕਾਰਨ ਜ਼ਿਆਦਾ ਸੀ, ਜਿਸ ਦੇ ਮੋਰਲਾਂ ਦੀ ਨਫ਼ਰਤ ਮੈਂ ਹੁਣ ਸਮਝਣ ਲੱਗੀ.

'ਅਗਲੀ ਰਾਤ ਮੈਂ ਚੰਗੀ ਤਰ੍ਹਾਂ ਸੌਂ ਨਹੀਂ ਸਕੀ. ਸ਼ਾਇਦ ਮੇਰੀ ਸਿਹਤ ਥੋੜ੍ਹੇ ਅਸੰਤੁਸ਼ਟ ਸੀ. ਮੈਨੂੰ ਪਰੇਸ਼ਾਨੀ ਅਤੇ ਸ਼ੱਕ ਦੇ ਨਾਲ ਸਤਾਇਆ ਗਿਆ ਸੀ ਇਕ ਵਾਰ ਜਾਂ ਦੋ ਵਾਰ ਮੈਂ ਡੂੰਘੀ ਡਰ ਦਾ ਅਹਿਸਾਸ ਕਰ ਰਿਹਾ ਸੀ ਜਿਸ ਲਈ ਮੈਂ ਕੋਈ ਨਿਸ਼ਚਤ ਕਾਰਣ ਨਹੀਂ ਸਮਝ ਸਕਿਆ. ਮੈਨੂੰ ਯਾਦ ਹੈ ਕਿ ਉਹ ਬਹੁਤ ਰੌਣਕ ਵਿਚ ਘੁੰਮਦਾ ਰਹਿੰਦਾ ਹੈ ਜਿੱਥੇ ਥੋੜ੍ਹਾ ਜਿਹਾ ਲੋਕ ਚੰਦਰਮਾ ਵਿਚ ਸੌਂ ਰਹੇ ਸਨ-ਉਸੇ ਰਾਤ ਨੀਂਗ ਉਨ੍ਹਾਂ ਵਿਚ ਸੀ ਅਤੇ ਉਨ੍ਹਾਂ ਦੀ ਹਾਜ਼ਰੀ ਨੇ ਉਨ੍ਹਾਂ ਨੂੰ ਯਕੀਨ ਦਿਵਾਇਆ. ਇਹ ਮੇਰੇ ਲਈ ਤਦ ਵੀ ਆਈ, ਕਿ ਕੁਝ ਦਿਨਾਂ ਵਿੱਚ ਚੰਦਰਮਾ ਨੂੰ ਆਪਣੀ ਆਖ਼ਰੀ ਤਿਮਾਹੀ ਵਿੱਚੋਂ ਲੰਘਣਾ ਚਾਹੀਦਾ ਹੈ, ਅਤੇ ਰਾਤ ਨੂੰ ਹਨੇਰਾ ਵਧਣਾ ਚਾਹੀਦਾ ਹੈ, ਜਦੋਂ ਹੇਠਾਂ ਦੇ ਇਨ੍ਹਾਂ ਖੋਖਲੇ ਜੀਵ-ਜੰਤੂਆਂ ਦੀਆਂ ਦਿਖਾਈਆਂ ਜਾਣ ਵਾਲੀਆਂ, ਇਹ ਚਿੱਟੇ ਫੁੱਲ, ਜੋ ਕਿ ਇਸ ਨਵੇਂ ਕੀੜੇ ਦੀ ਥਾਂ ਸੀ ਪੁਰਾਣੀ ਹੋ ਸਕਦੀ ਹੈ, ਵਧੇਰੇ ਵਿਸਥਾਰ ਹੋ ਸਕਦੀ ਹੈ. ਅਤੇ ਦੋਵੇਂ ਦਿਨ ਤੇ ਮੈਂ ਉਸ ਦੀ ਬੇਚੈਨੀ ਮਹਿਸੂਸ ਕਰ ਰਿਹਾ ਸੀ ਜਿਸ ਨੇ ਇੱਕ ਅਟੱਲ ਡਿਊਟੀ ਨੂੰ ਤੋੜ ਦਿੱਤਾ.ਮੈਨੂੰ ਯਕੀਨ ਹੋ ਗਿਆ ਕਿ ਵਾਰਨ ਮਸ਼ੀਨ ਸਿਰਫ ਇਨ੍ਹਾਂ ਭੂਮੀਗਤ ਰਹੱਸਾਂ ਵਿਚ ਦਲੇਰੀ ਨਾਲ ਪਕੜ ਕੇ ਹਾਸਲ ਕਰਨ ਲਈ ਸੀ. ਫਿਰ ਵੀ ਮੈਂ ਭੇਤ ਦਾ ਸਾਹਮਣਾ ਨਹੀਂ ਕਰ ਸਕਿਆ. ਜੇ ਮੇਰੇ ਕੋਲ ਇਕ ਸਾਥੀ ਸੀ ਤਾਂ ਇਹ ਵੱਖਰੀ ਹੁੰਦੀ. ਪਰ ਮੈਂ ਇੰਨਾ ਭਿਆਨਕ ਸੀ, ਇੱਥੋਂ ਤਕ ਕਿ ਭਿਆਨਕ ਢੰਗ ਨਾਲ ਮੇਰੇ ਕੋਲ ਚਿਪਕਣ ਦੇ ਹਨੇਰੇ ਵਿਚ ਘੁੰਮਣਾ ਵੀ. ਮੈਨੂੰ ਪਤਾ ਨਹੀਂ ਕਿ ਤੁਸੀਂ ਮੇਰੀ ਭਾਵਨਾ ਨੂੰ ਸਮਝ ਸਕੋਗੇ, ਪਰ ਮੈਂ ਆਪਣੀ ਪਿੱਠ ਤੇ ਕਦੇ ਵੀ ਸੁਰੱਖਿਅਤ ਨਹੀਂ ਮਹਿਸੂਸ ਕੀਤੀ.

'ਇਹ ਬੇਚੈਨੀ ਸੀ, ਇਹ ਅਸੁਰੱਖਿਆ, ਸ਼ਾਇਦ, ਜਿਸ ਨੇ ਮੈਨੂੰ ਆਪਣੀ ਖੋਜ ਮੁਹਿੰਮਾਂ ਵਿਚ ਅੱਗੇ ਵਧਾਇਆ ਅਤੇ ਅੱਗੇ ਵਧਾਇਆ. ਉੱਤਰੀ-ਪੱਛਮ ਵੱਲ ਵਧਣ ਵਾਲੇ ਦੇਸ਼ ਵੱਲ ਜਾ ਰਿਹਾ ਜਿਸਨੂੰ ਹੁਣ ਕਾਮੇਬੇ ਦੀ ਲੱਕੜ ਕਿਹਾ ਜਾਂਦਾ ਹੈ, ਮੈਂ ਦੂਰੋਂ ਦੇਖਿਆ, ਉਨ੍ਹੀਵੀਂ ਸਦੀ ਦੇ ਬਨਸਪਤੀ ਦੀ ਦਿਸ਼ਾ ਵਿੱਚ, ਇੱਕ ਵਿਸ਼ਾਲ ਹਰਾ ਬਣਤਰ, ਜੋ ਕਿ ਹੁਣ ਤੱਕ ਕਿਸੇ ਵੀ ਦੁਆਰਾ ਵੇਖਿਆ ਗਿਆ ਸੀ. ਇਹ ਸਭ ਤੋਂ ਵੱਡੇ ਮਹੱਲਾਂ ਜਾਂ ਖੰਡਰਾਂ ਨਾਲੋਂ ਵੱਡਾ ਸੀ ਜੋ ਮੈਂ ਜਾਣਦੀ ਸੀ, ਅਤੇ ਨਕਾਬ ਦਾ ਇੱਕ ਪ੍ਰਾਚੀਨ ਦਿੱਖ ਸੀ: ਇਸਦਾ ਚਿਹਰਾ ਚਮਕ ਰਿਹਾ ਸੀ, ਅਤੇ ਨਾਲ ਹੀ ਫਿੱਕੇ-ਹਰੇ

ਰੰਗ ਦੇ ਰੰਗ, ਇੱਕ ਕਿਸਮ ਦਾ ਨੀਲੀ-ਹਰਾ, ਇੱਕ ਖਾਸ ਕਿਸਮ ਦਾ ਚੀਨੀ ਦਾ ਪੋਰਸਿਲੇਨ ਪੱਖਪਾਤ ਵਿੱਚ ਇਸ ਅੰਤਰ ਨੂੰ ਵਰਤਣ ਵਿੱਚ ਇੱਕ ਫਰਕ ਦੱਸਿਆ ਗਿਆ ਹੈ, ਅਤੇ ਮੈਨੂੰ ਅੱਗੇ ਵਧਣ ਅਤੇ ਪੜਚੋਲ ਕਰਨ ਦਾ ਵਿਚਾਰ ਸੀ. ਪਰ ਦਿਨ ਬਹੁਤ ਦੇਰ ਨਾਲ ਵਧ ਰਿਹਾ ਸੀ, ਅਤੇ ਮੈਂ ਲੰਬੇ ਤੇ ਥਕਾਣ ਵਾਲੇ ਸਰਕਟ ਦੇ ਬਾਅਦ ਜਗ੍ਹਾ ਦੀ ਨਿਗਾਹ 'ਤੇ ਆਇਆ ਸੀ; ਇਸ ਲਈ ਮੈਂ ਅਗਲੇ ਦਿਨ ਲਈ ਦਰੋਗਾ ਨੂੰ ਅੱਗੇ ਵਧਾਉਣ ਦਾ ਫ਼ੈਸਲਾ ਕੀਤਾ, ਅਤੇ ਮੈਂ ਸਵਾਗਤ ਕੀਤਾ ਅਤੇ ਥੋੜ੍ਹਾ ਮਜਦੂਰਾਂ ਦੇ ਬੜੇ ਪ੍ਰੇਸ਼ਾਨ ਹੋ ਗਏ. ਪਰ ਅਗਲੀ ਸਵੇਰ ਨੂੰ ਮੈਂ ਸਪੱਸ਼ਟ ਤੌਰ ਤੇ ਸਮਝ ਗਿਆ ਕਿ ਹਰੀ ਪੋਰਸਿਲੇਨ ਦੇ ਮਹਿਲ ਦੇ ਸੰਬੰਧ ਵਿਚ ਮੇਰੀ ਉਤਸੁਕਤਾ ਸਵੈ-ਧੋਖਾ ਦਾ ਇਕ ਟੁਕੜਾ ਸੀ, ਜਿਸ ਨਾਲ ਮੈਨੂੰ ਇਕ ਦਿਨ ਤੋਂ, ਇਕ ਤਜਰਬੇ ਦਾ ਮੌਕਾ ਮਿਲ ਰਿਹਾ ਸੀ, ਇਕ ਤਜਰਬੇ ਵਿਚ ਮੈਂ ਡਰ ਗਿਆ ਸੀ. ਮੈਂ ਇਹ ਹੱਲ ਕਰ ਲਿਆ ਕਿ ਮੈਂ ਸਮੇਂ ਦੇ ਹੋਰ ਵਿਅਰਥ ਬਗੈਰ ਵੰਸ਼ ਨੂੰ ਬਣਾਵਾਂ, ਅਤੇ ਸਵੇਰੇ ਗ੍ਰੇਨਾਈਟ ਅਤੇ ਐਲਮੀਨੀਅਮ ਦੇ ਖੰਡਰਾਂ ਦੇ ਨੇੜੇ ਇੱਕ ਖੂਹ ਵੱਲ ਸ਼ੁਰੂ ਕੀਤਾ.

'ਥੋੜ੍ਹੀ ਛਿਲਕੇ ਮੇਰੇ ਨਾਲ ਭੱਜ ਗਈ. ਉਸਨੇ ਮੇਰੇ ਨਾਲ ਖੂਹ 'ਤੇ ਨੱਚਿਆ, ਪਰ ਜਦੋਂ ਉਸਨੇ ਮੈਨੂੰ ਮੂੰਹ ਤੇ ਝੁਕ ਕੇ ਵੇਖਿਆ ਅਤੇ ਹੇਠ ਵੱਲ ਵੇਖਿਆ, ਤਾਂ ਉਹ ਅਜੀਬ ਗੱਲ ਕਰ ਰਹੀ ਸੀ. "ਚੰਗਾ ਬਾਈ, ਥੋੜ੍ਹਾ ਮਾਤਰਾ," ਮੈਂ ਕਿਹਾ, ਉਸਨੂੰ ਚੁੰਮਿਆ; ਅਤੇ ਫਿਰ ਉਸਨੂੰ ਨੀਵਾਂ ਦਿਖਾਉਂਦਿਆਂ, ਮੈਂ ਚੜ੍ਹਨਾ ਹੁੱਕਾਂ ਲਈ ਪੈਰਾਪੇਟ ਉੱਪਰ ਮਹਿਸੂਸ ਕਰਨਾ ਸ਼ੁਰੂ ਕਰ ਦਿੱਤਾ. ਨਾ ਕਿ ਛੇਤੀ, ਮੈਨੂੰ ਵੀ ਦੇ ਨਾਲ ਨਾਲ ਇਕਬਾਲ ਕਰ ਸਕਦਾ ਹੈ, ਲਈ ਮੈਨੂੰ ਡਰ ਹੈ ਕਿ ਮੇਰੀ ਹਿੰਮਤ ਦੂਰ ਲੀਕ ਹੋ ਸਕਦਾ ਹੈ! ਪਹਿਲਾਂ ਉਸ ਨੇ ਮੈਨੂੰ ਹੈਰਾਨ ਕਰ ਦਿੱਤਾ. ਫਿਰ ਉਸ ਨੇ ਇਕ ਬਹੁਤ ਹੀ ਰੋਮਾਂਕ ਰੋਣ ਦਿੱਤਾ, ਅਤੇ ਮੇਰੇ ਕੋਲ ਦੌੜਦਿਆਂ, ਉਸਨੇ ਆਪਣੇ ਛੋਟੇ ਜਿਹੇ ਹੱਥਾਂ ਨਾਲ ਮੈਨੂੰ ਖਿੱਚਣ ਲੱਗ ਪਈ. ਮੈਂ ਸੋਚਦਾ ਹਾਂ ਉਸ ਦੇ ਵਿਰੋਧ ਨੇ ਮੈਨੂੰ ਅੱਗੇ ਵਧਣ ਦੀ ਬਜਾਏ ਨਿਰਾਸ਼ ਕੀਤਾ. ਮੈਂ ਉਸ ਨੂੰ ਬੰਦ ਕਰ ਦਿੱਤਾ, ਸ਼ਾਇਦ ਥੋੜ੍ਹਾ ਜਿਹਾ, ਅਤੇ ਇਕ ਹੋਰ ਪਲ ਵਿਚ ਮੈਂ ਖੂਹ ਦੇ ਗਲੇ ਵਿਚ ਸਾਂ. ਮੈਂ ਉਸ ਦੇ ਤਣਾਅ-ਭਰੇ ਚਿਹਰੇ ਨੂੰ ਪੈਰਾਪੇਟ ਉੱਤੇ ਦੇਖਿਆ, ਅਤੇ ਉਸ ਨੂੰ ਭਰੋਸਾ ਦਿਵਾਉਣ ਲਈ ਮੁਸਕਰਾਇਆ ਤਦ ਮੈਨੂੰ ਅਸਥਿਰ ਹੁੱਕਾਂ ਵੱਲ ਦੇਖਣਾ ਪਿਆ ਜਿਸ ਨਾਲ ਮੈਂ ਜੁੜਦਾ ਸਾਂ.

'ਮੈਨੂੰ ਸ਼ਾਇਦ ਦੋ ਸੌ ਗਜ਼ ਦੇ ਸ਼ਾਰਕ ਨੂੰ ਬੰਦ ਕਰਨਾ ਪਿਆ. ਵੰਸ਼ਾਂ ਨੂੰ ਖੂਹ ਦੇ ਪਾਸਿਆਂ ਤੋਂ ਆਯੋਜਿਤ ਧਾਤ ਦੀਆਂ ਬਾਰਾਂ ਦੁਆਰਾ ਪ੍ਰਭਾਵਿਤ ਕੀਤਾ ਗਿਆ ਅਤੇ ਇਨ੍ਹਾਂ ਨੂੰ ਆਪਣੇ ਆਪ ਤੋਂ ਜਿੰਨੇ ਪ੍ਰੋਟੀਨ ਅਤੇ ਹਲਕੇ ਹੁੰਦੇ ਹਨ, ਉਹਨਾਂ ਦੀਆਂ ਲੋੜਾਂ ਮੁਤਾਬਕ ਢਲਣ ਨਾਲ, ਮੈਨੂੰ ਤੇਜੀ ਨਾਲ ਤੰਗ ਆ ਕੇ ਵੱਸਣ ਨਾਲ

ਥਕਾਵਟ ਹੋ ਗਈ. ਅਤੇ ਸਿਰਫ਼ ਥਕਾਵਟ ਨਹੀਂ! ਮੇਰੇ ਭਾਰ ਦੇ ਹੇਠਾਂ ਅਚਾਨਕ ਝੁਕਿਆ ਬਾਰਾਂ ਵਿਚੋਂ ਇਕ, ਅਤੇ ਲਗਭਗ ਮੈਨੂੰ ਹੇਠਾਂ ਕਾਲੀ ਘਾਟ ਵਿਚ ਸੁੱਟੇ. ਇਕ ਪਲ ਲਈ ਮੈਂ ਇਕ ਹੱਥ ਨਾਲ ਲਟਕਿਆ, ਅਤੇ ਉਸ ਤਜਰਬੇ ਤੋਂ ਬਾਅਦ ਮੈਂ ਦੁਬਾਰਾ ਆਰਾਮ ਕਰਨ ਦੀ ਜੁਰਅਤ ਨਹੀਂ ਕੀਤੀ. ਹਾਲਾਂਕਿ ਮੇਰੀ ਬਾਂਹ ਅਤੇ ਬੈਕ ਇਸ ਵੇਲੇ ਬਹੁਤ ਜ਼ਿਆਦਾ ਦਰਦਨਾਕ ਸਨ, ਮੈਂ ਜਿੰਨੀ ਜਲਦੀ ਸੰਭਵ ਤੌਰ ਤੇ ਤੇਜ਼ ਮੋੜ ਦੇ ਨਾਲ ਇੱਕ ਸੰਘਣੀ ਨਸਲ ਦੇ ਨਾਲ ਘੁੰਮਣਾ ਛੱਡ ਦਿੱਤਾ. ਉਪਰ ਵੱਲ ਨੂੰ ਵੇਖਦੇ ਹੋਏ, ਮੈਂ ਐਪਰਚਰ, ਇਕ ਛੋਟੀ ਜਿਹੀ ਨੀਲੀ ਡਿਸਕ ਦੇਖੀ ਜਿਸ ਵਿਚ ਇਕ ਤਾਰਾ ਦਿਖਾਈ ਦਿੰਦਾ ਸੀ, ਜਦਕਿ ਥੋੜ੍ਹਾ ਜਿਹਾ ਵਿਅੰਜਨ ਦਾ ਸਿਰ ਇਕ ਗੋਲ ਕਾਲੇ ਪਰਦੇ ਦੇ ਰੂਪ ਵਿਚ ਦਿਖਾਇਆ ਗਿਆ. ਥੱਲੇ ਵਾਲੀ ਮਸ਼ੀਨ ਦੀ ਥੁੱਡਿੰਗ ਆਵਾਜ਼ ਬਹੁਤ ਤੇਜ਼ੀ ਨਾਲ ਵੱਧ ਰਹੀ ਅਤੇ ਜਿਆਦਾ ਦਮਨਕਾਰੀ. ਸਭ ਕੁਝ ਉਹ ਚੀਜ਼ ਜੋ ਉਪਰੋਕਤ ਛੋਟੀ ਜਿਹੀ ਡਿਸਕ ਉਪਰ ਡੂੰਘੇ ਹਨੇਰਾ ਸੀ, ਅਤੇ ਜਦੋਂ ਮੈਂ ਮੁੜ ਦੇਖਿਆ ਤਾਂ ਨੀਨਾ ਗਾਇਬ ਹੋ ਗਿਆ ਸੀ.

'ਮੈਂ ਬੇਆਰਾਮੀ ਦੀ ਦਰਦ' ਚ ਸੀ. ਮੈਂ ਦੁਬਾਰਾ ਸ਼ਾਫਟ ਵਿਚ ਜਾਣ ਦੀ ਕੋਸ਼ਿਸ਼ ਕਰਨ ਬਾਰੇ ਸੋਚਿਆ, ਅਤੇ ਇਕੱਲੇ ਦੁਨੀਆਂ ਨੂੰ ਛੱਡਣ ਦੀ ਕੋਸ਼ਿਸ਼ ਕੀਤੀ. ਪਰ ਜਦੋਂ ਮੈਂ ਇਸ ਨੂੰ ਆਪਣੇ ਮਨ ਵਿਚ ਬਦਲ ਲਿਆ ਤਾਂ ਮੈਂ ਥੱਲੇ ਉਤਰੇ. ਆਖ਼ਰਕਾਰ, ਤੀਬਰ ਰਾਹਤ ਨਾਲ, ਮੈਂ ਥੋੜ੍ਹਾ ਜਿਹਾ ਆ ਰਿਹਾ, ਕੰਧ ਦੇ ਇਕ ਸੁੱਜਿਏ ਢੋਲੀ, ਮੇਰੇ ਸੱਜੇ ਪੈਰ, ਆਪਣੇ ਆਪ ਨੂੰ ਝੁਕਾਉਂਦੇ ਹੋਏ, ਮੈਨੂੰ ਪਤਾ ਲੱਗਾ ਕਿ ਇਹ ਇੱਕ ਤੰਗ ਖਿਤਿਜੀ ਸੁਰੰਗ ਦਾ ਛੱਤਰੀ ਸੀ, ਜਿਸ ਵਿੱਚ ਮੈਂ ਲੰਮਾ ਪੈ ਸਕਦਾ ਸੀ ਅਤੇ ਆਰਾਮ ਕਰ ਸਕਦਾ ਸੀ ਇਹ ਬਹੁਤ ਛੇਤੀ ਨਹੀਂ ਸੀ. ਮੇਰੀ ਹਥਿਆਰਾਂ ਦੀ ਤਿੱਖੀ ਆਵਾਜ਼ ਆਈ, ਮੇਰੀ ਪਿੱਠ ਪਈ ਹੋਈ ਸੀ, ਅਤੇ ਮੈਂ ਇਕ ਡਿੱਗਣ ਦੇ ਲੰਬੇ ਆਤੰਕ ਨਾਲ ਕੰਬ ਰਿਹਾ ਸਾਂ. ਇਸ ਤੋਂ ਇਲਾਵਾ, ਅਣਕੱਡੇ ਅੰਡੇ ਨੇ ਮੇਰੀਆਂ ਅੱਖਾਂ 'ਤੇ ਬਿਪਤਾ ਭਰੀ ਪ੍ਰਭਾਵ ਪਾਇਆ ਸੀ. ਹਵਾ ਧਮਾਕੇ ਨਾਲ ਭਰੀ ਹੋਈ ਸੀ ਅਤੇ ਹਵਾ ਦੇ ਤਾਣੇ-ਬਾਣੇ ਦੇ ਹਵਾ ਨੂੰ ਸਮੁੰਦਰੀ ਤਾਨਾ ਆ ਰਿਹਾ ਸੀ.

'ਮੈਨੂੰ ਨਹੀਂ ਪਤਾ ਕਿ ਮੈਂ ਕਿੰਨਾ ਸਮਾਂ ਗੁਜ਼ਾਰਦਾ ਹਾਂ ਮੇਰੇ ਚਿਹਰੇ ਨੂੰ ਨੰਗੇ ਹੱਥਾਂ ਨਾਲ ਮੇਰੇ ਹੱਥਾਂ ਨਾਲ ਭਰਿਆ ਗਿਆ. ਅਚਾਨਕ ਹੀ ਮੈਂ ਆਪਣੇ ਮੈਚਾਂ 'ਤੇ ਘੁੰਮਦਾ ਰਿਹਾ ਅਤੇ ਇਕ ਖਿੜਕੀ ਨਾਲ ਖਿੱਚਿਆ, ਮੈਂ ਤਿੰਨ ਸਫੈਦ ਚਿੱਟੇ ਜਾਨਵਰ ਦੇਖੇ ਜਿਵੇਂ ਕਿ ਮੈਂ ਜ਼ਮੀਨ ਦੇ ਉਪਰਲੇ ਹਿੱਸੇ ਨੂੰ ਤਬਾਹ ਕਰ ਰਿਹਾ ਸੀ, ਜੋ ਜਲਦੀ ਤੋਂ ਜਲਦੀ ਪਿੱਛੇ ਚਲੀ ਗਈ. ਜਿਉਂ-ਜਿਉਂ ਉਹ ਕਰਦੇ, ਜਿਵੇਂ ਕਿ ਮੇਰੇ ਕੋਲ ਅਗਿਆਤ ਹਨੇਰਾ ਸੀ, ਉਨ੍ਹਾਂ ਦੀਆਂ ਅੱਖਾਂ ਅਸਾਧਾਰਣ ਤੌਰ ਤੇ ਵੱਡੇ ਅਤੇ ਸੰਵੇਦਨਸ਼ੀਲ ਸਨ, ਜਿਵੇਂ ਕਿ

ਅਸ਼ਾਂਤ ਮੱਛੀਆਂ ਦੇ ਬੱਚੇ ਹੁੰਦੇ ਹਨ, ਅਤੇ ਉਹਨਾਂ ਨੇ ਉਸੇ ਤਰੀਕੇ ਨਾਲ ਰੋਸ਼ਨੀ ਦਾ ਪ੍ਰਤੀਬਿੰਬ ਕੀਤਾ. ਮੈਨੂੰ ਇਸ ਗੱਲ ਦਾ ਕੋਈ ਸ਼ੱਕ ਨਹੀਂ ਹੈ ਕਿ ਉਹ ਮੈਨੂੰ ਇਸ ਵਿਅਰਥ ਅਸ਼ੁੱਭ ਵਿਚ ਦੇਖ ਸਕਦੇ ਸਨ, ਅਤੇ ਉਨ੍ਹਾਂ ਨੇ ਮੈਨੂੰ ਰੋਸ਼ਨੀ ਤੋਂ ਇਲਾਵਾ ਹੋਰ ਕੋਈ ਡਰ ਨਹੀਂ ਦਿੱਤਾ. ਪਰ, ਜਿਵੇਂ ਹੀ ਮੈਂ ਉਨ੍ਹਾਂ ਨੂੰ ਦੇਖਣ ਲਈ ਇੱਕ ਮੈਚ ਦਾਇਰ ਕੀਤਾ, ਉਹ ਅਸਥਾਈ ਤੌਰ ਤੇ ਭੱਜ ਗਏ, ਹਨੇਰੀ ਗੱਟਰਾਂ ਅਤੇ ਸੁਰੰਗਾਂ ਵਿੱਚ ਗਾਇਬ ਹੋ ਗਏ, ਜਿਸ ਤੋਂ ਉਨ੍ਹਾਂ ਦੀ ਨਿਗਾਹ ਅਜੂਬੇ ਫੈਸ਼ਨ ਵਿੱਚ ਮੇਰੇ ਵੱਲ ਦੇਖ ਰਹੀ ਸੀ.

'ਮੈਂ ਉਨ੍ਹਾਂ ਨੂੰ ਬੁਲਾਉਣ ਦੀ ਕੋਸ਼ਿਸ਼ ਕੀਤੀ, ਪਰ ਉਨ੍ਹਾਂ ਦੀ ਭਾਸ਼ਾ ਓਵਰ-ਵਰਲਡ ਲੋਕਾਂ ਨਾਲੋਂ ਸਪਸ਼ਟ ਤੌਰ' ਤੇ ਵੱਖਰੀ ਸੀ; ਤਾਂ ਜੋ ਮੈਨੂੰ ਆਪਣੇ ਨਿਰਾਸ਼ ਯਤਨਾਂ ਵਿਚ ਛੱਡਣ ਦੀ ਜ਼ਰੂਰਤ ਸੀ, ਅਤੇ ਮੇਰੇ ਮਨ ਵਿਚ ਵੀ ਖੋਜ ਕਰਨ ਤੋਂ ਪਹਿਲਾਂ ਉਡਾਨ ਦਾ ਵਿਚਾਰ ਵੀ ਸੀ. ਪਰ ਮੈਂ ਆਪਣੇ ਆਪ ਨੂੰ ਕਿਹਾ, "ਤੁਸੀਂ ਹੁਣ ਇਸ ਵਿੱਚ ਰਹੇ ਹੋ", ਅਤੇ ਸੁਰੰਗ ਦੇ ਨਾਲ ਮੇਰਾ ਰਾਹ ਮਹਿਸੂਸ ਕਰ ਰਿਹਾ ਸੀ, ਮੈਨੂੰ ਪਤਾ ਲੱਗਾ ਕਿ ਮਸ਼ੀਨ ਦਾ ਰੌਲਾ ਉੱਚਾ ਹੋ ਜਾਂਦਾ ਹੈ. ਵਰਤਮਾਨ ਵਿਚ ਕੰਧ ਮੇਰੇ ਤੋਂ ਦੂਰ ਹੋ ਗਏ ਹਨ, ਅਤੇ ਮੈਂ ਇੱਕ ਵੱਡੀ ਖੁੱਲ੍ਹੀ ਥਾਂ ਤੇ ਆਈ, ਅਤੇ ਇੱਕ ਹੋਰ ਮੈਚ ਨੂੰ ਮਾਰਦੇ ਹੋਏ ਵੇਖਿਆ ਕਿ ਮੈਂ ਇੱਕ ਵਿਸ਼ਾਲ ਡਾਕੇਦਾਰ ਕਾਹਨ ਵਿੱਚ ਦਾਖ਼ਲ ਹੋ ਗਿਆ ਸੀ, ਜੋ ਮੇਰੇ ਚਾਨਣ ਦੀ ਸੀਮਾ ਤੋਂ ਪਰੇ ਘੁੰਮਦਾ ਹੈ. ਉਸ ਦ੍ਰਿਸ਼ਟੀਕੋਣ ਦਾ ਮੈਂ ਜਿੰਨਾ ਵੱਡਾ ਸੀ, ਇਕ ਮੈਚ ਨੂੰ ਸਾੜਦੇ ਹੋਏ ਦੇਖਿਆ ਜਾ ਸਕਦਾ ਸੀ.

'ਜ਼ਰੂਰੀ ਤੌਰ' ਤੇ ਮੇਰੀ ਯਾਦਦਾਸ਼ਤ ਅਸਪਸ਼ਟ ਹੈ. ਵੱਡੀਆਂ ਮਸ਼ੀਨਾਂ ਜਿਹੀਆਂ ਵੱਡੀਆਂ ਮਸ਼ੀਨਾਂ ਧੁੰਦ ਵਿੱਚੋਂ ਨਿਕਲੀਆਂ, ਅਤੇ ਭੜਕਾਊ ਕਾਲੇ ਰੰਗਾਂ ਨੂੰ ਢੱਕ ਗਈਆਂ, ਜਿਸ ਵਿਚ ਚਮਕ ਤੋਂ ਬਚਾਏ ਗਏ ਧੁੰਦਲੇ ਅੱਖਰਧਾਰਕ ਮੋਰਲੋਕ ਇਹ ਥਾਂ ਬਹੁਤ ਫਾਲਤੂ ਅਤੇ ਅਤਿਆਚਾਰੀ ਸੀ, ਅਤੇ ਤਾਜ਼ੇ ਵਹਾਏ ਗਏ ਖ਼ੂਨ ਦੇ ਹਲਕੇ ਹਲੀਟ ਹਵਾ ਵਿੱਚ ਸਨ. ਕੇਂਦਰੀ ਵਿਸਤਾਰ ਤੋਂ ਕੁਝ ਤਰੀਕੇ ਹੇਠਾਂ ਚਿੱਟੇ ਧਾਤਾਂ ਦੀ ਇਕ ਛੋਟੀ ਜਿਹੀ ਮੇਜ਼ ਸੀ, ਜਿਸ ਨੂੰ ਖਾਣੇ ਦਾ ਜਾਪ ਸੀ. ਕਿਸੇ ਵੀ ਦਰਜਨ ਦੇ ਮੋਰਚੇ ਆਉਂਦੇ ਹਨ! ਉਸ ਵੇਲੇ ਵੀ, ਮੈਨੂੰ ਇਹ ਯਾਦ ਹੈ ਕਿ ਲਾਲ ਜਾਨਵਰ ਕਿੰਨੀ ਵੱਡੀ ਜਾਨਵਰ ਬਚ ਸਕਦਾ ਸੀ. ਇਹ ਸਭ ਬਹੁਤ ਹੀ ਭੋਇਲੀ ਸੀ: ਭਾਰੀ ਗੰਧ, ਵੱਡੇ ਅਵਿਸ਼ਵਾਸ਼ ਵਾਲੇ ਆਕਾਰ, ਅਸ਼ਲੀਲ ਚਿੱਤਰ ਸ਼ੈਡਾਂ ਵਿਚ ਘੁੰਮਦੇ ਹਨ, ਅਤੇ ਸਿਰਫ ਅੰਧਕਾਰ ਦੀ ਉਡੀਕ ਮੇਰੇ ਲਈ ਦੁਬਾਰਾ ਆਉਣਾ! ਫਿਰ ਮੈਚ ਨੂੰ ਸਾੜ ਦਿੱਤਾ ਗਿਆ, ਅਤੇ ਮੇਰੀ ਉਂਗਲਾਂ ਨੂੰ ਪਕੜ ਲਿਆ ਗਿਆ, ਅਤੇ ਡਿੱਗ ਗਿਆ, ਕਾਲਾਈਪਨ ਵਿਚ ਇਕ ਲਾਲ ਰੰਗ ਦਾ ਲਾਲ ਨਿਸ਼ਾਨ.

'ਮੈਂ ਸੋਚਿਆ ਹੈ ਕਿ ਮੈਂ ਇਸ ਤਰ੍ਹਾਂ ਦੇ ਅਨੁਭਵ ਲਈ ਕਿੰਨਾ ਖਾਸ ਤੌਰ' ਤੇ ਬਿਮਾਰ ਤਰੀਕੇ ਨਾਲ ਲਾਇਆ ਗਿਆ ਸੀ. ਜਦੋਂ ਮੈਂ ਟਾਈਮ ਮਸ਼ੀਨ ਨਾਲ ਅਰੰਭ ਕੀਤਾ ਸੀ, ਤਾਂ ਮੈਂ ਬੇਹੂਦਾ ਧਾਰਨਾ ਨਾਲ ਸ਼ੁਰੂ ਕੀਤਾ ਸੀ ਕਿ ਭਵਿੱਖ ਦੇ ਮਨੁੱਖ ਆਪਣੇ ਆਪ ਹੀ ਆਪਣੇ ਸਾਰੇ ਉਪਕਰਣਾਂ ਵਿਚ ਬੇਸ਼ੁਮਾਰ ਸਨ. ਮੈਂ ਹਥਿਆਰਾਂ ਤੋਂ ਬਿਨਾ, ਦਵਾਈ ਦੇ ਬਿਨਾਂ, ਧੂੰਏ ਤੋਂ ਬਿਨਾਂ ਆਈ ਸੀ- ਕਈ ਵਾਰ ਮੈਂ ਤੰਬਾਕੂ ਨੂੰ ਬਹੁਤ ਡਰਾਇਆ-ਭਾਵੇਂ ਕਾਫ਼ੀ ਮੈਚਾਂ ਦੇ ਬਿਨਾਂ ਵੀ ਜੇ ਮੈਂ ਸਿਰਫ ਇਕ ਕੋਡਕ ਸੋਚਿਆ ਹੁੰਦਾ! ਮੈਂ ਇੱਕ ਦੂਜੀ ਵਿੱਚ ਅੰਡਰਵਰਲਡ ਦੀ ਝਲਕ ਦੇਖਦਾ ਹੁੰਦਾ, ਅਤੇ ਇਸ ਨੂੰ ਲੇਜ਼ਰ ਵਿੱਚ ਵਿਚਾਰਿਆ. ਪਰ, ਜਿਵੇਂ ਕਿ ਇਹ ਸੀ, ਮੈਂ ਉਥੇ ਹੀ ਹਥਿਆਰ ਅਤੇ ਸ਼ਕਤੀਆਂ, ਜੋ ਕਿ ਕੁਦਰਤ ਨੇ ਮੈਨੂੰ ਹੱਥਾਂ, ਪੈਰਾਂ ਅਤੇ ਦੰਦਾਂ ਨਾਲ ਬੰਨ੍ਹਿਆ ਸੀ, ਦੇ ਨਾਲ ਖੜ੍ਹਾ ਸੀ. ਇਹ, ਅਤੇ ਚਾਰ ਸੁਰੱਖਿਆ ਮੈਚ ਜਿਹੜੇ ਮੇਰੇ ਲਈ ਅਜੇ ਵੀ ਬਣੇ ਰਹੇ ਹਨ

'ਮੈਂ ਇਸ ਸਾਰੇ ਮਸ਼ੀਨਰੀ ਵਿਚ ਹਨੇਰੇ ਵਿਚ ਧੱਕੇ ਜਾਣ ਤੋਂ ਡਰਦਾ ਸੀ, ਅਤੇ ਇਹ ਸਿਰਫ ਰੌਸ਼ਨੀ ਦੀ ਮੇਰੀ ਆਖਰੀ ਝਲਕ ਸੀ, ਮੈਨੂੰ ਪਤਾ ਲੱਗਾ ਕਿ ਮੇਰੇ ਮੈਚਾਂ ਦੇ ਸਟੋਰਾਂ ਦੀ ਦੌੜ ਘੱਟ ਸੀ. ਇਹ ਉਸ ਸਮੇਂ ਤੱਕ ਕਦੇ ਨਹੀਂ ਆਇਆ ਜਦੋਂ ਤੱਕ ਕਿ ਉਨ੍ਹਾਂ ਨੂੰ ਆਰਥਿਕਤਾ ਦੀ ਕੋਈ ਜ਼ਰੂਰਤ ਨਹੀਂ ਸੀ, ਅਤੇ ਮੈਂ ਉਪ-ਦੁਨੀਆਦਾਰਾਂ ਨੂੰ ਹੈਰਾਨ ਕਰਨ ਵਾਲੇ ਅੱਧੇ ਬਕਸੇ ਨੂੰ ਬਰਬਾਦ ਕਰ ਦਿੱਤਾ ਸੀ, ਜਿਸ ਨਾਲ ਅੱਗ ਇੱਕ ਨਵੀਨਤਾ ਸੀ. ਹੁਣ ਜਿਵੇਂ ਮੈਂ ਕਹਿੰਦਾ ਹਾਂ, ਮੈਂ ਚਾਰ ਖੰਭੇ ਸਨ, ਅਤੇ ਜਦੋਂ ਮੈਂ ਹਨੇਰੇ ਵਿਚ ਖੜ੍ਹਾ ਹੋਇਆ ਤਾਂ ਇਕ ਹੱਥ ਨੇ ਮੇਰੇ ਹੱਥ ਨੂੰ ਛੂਹ ਲਿਆ, ਮੇਰੇ ਚਿਹਰੇ 'ਤੇ ਸੁੰਘਣ ਵਾਲੀਆਂ ਉਂਗਲਾਂ ਆ ਗਈਆਂ ਅਤੇ ਮੈਂ ਇਕ ਅਜੀਬ ਉਦਾਸੀ ਦੀ ਸੁਗੰਧ ਲਈ ਸਮਝਦਾਰ ਸੀ. ਮੈਂ ਸੋਚਿਆ ਕਿ ਮੇਰੇ ਬਾਰੇ ਉਨ੍ਹਾਂ ਭਿਆਨਕ ਛੋਟੀਆਂ ਜੀਵਨੀਆਂ ਦੀ ਭੀੜ ਦਾ ਸਾਹ ਮੈਂ ਸੁਣਿਆ. ਮੈਂ ਮਹਿਸੂਸ ਕੀਤਾ ਕਿ ਆਪਣੇ ਹੱਥਾਂ ਵਿਚਲੇ ਮੈਚਾਂ ਦੇ ਬਾਕਸ ਨੂੰ ਹੌਲੀ-ਹੌਲੀ ਅਲੱਗ ਥਲੱਗ ਕੀਤਾ ਗਿਆ ਹੈ, ਅਤੇ ਮੇਰੇ ਪਿੱਛੇ ਮੇਰੇ ਹੱਥਾਂ ਨੇ ਮੇਰੇ ਕੱਪੜੇ ਖੋਹ ਲਏ. ਇਹ ਅਜੀਬ ਜੀਵ-ਜੰਤੂਆਂ ਦੀ ਅਹਿਸਾਸ ਕਰਨਾ ਮੇਰੇ ਲਈ ਬਹੁਤ ਅਜੀਬ ਸੀ.ਉਨ੍ਹਾਂ ਦੀ ਸੋਚ ਅਤੇ ਕੰਮ ਕਰਨ ਦੇ ਢੰਗਾਂ ਦੀ ਅਣਜਾਣਤਾ ਦੇ ਅਚਾਨਕ ਬੋਧ ਮੇਰੇ ਕੋਲ ਅਲੋਪ ਹੋ ਗਏ ਹਨ ਤੇ ਹਨੇਰੇ ਵਿਚ. ਮੈਂ ਉਨ੍ਹਾਂ 'ਤੇ ਉੱਚੀ ਆਵਾਜ਼ ਵਿਚ ਬੋਲਿਆ ਜਿਵੇਂ ਮੈਂ ਕਰ ਸਕਦਾ ਹਾਂ. ਉਹ ਦੂਰ ਹੋ ਗਏ, ਅਤੇ ਫਿਰ ਮੈਂ ਮਹਿਸੂਸ ਕਰ ਸਕਦਾ ਹਾਂ ਕਿ ਉਹ ਮੈਨੂੰ ਦੁਬਾਰਾ ਆਉਣ. ਉਹ ਮੇਰੇ 'ਤੇ ਵਧੇਰੇ ਦਲੇਰੀ ਨਾਲ ਝੁਕੇ, ਇਕ ਦੂਜੇ ਨੂੰ ਅਜੀਬ ਆਵਾਜ਼ਾਂ ਘੁਮਾਉਂਦੇ ਹੋਏ ਮੈਂ ਹਿੰਸਾ ਭਰੀ, ਅਤੇ ਮੁੜ ਕੇ ਉੱਚੀ ਆਵਾਜ਼ ਵਿਚ ਬੋਲਿਆ - ਨਾ ਕਿ

ਅਸਪੱਸ਼ਟ. ਇਸ ਵਾਰ ਉਹ ਇੰਨੇ ਗੰਭੀਰਤਾ ਨਾਲ ਨਹੀਂ ਚਿੰਤਤ ਸਨ, ਅਤੇ ਉਨ੍ਹਾਂ ਨੇ ਮੇਰੇ 'ਤੇ ਵਾਪਸ ਆਉਂਦਿਆਂ ਇੱਕ ਰੌਲੇ ਹੱਸਦੇ ਰੌਲੇ ਰੱਪੇ ਕੀਤੇ. ਮੈਂ ਕਬੂਲ ਕਰਾਂਗਾ ਕਿ ਮੈਂ ਬਹੁਤ ਡਰੇ ਹੋਏ ਹਾਂ. ਮੈਂ ਕਿਸੇ ਹੋਰ ਮੈਚ ਨੂੰ ਰੋਕਣ ਅਤੇ ਆਪਣੀ ਚਮਕ ਦੀ ਸੁਰੱਖਿਆ ਦੇ ਤਹਿਤ ਬਚ ਨਿਕਲਣ ਦਾ ਫ਼ੈਸਲਾ ਕੀਤਾ. ਮੈਂ ਅਜਿਹਾ ਕੀਤਾ, ਅਤੇ ਨਾਲ ਇੱਕ ਬਾਹਰ ਇਕ ਦੂਜੇ ਤੋਂ ਅਜੀਬ ਆਵਾਜ਼ਾਂ ਨੂੰ ਫੁਸਲਾਉਣਾ ਮੈਂ ਹਿੰਸਾ ਭਰੀ, ਅਤੇ ਮੁੜ ਕੇ ਉੱਚੀ ਆਵਾਜ਼ ਵਿਚ ਬੋਲਿਆ - ਨਾ ਕਿ ਅਸਪੱਸ਼ਟ. ਇਸ ਵਾਰ ਉਹ ਇੰਨੇ ਗੰਭੀਰਤਾ ਨਾਲ ਨਹੀਂ ਚਿੰਤਤ ਸਨ, ਅਤੇ ਉਨ੍ਹਾਂ ਨੇ ਮੇਰੇ 'ਤੇ ਵਾਪਸ ਆਉਂਦਿਆਂ ਇੱਕ ਰੌਲੇ ਹੱਸਦੇ ਰੌਲੇ ਰੱਪੇ ਕੀਤੇ. ਮੈਂ ਕਬੂਲ ਕਰਾਂਗਾ ਕਿ ਮੈਂ ਬਹੁਤ ਡਰੇ ਹੋਏ ਹਾਂ. ਮੈਂ ਕਿਸੇ ਹੋਰ ਮੈਚ ਨੂੰ ਰੋਕਣ ਅਤੇ ਆਪਣੀ ਚਮਕ ਦੀ ਸੁਰੱਖਿਆ ਦੇ ਤਹਿਤ ਬਚ ਨਿਕਲਣ ਦਾ ਫ਼ੈਸਲਾ ਕੀਤਾ. ਮੈਂ ਅਜਿਹਾ ਕੀਤਾ, ਅਤੇ ਨਾਲ ਇੱਕ ਬਾਹਰ ਇਕ ਦੂਜੇ ਤੋਂ ਅਜੀਬ ਆਵਾਜ਼ਾਂ ਨੂੰ ਫੁਸਲਾਉਣਾ ਮੈਂ ਹਿੰਸਾ ਭਰੀ, ਅਤੇ ਮੁੜ ਕੇ ਉੱਚੀ ਆਵਾਜ਼ ਵਿਚ ਬੋਲਿਆ - ਨਾ ਕਿ ਅਸਪੱਸ਼ਟ. ਇਸ ਵਾਰ ਉਹ ਇੰਨੇ ਗੰਭੀਰਤਾ ਨਾਲ ਨਹੀਂ ਚਿੰਤਤ ਸਨ, ਅਤੇ ਉਨ੍ਹਾਂ ਨੇ ਮੇਰੇ 'ਤੇ ਵਾਪਸ ਆਉਂਦਿਆਂ ਇੱਕ ਰੌਲੇ ਹੱਸਦੇ ਰੌਲੇ ਰੱਪੇ ਕੀਤੇ. ਮੈਂ ਕਬੂਲ ਕਰਾਂਗਾ ਕਿ ਮੈਂ ਬਹੁਤ ਡਰੇ ਹੋਏ ਹਾਂ. ਮੈਂ ਕਿਸੇ ਹੋਰ ਮੈਚ ਨੂੰ ਰੋਕਣ ਅਤੇ ਆਪਣੀ ਚਮਕ ਦੀ ਸੁਰੱਖਿਆ ਦੇ ਤਹਿਤ ਬਚ ਨਿਕਲਣ ਦਾ ਫ਼ੈਸਲਾ ਕੀਤਾ. ਮੈਂ ਅਜਿਹਾ ਕੀਤਾ, ਅਤੇ ਨਾਲ ਇੱਕ ਬਾਹਰ ਮੇਰੀ ਜੇਬ ਤੋਂ ਕਾਗਜ਼ ਦਾ ਖਰੜਾ, ਮੈਂ ਤੰਗ ਸੁਰੰਗ ਲਈ ਆਪਣੇ ਪਿੱਛੇ ਚਲੀ ਗਈ. ਪਰ ਜਦੋਂ ਮੇਰੇ ਚਾਨਣ ਨੂੰ ਚੂਰ ਚੂਰ ਹੋ ਗਿਆ ਤਾਂ ਮੈਂ ਇਸ ਵਿੱਚ ਬਹੁਤ ਘੱਟ ਪਹੁੰਚਿਆ ਸੀ ਅਤੇ ਮੈਂ ਪੱਤੇ ਵਿੱਚ ਹਵਾ ਵਾਂਗ ਕਾਹਲੀ-ਕਾਹਲੀ ਲਹਿਰਾਂ ਨੂੰ ਸੁਣ ਸਕਦਾ ਸੀ, ਅਤੇ ਬਾਰਸ਼ ਵਾਂਗ ਪਟਰਿੰਗ ਕਰ ਸਕਦੀ ਸੀ, ਜਿਵੇਂ ਉਹ ਮੇਰੇ ਮਗਰ ਦੌੜ ਗਏ ਸਨ.

'ਇੱਕ ਪਲ ਵਿੱਚ ਮੈਨੂੰ ਕਈ ਹੱਥਾਂ ਨਾਲ ਚਿਪਕਾਇਆ ਗਿਆ ਸੀ ਅਤੇ ਕੋਈ ਵੀ ਭੁੱਲ ਨਹੀਂ ਸੀ ਕਿ ਉਹ ਮੈਨੂੰ ਵਾਪਸ ਖਿੱਚਣ ਦੀ ਕੋਸ਼ਿਸ਼ ਕਰ ਰਹੇ ਸਨ. ਮੈਂ ਇਕ ਹੋਰ ਰੋਸ਼ਨੀ ਨੂੰ ਮਾਰਿਆ, ਅਤੇ ਆਪਣੇ ਚਮਕਦਾਰ ਚਿਹਰੇ ਵਿਚ ਇਸ ਨੂੰ ਲਾਇਆ. ਤੁਸੀਂ ਕਲਪਨਾ ਕਰ ਸਕਦੇ ਹੋ ਕਿ ਉਹ ਨਿਕੰਮੇ ਢੰਗ ਨਾਲ ਅਮੀਰ ਕਿਵੇਂ ਦੇਖੇ-ਉਹ ਫ਼ਿੱਕੇ, ਨਿਰਮਲ ਚਿਹਰੇ ਅਤੇ ਮਹਾਨ, ਬੇਦਰੇ, ਗੁਲਾਬ-ਨੀਚ ਅੱਖਾਂ! -ਉਨ੍ਹਾਂ ਨੇ ਉਨ੍ਹਾਂ ਦੀ ਅੰਧਰਾਤੀ ਅਤੇ ਘਬਰਾਹਟ ਵਿਚ ਝਾਤ ਮਾਰੀ. ਪਰ ਮੈਂ ਦੇਖਣ ਲਈ ਨਹੀਂ ਰੁਕਿਆ, ਮੈਂ ਤੁਹਾਨੂੰ ਵਾਅਦਾ ਕਰਦਾ ਹਾਂ: ਮੈਂ ਫਿਰ ਤੋਂ ਪਿੱਛੇ ਮੁੜਿਆ, ਅਤੇ ਜਦੋਂ ਮੇਰਾ ਦੂਜਾ ਮੈਚ ਖਤਮ ਹੋ ਗਿਆ, ਮੈਂ ਤੀਜੀ ਵਾਰ ਤੀਸਰਾ ਗੋਲ ਕੀਤਾ. ਇਹ ਲਗਭਗ ਸਾੜ ਦਿੱਤਾ ਗਿਆ ਸੀ ਜਦੋਂ ਮੈਂ ਸ਼ੱਟ ਵਿੱਚ ਖੋਲੀ ਤੇ ਪਹੁੰਚਿਆ ਸੀ.

ਮੈਂ ਕਿਨਾਰੇ 'ਤੇ ਲੇਟ ਰਿਹਾ ਹਾਂ, ਥੱਲੇ ਬਹੁਤ ਵਧੀਆ ਪੰਪ ਦੇ ਧੱਫੜ ਨੇ ਮੈਨੂੰ ਖੱਚਰ ਬਣਾਇਆ. ਫਿਰ ਮੈਂ ਪ੍ਰੋਜੈਕਟਿੰਗ ਹੁੱਕਸ ਲਈ ਬਾਹਰੀ ਪਾਸੇ ਮਹਿਸੂਸ ਕੀਤਾ, ਅਤੇ, ਜਿਵੇਂ ਮੈਂ ਕੀਤਾ ਸੀ, ਮੇਰੇ ਪੈਰ ਪਿਛਾਂਹ ਤੋਂ ਗਲੇ ਗਏ ਸਨ, ਅਤੇ ਮੈਂ ਹਿੰਸਕ ਤੌਰ ਤੇ ਪਿਛਾਂਹ ਨੂੰ ਟੁੱਟ ਗਿਆ. ਮੈਂ ਆਪਣੇ ਆਖਰੀ ਮੈਚ ਨੂੰ ਪ੍ਰਕਾਸ਼ਤ ਕਰਦਾ ਹਾਂ ... ਅਤੇ ਇਹ ਨਿਰੰਤਰ ਜਾਰੀ ਰਿਹਾ. ਪਰ ਹੁਣ ਮੈਂ ਚੜ੍ਹਨ ਦੀਆਂ ਬਾਰਾਂ 'ਤੇ ਆਪਣਾ ਹੱਥ ਫੜਿਆ ਸੀ, ਅਤੇ,ਹਿੰਸਕ ਤਰੀਕੇ ਨਾਲ ਮਾਰਿਆ ਗਿਆ, ਮੈਂ ਆਪਣੇ ਆਪ ਨੂੰ ਮੋਰਲਾਂ ਦੇ ਚੁੰਗਲ ਤੋਂ ਵੱਖ ਕਰ ਲਿਆ ਅਤੇ ਤੇਜ਼ੀ ਨਾਲ ਸ਼ਾਰਕ ਘੜ ਰਿਹਾ ਸੀ, ਜਦ ਕਿ ਉਹ ਮੇਰੇ ਤੇ ਝੁਕਿਆ ਅਤੇ ਝੁਕਿਆ ਹੋਇਆ ਸੀ: ਸਭ ਕੁਝ, ਪਰ ਇੱਕ ਛੋਟੀ ਜਿਹੀ ਬੇਚੈਨੀ ਜੋ ਮੇਰੇ ਲਈ ਕੁਝ ਤਰੀਕੇ ਨਾਲ ਪਾਲਣ ਕਰਦੀ ਸੀ, ਅਤੇ ਨਾਲ ਨਾਲ ਮੇਰੇ ਨੇ ਮੇਰੇ ਬੂਟ ਨੂੰ ਸੁਰੱਖਿਅਤ ਰੱਖਿਆ ਇੱਕ ਟਰਾਫੀ

'ਉਹ ਚੜ੍ਹਾਈ ਮੇਰੇ ਲਈ ਬਹੁਤ ਅਜੀਬ ਸੀ. ਪਿਛਲੇ 20 ਜਾਂ 30 ਫੁੱਟ ਦੇ ਨਾਲ ਇੱਕ ਮਾਰੂ ਮਤਲੀ ਮੇਰੇ ਉੱਤੇ ਆ ਗਈ. ਮੇਰੇ ਧਾਰ ਨੂੰ ਰੱਖਣ ਵਿੱਚ ਮੈਨੂੰ ਸਭ ਤੋਂ ਵੱਡੀ ਮੁਸ਼ਕਲ ਸੀ ਇਸ ਨਿਰਾਸ਼ਾ ਦੇ ਖਿਲਾਫ ਆਖਰੀ ਕੁੱਝ ਗਜ਼ੜੇ ਇੱਕ ਘਬਰਾਏ ਹੋਏ ਸੰਘਰਸ਼ ਸਨ. ਕਈ ਵਾਰੀ ਮੇਰਾ ਸਿਰ ਤੈਨਾਤ ਹੈ, ਅਤੇ ਮੈਂ ਡਿੱਗਣ ਦੇ ਸਾਰੇ ਅਨੁਭਵ ਮਹਿਸੂਸ ਕੀਤਾ. ਆਖ਼ਰਕਾਰ, ਹਾਲਾਂਕਿ, ਮੈਂ ਅਚਾਨਕ ਖੂਹ ਦੇ ਮੂੰਹ ਉੱਤੇ ਆ ਗਈ, ਅਤੇ ਤਬਾਹੀ ਵਿੱਚੋਂ ਬਾਹਰ ਨੂੰ ਅੰਨ੍ਹਾ ਸੂਰਜ ਦੀ ਰੌਸ਼ਨੀ ਵਿਚ ਸਮਾਇਆ. ਮੈਂ ਆਪਣੇ ਚਿਹਰੇ ਉੱਤੇ ਡਿੱਗ ਪਿਆ. ਮਿੱਟੀ ਵੀ ਮਿੱਠੇ ਅਤੇ ਸਾਫ ਸੁਥਰਾ ਹੋ ਜਾਂਦੀ ਹੈ. ਫਿਰ ਮੈਨੂੰ ਯਾਦ ਹੈ ਕਿ ਨਿਆਣੇ ਮੇਰੇ ਹੱਥਾਂ ਅਤੇ ਕੰਨਾਂ ਨੂੰ ਚੁੰਮ ਰਿਹਾ ਹੈ, ਅਤੇ ਏਲੀਓ ਦੇ ਦਰਮਿਆਨ ਹੋਰਨਾਂ ਦੀ ਆਵਾਜ਼ ਫਿਰ, ਇੱਕ ਵਾਰ ਲਈ, ਮੈਨੂੰ ਅਸੁਰੱਖਿਅਤ ਸੀ.

'ਹੁਣ, ਅਸਲ ਵਿਚ, ਮੈਂ ਪਹਿਲਾਂ ਨਾਲੋਂ ਇਕ ਬਦਤਰ ਸਥਿਤੀ ਵਿਚ ਸੀ. ਹੁਣ ਤੱਕ, ਸਮੇਂ ਦੀ ਮਸ਼ੀਨ ਦੇ ਖਾਤਮੇ ਤੇ ਮੇਰੀ ਰਾਤ ਦੀ ਤਕਲੀਫ ਦੇ ਦੌਰਾਨ, ਮੈਨੂੰ ਅਖੀਰ ਵਿਚ ਬਚਣ ਦੀ ਇੱਕ ਸਹਿਣਸ਼ੀਲ ਆਸ ਮਹਿਸੂਸ ਹੋਈ ਸੀ, ਪਰ ਇਹ ਨਵੀਂਆਂ ਖੋਜਾਂ ਨੇ ਇਹ ਆਸ ਮਚਾਈ ਸੀ ਹੁਣ ਤੱਕ ਮੈਂ ਸੋਚਿਆ ਸੀ ਕਿ ਮੈਂ ਆਪਣੇ ਆਪ ਨੂੰ ਥੋੜ੍ਹੇ ਲੋਕਾਂ ਦੇ ਬਚਕਲੀ ਸਾਦਗੀ, ਅਤੇ ਕੁਝ ਅਣਜਾਣ ਤਾਕਤਾਂ ਦੁਆਰਾ, ਜਿਸਨੂੰ ਮੈਂ ਸਿਰਫ ਕਾਬੂ ਕਰਨ ਲਈ ਸਮਝਿਆ ਸੀ, ਦੁਆਰਾ ਪ੍ਰੇਰਿਤ ਕੀਤਾ ਹੈ; ਪਰ ਮੋਰਲਾਂ ਦੀ ਘਟੀਆ ਕੁਆਲਟੀ ਵਿਚ ਇਕ ਨਵਾਂ ਤੱਤ ਮੌਜੂਦ ਸੀ-ਇਕ ਅਜੀਬ ਅਤੇ ਬਦਨੀਤੀ ਵਾਲਾ ਕੋਈ ਚੀਜ਼. ਸੁਭਾਵਕ ਤੌਰ ਤੇ ਮੈਂ ਉਨ੍ਹਾਂ ਨੂੰ ਨਫ਼ਰਤ ਕਰਦਾ

ਸੀ. ਪਹਿਲਾਂ, ਮੈਨੂੰ ਮਹਿਸੂਸ ਹੋ ਰਿਹਾ ਸੀ ਕਿ ਇੱਕ ਆਦਮੀ ਮਹਿਸੂਸ ਕਰਦਾ ਹੈ ਕਿ ਟੋਏ ਵਿੱਚ ਕਿਉਂ ਡਿਗਿਆ ਹੈ: ਮੇਰੀ ਚਿੰਤਾ ਟੋਏ ਦੇ ਨਾਲ ਸੀ ਅਤੇ ਇਸ ਤੋਂ ਕਿਵੇਂ ਨਿਕਲਣਾ ਹੈ. ਹੁਣ ਮੈਨੂੰ ਇੱਕ ਫਤਹਿ ਵਿੱਚ ਇੱਕ ਜਾਨਵਰ ਵਰਗਾ ਮਹਿਸੂਸ ਕੀਤਾ, ਜਿਸ ਦਾ ਦੁਸ਼ਮਣ ਜਲਦੀ ਉਸ ਉੱਤੇ ਆ ਜਾਵੇਗਾ

'ਮੈਂ ਜਿਸ ਖ਼ਤਰਨਾਕ ਚੀਜ਼ ਨੂੰ ਦੇਖਦਾ ਹਾਂ ਉਹ ਤੁਹਾਨੂੰ ਹੈਰਾਨ ਕਰ ਸਕਦੀ ਹੈ. ਇਹ ਨਵਾਂ ਚੰਦ ਦਾ ਅੰਨ੍ਹਾ ਸੀ. ਮਧੂ-ਮੱਖੀ ਨੇ ਅੰਨ੍ਹਿਆਂ ਦੀ ਰਾਤਾਂ ਬਾਰੇ ਕੁਝ ਪਹਿਲਾਂ ਅਗਾਧ ਟਿੱਪਣੀ ਕਰਦੇ ਹੋਏ ਮੇਰੇ ਸਿਰ ਵਿੱਚ ਇਹ ਪਾ ਦਿੱਤਾ ਸੀ. ਇਹ ਹੁਣ ਅੰਦਾਜ਼ਾ ਲਗਾਉਣ ਲਈ ਅਜਿਹੀ ਬਹੁਤ ਮੁਸ਼ਕਲ ਸਮੱਸਿਆ ਨਹੀਂ ਸੀ ਕਿ ਆਉਣ ਵਾਲੀਆਂ ਹਨੇਰੇ ਦੀਆਂ ਰਾਤਾਂ ਦਾ ਕੀ ਅਰਥ ਹੋ ਸਕਦਾ ਹੈ. ਚੰਦ ਹੋਂਦ ਵਿਚ ਸੀ: ਹਰ ਰਾਤ ਇੱਥੇ ਹਨੇਰੇ ਦੀ ਲੰਬਾਈ ਸੀ. ਅਤੇ ਮੈਂ ਹੁਣ ਕੁਝ ਮਾਮੂਲੀ ਹੱਦ ਤੱਕ ਸਮਝ ਗਿਆ ਹਾਂ ਕਿ ਘੱਟੋ ਘੱਟ ਅਤਿਅੰਤ ਸੰਸਾਰ ਦੇ ਲੋਕਾਂ ਦੇ ਡਰ ਦੇ ਕਾਰਨ ਹਨੇਰੇ ਲਈ. ਮੈਂ ਹੈਰਾਨ ਰਹਿ ਗਿਆ ਕਿ ਇਹ ਕਿਹੜਾ ਗਲਤ ਕੰਮ ਹੈ ਕਿ ਇਹ ਹੋ ਸਕਦਾ ਹੈ ਕਿ ਨਵੇਂ ਚੰਦਰਮਾ ਦੇ ਅਧੀਨ ਕੀਤਾ ਗਿਆ ਮੋਰਕੌਕਸ. ਮੈਨੂੰ ਹੁਣ ਪੂਰੀ ਤਰ੍ਹਾਂ ਮਹਿਸੂਸ ਹੋਇਆ ਕਿ ਮੇਰੀ ਦੂਸਰੀ ਸੋਚ ਇਹੋ ਜਿਹੀ ਗਲਤ ਸੀ. ਉੱਚ-ਦੁਨੀਆ ਦੇ ਲੋਕ ਇੱਕ ਵਾਰ ਮੁਬਾਰਕ ਅਮੀਰਸ਼ਾਹੀ ਰਹੇ ਹਨ, ਅਤੇ ਉਨ੍ਹਾਂ ਦੇ ਮਕੈਨੀਕਲ ਨੌਕਰਾਂ ਨੂੰ ਮੋਰਕਲ ਕਰ ਸਕਦੇ ਹਨ: ਪਰੰਤੂ ਇਹ ਲੰਮੇ ਸਮੇਂ ਤੋਂ ਲੰਘ ਚੁੱਕੇ ਹਨ.ਦੋਨਾਂ ਸਪੀਸੀਜ਼ ਜੋ ਮਨੁੱਖ ਦੇ ਵਿਕਾਸ ਤੋਂ ਪਰਿਭਾਸ਼ਤ ਹੋਈਆਂ ਸਨ, ਹੇਠਾਂ ਵੱਲ ਸੁੱਟੇ ਗਏ ਸਨ, ਜਾਂ ਪਹਿਲਾਂ ਹੀ ਇਕ ਨਵੇਂ ਨਵੇਂ ਰਿਸ਼ਤੇ 'ਤੇ ਪਹੁੰਚ ਚੁੱਕਾ ਹੈ. ਏਰੋਈ, ਕੈਰੋਲੀਅਨ ਰਾਜਿਆਂ ਦੀ ਤਰ੍ਹਾਂ, ਇਕ ਬਹੁਤ ਹੀ ਅਨੋਖੀ ਵਿਅਰਥ ਵਿਗਾੜ ਗਈ ਸੀ. ਉਹ ਅਜੇ ਵੀ ਧਰਤੀ ਉੱਤੇ ਤਪੱਸਿਆ ਕਰਦੇ ਸਨ: ਕਿਉਂਕਿ ਅਣਗਿਣਤ ਪੀੜ੍ਹੀਆਂ ਲਈ ਭੂਮੀ, ਮੋਰਚੇ, ਆਖ਼ਰਕਾਰ ਦਿਨ ਦੀ ਸਤਹ ਨੂੰ ਅਸਹਿਣਸ਼ੀਲ ਬਣਾਉਣ ਲਈ ਆਇਆ ਸੀ. ਅਤੇ ਮੋਰਚੇ ਨੇ ਉਨ੍ਹਾਂ ਦੇ ਕੱਪੜੇ ਬਣਾਏ, ਮੈਂ ਸੰਕਲਪਿਤ ਕੀਤਾ, ਅਤੇ ਉਹਨਾਂ ਦੀ ਆਦਤ ਦੀਆਂ ਜ਼ਰੂਰਤਾਂ ਵਿੱਚ ਸੰਭਾਲ ਕੀਤੀ, ਸ਼ਾਇਦ ਸੇਵਾ ਦੀ ਪੁਰਾਣੀ ਆਦਤ ਦੇ ਬਚਾਅ ਦੇ ਰਾਹੀਂ. ਉਨ੍ਹਾਂ ਨੇ ਇਸ ਨੂੰ ਆਪਣੇ ਪੈਰਾਂ ਨਾਲ ਖੜ੍ਹੇ ਹੋਏ ਘੋੜੇ ਦੇ ਪੰਜੇ ਵਜੋਂ ਬਣਾਇਆ, ਜਾਂ ਇੱਕ ਆਦਮੀ ਖੇਡ ਵਿੱਚ ਜਾਨਵਰਾਂ ਨੂੰ ਮਾਰਨ ਦਾ ਅਨੰਦ ਲੈਂਦਾ ਹੈ: ਕਿਉਂਕਿ ਪ੍ਰਾਚੀਨ ਅਤੇ ਵਿਦਾਇਗੀ ਲੋੜਾਂ ਨੇ ਇਸ ਪ੍ਰਣ ਨੂੰ ਪ੍ਰਭਾਵਿਤ ਕੀਤਾ ਸੀ ਪਰ ਸਪੱਸ਼ਟ ਹੈ ਕਿ ਪੁਰਾਣਾ ਹੁਕਮ ਪਹਿਲਾਂ ਹੀ ਬਦਲ ਚੁੱਕਾ ਹੈ. ਨਾਜ਼ੁਕ ਬੰਦਾ ਜੀਵਿਆ ਦੀ ਨਮੋਸ਼ੀ ਤੇਜ਼ੀ ਨਾਲ ਜੀਉਂਦਾ ਹੋ ਰਿਹਾ ਸੀ. ਹਜ਼ਾਰਾਂ ਪੀੜ੍ਹੀ ਪਹਿਲਾਂ, ਆਦਮੀ ਨੇ ਆਪਣੇ ਭਰਾ ਨੂੰ ਆਰਾਮ ਅਤੇ ਧੁੱਪ ਤੋਂ ਬਾਹਰ ਧੱਕ ਦਿੱਤਾ ਸੀਅਤੇ ਹੁਣ ਉਹ ਭਰਾ ਵਾਪਸ

ਆ ਰਿਹਾ ਸੀ! ਪਹਿਲਾਂ ਹੀ ਈਓਈ ਨੇ ਇਕ ਪੁਰਾਣੇ ਸਬਕ ਸਿੱਖਣਾ ਸ਼ੁਰੂ ਕਰ ਦਿੱਤਾ ਸੀ. ਉਹ ਡਰ ਨਾਲ ਦੁਬਾਰਾ ਜਾਣ ਲੱਗੇ ਸਨ ਅਤੇ ਅਚਾਨਕ ਮੇਰੇ ਸਿਰ ਵਿੱਚ ਆਈ ਉਹ ਮੀਟ ਦੀ ਯਾਦ ਜੋ ਮੈਂ ਵਿਸ਼ਵ ਅੰਦਰ ਵੇਖੀ ਸੀ. ਇਹ ਅਜੀਬ ਲਗਦਾ ਸੀ ਕਿ ਇਹ ਕਿਵੇਂ ਮੇਰੇ ਦਿਮਾਗ ਵਿੱਚ ਲਟਕਿਆ ਸੀ: ਇਸ ਤਰ੍ਹਾਂ ਨਹੀਂ ਹੋਇਆ ਕਿ ਇਹ ਮੇਰੇ ਧਿਆਨ ਦੇ ਸਮੇਂ ਦੀ ਹੈ, ਪਰ ਬਾਹਰੋਂ ਕੋਈ ਸਵਾਲ ਜਿਹਾ ਆ ਰਿਹਾ ਹੈ. ਮੈਂ ਇਸਦਾ ਫਾਰਮ ਯਾਦ ਕਰਨ ਦੀ ਕੋਸ਼ਿਸ਼ ਕੀਤੀ, ਮੇਰੇ ਕੋਲ ਕੁਝ ਜਾਣੂ ਸੀ, ਪਰ ਮੈਂ ਇਹ ਨਹੀਂ ਦੱਸ ਸਕਿਆ ਕਿ ਉਸ ਵੇਲੇ ਕੀ ਸੀ.ਪਰ ਬਾਹਰੋਂ ਇਕ ਪ੍ਰਸ਼ਨ ਦੀ ਤਰ੍ਹਾਂ ਲੱਗ ਰਿਹਾ ਹੈ. ਮੈਂ ਇਸਦਾ ਫਾਰਮ ਯਾਦ ਕਰਨ ਦੀ ਕੋਸ਼ਿਸ਼ ਕੀਤੀ, ਮੇਰੇ ਕੋਲ ਕੁਝ ਜਾਣੂ ਸੀ, ਪਰ ਮੈਂ ਇਹ ਨਹੀਂ ਦੱਸ ਸਕਿਆ ਕਿ ਉਸ ਵੇਲੇ ਕੀ ਸੀ.ਪਰ ਬਾਹਰੋਂ ਇਕ ਪ੍ਰਸ਼ਨ ਦੀ ਤਰ੍ਹਾਂ ਲੱਗ ਰਿਹਾ ਹੈ. ਮੈਂ ਇਸਦਾ ਫਾਰਮ ਯਾਦ ਕਰਨ ਦੀ ਕੋਸ਼ਿਸ਼ ਕੀਤੀ, ਮੇਰੇ ਕੋਲ ਕੁਝ ਜਾਣੂ ਸੀ, ਪਰ ਮੈਂ ਇਹ ਨਹੀਂ ਦੱਸ ਸਕਿਆ ਕਿ ਉਸ ਵੇਲੇ ਕੀ ਸੀ.

'ਹਾਲੇ ਵੀ, ਹਾਲਾਂਕਿ ਉਨ੍ਹਾਂ ਦੇ ਰਹੱਸਮਈ ਡਰ ਦੀ ਮੌਜੂਦਗੀ ਵਿੱਚ ਛੋਟੇ ਲੋਕਾਂ ਨੂੰ ਬੇਬੱਸ ਸਮਝਿਆ, ਮੈਂ ਵੱਖਰੇ ਤੌਰ ਤੇ ਗਠਿਤ ਸਾਂ. ਮੈਂ ਆਪਣੀ ਇਸ ਉਮਰ ਤੋਂ ਬਾਹਰ ਆਇਆ ਹਾਂ, ਮਨੁੱਖੀ ਜਾਤੀ ਦਾ ਇਹ ਪੱਕਾ ਪ੍ਰਧਾਨ, ਜਦੋਂ ਡਰ ਨੂੰ ਅਧਰੰਗ ਨਹੀਂ ਹੁੰਦਾ ਅਤੇ ਰਹੱਸ ਨੇ ਆਪਣੇ ਭੈਅ ਨੂੰ ਗੁਆ ਦਿੱਤਾ ਹੈ. ਮੈਂ ਆਪਣੇ ਆਪ ਦਾ ਬਚਾਅ ਕਰਾਂਗਾ ਹੋਰ ਵਿਸਥਾਰ ਤੋਂ ਬਿਨਾਂ ਮੈਂ ਆਪਣੇ ਆਪ ਨੂੰ ਹਥਿਆਰ ਅਤੇ ਇੱਕ ਤਬੇਈ ਬਣਾਉਣਾ ਚਾਹੁੰਦਾ ਸੀ ਜਿੱਥੇ ਮੈਂ ਸੌਂ ਸਕਦੀ ਹਾਂ ਆਧਾਰ ਵਜੋਂ ਉਸ ਪਨਾਹ ਦੇ ਨਾਲ, ਮੈਂ ਇਸ ਅਜੀਬ ਸੰਸਾਰ ਦਾ ਸਾਹਮਣਾ ਕਰ ਸਕਦਾ ਹਾਂ, ਜਿਸ ਵਿੱਚ ਕੁਝ ਭਰੋਸੇਮੰਦ ਮੈਂ ਮਹਿਸੂਸ ਕੀਤਾ ਸੀ ਜਿਸ ਨਾਲ ਮੈਂ ਰਾਤ ਨੂੰ ਜੀਵੰਤ ਰਾਤ ਨੂੰ ਬਾਹਰ ਰੱਖਿਆ ਗਿਆ ਸੀ. ਮੈਂ ਮਹਿਸੂਸ ਕੀਤਾ ਕਿ ਜਦੋਂ ਤੱਕ ਮੇਰਾ ਸੌਣ ਉਨ੍ਹਾਂ ਤੋਂ ਸੁਰੱਖਿਅਤ ਨਹੀਂ ਸੀ ਤਦ ਤੱਕ ਮੈਨੂੰ ਕਦੇ ਵੀ ਨਹੀਂ ਸੁੱਝਿਆ . ਮੈਂ ਦਹਿਸ਼ਤ ਨਾਲ ਸ਼ਰਮਿੰਦਾ ਹੋ ਕੇ ਇਹ ਸੋਚਣ ਲਈ ਕਿ ਉਨ੍ਹਾਂ ਨੇ ਮੈਨੂੰ ਕਿਵੇਂ ਜਾਂਚਿਆ ਹੋਣਾ ਹੈ

'ਮੈਂ ਦੁਪਹਿਰ ਦੇ ਦਹਾਕੇ ਵਿਚ ਟੇਮਜ਼ ਦੀ ਵਾਦੀ ਦੇ ਨਾਲ ਘੁੰਮਿਆ ਪਰੰਤੂ ਉਹ ਕੁਝ ਵੀ ਨਹੀਂ ਮਿਲਿਆ ਜਿਹੜਾ ਮੇਰੇ ਦਿਮਾਗ ਵਿੱਚ ਪਹੁੰਚ ਤੋਂ ਬਾਹਰ ਹੈ. ਸਾਰੀਆਂ ਇਮਾਰਤਾਂ ਅਤੇ ਦਰੱਖਤਾਂ ਇਸ ਤਰ੍ਹਾਂ ਦੀ ਚਤਰਨਾਕ ਕਲਿਬਰ ਨੂੰ ਆਸਾਨੀ ਨਾਲ ਵੇਖਿਆ ਜਾ ਸਕਦੀਆਂ ਹਨ ਜਿਵੇਂ ਕਿ ਮੋਰਲਾਂ, ਉਹਨਾਂ ਦੇ ਖੂਹਾਂ ਦੁਆਰਾ ਨਿਰਣਾ ਕਰਨ ਲਈ, ਹੋਣੀਆਂ ਚਾਹੀਦੀਆਂ ਹਨ. ਫਿਰ ਹਰੇ ਪੋਰਸਿਲੇਨ ਦੇ ਮਹਿਲ ਦੇ ਲੰਬੇ ਚਤੁਰਭੁਜਾਂ ਅਤੇ ਇਸ ਦੀਆਂ ਕੰਧਾਂ ਦੇ ਚਮਕਦਾਰ ਚਮਕ ਵਾਪਸ ਮੇਰੇ ਯਾਦ ਆ

ਗਏ; ਅਤੇ ਸ਼ਾਮ ਨੂੰ, ਆਪਣੇ ਮੋਢੇ 'ਤੇ ਇਕ ਬੱਚੇ ਦੀ ਤਰ੍ਹਾਂ ਨਿੰਜ ਲੈਣਾ, ਮੈਂ ਦੱਖਣ-ਪੱਛਮ ਵੱਲ ਪਹਾੜੀਆਂ ਵੱਲ ਗਿਆ ਦੂਰੀ, ਮੈਂ ਗਿਣਿਆ ਸੀ, ਸੱਤ ਜਾਂ ਅੱਠ ਮੀਲ ਸੀ, ਪਰ ਇਹ ਅਠਾਰਾਂ ਦੇ ਨੇੜੇ ਹੋ ਗਿਆ ਹੋਣਾ ਚਾਹੀਦਾ ਹੈ. ਮੈਂ ਪਹਿਲਾਂ ਇਕ ਨਮੀ ਵਾਲੇ ਦੁਪਹਿਰ ਤੇ ਵੇਖਿਆ ਸੀ ਜਦੋਂ ਦੂਰੀਆਂ ਭੁਲਾ ਦਿੱਤੀਆਂ ਗਈਆਂ ਹਨ. ਇਸ ਤੋਂ ਇਲਾਵਾ, ਮੇਰੀਆਂ ਜੁੱਤੀਆਂ ਵਿਚੋਂ ਇਕ ਦੀ ਟੁਕੜੀ ਢਿੱਲੀ ਸੀ ਅਤੇ ਇਕ ਕਿੱਲ ਇਕੋ ਜਿਹੇ ਹੀ ਕੰਮ ਕਰ ਰਹੀ ਸੀ-ਉਹ ਬੜੇ ਆਰਾਮਦੇਹ ਜੁੱਤੀ ਬੂਟ ਸਨ ਜੋ ਮੈਂ ਘਰ ਦੇ ਅੰਦਰ ਪਾਉਂਦਾ ਸੀ- ਇਸ ਲਈ ਮੈਂ ਲੰਗੜਾ ਸਾਂ.ਅਤੇ ਜਦੋਂ ਮੈਂ ਮਹਿਲ ਦੇ ਨਜ਼ਦੀਕ ਆਇਆ ਤਾਂ ਸੂਰਜ ਦਾ ਚੱਕਰ ਲੰਘ ਚੁੱਕਾ ਸੀ, ਅਸਮਾਨ ਦੇ ਪੀਲੇ ਰੰਗ ਦੇ ਖਿਲਾਫ ਕਾਲਾ ਚਿੱਲਾਇਆ.

ਜਦੋਂ ਮੈਂ ਉਸ ਨੂੰ ਚੁੱਕਣ ਲੱਗੀ ਤਾਂ ਉਹ ਬਹੁਤ ਖੁਸ਼ੀ ਮਹਿਸੂਸ ਕਰਦੀ ਸੀ, ਪਰ ਕੁਝ ਦੇਰ ਬਾਅਦ ਉਸ ਨੇ ਮੈਨੂੰ ਇਜਾਜ਼ਤ ਦੇ ਦਿੱਤੀ ਕਿ ਮੈਂ ਉਸ ਨੂੰ ਛੱਡ ਦੇਈਏ, ਅਤੇ ਮੇਰੇ ਪਾਸੋਂ ਦੌੜ ਗਈ, ਕਦੇ-ਕਦਾਈਂ ਮੇਰੀਆਂ ਜੇਬਾਂ ਵਿਚ ਸਜਾਉਣ ਲਈ ਫੁੱਲਾਂ ਨੂੰ ਚੁੱਕਣ ਲਈ ਦੋਹਾਂ ਹੱਥਾਂ ' ਮੇਰੀਆਂ ਜੇਬਾਂ ਨੇ ਹਮੇਸ਼ਾ ਬਾਰੀਕੀ ਨਾਲ ਪਰੇਸ਼ਾਨ ਕੀਤਾ ਹੁੰਦਾ ਸੀ, ਪਰ ਆਖ਼ਰਕਾਰ ਉਸਨੇ ਇਹ ਸਿੱਟਾ ਕੱਢਿਆ ਸੀ ਕਿ ਉਹ ਫੁੱਲਾਂ ਦੀ ਸਜਾਵਟ ਲਈ ਇੱਕ ਤਰਲ ਕਿਸਮ ਦਾ ਫੁੱਲਦਾਨ ਸਨ. ਘੱਟੋ ਘੱਟ ਉਸ ਨੇ ਉਨ੍ਹਾਂ ਨੂੰ ਉਸ ਮਕਸਦ ਲਈ ਵਰਤਿਆ. ਅਤੇ ਇਹ ਮੈਨੂੰ ਯਾਦ ਦਿਵਾਉਂਦਾ ਹੈ! ਮੈਂ ਆਪਣੀ ਜੈਕੇਟ ਨੂੰ ਬਦਲਣ ਵਿਚ ਮਿਲਿਆ ... '

ਟਾਈਮ ਸੈਲਾਨੀ ਨੇ ਵਿਰਾਮ ਕੀਤਾ, ਆਪਣੇ ਹੱਥ ਨੂੰ ਆਪਣੀ ਜੇਬ ਵਿਚ ਪਾ ਲਿਆ, ਅਤੇ ਚੁੱਪਚਾਪ ਦੋ ਸੁੱਕ ਫੁੱਲ ਰੱਖੇ, ਨਾ ਕਿ ਬਹੁਤ ਘੱਟ ਚਿੱਟੇ ਰੰਗ ਦੇ ਉਲਟ, ਥੋੜ੍ਹੀ ਜਿਹੀ ਮੇਜ਼ ਉੱਤੇ. ਫਿਰ ਉਸਨੇ ਆਪਣੀ ਕਹਾਣੀ ਮੁੜ ਸ਼ੁਰੂ ਕੀਤੀ.

'ਜਿਵੇਂ ਕਿ ਦੁਪਹਿਰ ਦੀ ਸ਼ਾਮ ਨੂੰ ਦੁਪਹਿਰ ਦਾ ਖਾਣਾ ਪਿਆ ਅਤੇ ਅਸੀਂ ਪਹਾੜੀ ਸਿਰ ਉੱਤੇ ਵਿੰਬਲਡਨ ਵੱਲ ਚਲੇ ਗਏ, ਮਾਤਰਾ ਵਿਚ ਥੱਕੇ ਹੋਏ ਅਤੇ ਸਲੇਟੀ ਪੱਥਰ ਦੇ ਘਰ ਵਾਪਸ ਜਾਣਾ ਚਾਹੁੰਦਾ ਸੀ. ਪਰ ਮੈਂ ਉਸ ਨੂੰ ਹਰੇ ਪੋਰਸਿਲੇਨ ਦੇ ਮਹਿਲ ਦੇ ਦੂਰ ਦੇ ਸਿਰੇ ਵੱਲ ਇਸ਼ਾਰਾ ਕੀਤਾ, ਅਤੇ ਉਸਨੂੰ ਇਹ ਸਮਝਣ ਲਈ ਤਿਆਰ ਕੀਤਾ ਗਿਆ ਕਿ ਅਸੀਂ ਉਸ ਦੇ ਡਰ ਤੋਂ ਸ਼ਰਨ ਮੰਗ ਰਹੇ ਸੀ. ਤੁਸੀਂ ਜਾਣਦੇ ਹੋ ਕਿ ਡੁੱਬਣ ਤੋਂ ਪਹਿਲਾਂ ਸਭ ਕੁਝ ਵਾਪਰਨ ਵਾਲੀ ਬਹੁਤ ਵੱਡੀ ਵਿਗਾੜ? ਦਰਖਤਾਂ ਵਿਚ ਵੀ ਬ੍ਰੀਨ ਛਾਈ ਮੇਰੇ ਲਈ ਉੱਥੇ ਸ਼ਾਮ ਨੂੰ ਸਥਿਰ ਰਹਿਣ ਦੀ ਉਮੀਦ ਦੀ ਹਵਾ ਹੁੰਦੀ ਹੈ. ਅਕਾਸ਼ ਸਾਫ਼, ਰਿਮੋਟ ਅਤੇ ਸੂਰਜ ਡੁੱਬਣ ਤੋਂ ਕੁਝ ਹਰੀਜੱਟਲ ਬਾਰਾਂ ਲਈ ਖਾਲੀ

ਬਚਾਓ ਸੀ. ਠੀਕ ਹੈ, ਉਸ ਰਾਤ ਨੂੰ ਉਮੀਦ ਮੇਰੇ ਡਰ ਦਾ ਰੰਗ ਲਿਆ ਜੋ ਕਿ ਗੂੜ੍ਹਾਪਨ ਨੂੰ ਸ਼ਾਂਤ ਕਰ ਰਿਹਾ ਸੀ ਮੇਰਾ ਸੰਵੇਦਨਾਵਾਂ ਪਹਿਲਾਂ ਹੀ ਤਿੱਖਾ ਹੋ ਗਿਆ ਸੀ. ਮੈਂ ਸੋਚਦਾ ਹਾਂ ਕਿ ਮੈਂ ਆਪਣੇ ਪੈਰਾਂ ਥੱਲੇ ਜ਼ਮੀਨ ਦੀ ਉਦਾਸੀ ਮਹਿਸੂਸ ਕਰ ਸਕਦਾ ਹਾਂ: ਸੱਚਮੁਚ ਹੀ,ਤਕਰੀਬਨ ਇਹ ਦੇਖਦੇ ਹਨ ਕਿ ਉਨ੍ਹਾਂ ਦੇ ਕੀੜੀ-ਝੁੰਡ 'ਤੇ ਮੋਰਕਲ ਆ ਰਹੇ ਹਨ ਅਤੇ ਉਥੇ ਹਨੇਰਾ ਹੈ ਅਤੇ ਹਨੇਰੇ ਦੀ ਉਡੀਕ ਕਰਦੇ ਹਨ. ਮੇਰੇ ਉਤਸ਼ਾਹ ਵਿਚ ਮੈਂ ਸੋਚਿਆ ਕਿ ਜੰਗ ਦੇ ਐਲਾਨ ਵਜੋਂ ਉਨ੍ਹਾਂ ਨੂੰ ਮੇਰੇ ਬੁਰਿਆਂ ਉੱਤੇ ਹਮਲੇ ਮਿਲੇਗਾ. ਅਤੇ ਉਹ ਮੇਰਾ ਸਮਾਂ ਮਸ਼ੀਨ ਕਿਉਂ ਲੈਂਦੇ ਸਨ?

'ਇਸ ਲਈ ਅਸੀਂ ਚੁੱਪ ਚੜ੍ਹੇ, ਅਤੇ ਰਾਤ ਨੂੰ ਰਾਤ ਨੂੰ ਡੂੰਘੀ. ਦੂਰੀ ਦੇ ਨਿੱਕੇ ਨਿਚੋੜ ਮਿਟ ਗਏ, ਅਤੇ ਇਕ ਤਾਰਾ, ਜੋ ਇਕ ਦੂਜੇ ਤੋਂ ਬਾਹਰ ਆਇਆ. ਜ਼ਮੀਨ ਡੂੰਘੀ ਹੋ ਗਈ ਅਤੇ ਦਰੱਖਤਾਂ ਨੂੰ ਕਾਲੇ ਦੀਨਾ ਦੇ ਡਰ ਅਤੇ ਉਸ ਦੀ ਥਕਾਵਟ ਉਸ ਉੱਤੇ ਵਧ ਗਈ ਮੈਂ ਉਸ ਨੂੰ ਆਪਣੀਆਂ ਬਾਹਾਂ ਵਿਚ ਲੈ ਗਿਆ ਅਤੇ ਉਸ ਨਾਲ ਗੱਲ ਕੀਤੀ ਅਤੇ ਉਸ ਨੂੰ ਪਿਆਰ ਕੀਤਾ. ਫਿਰ ਜਿਵੇਂ ਕਿ ਹਨੇਰੇ ਵਿਚ ਡੂੰਘੀ ਡੂੰਘੀ ਛੱਡੀ ਹੋਈ ਸੀ, ਉਸ ਨੇ ਆਪਣੀਆਂ ਗਲੀਆਂ ਨੂੰ ਆਪਣੇ ਗਲੇ ਵਿਚ ਘੁੱਲਿਆ ਅਤੇ ਆਪਣੀਆਂ ਅੱਖਾਂ ਨੂੰ ਬੰਦ ਕਰ ਦਿੱਤਾ, ਚਿਹਰੇ ' ਇਸ ਲਈ ਅਸੀਂ ਇੱਕ ਲੰਬੀ ਢਲਾਣ ਹੇਠਾਂ ਇੱਕ ਘਾਟੀ ਵਿੱਚ ਗਏ, ਅਤੇ ਥੋੜ੍ਹੇ ਜਿਹੇ ਵਿੱਚ ਮੈਂ ਲਗਭਗ ਇੱਕ ਛੋਟੀ ਨਦੀ ਵਿੱਚ ਗਿਆ ਮੈਂ ਇਸ ਨੂੰ ਅੱਗੇ ਵਧਾਇਆ, ਅਤੇ ਘਾਟੀ ਦੇ ਉਲਟ ਪਾਸੇ ਗਿਆ, ਕਈ ਸੁੱਤੇ ਘਰ ਬਣੇ ਹੋਏ, ਅਤੇ ਇੱਕ ਮੂਰਤੀ ਦੁਆਰਾ - ਇੱਕ ਪਸ਼ੂ ਜਾਂ ਕੁਝ ਅਜਿਹਾ ਚਿੱਤਰ, ਘਟਾਓਣਾ ਸਿਰ. ਇੱਥੇ ਵੀ ਅਕਾਸੀ ਸੀ. ਇਸ ਲਈ ਹੁਣ ਤੱਕ ਮੈਂ ਮੋਰਲਾਂ ਦੀ ਕੋਈ ਚੀਜ਼ ਨਹੀਂ ਦੇਖੀ ਸੀ, ਪਰ ਇਹ ਅਜੇ ਰਾਤ ਦੀ ਸ਼ੁਰੂਆਤ ਸੀ, ਅਤੇ ਪੁਰਾਣੇ ਚੰਦਰਮਾ ਦੇ ਗਹਿਰੇ ਘੰਟਿਆਂ ਤੱਕ ਅਜੇ ਤੱਕ ਨਹੀਂ ਆਏ ਸਨ.

'ਅਗਲੇ ਪਹਾੜੀ ਦੇ ਕੰਢੇ ਤੋਂ ਮੈਂ ਇਕ ਮੋਟੀ ਲੱਕੜ ਦੇਖੀ ਜੋ ਮੇਰੇ ਸਾਮ੍ਹਣੇ ਚੌੜੀ ਅਤੇ ਕਾਲਾ ਫੈਲ ਰਹੀ ਸੀ. ਮੈਂ ਇਸ 'ਤੇ ਝਿਜਕਿਆ. ਮੈਂ ਇਸ ਦਾ ਕੋਈ ਅੰਤ ਨਹੀਂ ਵੇਖ ਸਕਦਾ, ਜਾਂ ਤਾਂ ਸੱਜੇ ਜਾਂ ਖੱਬੇ ਪਾਸੇ. ਥੱਕ ਜਾਣਾ - ਮੇਰੇ ਪੈਰ, ਖਾਸ ਤੌਰ 'ਤੇ, ਬਹੁਤ ਹੀ ਗੁੰਝਲਦਾਰ ਸਨ-ਮੈਂ ਧਿਆਨ ਨਾਲ ਆਪਣੇ ਮੋਢੇ ਤੋਂ ਮੋਢੇ ਨੂੰ ਘਟਾ ਦਿੱਤਾ ਜਿਵੇਂ ਕਿ ਮੈਂ ਰੁਕਿਆ ਸੀ, ਅਤੇ ਟਰਫ ਤੇ ਬੈਠ ਗਿਆ ਸੀ. ਮੈਂ ਹੁਣ ਹਰੇ ਪੋਰਸਿਲੇਨ ਦੇ ਮਹਿਲ ਨੂੰ ਨਹੀਂ ਵੇਖ ਸਕਦਾ ਸੀ, ਅਤੇ ਮੈਂ ਆਪਣੇ ਦਿਸ਼ਾ ਵਿੱਚ ਸ਼ੱਕ ਵਿੱਚ ਸੀ. ਮੈਂ ਲੱਕੜ ਦੀ ਮੋਟਾਈ ਵੱਲ ਦੇਖਿਆ ਅਤੇ ਸੋਚਿਆ ਕਿ ਇਹ ਕੀ ਲੁਕਾ ਸਕਦੀ ਹੈ. ਬ੍ਰਾਂਚਾਂ ਦੇ ਸੰਘਣੀ ਝੁੰਡੇ ਹੇਠ ਇਕ ਤਾਰੇ ਨਜ਼ਰ ਆਉਣਗੇ. ਇੱਥੋਂ ਤਕ ਕਿ ਹੋਰ ਕੋਈ ਖ਼ਤਰੇ ਵਾਲਾ ਖ਼ਤਰਾ ਨਹੀਂ ਸੀ-ਇਕ ਖਤਰੇ ਜਿਹਨੂੰ ਮੇਰੀ ਕਲਪਨਾ ਨੂੰ ਢਿੱਲੇ ਕਰਨ

ਦੀ ਕੋਈ ਚਿੰਤਾ ਨਹੀਂ ਸੀ - ਅਜੇ ਵੀ ਸਾਰੀਆਂ ਜੜ੍ਹਾਂ ਨੂੰ ਠੰਢਾ ਕੀਤਾ ਜਾ ਸਕਦਾ ਹੈ ਅਤੇ ਰੁੱਖਾਂ ਦੇ ਟੁੱਟੇ-ਭੱਜੇ ਵਿਰੁੱਧ ਹੜਤਾਲ ਕਰ ਸਕਦੇ ਹਨ.

'ਮੈਂ ਦਿਨ ਦੇ ਉਤਸ਼ਾਹ ਦੇ ਬਾਅਦ ਵੀ ਬਹੁਤ ਥੱਕਿਆ ਹੋਇਆ ਸੀ; ਇਸ ਲਈ ਮੈਂ ਫੈਸਲਾ ਕੀਤਾ ਕਿ ਮੈਂ ਇਸਦਾ ਸਾਹਮਣਾ ਨਹੀਂ ਕਰਾਂਗਾ, ਪਰ ਰਾਤ ਨੂੰ ਖੁੱਲ੍ਹੇ ਪਹਾੜ ਤੇ ਪਾਸ ਕਰਾਂਗਾ.

'ਨੀਵਾਂ, ਮੈਂ ਲੱਭਣ ਵਿੱਚ ਖੁਸ਼ ਸੀ, ਤੇਜ਼ੀ ਨਾਲ ਸੁੱਤਾ ਪਿਆ ਸੀ. ਮੈਂ ਧਿਆਨ ਨਾਲ ਉਸ ਨੂੰ ਮੇਰੇ ਜੈਕਟ ਵਿਚ ਲਪੇਟ ਕੇ ਚੰਦਰਮਾ ਦੀ ਉਡੀਕ ਕਰਨ ਲਈ ਉਸਦੇ ਕੋਲ ਬੈਠ ਗਿਆ. ਪਹਾੜੀ ਪਾਸੇ ਚੁੱਪ-ਚਾਪ ਸ਼ਾਂਤ ਹੋ ਗਿਆ ਸੀ, ਲੇਕਿਨ ਲੱਕੜ ਦੇ ਕਾਲੇ ਤੋਂ ਹੁਣ ਉੱਥੇ ਆ ਗਿਆ ਅਤੇ ਫਿਰ ਜੀਵਿਤ ਚੀਜ਼ਾਂ ਨੂੰ ਹਿਲਾਇਆ ਗਿਆ. ਮੇਰੇ ਉੱਪਰੋਂ ਤਾਰਿਆਂ ਨੂੰ ਚਮਕਾਇਆ, ਕਿਉਂ ਜੋ ਰਾਤ ਬਹੁਤ ਸਪੱਸ਼ਟ ਸੀ. ਮੈਨੂੰ ਉਨ੍ਹਾਂ ਦੇ ਚਮਚਿਆਂ ਵਿਚ ਦੋਸਤਾਨਾ ਸੁੱਖ ਦਾ ਅਹਿਸਾਸ ਸੀ. ਭਾਵੇਂ ਸਾਰੇ ਪੁਰਾਣੇ ਨੁਮਾਇਸ਼ਾਂ ਅਸਮਾਨ ਤੋਂ ਚਲੇ ਗਏ ਸਨ, ਪਰ ਇਹ ਹੈ ਕਿ ਹੌਲੀ ਹੌਲੀ ਲਹਿਰ, ਜੋ ਕਿ ਸੌ ਕੁ ਮਨੁੱਖਾਂ ਦੀ ਉਮਰ ਵਿਚ ਅਚਾਨਕ ਹੈ, ਲੰਮੇ ਸਮੇਂ ਤੋਂ ਅਣਜਾਣ ਸਮੂਹਾਂ ਵਿਚ ਉਹਨਾਂ ਨੂੰ ਮੁੜ ਸੰਗਠਿਤ ਕੀਤਾ ਗਿਆ ਸੀ. ਪਰ ਇਕ ਦਮਕ ਤਰੀਕੇ ਨਾਲ, ਇਹ ਮੈਨੂੰ ਜਾਪਦਾ ਸੀ, ਅਜੇ ਵੀ ਇਕੋ ਜਿਹਾ ਤੂਫ਼ਾਨ ਵਾਂਗ ਸੀ ਜੋ ਤਾਰਿਆਂ ਦੀ ਧੂੜ ਸੀ. ਦੱਖਣ ਵੱਲ (ਜਿਵੇਂ ਮੈਂ ਇਸਦਾ ਨਿਰਣਾ ਕੀਤਾ ਸੀ) ਇੱਕ ਬਹੁਤ ਹੀ ਚਮਕੀਲਾ ਲਾਲ ਤਾਰਾ ਸੀ ਜੋ ਮੇਰੇ ਲਈ ਨਵਾਂ ਸੀ; ਇਹ ਸਾਡੀ ਆਪਣੀ ਹੀ ਗ੍ਰੀਨ ਸਾਈਰਿਯੁਸ ਨਾਲੋਂ ਵੀ ਸ਼ਾਨਦਾਰ ਸੀ.ਅਤੇ ਰੌਸ਼ਨੀ ਦੇ ਇਹ ਸਭ ਗੇਂਦ ਪੁਆਇੰਟਾਂ ਵਿਚ ਇਕ ਚਮਕਦਾਰ ਗ੍ਰਹਿ ਚਮਕੀਆ ਅਤੇ ਹੌਲੀ ਹੌਲੀ ਇਕ ਪੁਰਾਣੇ ਮਿੱਤਰ ਦੇ ਚਿਹਰੇ ਵਾਂਗ ਚਮਕਿਆ.

'ਇਨ੍ਹਾਂ ਸਟਾਰਾਂ ਵੱਲ ਦੇਖਦੇ ਹੋਏ ਅਚਾਨਕ ਹੀ ਮੈਂ ਆਪਣੀਆਂ ਮੁਸ਼ਕਿਲਾਂ ਨੂੰ ਘਿਰਿਆ ਅਤੇ ਧਰਤੀ ਦੇ ਸਾਰੇ ਜੀਵਾਣੂਆਂ ਦੀ ਜੀਭ ਮੈਂ ਉਹਨਾਂ ਦੇ ਅਸਾਧਾਰਣ ਦੂਰੀ ਬਾਰੇ ਸੋਚਿਆ, ਅਤੇ ਅਗਿਆਤ ਅਤੀਤ ਤੋਂ ਅਣਜਾਣ ਭਵਿੱਖ ਵਿੱਚ ਉਹਨਾਂ ਦੀਆਂ ਅੰਦੋਲਨਾਂ ਦੀ ਹੌਲੀ ਹੌਲੀ ਛੇਤੀ ਲਹਿਰ. ਮੈਂ ਮਹਾਨ ਅਸਾਧਾਰਣ ਚੱਕਰ ਬਾਰੇ ਸੋਚਿਆ ਕਿ ਧਰਤੀ ਦਾ ਖੰਡਾ ਦਾ ਵਰਨਨ ਹੈ. ਸਿਰਫ ਚਾਰਚਾਰਕ ਵਾਰ ਇਹ ਸੀ ਕਿ ਉਸ ਸਮੇਂ ਦੌਰਾਨ ਚੁੱਪ ਚਲੀ ਗਈ ਜੋ ਮੈਂ ਘੇਰਿਆ ਹੋਇਆ ਸੀ. ਅਤੇ ਇਹਨਾਂ ਕੁਝ ਇਨਕਲਾਬਾਂ ਦੌਰਾਨ ਸਾਰੇ ਕੰਮ, ਸਾਰੀਆਂ ਪਰੰਪਰਾਵਾਂ, ਗੁੰਝਲਦਾਰ ਸੰਗਠਨਾਂ, ਰਾਸ਼ਟਰਾਂ, ਭਾਸ਼ਾਵਾਂ, ਸਾਹਿਤਿਅਕ, ਇੱਛਾਵਾਂ, ਇੱਥੋਂ ਤੱਕ ਕਿ ਮਨੁੱਖ ਦੇ

ਕੇਵਲ ਉਨ੍ਹਾਂ ਦੀ ਯਾਦ ਹੀ ਜਿਵੇਂ ਮੈਂ ਉਨ੍ਹਾਂ ਨੂੰ ਜਾਣਦਾ ਸਾਂ, ਉਨ੍ਹਾਂ ਨੂੰ ਹੋਂਦ ਤੋਂ ਬਾਹਰ ਕੱਢ ਦਿੱਤਾ ਗਿਆ ਸੀ ਇਸ ਦੀ ਬਜਾਏ ਇਹ ਕਮਜ਼ੋਰ ਜੀਵ ਜਿਹੜੇ ਆਪਣੇ ਉੱਚੇ ਵੰਸ਼ ਨੂੰ ਭੁੱਲ ਗਏ ਸਨ, ਅਤੇ ਜਿਨ੍ਹਾਂ ਸਫੈਦ ਚੀਜ਼ਾਂ ਦਾ ਮੈਂ ਦਹਿਸ਼ਤ ਵਿੱਚ ਜਾਂਦਾ ਸੀ ਫਿਰ ਮੈਂ ਸੋਚਿਆ ਕਿ ਦੋਵਾਂ ਨਸਲਾਂ ਦੇ ਵਿੱਚਕਾਰ ਬਹੁਤ ਵੱਡਾ ਡਰ ਹੈ, ਅਤੇ ਪਹਿਲੀ ਵਾਰ,ਅਚਾਨਕ ਝਟਕੇ ਨਾਲ, ਸਪਸ਼ਟ ਗਿਆਨ ਆਇਆ ਕਿ ਮੈਂ ਜੋ ਮੀਟ ਵੇਖਿਆ ਹੈ ਉਹ ਸ਼ਾਇਦ ਹੋ ਸਕਦਾ ਹੈ. ਫਿਰ ਵੀ ਇਹ ਬਹੁਤ ਭਿਆਨਕ ਸੀ! ਮੈਂ ਥੋੜ੍ਹਾ ਜਿਹਾ ਨੀਵਾਂ ਵੇਖਿਆ ਜੋ ਮੇਰੇ ਨਾਲ ਸੁੱਤਾ ਪਿਆ ਸੀ, ਉਸ ਦਾ ਚਿਹਰਾ ਚਿੱਟਾ ਸੀ ਅਤੇ ਸਿਤਾਰਿਆਂ ਦੇ ਹੇਠਾਂ ਸਟਾਰ ਵਰਗਾ ਸੀ, ਅਤੇ ਤੁਰੰਤ ਵਿਚਾਰ ਨੂੰ ਖਾਰਜ ਕਰ ਦਿੱਤਾ.

'ਉਸ ਲੰਮੀ ਰਾਤ ਤੱਕ ਮੈਂ ਆਪਣੇ ਮਨ ਨੂੰ ਮੋਰਲਾਂ ਤੋਂ ਦੂਰ ਰੱਖੀ ਅਤੇ ਨਾਲ ਹੀ ਨਾਲ ਮੈਂ ਇਸ ਨੂੰ ਫੈਂਸੀ ਕਰਨ ਦੀ ਕੋਸ਼ਿਸ਼ ਕਰਕੇ ਸਮੇਂ ਨੂੰ ਪੱਕਾ ਕਰ ਸਕਿਆ. ਮੈਂ ਨਵੇਂ ਉਲਝਣ ਵਿਚ ਪੁਰਾਣੇ ਤਾਰੇ ਦੇ ਸੰਕੇਤਾਂ ਨੂੰ ਲੱਭ ਸਕਦਾ ਸੀ. ਅਕਾਸ਼ ਇਕ ਸਪੱਸ਼ਟ ਜਿਹਾ ਬੱਦਲ ਸੀ, ਇਸਦੇ ਇਲਾਵਾ ਇੱਕ ਧੁੰਦਲਾ ਬੱਦਲ ਜਾਂ ਇਸਦੇ ਇਲਾਵਾ. ਇਸ ਵਿਚ ਕੋਈ ਸ਼ੱਕ ਨਹੀਂ ਕਿ ਮੈਂ ਕਈ ਵਾਰੀ ਦੁਹਾਈ ਦੇ ਰਿਹਾ ਹਾਂ. ਫਿਰ, ਜਿਵੇਂ ਕਿ ਮੇਰਾ ਚੌਗਿਰਦਾ ਪਹਿਨਿਆ ਹੋਇਆ ਸੀ, ਪੂਰਬ ਦੇ ਅਕਾਸ਼ ਵਿਚ ਇਕ ਭਖਰੇਪਣ ਆਉਂਦੀ ਸੀ, ਜਿਵੇਂ ਕੁਝ ਰੰਗਹੀਣ ਅੱਗ ਦੀ ਪ੍ਰਤਿਬਿੰਬਤ ਅਤੇ ਪੁਰਾਣੀ ਚੰਦਰਮਾ, ਪਤਲੇ ਅਤੇ ਉੱਚੇ ਤੇ ਚਿੱਟੇ, ਅਤੇ ਪਿੱਛੇ ਪਿੱਛੇ, ਅਤੇ ਇਸ ਨੂੰ ਅੱਗੇ ਵਧਦੇ ਹੋਏ, ਅਤੇ ਇਸ ਨੂੰ ਭਰ ਕੇ, ਸਵੇਰ ਆ ਗਈ, ਪਹਿਲੇ 'ਤੇ ਫਿੱਕੇ, ਅਤੇ ਫਿਰ ਵਧ ਰਹੀ ਗੁਲਾਬੀ ਅਤੇ ਨਿੱਘੇ ਕੋਈ ਮੋਰਚੇ ਸਾਡੇ ਕੋਲ ਨਹੀਂ ਆਏ ਸਨ ਅਸਲ ਵਿਚ, ਮੈਂ ਉਸ ਰਾਤ ਪਹਾੜੀ ਉੱਤੇ ਕੋਈ ਵੀ ਨਹੀਂ ਵੇਖਿਆ ਸੀ ਅਤੇ ਨਵੇਂ ਆਏ ਦਿਨ ਦੇ ਵਿਸ਼ਵਾਸ ਵਿੱਚ ਇਹ ਲਗਦਾ ਸੀ ਕਿ ਮੇਰੇ ਡਰ ਨੂੰ ਗੈਰ-ਵਾਜਬ ਸੀ. ਮੈਂ ਖੜ੍ਹਾ ਹੋ ਗਿਆ ਅਤੇ ਮੇਰੇ ਪੈਰ ਨੂੰ ਟਿੱਕਰ ਤੇ ਸੁੱਜਿਆ ਹੋਇਆ ਅੱਡੀ ਨਾਲ ਸੁੱਜਿਆ ਅਤੇ ਇਸਦੇ ਹੇਠਾਂ ਦਰਦਨਾਕ ਅੱਡੀ ਨੂੰ; ਇਸ ਲਈ ਮੈਂ ਦੁਬਾਰਾ ਫਿਰ ਬੈਠ ਗਿਆ, ਆਪਣੇ ਜੁੱਤੀਆਂ ਉਤਾਰ ਦਿੱਤਾ, ਅਤੇ ਉਨ੍ਹਾਂ ਨੂੰ ਦੂਰ ਭਜਾ ਦਿੱਤਾ.

'ਮੈਂ ਜਾਗਿਆ ਵੇਚਿਆ, ਅਤੇ ਅਸੀਂ ਕਾਲੇ ਅਤੇ ਬਗ਼ਾਵਤ ਦੀ ਬਜਾਏ ਹੁਣ ਹਰੇ ਅਤੇ ਖੁਸ਼ਹਾਲ ਲੱਕੜ ਵਿਚ ਚਲੇ ਗਏ. ਸਾਨੂੰ ਸਾਡੇ ਫਾਸਟ ਨੂੰ ਤੋੜਨ ਲਈ ਜਿਸ ਨਾਲ ਕੁਝ ਫਲ ਮਿਲਿਆ ਅਸੀਂ ਜਲਦੀ ਹੀ ਦੂਜਿਆਂ ਨੂੰ ਮਿਲਦੇ ਸੀ, ਰੌਲਾ ਪਾਉਂਦੇ ਸੀ ਅਤੇ ਸੂਰਜ ਦੀ ਰੌਸ਼ਨੀ ਵਿਚ ਨੱਚਦੇ ਸਾਂ, ਜਿਵੇਂ ਕਿ ਰਾਤ ਨੂੰ ਕੁਦਰਤ ਵਿਚ ਅਜਿਹਾ ਕੋਈ ਚੀਜ ਨਹੀਂ ਸੀ. ਅਤੇ ਫਿਰ ਮੈਂ ਸੋਚਿਆ ਕਿ ਇਕ ਵਾਰ ਮੈਂ ਜੋ ਮੀਟ ਵੇਖਿਆ ਹੈ.

ਮੈਂ ਹੁਣ ਇਸ ਗੱਲ ਦਾ ਯਕੀਨ ਦਿਵਾਇਆ ਕਿ ਇਹ ਕੀ ਸੀ, ਅਤੇ ਮੇਰੇ ਦਿਲ ਦੇ ਤਲ ਤੋਂ ਮੈਂ ਇਸ ਆਖਰੀ ਕਮਜ਼ੋਰ ਰਾਇਲ ਨੂੰ ਮਾਨਵਤਾ ਦੀ ਮਹਾਨ ਹੜ੍ਹ ਤੋਂ ਪੀੜਤ ਕੀਤੀ. ਸਪਸ਼ਟ ਤੌਰ 'ਤੇ, ਲੰਬੇ ਸਮੇਂ ਤੋਂ ਮਨੁੱਖੀ ਸੜਨ ਦੇ ਕੁਝ ਸਮੇਂ' ਤੇ 'ਮੋਰਲੌਕਜ਼' ਦੇ ਭੋਜਨ ਦੀ ਗਿਣਤੀ ਥੋੜ੍ਹੀ ਸੀ. ਇਹ ਸੰਭਵ ਹੈ ਕਿ ਉਹ ਚੂਹੇ ਅਤੇ ਅਜਿਹੇ ਐਸੇ ਵਾਈਨਸਮੇਂ ਤੇ ਰਹਿੰਦੇ ਸਨ ਹੁਣ ਵੀ ਆਦਮੀ ਆਪਣੇ ਭੋਜਨ ਨਾਲੋਂ ਘੱਟ ਵਿਵੇਕਪੂਰਨ ਅਤੇ ਵਿਸ਼ੇਸ਼ ਹੈ - ਕਿਸੇ ਵੀ ਬਾਂਦਰ ਤੋਂ ਬਹੁਤ ਘੱਟ. ਮਨੁੱਖੀ ਸਰੀਰ ਦੇ ਵਿਰੁੱਧ ਉਸ ਦੇ ਪੱਖਪਾਤ ਦਾ ਕੋਈ ਡੂੰਘਾ-ਵਸਤੂ ਨਹੀਂ ਹੈ. ਅਤੇ ਮਰਦਾਂ ਦੇ ਇਹ ਅਣਮੁੱਲੇ ਪੁੱਤਰ!ਮੈਂ ਇਸ ਗੱਲ ਨੂੰ ਇਕ ਵਿਗਿਆਨਕ ਰਵੱਈਏ ਵਿਚ ਦੇਖਣ ਦੀ ਕੋਸ਼ਿਸ਼ ਕੀਤੀ. ਆਖਰਕਾਰ, ਉਹ ਤਿੰਨ ਜਾਂ ਚਾਰ ਹਜ਼ਾਰ ਸਾਲ ਪਹਿਲਾਂ ਸਾਡੇ ਮਾਨਵੀ ਪੁਰਸ਼ਾਂ ਦੇ ਮੁਕਾਬਲੇ ਘੱਟ ਮਨੁੱਖ ਸਨ ਅਤੇ ਜਿਆਦਾ ਰਿਮੋਟ ਸਨ. ਅਤੇ ਖੁਫੀਆ ਸੂਝ ਜਿਸ ਨੇ ਇਹ ਅਵਸਥਾ ਕੀਤੀ ਸੀ ਕਿ ਪੀੜਾ ਖਤਮ ਹੋ ਗਈ ਸੀ. ਮੈਨੂੰ ਆਪਣੇ ਆਪ ਨੂੰ ਦੁੱਖ ਕਿਉਂ ਦੇਣਾ ਚਾਹੀਦਾ ਹੈ? ਇਹ ਏਲੋਈ ਕੇਵਲ ਮੋਟੇ ਪਸ਼ੂ ਸਨ, ਜੋ ਕਿ ਐਂਟੀ ਵਰਗੀ ਮੋਰਲਕੋਸ ਨੂੰ ਸਾਂਭ ਕੇ ਰੱਖੇ ਜਾਂਦੇ ਸਨ - ਸ਼ਾਇਦ ਉਨ੍ਹਾਂ ਦੇ ਪ੍ਰਜਨਨ ਨੂੰ ਵੇਖਿਆ ਗਿਆ ਸੀ. ਅਤੇ ਉਥੇ ਮੇਰੇ ਨਾਲ ਨਾਈਕ ਸੀ.

'ਫਿਰ ਮੈਂ ਆਪਣੇ ਆਪ ਨੂੰ ਉਸ ਡਰਾਉਣੇ ਤੋਂ ਬਚਾਉਣ ਦੀ ਕੋਸ਼ਿਸ਼ ਕੀਤੀ ਜੋ ਮੇਰੇ ਤੇ ਆ ਰਹੀ ਸੀ, ਇਸਦੇ ਦੁਆਰਾ ਮਨੁੱਖੀ ਸੁਆਰਥ ਦੀ ਸਖ਼ਤ ਸਜ਼ਾ ਦੇ ਤੌਰ ਤੇ. ਆਦਮੀ ਆਪਣੇ ਸਾਥੀਆਂ ਦੇ ਮਜ਼ਦੂਰਾਂ ਨੂੰ ਸੁਖ-ਸੰਤੋਖ ਨਾਲ ਜੀਊਣ ਵਿਚ ਖੁਸ਼ ਸੀ, ਉਨ੍ਹਾਂ ਨੇ ਆਪਣਾ ਗੁਪਤ-ਗਿਆਨ ਅਤੇ ਬਹਾਨਾ ਬਣਾਉਣਾ ਜ਼ਰੂਰੀ ਸਮਝਿਆ ਅਤੇ ਸਮੇਂ ਦੀ ਲੋੜ ਪੂਰੀ ਕਰਨ ਲਈ ਉਸ ਕੋਲ ਘਰ ਆਇਆ ਸੀ ਮੈਂ ਇਸ ਖਰਾਬ ਅਮੀਰਸ਼ਾਹੀ ਦੇ ਇੱਕ ਮਖੌਲੀ ਜਿਹੇ ਤ੍ਰਾਸਦੀ ਨੂੰ ਸੱਖੋ ਵਿੱਚ ਵੀ ਅਜ਼ਮਾਇਆ. ਪਰ ਮਨ ਦਾ ਇਹ ਰਵੱਈਆ ਅਸੰਭਵ ਸੀ ਹਾਲਾਂਕਿ ਉਨ੍ਹਾਂ ਦੇ ਬੌਧਿਕ ਵਿਗੜਦੇ ਹੋਏ ਮਹਾਨ ਸਨ, ਏਲੋਈ ਨੇ ਮੇਰੀ ਹਮਦਰਦੀ ਦਾ ਦਾਅਵਾ ਨਾ ਕਰਨ ਲਈ ਬਹੁਤ ਮਨੁੱਖੀ ਰੂਪ ਨੂੰ ਰੱਖਿਆ ਸੀ, ਅਤੇ ਮੈਨੂੰ ਉਨ੍ਹਾਂ ਦੇ ਪਤਨ ਅਤੇ ਉਨ੍ਹਾਂ ਦੇ ਡਰ ਵਿਚ ਹਿੱਸੇਦਾਰ ਬਣਾਉਣਾ ਚਾਹੁੰਦਾ ਸੀ.

'ਉਸ ਸਮੇਂ ਮੇਰੇ ਕੋਲ ਬਹੁਤ ਹੀ ਅਸਪਸ਼ਟ ਵਿਚਾਰ ਸਨ ਜਿਵੇਂ ਮੈਂ ਕੋਰਸ ਨੂੰ ਅੱਗੇ ਵਧਾਉਣਾ ਚਾਹੁੰਦਾ ਸੀ. ਮੇਰੀ ਪਹਿਲੀ ਪਨਾਹ ਦਾ ਇੱਕ ਸੁਰੱਖਿਅਤ ਜਗ੍ਹਾ ਸੁਰੱਖਿਅਤ ਕਰਨਾ, ਅਤੇ ਆਪਣੇ ਆਪ ਨੂੰ ਅਜਿਹੇ ਧਾਗੇ ਜਾਂ ਪੱਥਰ ਬਣਾਉਣ ਲਈ ਸੀ ਜਿਵੇਂ ਕਿ ਮੈਂ ਕੁਚਲਿਆ ਜਾ ਸਕਦਾ ਸੀ. ਇਹ ਜ਼ਰੂਰਤ ਤੁਰੰਤ ਸੀ. ਅਗਲੇ ਸਥਾਨ ਤੇ, ਮੈਂ ਆਸ ਕਰਦਾ ਹਾਂ ਕਿ ਅੱਗ ਦੀਆਂ ਕੁਝ ਸਾਜ਼ਾਂ ਦੀ ਖਰੀਦ ਕੀਤੀ

ਜਾਵੇ, ਤਾਂ ਜੋ ਮੈਂ ਹੱਥਾਂ ਵਿਚ ਇਕ ਟਾਰਚ ਦਾ ਹਥਿਆਰ ਲੈ ਸਕਾਂ, ਇਸ ਲਈ ਮੈਂ ਕੁਝ ਵੀ ਨਹੀਂ ਜਾਣਦਾ ਸਾਂ ਕਿ ਇਹ ਮੋਰਲਾਂ ਦੇ ਖਿਲਾਫ ਹੋਰ ਕੁਸ਼ਲ ਹੋ ਜਾਣਗੇ. ਫਿਰ ਮੈਂ ਚਿੱਟੇ ਸਪਿਨਕਸ ਦੇ ਥੱਲੇ ਕਾਂਸੇ ਦੇ ਦਰਵਾਜ਼ੇ ਨੂੰ ਤੋੜਨ ਲਈ ਕੁੱਝ ਯੰਤਰ ਦੀ ਵਿਵਸਥਾ ਕਰਨਾ ਚਾਹੁੰਦਾ ਸੀ. ਮੈਨੂੰ ਇੱਕ ਰਾਮ ਨੂੰ ਧਿਆਨ ਵਿੱਚ ਸੀ, ਮੈਂ ਇਹ ਕਾਇਲ ਕੀਤਾ ਸੀ ਕਿ ਜੇ ਮੈਂ ਉਨ੍ਹਾਂ ਦਰਵਾਜ਼ਿਆਂ 'ਤੇ ਦਾਖ਼ਲ ਹੋ ਜਾਵਾਂ ਅਤੇ ਮੇਰੇ ਤੋਂ ਪਹਿਲਾਂ ਚਾਨਣ ਦੀ ਰੋਸ਼ਨੀ ਲੈ ਲਵਾਂ ਤਾਂ ਮੈਨੂੰ ਸਮੇਂ ਦੀ ਮਸ਼ੀਨ ਅਤੇ ਬਚਣ ਦੀ ਖੋਜ ਕਰਨੀ ਚਾਹੀਦੀ ਹੈ. ਮੈਂ ਕਲਪਨਾ ਵੀ ਨਹੀਂ ਕਰ ਸਕਦਾ ਕਿ ਇਹ ਮੋਰਚੇ ਬਹੁਤ ਦੂਰ ਤਕ ਫੈਲਣ ਲਈ ਮਜ਼ਬੂਤ ਸਨ. ਨਿਆਣੇ ਨੇ ਮੈਨੂੰ ਆਪਣੇ ਸਮੇਂ ਤੇ ਆਪਣੇ ਨਾਲ ਲਿਆਉਣ ਦਾ ਫੈਸਲਾ ਕੀਤਾ ਸੀਅਤੇ ਇਹੋ ਜਿਹੀਆਂ ਸਕੀਮਾਂ ਨੂੰ ਮੇਰੇ ਮਨ ਵਿਚ ਬਦਲਣ ਨਾਲ ਮੈਂ ਉਸ ਇਮਾਰਤ ਵੱਲ ਸਾਡਾ ਰਾਹ ਅਪਣਾਇਆ ਜਿਸਨੂੰ ਮੈਂ ਆਪਣੇ ਨਿਵਾਸ ਸਥਾਨ ਵਜੋਂ ਚੁਣਿਆ ਸੀ.

'ਮੈਨੂੰ ਹਰੇ ਪੋਰਸਿਲੇਨ ਦਾ ਮਹਿਲ ਮਿਲਿਆ, ਜਦੋਂ ਅਸੀਂ ਇਸ ਨੂੰ ਦੁਪਹਿਰ ਦੇ ਕਰੀਬ ਪਹੁੰਚੇ, ਉਜਾੜ ਅਤੇ ਤਬਾਹ ਹੋ ਗਏ. ਕੱਚ ਦੀਆਂ ਸਿਰਫ਼ ਧਾਰੀਆਂ ਦੀ ਲੰਬਾਈ ਆਪਣੀਆਂ ਖਿੜਕੀਆਂ ਵਿਚ ਹੀ ਰਹਿੰਦੀ ਸੀ ਅਤੇ ਹਰੇ-ਭਰੇ ਮੋਟੇ ਚਾਦਰਾਂ ਦੀਆਂ ਚਿਟੀਆਂ ਚਿਕਣੀਆਂ ਧਾਤੂ ਢਾਂਚਿਆਂ ਤੋਂ ਦੂਰ ਹੋ ਗਈਆਂ ਸਨ. ਮੈਂ ਇਸ ਵਿੱਚ ਦਾਖਲ ਹੋਣ ਤੋਂ ਪਹਿਲਾਂ ਉੱਤਰ ਪੂਰਬ ਵੱਲ ਦੇਖ ਕੇ ਬਹੁਤ ਜ਼ਿਆਦਾ ਉਚਾਈ ਰੱਖਦੀ ਹਾਂ, ਮੈਨੂੰ ਇੱਕ ਵੱਡੇ ਨਦੀ ਨੂੰ ਵੇਖ ਕੇ ਹੈਰਾਨ ਸੀ, ਜਾਂ ਇੱਥੋਂ ਤੱਕ ਕਿ ਨਦੀ ਵੀ, ਜਿੱਥੇ ਮੈਂ ਵੈਂਡਸਵਰਥ ਦਾ ਨਿਰਣਾ ਕੀਤਾ ਸੀ ਅਤੇ ਬਟੇਰਸੀਆ ਨੂੰ ਇੱਕ ਵਾਰ ਹੋਣਾ ਚਾਹੀਦਾ ਸੀ. ਮੈਂ ਫਿਰ ਸੋਚਿਆ- ਭਾਵੇਂ ਕਿ ਮੈਂ ਕਦੇ ਇਹ ਨਹੀਂ ਸੋਚਿਆ ਸੀ ਕਿ ਸਮੁੰਦਰ ਵਿਚ ਰਹਿਣ ਵਾਲੀਆਂ ਚੀਜ਼ਾਂ ਨੂੰ ਕੀ ਹੋ ਸਕਦਾ ਹੈ ਜਾਂ ਹੋ ਸਕਦਾ ਹੈ.

'ਮਹਿਲ ਦੇ ਸਮਗਰੀ ਅਸਲ ਵਿਚ ਪੋਰਸਿਲੇਨ ਹੋਣ ਦੀ ਪ੍ਰੀਖਿਆ' ਤੇ ਸਾਬਤ ਹੋਈ ਹੈ, ਅਤੇ ਇਸ ਦੇ ਚਿਹਰੇ ਦੇ ਨਾਲ ਮੈਂ ਕਿਸੇ ਅਣਜਾਣ ਅੱਖਰ ਵਿਚ ਇਕ ਸ਼ਿਲਾਲੇਖ ਦੇਖਿਆ. ਮੈਂ ਸੋਚਿਆ, ਬੜੀ ਮੂਰਖਤਾ ਨਾਲ, ਇਹ ਇਸ ਦੀ ਵਿਆਖਿਆ ਕਰਨ ਵਿਚ ਮੇਰੀ ਮਦਦ ਕਰ ਸਕਦੀ ਹੈ, ਪਰ ਮੈਨੂੰ ਪਤਾ ਲੱਗ ਗਿਆ ਹੈ ਕਿ ਲਿਖਣ ਦਾ ਬੇਅਰ ਵਿਚਾਰ ਕਦੇ ਵੀ ਉਸ ਦੇ ਸਿਰ ਵਿਚ ਨਹੀਂ ਆਇਆ ਸੀ. ਉਹ ਹਮੇਸ਼ਾਂ ਮੇਰੇ ਲਈ ਲਗਦੀ ਸੀ, ਮੈਂ ਸੋਚਦਾ ਸੀ ਕਿ ਉਹ ਜਿੰਨੀ ਮਰਜ਼ੀ ਨਾਲੋਂ ਮਨੁੱਖੀ ਸੀ, ਸ਼ਾਇਦ ਇਸ ਕਰਕੇ ਕਿ ਉਸ ਦਾ ਪਿਆਰ ਇੰਨਾ ਹੰਢਾ ਸੀ.

'ਦਰਵਾਜੇ ਦੇ ਵੱਡੇ ਵਾਲਵਿਆਂ ਦੇ ਅੰਦਰ-ਜੋ ਖੁਲ੍ਹੀਆਂ ਅਤੇ ਟੁੱਟੀਆਂ ਹੋਈਆਂ ਸਨ-ਸਾਨੂੰ ਲਗਿਆ ਕਿ ਰਵਾਇਤੀ ਹਾਲ ਦੇ ਬਜਾਏ, ਇਕ ਲੰਮੀ ਗੈਲਰੀ ਜੋ ਕਈ ਪਾਸਿਓਂ ਦੀਆਂ ਵਿੰਡੋਜ਼ਾਂ ਦੁਆਰਾ ਪ੍ਰਕਾਸ਼ਤ ਹੁੰਦੀ ਹੈ. ਪਹਿਲੀ ਨਜ਼ਰੀਏ 'ਤੇ ਮੈਨੂੰ ਇੱਕ ਮਿਊਜ਼ੀਅਮ ਯਾਦ ਦਿਲਾਇਆ ਗਿਆ ਸੀ ਟਾਇਲਿਆ ਮੰਜ਼ਲ ਮਿੱਟੀ ਦੇ ਨਾਲ ਮੋਟਾ ਸੀ, ਅਤੇ ਅਨੇਕਾਂ ਵਸਤੂਆਂ ਦੀ ਇਕ ਅਨੋਖੀ ਵਸਤੂ ਉਸੇ ਗ੍ਰੇ ਏਰੀਡਿੰਗ ਵਿੱਚ ਡੁੱਬ ਗਈ. ਫਿਰ ਮੈਂ ਸੋਚਿਆ, ਹਾਲ ਦੇ ਕੇਂਦਰ ਵਿਚ ਅਜੀਬ ਅਤੇ ਭੁਲੇਖੇ ਖੜ੍ਹੇ ਹੋਏ, ਇਕ ਸਪਸ਼ਟ ਰੂਪ ਵਿਚ ਇਕ ਵਿਸ਼ਾਲ ਪਿੰਜਰ ਦਾ ਹੇਠਲਾ ਹਿੱਸਾ ਕੀ ਸੀ. ਮੈਂ ਓਬਕ ਦੇ ਪੈਰਾਂ ਨਾਲ ਪਛਾਣ ਕੀਤੀ ਕਿ ਇਹ ਮੈਗਥਾਰੀਅਮ ਦੇ ਫੈਸ਼ਨ ਤੋਂ ਬਾਅਦ ਕੁਝ ਵਿਅਰਥ ਜੀਵ ਜੰਤੂ ਸੀ. ਖੋਪੜੀ ਅਤੇ ਉਪਰਲੀਆਂ ਹੱਡੀਆਂ ਇਸਦੇ ਕੋਲ ਮੋਟੇ ਧੂੜ ਵਿੱਚ ਰੱਖਦੀਆਂ ਹਨ, ਅਤੇ ਇੱਕ ਜਗ੍ਹਾ ਵਿੱਚ, ਜਿੱਥੇ ਮੀਂਹ ਦੇ ਪਾਣੀ ਦੀ ਛੱਤ ਵਿੱਚ ਛਾਏ ਹੋਏ ਵਿੱਚੋਂ ਨਿਕਲਿਆ ਸੀ, ਇਹ ਚੀਜ ਖੁਦ ਖਰਾਬ ਹੋ ਗਈ ਸੀ. ਅੱਗੇ ਗੈਲਰੀ ਵਿਚ ਇਕ ਬ੍ਰੰਟੋਸੌਰਸ ਦੀ ਵਿਸ਼ਾਲ ਪਿੰਜਰ ਬੈਰਲ ਸੀ. ਮੇਰੇ ਮਿਊਜ਼ੀਅਮ ਦੀ ਪ੍ਰੀਤੀ ਪੁਸ਼ਟੀ ਕੀਤੀ ਗਈ ਸੀ.ਪਾਸੇ ਵੱਲ ਜਾ ਰਿਹਾ ਮੈਂ ਦੇਖਿਆ ਕਿ ਕੀ ਢਲਾਣ ਵਾਲੀ ਛੱਤਾਂ ਵਾਲੀ ਢਲਾਣਾ ਛਾਇਆ ਹੋਇਆ ਸੀ, ਅਤੇ ਮੋਟਾ ਧੂੜ ਨੂੰ ਸਾਫ਼ ਕਰ ਰਿਹਾ ਸੀ, ਮੈਂ ਆਪਣੇ ਪੁਰਾਣੇ ਸਮੇਂ ਦੇ ਪੁਰਾਣੇ ਜਾਣੇ ਜਾਂਦੇ ਕੱਚ ਦੇ ਕੇਸਾਂ ਨੂੰ ਲੱਭਿਆ. ਪਰ ਉਨ੍ਹਾਂ ਦੇ ਕੁਝ ਵਿਸ਼ਾ-ਵਸਤੂਆਂ ਦੀ ਨਿਰਪੱਖ ਸਾਂਭ-ਸੰਭਾਲ ਤੋਂ ਨਿਰਣਾ ਕਰਨ ਲਈ ਉਨ੍ਹਾਂ ਨੂੰ ਹਵਾਈ-ਤੰਗ ਹੋਣਾ ਚਾਹੀਦਾ ਸੀ

'ਸਪੱਸ਼ਟ ਤੌਰ' ਤੇ ਅਸੀਂ ਕੁਝ ਕੁ ਦਿਨਾਂ ਦੇ ਦੱਖਣੀ ਕੇਨਿੰਗਟਨ ਦੇ ਖੰਡਰਾਂ ਦੇ ਵਿੱਚ ਖੜੇ ਰਹੇ! ਇੱਥੇ, ਜ਼ਾਹਰਾ ਤੌਰ ਤੇ, ਪਲਾਇੰਟੋਲੀਓਲੋਜੀਕਲ ਸੈਕਸ਼ਨ ਸੀ ਅਤੇ ਇਹ ਬਹੁਤ ਹੀ ਸ਼ਾਨਦਾਰ ਅਕਾਰ ਦੀਆਂ ਜੜ੍ਹਾਂ ਹੋਣੀਆਂ ਸਨ, ਭਾਵੇਂ ਕਿ ਸਮੇਂ ਲਈ ਬੰਦ ਹੋ ਚੁੱਕੀਆਂ ਸੜਕਾਂ ਦੀ ਅਢੁੱਕਵੀਂ ਪ੍ਰਕਿਰਿਆ, ਅਤੇ ਬੈਕਟੀਰੀਆ ਅਤੇ ਫੰਜਾਈ ਦੇ ਵਿਸਥਾਪਨ ਦੁਆਰਾ, ਨੱਬੇ- ਇਸਦੇ ਫੌਜੀ ਦੇ ਨੌਂ ਸੌਵੇਂ ਹਿੱਸੇ, ਫਿਰ ਵੀ, ਨਾਲ ਸੀ ਬਹੁਤ ਪੱਕਾ ਭਰੋਸਾ ਇਹ ਹੈ ਕਿ ਜੇ ਇਸ ਦੇ ਸਾਰੇ ਖਜ਼ਾਨਿਆਂ ਤੇ ਮੁੜ ਕੰਮ ਕਰਦੇ ਹੋਏ ਅਤਿਅੰਤ ਹੌਲੀ ਹੋ ਜਾਵੇ. ਇੱਥੇ ਅਤੇ ਇੱਥੇ ਮੈਨੂੰ ਬਹੁਤ ਘੱਟ ਲੋਕਾਂ ਦੇ ਟਰੇਸ ਲੱਭੇ ਜਿਨ੍ਹਾਂ ਵਿੱਚ ਦੁਰਲੱਭ ਜਰਾਸੀਮ ਦੇ ਰੂਪ ਵਿੱਚ ਟੁਕੜੇ ਟੁਕੜੇ ਹੋਏ ਜਾਂ ਰਿਦੇ ਉੱਤੇ ਸਤਰਾਂ ਵਿੱਚ ਥਰਿੱਡ ਕੀਤਾ ਗਿਆ. ਅਤੇ ਕੁਝ ਮਾਮਲਿਆਂ ਵਿਚ ਸਰੀਰਕ ਤੌਰ 'ਤੇ ਹਟਾਇਆ ਗਿਆ ਸੀ - ਮੈਂ ਨਿਰਣਾ ਕੀਤੇ ਗਏ ਮੋਰਲਾਂ ਦੁਆਰਾ. ਸਥਾਨ ਬਹੁਤ ਚੁੱਪ ਸੀ. ਮੋਟਰ ਦੀ ਧੂੜ ਨੇ ਸਾਡੇ ਪੈਰਾਂ ਨੂੰ ਨਸ਼ਟ ਕਰ ਦਿੱਤਾ. ਮਧੂਪੱਖੀ ਇੱਕ ਕੇਸ ਦੇ ਢਲਾਣ ਦੇ ਗਲਾਸ ਵਿੱਚ ਸਮੁੰਦਰੀ ਸਮੁੰਦਰੀ ਲਹਿਰਾਉਣ

ਵਾਲੇ ਸਨ, ਹੁਣੇ ਹੀ ਆ ਗਏ, ਜਿਵੇਂ ਮੈਂ ਆਪਣੇ ਬਾਰੇ ਨਿੱਕਲਿਆ ਅਤੇ ਬਹੁਤ ਚੁੱਪ-ਚਾਪ ਮੇਰਾ ਹੱਥ ਫੜ ਲਿਆ ਅਤੇ ਮੇਰੇ ਕੋਲ ਖੜਾ ਹੋਇਆ

'ਅਤੇ ਪਹਿਲਾਂ ਮੈਂ ਬੌਧਿਕ ਉਮਰ ਦੇ ਇਸ ਪ੍ਰਾਚੀਨ ਸਮਾਰਕ ਤੋਂ ਇੰਨਾ ਹੈਰਾਨ ਸੀ ਕਿ ਮੈਂ ਉਸ ਦੀਆਂ ਸੰਭਾਵਨਾਵਾਂ ਬਾਰੇ ਕੋਈ ਵਿਚਾਰ ਨਹੀਂ ਸੀ ਦਿੱਤਾ. ਮੇਰੇ ਦਿਮਾਗ ਤੋਂ ਟਾਈਮ ਮਸ਼ੀਨ ਥੋੜ੍ਹੀ ਜਿਹੀ ਕਿਧਰੇ ਵੀ ਨਹੀਂ ਸੀ.

'ਸਥਾਨ ਦੇ ਆਕਾਰ ਤੋਂ ਨਿਰਣਾ ਕਰਨ ਲਈ, ਹਰੇ ਪੋਰਸਿਲੇਨ ਦੇ ਇਸ ਮਹਿਲ ਦਾ ਪਲਾਯੌਂਟੋਲੋਜੀ ਦੀ ਇਕ ਗੈਲਰੀ ਨਾਲੋਂ ਬਹੁਤ ਕੁਝ ਹੋਰ ਸੀ. ਸੰਭਵ ਤੌਰ ਇਤਿਹਾਸਕ ਗੈਲਰੀਆਂ; ਇਹ ਸ਼ਾਇਦ ਇਕ ਲਾਇਬ੍ਰੇਰੀ ਵੀ ਹੋਵੇ! ਘੱਟੋ-ਘੱਟ ਮੇਰੇ ਮੌਜੂਦਾ ਹਾਲਾਤ ਵਿੱਚ, ਇਹ ਪੁਰਾਣੇ ਸਮੇਂ ਦੇ ਭੂਗੋਲਿਕ ਪ੍ਰਣਾਲੀਆਂ ਦੇ ਮੁਕਾਬਲੇ ਇਹ ਬਹੁਤ ਜ਼ਿਆਦਾ ਦਿਲਚਸਪ ਹੋਣਗੇ. ਪੜਚੋਲ, ਮੈਨੂੰ ਇੱਕ ਹੋਰ ਛੋਟਾ ਗੈਲਰੀ ਪਹਿਲੇ ਪਰਿਵਰਤਨ ਚੱਲ ਰਹੇ ਪਾਇਆ ਇਹ ਖਣਿਜ ਪਦਾਰਥਾਂ ਲਈ ਸਮਰਪਿਤ ਹੋ ਗਿਆ ਸੀ, ਅਤੇ ਗੰਧਕ ਦੀ ਇੱਕ ਬਲਾਕ ਦੀ ਦ੍ਰਿਸ਼ਟੀ ਨੇ ਮੇਰੀ ਮਨੋਬਿਰਤੀ ਨੂੰ ਗਨਪਾਊਡਰ ਤੇ ਚਲਾਇਆ. ਪਰ ਮੈਨੂੰ ਕੋਈ ਸਾਦਾ ਪੰਪ ਨਹੀਂ ਮਿਲਿਆ; ਅਸਲ ਵਿਚ, ਕਿਸੇ ਵੀ ਕਿਸਮ ਦੇ ਨਾਈਟ੍ਰੇਟਸ ਨਹੀਂ. ਬਿਨਾਂ ਸ਼ੱਕ ਉਨ੍ਹਾਂ ਨੇ ਕਈ ਸਾਲ ਪਹਿਲਾਂ ਦੀਆਂ ਰਸੀਦਾਂ ਪੇਸ਼ ਕੀਤੀਆਂ ਸਨ. ਅਜੇ ਵੀ ਮੇਰੇ ਦਿਮਾਗ ਵਿਚ ਗੰਧਕ ਤਿਲਕ ਗਿਆ ਅਤੇ ਸੋਚ ਦੀ ਰੇਲਗੱਡੀ ਬਣਾਈ. ਉਸ ਗੈਲਰੀ ਦੇ ਬਾਕੀ ਭਾਗਾਂ ਲਈ, ਹਾਲਾਂਕਿ ਸਮੁੱਚੇ ਤੌਰ ਤੇ ਉਹ ਸਭ ਤੋਂ ਵਧੀਆ ਸਾਂਭ ਕੇ ਰੱਖੇ ਹੋਏ ਸਨ, ਮੈਨੂੰ ਬਹੁਤ ਘੱਟ ਦਿਲਚਸਪੀ ਸੀ ਮੈਂ ਖਣਿਜ ਵਿਗਿਆਨ ਵਿਚ ਕੋਈ ਮਾਹਰ ਨਹੀਂ ਹਾਂ,ਅਤੇ ਮੈਂ ਇਕ ਬਹੁਤ ਹੀ ਤਬਾਹਕੁੰਨ ਘੇਰਾ ਪਾਟ ਕੇ ਚਲਾ ਗਿਆ ਜੋ ਕਿ ਪਹਿਲੇ ਹਾਲ ਵਿਚ ਮੈਂ ਦਾਖਲ ਹੋਇਆ ਸੀ. ਜ਼ਾਹਰ ਹੈ ਕਿ ਇਹ ਸੈਕਸ਼ਨ ਕੁਦਰਤੀ ਇਤਿਹਾਸ ਨੂੰ ਸਮਰਪਿਤ ਕੀਤਾ ਗਿਆ ਸੀ, ਪਰੰਤੂ ਸਭ ਕੁਝ ਲੰਬੇ ਸਮੇਂ ਤੋਂ ਮਾਨਤਾ ਤੋਂ ਪਾਸ ਹੋ ਗਿਆ ਸੀ. ਇਕ ਵਾਰ ਪਹਿਲਾਂ ਕੀ ਕੀਤਾ ਗਿਆ ਸੀ ਇਸਦਾ ਕੁਝ ਕੜਵਾਣਾ ਅਤੇ ਕਾਲੀ ਸੂਚੀ ਭਰੀ ਹੋਈ ਜਾਨਵਰ, ਜੜ੍ਹਾਂ ਵਿੱਚ ਮੁਰਦਾ ਮਮਿਜ਼ ਜੋ ਇੱਕ ਵਾਰ ਆਤਮਾ ਨਾਲ ਰਲਿਆ ਹੋਇਆ ਸੀ, ਚਲਦੀ ਪੌਦਿਆਂ ਦੀ ਇੱਕ ਭੂਰੀ ਧੂੜ: ਇਹ ਸਭ ਸੀ! ਮੈਨੂੰ ਇਸ ਲਈ ਅਫਸੋਸ ਸੀ, ਕਿਉਂਕਿ ਮੈਨੂੰ ਪੇਟੈਂਟ ਰਿਪੇਸਟੈਂਟੇਸ਼ਨਾਂ ਦਾ ਪਤਾ ਲਗਾਉਣ ਲਈ ਖੁਸ਼ੀ ਹੋਣੀ ਚਾਹੀਦੀ ਸੀ ਜਿਸ ਨਾਲ ਐਨੀਮੇਟਡ ਪ੍ਰਕਿਰਤੀ ਦੀ ਜਿੱਤ ਹਾਸਲ ਕੀਤੀ ਗਈ ਸੀ. ਤਦ ਅਸੀਂ ਬਸ ਭਾਰੀ ਅਨੁਪਾਤ ਦੀ ਇਕ ਗੈਲਰੀ ਵਿੱਚ ਆਏ ਸੀ, ਪਰ ਇੱਕਦਮ ਬੁਰੀ ਤਰਾਂ ਦੀ ਰੋਸ਼ਨੀ, ਇਸਦੇ ਫਲੋਰ ਦੀ ਅੰਤ ਵਿੱਚ ਇੱਕ ਮਾਮੂਲੀ ਜਿਹੇ ਕੋਣੇ ' ਅੰਤਰਾਲਾਂ 'ਤੇ ਸਫੈਦ

ਗਲੋਬਾਂ ਛੱਤ ਤੋਂ ਲਟਕੀਆਂ-ਬਹੁਤ ਸਾਰੀਆਂ ਚੀਰੀਆਂ ਅਤੇ ਟੋਟੇ-ਟੁਕੜੇ-ਜਿਨ੍ਹਾਂ ਨੇ ਸੁਝਾਅ ਦਿੱਤਾ ਕਿ ਅਸਲ ਵਿਚ ਸਥਾਨ ਨੂੰ ਨਕਲੀ ਢੰਗ ਨਾਲ ਪ੍ਰਕਾਸ਼ਤ ਕੀਤਾ ਗਿਆ ਸੀ. ਇੱਥੇ ਮੈਂ ਆਪਣੇ ਤੱਤ ਵਿੱਚ ਹੋਰ ਜਿਆਦਾ ਸੀ, ਮੇਰੇ ਦੋਹਾਂ ਪਾਸੇ ਵਧਣ ਲਈ ਵੱਡੀਆਂ ਮਸ਼ੀਨਾਂ ਦਾ ਵਿਸ਼ਾਲ ਬੱਲਾ ਸੀ, ਸਾਰੇ ਬਹੁਤ ਹੀ ਖਰਾਬ ਹੋ ਗਏ ਅਤੇ ਬਹੁਤ ਸਾਰੇ ਟੁੱਟੇ ਹੋਏ ਸਨ, ਪਰ ਕੁਝ ਅਜੇ ਵੀ ਕਾਫ਼ੀ ਮੁਕੰਮਲ ਹਨ. ਤੁਹਾਨੂੰ ਪਤਾ ਹੈ ਕਿ ਮੈਨੂੰ ਵਿਧੀ ਦੇ ਲਈ ਇੱਕ ਖਾਸ ਕਮਜ਼ੋਰੀ ਹੈ, ਅਤੇ ਮੈਂ ਇਹਨਾਂ ਵਿੱਚ ਇੱਕਸਾਰ ਹੋਣ ਦਾ ਝੁਕਾਅ ਰੱਖਦਾ ਸੀ;ਸਭ ਤੋਂ ਵੱਧ ਇਹ ਕਿ ਉਹਨਾਂ ਦੇ ਕੋਲ ਪਹੇਲੀਆਂ ਦੀ ਦਿਲਚਸਪੀ ਸੀ, ਅਤੇ ਮੈਂ ਉਨ੍ਹਾਂ ਲਈ ਸਿਰਫ ਉਹੀ ਅੰਦਾਜ਼ਾ ਲਗਾ ਸਕਦਾ ਸੀ ਜੋ ਉਹ ਸਨ. ਮੈਂ ਸੋਚਦਾ ਹਾਂ ਕਿ ਜੇ ਮੈਂ ਉਨ੍ਹਾਂ ਦੇ ਸੁਰਾਗ ਨੂੰ ਹੱਲ ਕਰ ਸਕਦਾ ਹਾਂ ਤਾਂ ਮੈਂ ਆਪਣੇ ਆਪ ਨੂੰ ਸ਼ਕਤੀਆਂ ਦੇ ਕਬਜ਼ੇ ਵਿਚ ਲੈ ਲਵਾਂਗੀ ਜੋ ਕਿ ਮੋਰਲਾਂ ਦੇ ਵਿਰੁੱਧ ਵਰਤੇ ਜਾ ਸਕਦੇ ਹਨ.

'ਅਚਾਨਕ ਮਣਕੇ ਮੇਰੇ ਪਾਸੋਂ ਬਹੁਤ ਨਜ਼ਦੀਕ ਆਈ. ਇੰਨੀ ਅਚਾਨਕ ਕਿ ਉਸਨੇ ਮੈਨੂੰ ਡਰਾਇਆ ਵੇਖਿਆ ਕੀ ਇਹ ਉਸ ਲਈ ਨਹੀਂ ਹੋਇਆ ਸੀ ਮੈਂ ਨਹੀਂ ਸੋਚਦਾ ਕਿ ਮੈਨੂੰ ਇਹ ਦੇਖਣਾ ਚਾਹੀਦਾ ਹੈ ਕਿ ਗੈਲਰੀ ਦੇ ਫਰਸ਼ ' [ਫੁਟਨੋਟ] ਇਹ ਸ਼ਾਇਦ ਹੋ ਸਕਦਾ ਹੈ ਕਿ ਮੰਜ਼ਲ ਢਲਾਣ ਨਾ ਹੋਈ ਹੋਵੇ, ਪਰ ਇਹ ਇਕ ਪਹਾੜੀ ਦੇ ਪਾਸੇ ਬਣਿਆ ਹੋਇਆ ਸੀ. -ਦਿਲੋਂ] ਜਿਸ ਅੰਤ 'ਤੇ ਮੈਂ ਆਇਆ ਸੀ, ਉਹ ਜ਼ਮੀਨ ਤੋਂ ਕਾਫ਼ੀ ਸੀ, ਅਤੇ ਉਹ ਦੁਰਲੱਭ ਭਰੇ ਜਿਹੇ ਖਿੜਕੀਆਂ ਜਿਵੇਂ ਕਿ ਤੁਸੀਂ ਲੰਬਾਈ ਦੇ ਹੇਠਾਂ ਗਏ ਸੀ, ਧਰਤੀ ਉੱਤੇ ਇਹਨਾਂ ਝਰੋਖਿਆਂ ਦੇ ਵਿਰੁੱਧ ਆਇਆ ਸੀ, ਜਦੋਂ ਤੱਕ ਕਿ ਹਰ ਇੱਕ ਲੰਡਨ ਘਰ ਦੇ "ਖੇਤਰ" ਵਰਗਾ ਇੱਕ ਟੋਏ ਨਹੀਂ ਸੀ, ਅਤੇ ਸਿਖਰ 'ਤੇ ਸਿਰਫ ਦਿਨ ਦੀ ਰੋਸ਼ਨੀ ਦੀ ਇੱਕ ਤੰਗ ਲਾਈਨ ਸੀ ਮੈਂ ਹੌਲੀ-ਹੌਲੀ ਮਸ਼ੀਨਿਆਂ ਨੂੰ ਪਰੇਸ਼ਾਨ ਕਰ ਕੇ ਚਲਾ ਗਿਆ, ਅਤੇ ਉਨ੍ਹਾਂ ਦਾ ਇਰਾਦਾ ਇਹ ਸੀ ਕਿ ਉਨ੍ਹਾਂ ਨੂੰ ਹੌਲੀ ਹੌਲੀ ਘੱਟ ਰੌਸ਼ਨੀ ਦਾ ਪਤਾ ਲੱਗ ਜਾਵੇ, ਜਦ ਤੱਕ ਕਿ ਇਸ ਦੇ ਵਧ ਰਹੇ ਸ਼ੱਕ ਕਾਰਨ ਮੇਰਾ ਧਿਆਨ ਖਿੱਚਿਆ ਨਾ ਗਿਆ.ਫਿਰ ਮੈਂ ਦੇਖਿਆ ਕਿ ਗੈਲਰੀ ਆਖ਼ਰੀ ਪੰਦਰਾਂ ਤੇ ਘਟੀ ਹੋਈ ਸੀ. ਮੈਂ ਝਿਜਕਿਆ, ਅਤੇ ਫਿਰ, ਜਿਵੇਂ ਮੈਂ ਮੈਨੂੰ ਚਾਰੇ ਪਾਸੇ ਦੇਖਿਆ, ਮੈਂ ਦੇਖਿਆ ਕਿ ਧੂੜ ਬਹੁਤ ਘੱਟ ਸੀ ਅਤੇ ਇਸ ਦੀ ਸਤਹ ਵੀ ਘੱਟ ਸੀ. ਹੋਰ ਅੱਗੇ ਦੀ ਧੁੰਦ ਵੱਲ, ਇਸ ਨੂੰ ਕਈ ਛੋਟੇ ਤੂੜੇ ਦੇ ਪੈਰਾਂ ਦੇ ਚਿੰਨ੍ਹ ਦੁਆਰਾ ਤੋੜਿਆ ਜਾ ਰਿਹਾ ਦਿਖਾਈ ਦਿੱਤਾ. ਉਸ ਸਮੇਂ ਦੇ ਮੋਰਲਾਂ ਦੀ ਤੁਰੰਤ ਹਾਜ਼ਰੀ ਬਾਰੇ ਮੇਰਾ ਵਿਚਾਰ. ਮੈਂ ਮਹਿਸੂਸ ਕੀਤਾ ਕਿ ਮੈਂ ਮਸ਼ੀਨਰੀ ਦੀ ਅਕਾਦਮਿਕ ਪ੍ਰੀਖਿਆ ਵਿਚ ਆਪਣਾ ਸਮਾਂ ਬਰਬਾਦ ਕਰ ਰਿਹਾ ਸੀ. ਮੈਨੂੰ ਇਹ ਯਾਦ ਦਿਵਾਇਆ ਗਿਆ ਕਿ ਇਹ ਦੁਪਹਿਰ ਵਿਚ ਪਹਿਲਾਂ ਹੀ ਬਹੁਤ ਅੱਗੇ ਵਧਿਆ ਸੀ ਅਤੇ ਇਹ ਕਿ ਮੇਰੇ ਕੋਲ

ਅਜੇ ਵੀ ਕੋਈ ਹਥਿਆਰ ਨਹੀਂ, ਕੋਈ ਪਨਾਹ ਨਹੀਂ ਸੀ, ਅਤੇ ਅੱਗ ਬਣਾਉਣ ਦਾ ਕੋਈ ਸਾਧਨ ਨਹੀਂ ਸੀ. ਅਤੇ ਫਿਰ ਗੈਲਰੀ ਦੇ ਰਿਮੋਟ ਕਾਲੇਪਨ ਵਿੱਚ ਮੈਂ ਇੱਕ ਅਜੀਬੋ-ਗਰੀਬ ਅਵਾਜ਼ ਸੁਣੀ, ਅਤੇ ਉਸੇ ਅਜੀਬ ਜਿਹੀ ਅਵਾਜ਼ ਵਿੱਚ ਮੈਂ ਖ਼ੂਹ ਨੂੰ ਸੁਣਿਆ.

'ਮੈਂ ਨੀਂਣ ਦਾ ਹੱਥ ਲੈ ਲਿਆ. ਫਿਰ, ਅਚਾਨਕ ਸੋਚ ਨਾਲ ਮਾਰਿਆ ਗਿਆ, ਮੈਂ ਉਸ ਨੂੰ ਛੱਡ ਦਿੱਤਾ ਅਤੇ ਇੱਕ ਮਸ਼ੀਨ ਵੱਲ ਚਲੀ ਗਈ, ਜਿਸ ਤੋਂ ਇੱਕ ਸਿਗਨੇਲ-ਬਕਸੇ ਵਿੱਚ ਉਹਨਾਂ ਦੇ ਉਲਟ ਲੀਵਰ ਦਾ ਅਨੁਮਾਨ ਲਗਾਇਆ ਗਿਆ. ਸਟੈਂਡ ਉੱਤੇ ਚੁੰਝ ਰਿਹਾ ਹੈ, ਅਤੇ ਇਸ ਲੀਵਰ ਨੂੰ ਮੇਰੇ ਹੱਥਾਂ ਵਿੱਚ ਫੜਨਾ, ਮੈਂ ਇਸ ਤੇ ਬਿੱਟਰੇ ਤੇ ਆਪਣਾ ਭਾਰ ਪਾ ਦਿੱਤਾ ਹੈ ਅਚਾਨਕ ਇਕ ਛੋਟੀ ਜਿਹੀ ਨੀਂਦ, ਮੱਧ ਗੜਬੜੀ ਵਿਚ ਚਲੀ ਜਾਂਦੀ ਹੈ, ਉਸ ਨੂੰ ਝਟਕਾ ਦੇਣਾ ਸ਼ੁਰੂ ਕਰ ਦਿੱਤਾ. ਮੈਂ ਲੀਵਰ ਦੀ ਤਾਕਤ ਦਾ ਸਹੀ ਢੰਗ ਨਾਲ ਨਿਰਣਾ ਕੀਤਾ ਸੀ, ਕਿਉਂਕਿ ਇਹ ਇੱਕ ਮਿੰਟ ਦੇ ਦਬਾਅ ਤੋਂ ਬਾਅਦ ਖਿੱਚਿਆ ਸੀ, ਅਤੇ ਮੈਂ ਉਸ ਦੇ ਨਾਲ ਇੱਕ ਹੱਥ ਜੋੜਿਆ ਜੋ ਕਿ ਮੇਰੇ ਹੱਥ ਵਿੱਚ ਕਾਫ਼ੀ ਹੈ, ਮੈਂ ਨਿਰਣਾ ਕੀਤਾ ਹੈ, ਕਿਸੇ ਵੀ ਮੋਰਟਲਕਲ ਖੋਪੜੀ ਲਈ, ਜੋ ਮੈਂ ਆ ਸਕਦੀ ਹਾਂ, ਅਤੇ ਮੈਨੂੰ ਇੱਕ ਜ ਇਸ ਲਈ ਹੋਰ ਬਹੁਤ ਕੁਝ ਕਰਨ ਲਈ ਬਹੁਤ ਚਾਹਵਾਨ. ਬਹੁਤ ਅਹਿੰਸਾ, ਤੁਸੀਂ ਸੋਚ ਸਕਦੇ ਹੋ, ਕਿ ਤੁਸੀਂ ਆਪਣੇ ਹੀ ਬੱਚਿਆਂ ਦੀ ਹੱਤਿਆ ਕਰਨਾ ਚਾਹੁੰਦੇ ਹੋ! ਪਰ ਇਹ ਅਸੰਭਵ ਸੀ, ਕਿਸੇ ਤਰ੍ਹਾਂ, ਚੀਜ਼ਾਂ ਵਿੱਚ ਕਿਸੇ ਵੀ ਮਨੁੱਖਤਾ ਨੂੰ ਮਹਿਸੂਸ ਕਰਨਾ. ਸਿਰਫ ਵਿਅੰਜਨ ਛੱਡਣ ਲਈ ਮੇਰਾ ਬੇਇੱਜ਼ਤੀ,ਅਤੇ ਇਹ ਕਾਇਲ ਕਰਦਾ ਹੈ ਕਿ ਜੇ ਮੈਂ ਆਪਣੀ ਟਾਈਸ ਮਸ਼ੀਨ ਨੂੰ ਕਤਲ ਕਰਨ ਦੀ ਪਿਆਸ ਨੂੰ ਤੋੜਨਾ ਸ਼ੁਰੂ ਕਰ ਦਿੱਤਾ ਤਾਂ ਮੈਂ ਸਿੱਧਾ ਗੈਲਰੀ ਵਿਚ ਜਾਣ ਤੋਂ ਰੋਕਿਆ ਅਤੇ ਮੈਂ ਉਨ੍ਹਾਂ ਪੁਤਲੀਆਂ ਨੂੰ ਮਾਰਿਆ ਜੋ ਮੈਂ ਸੁਣੀਆਂ ਸਨ.

'ਇਕ ਪਾਸੇ, ਇਕ ਪਾਸੇ ਅਤੇ ਇਕ ਦੂਜੇ ਵਿਚ ਮਾਈਸਾ, ਮੈਂ ਉਸ ਗੈਲਰੀ ਤੋਂ ਬਾਹਰ ਨਿਕਲਿਆ ਅਤੇ ਇਕ ਹੋਰ ਵਿਚ ਅਤੇ ਅਜੇ ਵੀ ਵੱਡੀ, ਜਿਸ ਦੀ ਪਹਿਲੀ ਨਜ਼ਰ' ਤੇ ਮੈਨੂੰ ਇਕ ਫੌਜੀ ਚੈਪਲ ਦਾ ਤੌਂਖਲਾ ਫਲੈਗ ਨਾਲ ਲਟਕਿਆ. ਭੂਰੇ ਅਤੇ ਚਿੱਚੜ ਲਤ੍ਤਾ ਜੋ ਇਸਦੇ ਪਾਸਿਆਂ ਤੋਂ ਲਟਕਿਆ ਹੋਇਆ ਹੈ, ਮੈਂ ਹੁਣ ਕਿਤਾਬਾਂ ਨੂੰ ਤਬਾਹ ਕਰਨ ਦੇ ਤੌਰ ਤੇ ਪਛਾਣਿਆ ਹੈ. ਉਹ ਲੰਬੇ ਸਮੇਂ ਤੋਂ ਟੁਕੜੇ ਟੋਟੇ ਕੀਤੇ ਗਏ ਸਨ, ਅਤੇ ਛਪਾਈ ਦੇ ਹਰੇਕ ਸ਼ਕਲ ਦੇ ਸਨ ਉਨ੍ਹਾਂ ਨੇ ਛੱਡ ਦਿੱਤਾ ਸੀ ਪਰ ਇੱਥੇ ਅਤੇ ਉਥੇ ਤਲੇ ਹੋਏ ਬੋਰਡ ਅਤੇ ਤਾਰਾਂ ਪੀਆਂ ਧਾਗਾ ਧਾਤ ਸਨ ਜਿਨ੍ਹਾਂ ਨੇ ਚੰਗੀ ਕਹਾਣੀ ਦੱਸੀ. ਕੀ ਮੈਂ ਇਕ ਸਾਹਿਤਕ ਆਦਮੀ ਹਾਂ, ਹੋ ਸਕਦਾ ਹੈ ਕਿ ਮੈਂ ਸ਼ਾਇਦ ਸਾਰੀਆਂ ਲਾਲਸਾਵਾਂ ਦੀ ਵਿਅਰਥਤਾ ' ਪਰ ਜਿਵੇਂ ਹੀ ਇਹ ਸੀ, ਜਿਸ ਗੱਲ ਨੇ ਮੈਨੂੰ ਸਭ ਤੋਂ

ਤਾਕਤਵਰ ਸ਼ਕਤੀ ਦਿੱਤੀ, ਉਹ ਮਜ਼ਦੂਰੀ ਦੀ ਭਾਰੀ ਬੇਚੈਨੀ ਸੀ, ਜਿਸ ਲਈ ਸੱਟ ਲੱਗਣ ਵਾਲੇ ਕਾਗਜ਼ ਦੀ ਇਸ ਨਰਮ ਜੰਗਲੀ ਨੇ ਗਵਾਹੀ ਦਿੱਤੀ. ਉਸ ਵਕਤ ਮੈਂ ਇਹ ਇਕਬਾਲ ਕਰਾਂਗਾ ਕਿ ਮੈਂ ਦਾਰਸ਼ਨਕ ਲੈਣ-ਦੇਣ ਦੇ ਮੁੱਖ ਤੌਰ ਤੇ ਸੋਚਿਆ ਅਤੇ ਭੌਤਿਕ ਆਪਟਿਕਸ ਉੱਤੇ ਆਪਣੇ ਸਤਾਰਾਂ ਕਾਗਜ਼ਾਂ 'ਤੇ ਵਿਚਾਰ ਕੀਤਾ.

'ਫਿਰ, ਇਕ ਵਿਆਪਕ ਪੌੜੀਆਂ ਚੜ੍ਹਨ ਤੋਂ ਬਾਅਦ, ਅਸੀਂ ਇਕ ਵਾਰ ਤਕਨੀਕੀ ਰਸਾਇਣ ਦੀ ਗੈਲਰੀ ਹੋ ਸਕਦੀ ਸੀ. ਅਤੇ ਇੱਥੇ ਮੈਨੂੰ ਲਾਹੇਵੰਦ ਖੋਜਾਂ ਦੀ ਥੋੜੀ ਉਮੀਦ ਨਹੀਂ ਸੀ. ਇਕ ਪਾਸੇ ਜਿੱਥੇ ਛੱਤ ਢਹਿ ਗਈ ਸੀ, ਇਸ ਗੈਲਰੀ ਨੂੰ ਚੰਗੀ ਤਰ੍ਹਾਂ ਸੁਰੱਖਿਅਤ ਰੱਖਿਆ ਗਿਆ ਸੀ. ਮੈਂ ਹਰ ਅਟੁੱਟ ਕੇਸ ਵਿਚ ਉਤਸੁਕਤਾ ਨਾਲ ਗਿਆ. ਅਤੇ ਅਖੀਰ ਵਿੱਚ, ਅਸਲ ਹਵਾ-ਘੁੱਟ ਕੇਸਾਂ ਵਿੱਚੋਂ ਇੱਕ ਵਿੱਚ, ਮੈਨੂੰ ਮੈਚਾਂ ਦੇ ਇੱਕ ਡੱਬੇ ਦਾ ਪਤਾ ਲੱਗਾ ਬਹੁਤ ਉਤਸੁਕਤਾ ਨਾਲ ਮੈਂ ਉਨ੍ਹਾਂ ਦੀ ਕੋਸ਼ਿਸ਼ ਕੀਤੀ. ਉਹ ਬਿਲਕੁਲ ਚੰਗਾ ਸਨ. ਉਹ ਵੀ ਗਿੱਲੇ ਨਹੀਂ ਸਨ. ਮੈਂ ਵਾਈਨ ਵੱਲ ਆਇਆ "ਨਾਚ", ਮੈਂ ਉਸਦੀ ਆਪਣੀ ਜੀਭ ਵਿਚ ਰੋਈ ਹੁਣ ਮੇਰੇ ਕੋਲ ਭਿਆਨਕ ਜੀਵ-ਜੰਤੂਆਂ ਦੇ ਵਿਰੁੱਧ ਇਕ ਹਥਿਆਰ ਹੈ ਜਿਸ ਦੀ ਸਾਨੂੰ ਡਰ ਸੀ. ਅਤੇ ਇਸ ਤਰ੍ਹਾਂ, ਇਸ ਜਹਿਦ-ਭਰੇ ਮਿਊਜ਼ੀਅਮ ਵਿਚ, ਮਿੱਟੀ ਦੇ ਗਰਮ ਸੁੰਦਰ ਗਿੱਟੇ 'ਤੇ, ਨੀਂਗ ਦੀ ਹਉਮੈ ਨੂੰ, ਮੈਂ ਪੂਰੀ ਤਰ੍ਹਾਂ ਇਕ ਸੰਯੁਕਤ ਡਾਂਸ ਕੀਤੀ, ਜਿਸ ਨਾਲ ਚੁੱਪ-ਚੁਪੀਤੇ ਦੀ ਧਰਤੀ' ਤੇ ਰੌਲਾ ਪਿਆ ਜਿਵੇਂ ਮੈਂ ਕਰ ਸਕਦਾ ਹਾਂ. ਹਿੱਸੇ ਵਿੱਚ ਇਹ ਇੱਕ ਆਮ ਕੈਨਾਨ ਸੀ, ਇੱਕ ਪੜਾਅ ਡਾਂਸ ਵਿੱਚ,ਇੱਕ ਸਕਰਟ-ਡਾਂਸ (ਜਿਵੇਂ ਕਿ ਮੇਰੀ ਪੂਛ-ਕੋਟ ਦੀ ਇਜਾਜ਼ਤ ਹੈ) ਭਾਗ ਵਿੱਚ, ਅਤੇ ਅੰਸ਼ ਮੂਲ ਰੂਪ ਵਿੱਚ. ਕਿਉਂਕਿ ਮੈਂ ਕੁਦਰਤੀ ਤੌਰ ਤੇ ਅਭਿਲਾਸ਼ੀ ਹਾਂ, ਜਿਵੇਂ ਕਿ ਤੁਸੀਂ ਜਾਣਦੇ ਹੋ.

'ਹੁਣ, ਮੈਂ ਅਜੇ ਵੀ ਸੋਚਦਾ ਹਾਂ ਕਿ ਅਨਮੋਲ ਸਾਲਾਂ ਲਈ ਸਮੇਂ ਦੇ ਪਹਿਨਣ ਤੋਂ ਬਚਣ ਲਈ ਮੈਚ ਦੇ ਇਸ ਡੱਬੇ ਲਈ ਸਭ ਤੋਂ ਅਜੀਬ ਸੀ, ਮੇਰੇ ਲਈ ਇਹ ਸਭ ਤੋਂ ਵੱਧ ਕਿਸਮਤ ਵਾਲੀ ਗੱਲ ਸੀ. ਅਜੇ ਵੀ, ਅਜੀਬ ਤੌਰ 'ਤੇ, ਮੈਨੂੰ ਇੱਕ ਬਹੁਤ ਹੀ ਅਲੌਕਿਕ ਪਦਾਰਥ ਮਿਲਿਆ ਹੈ, ਅਤੇ ਇਹ ਕਪੂਰ ਸੀ. ਮੈਂ ਇਸ ਨੂੰ ਸੀਲਬੰਦ ਜਾਰ ਵਿੱਚ ਪਾਇਆ, ਜੋ ਕਿ ਮੌਕਾ ਦੇ ਕੇ, ਮੈਨੂੰ ਲੱਗਦਾ ਹੈ, ਅਸਲ ਵਿੱਚ ਸੀਲ ਕੀਤਾ ਗਿਆ ਸੀ ਪਹਿਲਾਂ ਮੈਂ ਸੋਚਦਾ ਸੀ ਕਿ ਇਹ ਪੈਰਾਫ਼ਿਨ ਮੋਮ ਸੀ ਅਤੇ ਉਸ ਅਨੁਸਾਰ ਕਾਸ਼ ਨੂੰ ਭੰਨ ਦਿੱਤਾ. ਪਰ ਕਪੂਰ ਦਾ ਸੁਗੰਧ ਅਵਿਸ਼ਵਾਸੀ ਸੀ. ਵਿਆਪਕ ਸੱਖਣਾ ਵਿਚ ਇਸ ਅਸਥਿਰ ਪਦਾਰਥ ਨੂੰ ਬਚਣ ਲਈ ਚੇਤੰਨ ਸੀ, ਸ਼ਾਇਦ ਹਜ਼ਾਰਾਂ ਸਦੀਆਂ ਤੋਂ. ਇਸ ਨੇ ਮੈਨੂੰ ਸੇਪਿਏ ਪੇਂਟਿੰਗ ਦੀ ਯਾਦ ਦਿਵਾਈ ਜਿਸ ਨੂੰ ਮੈਂ ਪਹਿਲਾਂ ਇਕ ਜੀਵ ਜੰਤਕ ਬੀਮਨੀਨੀਟ ਦੀ ਸਿਆਹੀ ਤੋਂ ਦੇਖਿਆ ਜੋ ਲੱਖਾਂ ਸਾਲ ਪਹਿਲਾਂ

ਖਤਮ ਹੋ ਗਿਆ ਸੀ ਅਤੇ ਉਹ ਫੁਰਤੀ ਨਾਲ ਬਣ ਗਏ ਹੋਣਗੇ. ਮੈਂ ਇਸ ਨੂੰ ਸੁੱਟਣ ਵਾਲਾ ਸੀ, ਪਰ ਮੈਨੂੰ ਯਾਦ ਹੈ ਕਿ ਇਹ ਬਲਣਸ਼ੀਲ ਸੀ ਅਤੇ ਇਕ ਚੰਗੀ ਚਮਕਦਾਰ ਅੱਗ ਨਾਲ ਸੜ ਗਈ - ਅਸਲ ਵਿਚ ਇਹ ਇਕ ਸ਼ਾਨਦਾਰ ਮੋਮਬੱਤੀ ਸੀ- ਅਤੇ ਮੈਂ ਇਸਨੂੰ ਆਪਣੀ ਜੇਬ ਵਿਚ ਪਾ ਦਿੱਤਾ. ਮੈਨੂੰ ਕੋਈ ਵਿਸਫੋਟਕ ਨਹੀਂ ਮਿਲਿਆ, ਹਾਲਾਂਕਿ, ਅਤੇ ਕਾਂਸੀ ਦੇ ਦਰਵਾਜ਼ੇ ਨੂੰ ਤੋੜਨ ਦੇ ਕਿਸੇ ਵੀ ਢੰਗ ਨਾਲ ਨਹੀਂ. ਅਜੇ ਤਕ ਮੇਰਾ ਲੋਹਾ ਪੰਛੀ ਸਭ ਤੋਂ ਲਾਹੇਵੰਦ ਚੀਜ਼ ਸੀ ਜੋ ਮੈਂ ਸੋਚਿਆ ਸੀ. ਫਿਰ ਵੀ ਮੈਂ ਉਸ ਗੈਲਰੀ ਨੂੰ ਬਹੁਤ ਖੁਸ਼ ਸੀ.

'ਮੈਂ ਤੁਹਾਨੂੰ ਉਸ ਲੰਬੇ ਦੁਪਹਿਰ ਦੀ ਕਹਾਣੀ ਨਹੀਂ ਦੱਸ ਸਕਦਾ. ਇਸ ਨੂੰ ਮੈਮੋਰੀ ਦੀ ਇੱਕ ਮਹਾਨ ਕੋਸ਼ਿਸ਼ ਦੀ ਲੋੜ ਹੈ ਕਿ ਉਹ ਮੇਰੇ ਸਾਰੇ ਸਹੀ ਕ੍ਰਮ ਵਿੱਚ ਮੇਰੇ ਅਪਰੈਲਿਆਂ ਨੂੰ ਯਾਦ ਕਰੇ. ਮੈਨੂੰ ਹਥਿਆਰਾਂ ਦੀ ਲੱਕੜ ਦੀ ਇੱਕ ਲੰਬੀ ਗੈਲਰੀ ਯਾਦ ਹੈ, ਅਤੇ ਮੈਂ ਆਪਣੇ ਬੁਰਕੇ ਅਤੇ ਖਾਰ ਜਾਂ ਤਲਵਾਰ ਦੇ ਵਿਚਕਾਰ ਝਿਜਕਿਆ ਕਿਵੇਂ? ਮੈਂ ਦੋਹਾਂ ਨੂੰ ਨਹੀਂ ਚੁੱਕ ਸਕਦਾ ਸੀ, ਅਤੇ ਲੋਹੇ ਦੇ ਮੇਰੇ ਪੱਤੇ ਨੇ ਕਾਂਸੀ ਦੇ ਫਾਟਕ ਦੇ ਵਿਰੁੱਧ ਵਧੀਆ ਵਾਅਦਾ ਕੀਤਾ ਸੀ. ਕਈ ਬੰਦੂਕਾਂ, ਪਿਸਤੌਲਾਂ ਅਤੇ ਰਾਈਫਲਜ਼ ਸਨ. ਸਭ ਤੋਂ ਜਿਆਦਾ ਲੋਕ ਜੰਗਾਲ ਦੇ ਸਨ, ਪਰ ਬਹੁਤ ਸਾਰੇ ਨਵੇਂ ਧਾਗਿਆਂ ਵਿੱਚੋਂ ਸਨ, ਅਤੇ ਅਜੇ ਵੀ ਕਾਫ਼ੀ ਆਵਾਜ਼ਾਂ ਸਨ. ਪਰ ਕੋਈ ਵੀ ਕਾਰਤੂਸ ਜਾਂ ਪਾਊਡਰ ਉੱਥੇ ਕਦੇ ਇੱਕ ਵਾਰ ਧੂੜ ਵਿੱਚ ਰੁੱਕਿਆ ਹੋ ਸਕਦਾ ਹੈ. ਮੈਂ ਦੇਖਿਆ ਕਿ ਇਕ ਕੋਹਰਾ ਜੋਰ ਗਿਆ ਸੀ ਅਤੇ ਚੂਰ ਚੂਰ ਹੋ ਗਿਆ ਸੀ; ਸ਼ਾਇਦ, ਮੈਂ ਸੋਚਿਆ, ਨਮੂਨੇ ਵਿਚ ਇਕ ਧਮਾਕੇ ਦੁਆਰਾ. ਇਕ ਹੋਰ ਜਗ੍ਹਾ ਵਿਚ ਮੂਰਤੀਆਂ ਦੀ ਇਕ ਵੱਡੀ ਲੜੀ ਸੀ- ਪੌਲੀਨੀਸ਼ਿਅਨ, ਮੈਸੇਨੀਅਨ, ਗਰੇਸਿਆਨ, ਫੋਨੀਸ਼ੀਅਨ, ਧਰਤੀ 'ਤੇ ਹਰ ਦੇਸ਼ ਮੈਨੂੰ ਸੋਚਣਾ ਚਾਹੀਦਾ ਹੈ. ਅਤੇ ਇੱਥੇ, ਇੱਕ ਅਟੱਲ ਆਵੇਗ ਵਿੱਚ ਉਪਜ,ਮੈਂ ਦੱਖਣ ਅਮੈਰਿਕਾ ਤੋਂ ਇਕ ਸਟੈਟਾਈਟ ਰਾਕ ਦੀ ਨੱਕ 'ਤੇ ਆਪਣਾ ਨਾਂ ਲਿਖਿਆ ਸੀ, ਜੋ ਖਾਸ ਤੌਰ' ਤੇ ਮੇਰਾ ਮਨਭਾਉਂਦਾ ਵਿਚਾਰ ਸੀ.

'ਜਿਵੇਂ ਸ਼ਾਮ ਦੀ ਸ਼ਾਮ ਆਈ, ਮੇਰੀ ਦਿਲਚਸਪੀ ਘੱਟ ਗਈ. ਮੈਂ ਗੈਲਰੀ ਤੋਂ ਬਾਅਦ ਗੈਲਰੀ ਰਾਹੀਂ ਚਲਾਇਆ, ਧੂੜ ਚੜ੍ਹਿਆ, ਸ਼ਾਂਤ, ਅਕਸਰ ਤਬਾਹਕੁੰਨ, ਕਈ ਵਾਰ ਸਿਰਫ ਜੰਗਾਲ ਅਤੇ ਲਿਗਨਾਈਜ ਦੇ ਢੇਰ ਨੂੰ ਪ੍ਰਦਰਸ਼ਿਤ ਕੀਤਾ ਜਾਂਦਾ ਸੀ, ਕਈ ਵਾਰੀ ਤਾਜ਼ਗੀ ਇਕ ਜਗ੍ਹਾ ਵਿਚ ਮੈਂ ਅਚਾਨਕ ਇਕ ਟਿਨ-ਮੇਨ ਦੇ ਮਾਡਲ ਦੇ ਨਜ਼ਦੀਕ ਮਹਿਸੂਸ ਕੀਤਾ, ਅਤੇ ਫਿਰ ਮੀਰੈਸਟ ਦੁਰਘਟਨਾ ਦੁਆਰਾ ਮੈਨੂੰ ਪਤਾ ਲੱਗਾ, ਇੱਕ ਹਵਾ-ਤੰਗ ਕੇਸ ਵਿੱਚ, ਦੋ ਡਾਇਨਾਮਾਈਟ ਕਾਰਤੂਸ! ਮੈਂ "ਯੂਰੇਕਾ!" ਅਤੇ ਮਾਮਲੇ ਨੂੰ ਖੁਸ਼ੀ ਨਾਲ ਭੰਨ ਦਿੱਤਾ. ਫਿਰ ਇੱਕ ਸ਼ੱਕ ਆਇਆ ਮੈਂ ਝਿਜਕਿਆ

ਫਿਰ, ਇੱਕ ਛੋਟੀ ਜਿਹੀ ਗੈਲਰੀ ਚੁਣਨ ਲਈ, ਮੈਂ ਆਪਣਾ ਅੰਗ ਬਣਾ ਲਿਆ. ਮੈਂ ਕਦੇ ਵੀ ਅਜਿਹੀ ਨਿਰਾਸ਼ਾ ਮਹਿਸੂਸ ਨਹੀਂ ਕੀਤੀ ਸੀ ਜਿਵੇਂ ਕਿ ਮੈਂ ਇੱਕ ਵਿਸਫੋਟ ਜਿਸਦਾ ਕਦੀ ਨਹੀਂ ਹੋਇਆ ਸੀ ਲਈ ਪੰਜ, ਦਸ, ਪੰਦਰਾਂ ਮਿੰਟ ਉਡੀਕ ਵਿੱਚ ਕੀਤਾ. ਇਹ ਸੱਚ ਹੈ ਕਿ ਚੀਜ਼ਾਂ ਡੁਮੀਆਂ ਸਨ, ਜਿਵੇਂ ਕਿ ਮੈਂ ਉਨ੍ਹਾਂ ਦੀ ਹਾਜ਼ਰੀ ਤੋਂ ਅਨੁਮਾਨ ਲਗਾਇਆ ਹੁੰਦਾ. ਮੈਂ ਸੱਚਮੁੱਚ ਇਹ ਮੰਨਦਾ ਹਾਂ ਕਿ ਉਹ ਅਜਿਹਾ ਨਹੀਂ ਸਨ, ਮੈਨੂੰ ਅਸਥਾਈ ਤੌਰ ਤੇ ਦੌੜਨਾ ਚਾਹੀਦਾ ਸੀ ਅਤੇ ਸਫਨੈਕਸ, ਕਾਂਸੇ ਦੇ ਦਰਵਾਜ਼ੇ ਨੂੰ ਉਡਾ ਦੇਣਾ ਚਾਹੀਦਾ ਸੀ ਅਤੇ (ਜਿਵੇਂ ਕਿ ਇਹ ਸਾਬਤ ਹੋਇਆ ਹੈ) ਸਮਾਂ ਮਸ਼ੀਨ ਲੱਭਣ ਦੀਆਂ ਸੰਭਾਵਨਾਵਾਂ ਹਨ, ਸਾਰੇ ਇਕੱਠੇ ਹੋ ਕੇ ਗੈਰ-ਮੌਜੂਦਗੀ ਵਿੱਚ.

'ਇਸ ਤੋਂ ਬਾਅਦ, ਮੈਂ ਸੋਚਦਾ ਹਾਂ, ਅਸੀਂ ਮਹਿਲ ਦੇ ਅੰਦਰ ਇਕ ਖੁੱਲ੍ਹੇ ਕਚਹਿਰੀ ਵਿਚ ਆਏ ਹਾਂ. ਇਸ ਨੂੰ ਹਰਾਇਆ ਗਿਆ ਸੀ, ਅਤੇ ਤਿੰਨ ਫਲਾਂ ਦੇ ਦਰਖ਼ਤ ਸਨ. ਇਸ ਲਈ ਅਸੀਂ ਆਰਾਮ ਕੀਤਾ ਅਤੇ ਆਪਣੇ ਆਪ ਨੂੰ ਤਾਜ਼ਾ ਕੀਤਾ. ਸੂਰਜ ਡੁੱਬਣ ਵੱਲ ਮੈਂ ਆਪਣੀ ਸਥਿਤੀ ਤੇ ਵਿਚਾਰ ਕਰਨਾ ਸ਼ੁਰੂ ਕੀਤਾ. ਰਾਤ ਨੂੰ ਸਾਡੇ ਉੱਤੇ ਜੀਉਂਦਾ ਕੀਤਾ ਗਿਆ ਸੀ, ਅਤੇ ਮੇਰੇ ਪਹੁੰਚਣ ਦੀ ਜਗ੍ਹਾ ਅਜੇ ਵੀ ਲੱਭੀ ਜਾ ਰਹੀ ਸੀ. ਪਰ ਹੁਣ ਮੈਨੂੰ ਬਹੁਤ ਘੱਟ ਪਰੇਸ਼ਾਨ ਕਰ ਰਿਹਾ ਹੈ. ਮੈਂ ਆਪਣੇ ਕੋਲ ਇੱਕ ਅਜਿਹੀ ਚੀਜ਼ ਰੱਖੀ ਹੋਈ ਸੀ, ਜੋ ਸ਼ਾਇਦ, ਮੋਰਲਾਂ ਦੇ ਖਿਲਾਫ ਸਭ ਤੋਂ ਬਿਹਤਰ ਰੱਖਿਆ ਸੀ-ਮੇਰੇ ਕੋਲ ਮੈਚ ਸਨ! ਮੈਂ ਆਪਣੀ ਜੇਬ ਵਿਚ ਕਪੂਰਰ ਵੀ ਸਾਂ, ਜੇ ਅੱਗ ਲੱਗ ਜਾਂਦੀ ਤਾਂ ਜ਼ਰੂਰ. ਇਹ ਮੈਨੂੰ ਜਾਪਦਾ ਸੀ ਕਿ ਸਭ ਤੋਂ ਚੰਗੀ ਗੱਲ ਅਸੀਂ ਕਰ ਸਕਦੇ ਹਾਂ ਕਿ ਰਾਤ ਨੂੰ ਖੁੱਲ੍ਹੇ ਵਿਚ, ਅੱਗ ਦੁਆਰਾ ਸੁਰੱਖਿਅਤ ਰੱਖਿਆ ਜਾਵੇ ਸਵੇਰ ਨੂੰ ਟਾਈਮ ਮਸ਼ੀਨ ਦੀ ਪ੍ਰਾਪਤੀ ਹੁੰਦੀ ਸੀ. ਉਸ ਵੱਲ, ਅਜੇ ਤੱਕ, ਮੇਰੇ ਕੋਲ ਸਿਰਫ ਮੇਰਾ ਲੋਹਾ ਗੱਤਾ ਹੀ ਸੀ. ਪਰ ਹੁਣ, ਮੇਰੇ ਵਧਦੇ ਹੋਏ ਗਿਆਨ ਦੇ ਨਾਲ, ਮੈਂ ਉਨ੍ਹਾਂ ਕਾਂਸੀ ਦੀਆਂ ਦਰਵਾਜ਼ਿਆਂ ਤੇ ਬਹੁਤ ਵੱਖਰੇ ਮਹਿਸੂਸ ਕੀਤਾ. ਇਸ ਲਈ, ਮੈਂ ਉਨ੍ਹਾਂ ਨੂੰ ਮਜਬੂਰ ਕਰਨ ਤੋਂ ਵਰਜਿਆ ਸੀ,ਮੁੱਖ ਤੌਰ ਤੇ ਦੂਜੇ ਪਾਸੇ ਦੇ ਭੇਤ ਕਾਰਨ. ਉਨ੍ਹਾਂ ਨੇ ਮੈਨੂੰ ਬਹੁਤ ਪ੍ਰਭਾਵਿਤ ਹੋਣ ਦੇ ਤੌਰ ਤੇ ਪ੍ਰਭਾਵਿਤ ਨਹੀਂ ਕੀਤਾ ਸੀ, ਅਤੇ ਮੈਂ ਉਮੀਦ ਕੀਤੀ ਸੀ ਕਿ ਕੰਮ ਲਈ ਲੋਅਰ ਮੇਨ ਪਾਰਟ ਨਾ ਮਿਲ ਸਕੇ.

'ਅਸੀਂ ਮਹਿਲ ਤੋਂ ਉਭਰਿਆ ਜਦੋਂ ਸੂਰਜ ਅਜੇ ਵੀ ਖਤਰੇ ਤੋਂ ਉੱਪਰ ਸੀ. ਅਗਲੀ ਸਵੇਰ ਨੂੰ ਮੈਂ ਸਫੇਨ ਸਪਿਨਕਸ 'ਤੇ ਪਹੁੰਚਣ ਦਾ ਪੱਕਾ ਇਰਾਦਾ ਕੀਤਾ ਸੀ, ਅਤੇ ਸ਼ਾਮ ਨੂੰ ਮੈਂ ਜੰਗਲ ਵਿਚ ਧੱਕਣ ਦਾ ਇਰਾਦਾ ਚਾਹੁੰਦਾ ਸੀ ਜਿਸ ਨੇ ਮੈਨੂੰ ਪਿਛਲੇ

ਸਫਰ ਤੇ ਰੋਕ ਦਿੱਤਾ ਸੀ. ਮੇਰੀ ਯੋਜਨਾ ਉਸ ਰਾਤ ਤਕ ਜਿੰਨੀ ਸੰਭਵ ਹੋ ਸਕੇ ਜਾਣੀ ਸੀ, ਅਤੇ ਫਿਰ ਅੱਗ ਬਣਾਉਣੀ, ਆਪਣੀ ਚਮਕ ਦੀ ਸੁਰੱਖਿਆ ਵਿਚ ਸੌਂ ਜਾਣਾ. ਜਿਵੇਂ ਕਿ ਜਿਵੇਂ ਅਸੀਂ ਗਏ, ਮੈਂ ਕੋਈ ਵੀ ਸਟਿਕਸ ਜਾਂ ਸੁੱਕ ਘਾਹ ਇਕੱਠੀ ਕੀਤੀ, ਜੋ ਮੈਂ ਵੇਖਿਆ, ਅਤੇ ਇਸ ਵੇਲੇ ਮੇਰੇ ਹੱਥਾਂ ਨੂੰ ਅਜਿਹੀ ਕੂੜਤਾ ਨਾਲ ਭਰਿਆ ਹੋਇਆ ਸੀ. ਇਸ ਤਰ੍ਹਾਂ ਲੋਡ ਹੋ ਗਿਆ, ਮੇਰੀ ਤਰੱਕੀ ਹੌਲੀ ਸੀ, ਜੋ ਮੈਂ ਆਸ ਕੀਤੀ ਸੀ, ਅਤੇ ਵਿਅੰਜ ਤੋਂ ਇਲਾਵਾ ਥੱਕ ਗਿਆ ਸੀ. ਅਤੇ ਮੈਂ ਨੀਂਦ ਤੋਂ ਵੀ ਪੀੜਤ ਹੋ ਗਈ; ਇਸ ਲਈ ਅਸੀਂ ਲੱਕੜ ਤੱਕ ਪਹੁੰਚਣ ਤੋਂ ਪਹਿਲਾਂ ਸਾਰੀ ਰਾਤ ਸੀ. ਇਸ ਦੇ ਕਿਨਾਰੇ ਦੀ ਸੂਤ ਦੇ ਝਰਨੇ ਪਹਾੜ ਤੇ, ਸਾਡੇ ਅੱਗੇ ਹਨੇਰਾ ਤੋਂ ਡਰਨਾ ਬੰਦ ਕਰ ਦੇਣਾ ਸੀ; ਪਰ ਆਉਣ ਵਾਲੀ ਤਬਾਹੀ ਦਾ ਇਕਵਇਕ ਅਰਥ ਹੈ, ਜੋ ਕਿ ਸੱਚਮੁੱਚ ਮੇਰੀ ਇਕ ਚੇਤਾਵਨੀ ਦੇ ਤੌਰ ਤੇ ਸੇਵਾ ਕੀਤੀ ਹੈ,ਮੈਨੂੰ ਅੱਗੇ ਵਧਾਇਆ ਮੈਨੂੰ ਰਾਤ ਅਤੇ ਦੋ ਦਿਨਾਂ ਲਈ ਨੀਂਦ ਨਹੀਂ ਸੀ, ਅਤੇ ਮੈਂ ਬੁਖਾਰ ਤੇ ਚਿੜਚਿੜਾ ਸੀ. ਮੈਨੂੰ ਲਗਦਾ ਹੈ ਕਿ ਮੇਰੇ ਉੱਤੇ ਨੀਂਦ ਆ ਰਹੀ ਹੈ, ਅਤੇ ਇਸ ਨਾਲ ਮੋਰਕਲ ਹਨ.

'ਜਦੋਂ ਅਸੀਂ ਝਕਨੀਏ, ਸਾਡੇ ਪਿੱਛੇ ਕਾਲੇ ਦੇ ਵਿਚਕਾਰ, ਅਤੇ ਆਪਣੇ ਕਾਲਪਨਿਕ ਦੇ ਖਿਲਾਫ ਧੁੰਦ, ਮੈਨੂੰ ਤਿੰਨ ਦੇ ਅੰਕੜੇ ਨੂੰ ਵੇਖਿਆ ਸਾਡੇ ਬਾਰੇ ਸੁੱਤੇ ਅਤੇ ਲੰਬੇ ਘਾਹ ਸਨ, ਅਤੇ ਮੈਂ ਉਹਨਾਂ ਦੇ ਦੰਭੀ ਨਜ਼ਰੀਏ ਤੋਂ ਸੁਰੱਖਿਅਤ ਮਹਿਸੂਸ ਨਹੀਂ ਕੀਤਾ. ਜੰਗਲ, ਮੈਂ ਗਿਣਿਆ, ਇੱਕ ਮੀਲ ਤੋਂ ਵੀ ਘੱਟ ਸੀ ਜੇ ਅਸੀਂ ਇਸ ਨੂੰ ਨੰਗੇ ਪਹਾੜੀ ਦੇ ਪਾਸੇ ਤੇ ਲੈ ਜਾਵਾਂਗੇ, ਤਾਂ ਉੱਥੇ, ਜਿਵੇਂ ਮੈਨੂੰ ਲੱਗਦਾ ਸੀ ਕਿ ਇਹ ਬਿਲਕੁਲ ਸੁਰੱਖਿਅਤ ਥਾਂ ਸੀ; ਮੈਂ ਸੋਚਿਆ ਕਿ ਮੇਰੇ ਮੈਚ ਅਤੇ ਮੇਰੇ ਨਾਲ ਮੈਂ ਜੰਗਲਾਂ ਦੇ ਰਾਹੀ ਆਪਣੇ ਮਾਰਗ ਨੂੰ ਰੌਸ਼ਨ ਕਰਨ ਲਈ ਵਰਤ ਸਕਦਾ ਸੀ. ਪਰ ਇਹ ਸਪੱਸ਼ਟ ਸੀ ਕਿ ਜੇ ਮੈਂ ਆਪਣੇ ਹੱਥਾਂ ਨਾਲ ਮੈਚ ਫੁਲਦਾ ਰਹਾਂ ਤਾਂ ਮੈਨੂੰ ਆਪਣੀ ਬਾਲਣ ਛੱਡਣੀ ਪਵੇਗੀ. ਇਸ ਲਈ, ਨਾ ਕਿ ਬੇਸਬਰੀ ਨਾਲ, ਮੈਂ ਇਸਨੂੰ ਪਾਉਂਦਾ ਹਾਂ. ਅਤੇ ਫਿਰ ਇਹ ਮੇਰੇ ਸਿਰ ਵਿੱਚ ਆ ਗਿਆ ਕਿ ਮੈਂ ਇਸ ਨੂੰ ਰੋਸ਼ਨੀ ਕਰਕੇ ਆਪਣੇ ਦੋਸਤਾਂ ਨੂੰ ਹੈਰਾਨ ਕਰ ਦਿਆਂਗਾ. ਮੈਨੂੰ ਇਸ ਕਾਰਵਾਈ ਦੇ ਘੋਰ ਬੇਵਕੂਫੀ ਦੀ ਖੋਜ ਕਰਨੀ ਚਾਹੀਦੀ ਸੀ,ਪਰ ਇਹ ਮੇਰੇ ਮਨ ਵਿੱਚ ਆਇਆ ਸੀ ਕਿ ਸਾਡੀ ਇੱਕਤਰਤਾ ਨੂੰ ਢੱਕਣ ਲਈ ਇੱਕ ਵਧੀਆ ਕਦਮ

'ਮੈਂ ਨਹੀਂ ਜਾਣਦੀ ਕਿ ਕੀ ਤੁਸੀਂ ਕਦੇ ਸੋਚਿਆ ਹੈ ਕਿ ਮਨੁੱਖ ਦੀ ਅਣਹੋਂਦ ਅਤੇ ਸ਼ਾਂਤ ਮਾਹੌਲ ਵਿਚ ਇਕ ਅਣਮੁੱਲ ਚੀਜ਼ ਦੀ ਲਾਟ ਕਿੰਨੀ ਹੋਣੀ ਚਾਹੀਦੀ ਹੈ. ਸੂਰਜ ਦੀ ਗਰਮੀ ਹੌਲੀ ਹੌਲੀ ਹੌਲੀ ਹੌਲੀ ਲਿਖਣ ਲਈ ਕਾਫ਼ੀ ਤਾਕਤਵਰ ਹੁੰਦੀ ਹੈ, ਉਦੋਂ ਵੀ ਜਦੋਂ ਇਹ ਤ੍ਰੇਲ ਨਾਲ ਫੋਕਸ ਹੁੰਦਾ ਹੈ, ਜਿਵੇਂ ਕਈ ਗਰਮ ਦੇਸ਼ਾਂ ਦੇ ਮੌਸਮ ਵਿੱਚ

ਕਈ ਵਾਰ ਹੁੰਦਾ ਹੈ. ਬਿਜਲੀ ਧਮਾਕੇ ਅਤੇ ਬਲੈਕ ਹੋ ਸਕਦੀ ਹੈ, ਪਰ ਇਹ ਘੱਟ ਹੀ ਵਿਆਪਕ ਅੱਗ ਨੂੰ ਉਤਪੰਨ ਕਰਦੀ ਹੈ. ਕਣਕ ਦੀ ਬੂਟੀ ਕਦੇ-ਕਦਾਈਂ ਇਸ ਦੇ ਧਾਗਿਆਂ ਦੀ ਗਰਮੀ ਨਾਲ ਧਸਦੀ ਰਹਿੰਦੀ ਹੈ, ਪਰੰਤੂ ਇਹ ਘੱਟ ਹੀ ਫਲ ਦੀ ਭਾਵਨਾ ਨਾਲ ਨਤੀਜਾ ਹੈ. ਇਸ ਪਕੜ ਵਿਚ ਵੀ ਅੱਗ ਬੁਝਾਉਣ ਦੀ ਕਲਾ ਧਰਤੀ ਉੱਤੇ ਭੁਲਾ ਦਿੱਤੀ ਗਈ ਸੀ. ਲਾਲ ਜੀਵ ਜੋ ਕਿ ਲੱਕੜ ਦੇ ਮੇਰੇ ਢੇਰਾਂ ਨੂੰ ਕੁਚਲ ਦਿੰਦੇ ਸਨ, ਬਿਲਕੁਲ ਇੱਕ ਨਵੀਂ ਅਤੇ ਅਜੀਬ ਚੀਜ਼ ਸੀ.

'ਉਹ ਇਸ ਵੱਲ ਭੱਜਣਾ ਚਾਹੁੰਦੀ ਸੀ ਅਤੇ ਇਸ ਨਾਲ ਖੇਡਣਾ ਚਾਹੁੰਦਾ ਸੀ. ਮੇਰਾ ਵਿਸ਼ਵਾਸ ਹੈ ਕਿ ਉਸਨੇ ਖੁਦ ਨੂੰ ਇਸ ਵਿੱਚ ਪਾ ਦਿੱਤਾ ਹੋਵੇਗਾ. ਪਰ ਮੈਂ ਉਸਨੂੰ ਫੜ ਲਿਆ, ਅਤੇ ਉਸਦੇ ਸੰਘਰਸ਼ ਦੇ ਬਾਵਜੂਦ, ਮੇਰੇ ਅੱਗੇ ਦ੍ਰਿੜ੍ਹਤਾ ਨਾਲ ਲੱਕੜ ਵਿੱਚ ਡੁੱਬ ਗਿਆ. ਥੋੜ੍ਹੀ ਜਿਹੀ ਲਈ ਮੇਰੀ ਅੱਗ ਦੀ ਚਮਕ ਮਾਰਗ ਜਗਮਗਾਉਂਦੀ ਹੈ ਵਰਤਮਾਨ ਸਮੇਂ ਵੱਲ ਦੇਖਦੇ ਹੋਏ, ਭੀੜ ਦੇ ਟੁਕੜਿਆਂ ਰਾਹੀਂ ਮੈਂ ਦੇਖ ਸਕਦਾ ਸੀ ਕਿ ਲੱਕੜੀਆਂ ਦੇ ਮੇਰੇ ਢੇਰ ਤੋਂ ਅੱਗ ਲੱਗ ਕੇ ਕੁਝ ਬੱਸਾਂ ਵਿਚ ਫੈਲ ਗਈ ਸੀ ਅਤੇ ਪਹਾੜੀ ਦੇ ਘਾਹ ਨੂੰ ਅੱਗ ਲੱਗੀ ਹੋਈ ਸੀ. ਮੈਂ ਇਸ 'ਤੇ ਹੱਸ ਪਈ, ਅਤੇ ਮੇਰੇ ਅੱਗੇ ਹਨੇਰੇ ਦੇ ਦਰੱਖਤਾਂ ਵੱਲ ਮੁੜਿਆ. ਇਹ ਬਹੁਤ ਹੀ ਕਾਲਾ ਸੀ ਅਤੇ ਵਿਨਾਸ਼ ਨੇ ਮੇਰੇ ਲਈ ਅਚਾਨਕ ਰੁਕੀ ਹੋਈ ਸੀ, ਪਰ ਅਜੇ ਵੀ ਉੱਥੇ ਸੀ, ਕਿਉਂਕਿ ਮੇਰੀ ਨਿਗਾਹ ਅੰਧਕਾਰ ਵਿਚ ਆ ਗਈ ਸੀ, ਮੇਰੇ ਲਈ ਪੈਦਾ ਹੋਣ ਤੋਂ ਬਚਣ ਲਈ ਕਾਫੀ ਰੌਸ਼ਨੀ. ਓਵਰਹੈੱਡ ਇਹ ਸਿਰਫ ਕਾਲਾ ਸੀ, ਸਿਵਾਏ ਕਿ ਜਿੱਥੇ ਕਿਤੇ ਵੀ ਰਿਮੋਟ ਨੀਲਾ ਅਸਮਾਨ ਸਾਡੇ ਵਿਚਕਾਰ ਚਮਕਿਆ ਹੈ. ਮੈਂ ਆਪਣੇ ਮੈਚਾਂ ਵਿੱਚੋਂ ਕਿਸੇ ਨੂੰ ਨਹੀਂ ਮਾਰਿਆ ਕਿਉਂਕਿ ਮੇਰੇ ਹੱਥ ਕੋਈ ਹੱਥ ਨਹੀਂ ਸੀ.ਮੇਰੇ ਖੱਬੇ ਹੱਥ ਉੱਤੇ ਮੈਂ ਆਪਣਾ ਛੋਟਾ ਜਿਹਾ ਚੁੱਕਿਆ, ਮੇਰੇ ਸੱਜੇ ਹੱਥ ਵਿੱਚ ਮੇਰਾ ਲੋਹਾ ਬਾਰ ਸੀ.

'ਕੁਝ ਤਰੀਕਿਆਂ ਨਾਲ ਮੈਂ ਆਪਣੇ ਪੈਰਾਂ ਦੇ ਹੇਠਾਂ ਚਿੱਚੜ ਦੀਆਂ ਟਾਹਣੀਆਂ, ਉੱਪਰਲੀ ਹਵਾ ਦਾ ਭਿਆਨਕ ਘਾਹ, ਅਤੇ ਮੇਰੇ ਕੰਨ ਵਿਚ ਖੂਨ ਦੀਆਂ ਪੱਥਰਾਂ ਦਾ ਧੱਬਾ ਝੰਬਿਆ. ਫਿਰ ਮੈਨੂੰ ਮੇਰੇ ਬਾਰੇ ਪਰੇਸ਼ਾਨੀ ਬਾਰੇ ਪਤਾ ਸੀ. ਮੈਂ ਘਬਰਾਹਟ 'ਤੇ ਧੱਕਾ ਦਿੱਤਾ. ਪਟਰਿੰਗ ਹੋਰ ਸਪੱਸ਼ਟ ਹੋ ਗਈ, ਅਤੇ ਫੇਰ ਮੈਂ ਉਸੇ ਹੀ ਸਮਕਾਲੀ ਆਵਾਜ਼ ਨੂੰ ਫੜ ਲਿਆ ਅਤੇ ਜਿਸ ਆਵਾਜ਼ ਨਾਲ ਮੈਂ ਦੁਨਿਆਵੀ ਲੋਕਾਂ ਵਿੱਚ ਸੁਣਿਆ ਸੀ. ਸਪੱਸ਼ਟ ਤੌਰ 'ਤੇ ਕਈ ਮੋਰਚੇ ਸਨ, ਅਤੇ ਉਹ ਮੇਰੇ' ਤੇ ਬੰਦ ਸਨ ਦਰਅਸਲ, ਇਕ ਹੋਰ ਮਿੰਟ ਵਿਚ ਮੈਂ ਆਪਣੇ ਕੋਟ 'ਤੇ ਇਕ ਟੁੱਜ ਮਹਿਸੂਸ ਕੀਤਾ, ਫਿਰ ਮੇਰੀ ਬਾਂਹ' ਤੇ ਕੁਝ ਅਤੇ ਬੂਟੀ ਹਿੰਸਾ ਵਿਚ ਘਿਰ ਗਈ, ਅਤੇ ਕਾਫ਼ੀ ਦੇਰ ਹੋ ਗਈ.

'ਇਹ ਇਕ ਮੈਚ ਲਈ ਸਮਾਂ ਸੀ. ਪਰ ਇੱਕ ਪ੍ਰਾਪਤ ਕਰਨ ਲਈ ਉਸਨੂੰ ਉਸਨੂੰ ਹੇਠਾਂ ਰੱਖਣਾ ਚਾਹੀਦਾ ਹੈ. ਮੈਂ ਇਸ ਤਰ੍ਹਾਂ ਕੀਤਾ, ਅਤੇ ਜਿਵੇਂ ਮੈਂ ਆਪਣੀ ਜੇਬ ਨਾਲ ਝੜਪ ਚੁੱਕੀ, ਮੇਰੇ ਗੋਡਿਆਂ ਵਿਚ ਅਚਾਨਕ ਇਕ ਸੰਘਰਸ਼ ਸ਼ੁਰੂ ਹੋਇਆ, ਉਸ ਦੇ ਹਿੱਸੇ 'ਤੇ ਪੂਰੀ ਤਰਾਂ ਚੁੱਪ ਅਤੇ ਮੋਕਲ ਤੋਂ ਉਸੇ ਹੀ ਅਜੀਬੋ-ਉਲਝੀ ਆਵਾਜ਼ ਨਾਲ. ਨਰਮ ਥੋੜੇ ਹੱਥ ਵੀ ਮੇਰੇ ਕੋਟ ਤੇ ਪਿੱਟਦੇ ਰਹਿੰਦੇ ਸਨ, ਮੇਰੀ ਗਰਦਨ ਨੂੰ ਛੂਹ ਰਹੇ ਸਨ. ਫਿਰ ਮੈਚ ਨੂੰ ਖੁਰਚਿਆ ਹੋਇਆ ਅਤੇ ਭਿੱਜ ਗਿਆ. ਮੈਂ ਇਸ ਨੂੰ ਭੜਕਾਇਆ, ਅਤੇ ਰੁੱਖਾਂ ਦੇ ਵਿਚਕਾਰ ਉੱਡਣ ਵਾਲੇ ਮੋਰਲਾਂ ਦੀ ਚਿੱਟੀ ਪਿੱਠ ਨੂੰ ਵੇਖਿਆ. ਮੈਂ ਜਲਦਬਾਜ਼ੀ ਵਿਚ ਆਪਣੀ ਜੇਬ ਵਿਚੋਂ ਇਕ ਕੈਮਪਰ ਦੀ ਇੱਕ ਮੁੱਕਾ ਚੁਕਿਆ, ਅਤੇ ਜਿਵੇਂ ਹੀ ਮੈਚ ਨੂੰ ਘੱਟ ਹੋਣਾ ਚਾਹੀਦਾ ਹੈ, ਉਸਨੂੰ ਰੋਸ਼ਨੀ ਕਰਨ ਲਈ ਤਿਆਰ. ਫਿਰ ਮੈਨੂੰ ਵਿਅੰਜ ਵੱਲ ਵੇਖਿਆ ਉਹ ਮੇਰੇ ਪੈਰਾਂ ਨੂੰ ਪਕੜ ਕੇ ਪਾਟ ਗਈ ਸੀ ਅਤੇ ਬਹੁਤ ਚੁੱਪ ਸੀ, ਉਸ ਦੇ ਚਿਹਰੇ ਨਾਲ ਜ਼ਮੀਨ ਤੇ. ਅਚਾਨਕ ਦਲੇਰੀ ਨਾਲ ਮੈਂ ਉਸ ਦੇ ਪਿੱਛੇ ਪੈ ਗਿਆ ਉਹ ਸਾਹ ਲੈਣ ਲਈ ਲਗਦੀ ਸੀ. ਮੈਂ ਕਪੂਰੂਰ ਦੇ ਬਲਾਕ ਨੂੰ ਬੁਲਾਇਆ ਅਤੇ ਇਸ ਨੂੰ ਜ਼ਮੀਨ ਤੇ ਸੁੱਟ ਦਿੱਤਾ,ਅਤੇ ਜਿਵੇਂ ਕਿ ਇਹ ਵੰਡਿਆ ਅਤੇ ਭੜਕਿਆ ਹੋਇਆ ਹੈ ਅਤੇ ਮੋਰਾਕਾਂ ਅਤੇ ਛਾਂ ਨੂੰ ਵਾਪਸ ਲਿਆਏ, ਮੈਂ ਗੋਡਿਆਂ ਭਾਰ ਗਈ ਅਤੇ ਉਸ ਨੂੰ ਉਠਾ ਲਿਆ. ਪਿੱਛੇ ਲੱਕੜ ਇਕ ਬਹੁਤ ਵੱਡੀ ਕੰਪਨੀ ਦੇ ਰਲਕੇ ਅਤੇ ਬੁੜ-ਬੁੜ ਨਾਲ ਭਰ ਰਹੀ ਸੀ!

'ਉਹ ਬੇਹੋਸ਼ ਹੋ ਗਈ ਸੀ. ਮੈਂ ਉਸ ਨੂੰ ਧਿਆਨ ਨਾਲ ਆਪਣੇ ਮੋਢੇ ਤੇ ਰੱਖ ਕੇ ਅੱਗੇ ਵਧਿਆ, ਅਤੇ ਫਿਰ ਇਕ ਭਿਆਨਕ ਬੋਧ ਆਇਆ. ਮੇਰੇ ਮੈਚਾਂ ਅਤੇ ਨਿਫੰਨਿਆਂ ਦੇ ਨਾਲ ਕੰਮ ਕਰਨ ਵਿੱਚ, ਮੈਂ ਕਈ ਵਾਰੀ ਆਪਣੇ ਆਪ ਨੂੰ ਬਦਲ ਚੁੱਕੀ ਸੀ, ਅਤੇ ਹੁਣ ਮੇਰੇ ਕੋਲ ਕੋਈ ਮਾੜੀ ਸੋਚ ਨਹੀਂ ਸੀ ਕਿ ਮੇਰੇ ਮਾਰਗ ਕੀ ਹੈ. ਮੈਂ ਜਾਣਦਾ ਸੀ ਕਿ ਮੈਂ ਪਿੱਛੇ ਮੁੜ ਕੇ ਹਰੇ ਪੋਰਸਿਲੇਨ ਦੇ ਮਹਿਲ ਵੱਲ ਜਾ ਰਿਹਾ ਹਾਂ. ਮੈਂ ਆਪਣੇ ਆਪ ਨੂੰ ਠੰਡੇ ਪਸੀਨੇ ਵਿਚ ਪਾਇਆ ਮੈਨੂੰ ਤੇਜ਼ੀ ਨਾਲ ਸੋਚਣਾ ਪਿਆ ਕਿ ਕੀ ਕਰਨਾ ਹੈ ਮੈਂ ਅੱਗ ਲਾਉਣ ਲਈ ਅਤੇ ਜਿੱਥੇ ਅਸੀਂ ਹੁੰਦੇ ਸੀ ਉੱਥੇ ਠਹਿਰਣ ਦਾ ਫ਼ੈਸਲਾ ਕੀਤਾ. ਮੈਂ ਨਿੱਕੇ ਕੱਪੜੇ ਪਾ ਦਿੱਤੇ, ਅਜੇ ਵੀ ਬੇਤਹਾਸ਼ਾ, ਟਾਰਫਾਈ ਬੋਲੇ ਤੇ ਥੱਲੇ, ਅਤੇ ਬਹੁਤ ਤੇਜ਼ੀ ਨਾਲ, ਜਿਵੇਂ ਕਿ ਮੇਰਾ ਪਹਿਲਾ ਕੱਚਾ ਕਪੂਰ ਘੱਟ ਗਿਆ, ਮੈਂ ਸਟਿਕਸ ਅਤੇ ਪੱਤਿਆਂ ਨੂੰ ਇਕੱਠਾ ਕਰਨਾ ਸ਼ੁਰੂ ਕਰ ਦਿੱਤਾ . ਇੱਥੇ ਅਤੇ ਬਾਹਰ ਹਨੇਰੇ ਵਿੱਚੋਂ ਮੈਨੂੰ ਮੋਰਾਕਾਂ ਦੇ ਆਲੇ ਦੁਆਲੇ ਦੀਆਂ ਅੱਖਾਂ ਕਾਰਬਨਲਾਂ ਵਾਂਗ ਚਮਕੀਆਂ ਸਨ.

'ਕੈਪੋਰ ਲਿਸ਼ਕਿਆ ਅਤੇ ਬਾਹਰ ਗਿਆ. ਮੈਂ ਇੱਕ ਮੈਚ ਰੋਸ਼ਨ ਕੀਤਾ, ਅਤੇ ਜਿਵੇਂ ਮੈਂ ਕੀਤਾ ਸੀ, ਦੋ ਸਫੈਦ ਰੂਪ ਜਿਹੜੇ ਆਉਣਾ ਨੇੜੇ ਆ ਰਹੇ ਸਨ, ਉਹ ਜਲਦ ਦੂਰ ਚਲੇ ਗਏ. ਇੱਕ ਨੂੰ ਉਹ ਰੋਸ਼ਨੀ ਨਾਲ ਇੰਨਾ ਅੰਨ੍ਹਾ ਕਰ ਦਿੱਤਾ ਗਿਆ ਕਿ ਉਹ ਸਿੱਧੇ ਮੇਰੇ ਲਈ ਆਏ, ਅਤੇ ਮੈਂ ਮਹਿਸੂਸ ਕੀਤਾ ਕਿ ਉਸ ਦੀ ਹੱਡੀ ਮੇਰੀ ਮੁੱਠੀ ਦੇ ਝਟਕੇ ਦੇ ਹੇਠਾਂ ਪੀਹਦੀ ਹੈ. ਉਸ ਨੇ ਇੱਕ ਨਿਡਰ ਢੰਗ ਨਾਲ ਝਟਕਾ ਦਿੱਤਾ, ਡਿੱਗ ਪਿਆ ਅਤੇ ਡਿੱਗ ਪਿਆ. ਮੈਂ ਇੱਕ ਕੈਪੋਰ ਦਾ ਇੱਕ ਹੋਰ ਟੁਕੜਾ ਛਕਾਇਆ, ਅਤੇ ਮੇਰਾ ਚੁੱਲ੍ਹਾ ਇਕੱਠਾ ਕਰਨ 'ਤੇ ਚਲਾ ਗਿਆ ਇਸ ਵੇਲੇ ਮੈਂ ਦੇਖਿਆ ਕਿ ਮੇਰੇ ਉੱਪਰਲੇ ਕੁਝ ਪੱਤੇ ਸੁੱਕੇ ਸਨ, ਕਿਉਂਕਿ ਸਮੇਂ ਦੀ ਮਸ਼ੀਨ 'ਤੇ ਮੇਰਾ ਆਉਣ ਤੋਂ ਇਕ ਹਫ਼ਤੇ ਦਾ ਸਮਾਂ ਨਹੀਂ, ਕੋਈ ਮੀਂਹ ਨਾ ਪਿਆ. ਇਸ ਲਈ, ਡਿੱਗਣਿਆਂ ਦੇ ਦਰਖ਼ਤਾਂ ਲਈ ਦਰਖ਼ਤਾਂ ਵਿਚ ਕੰਮ ਕਰਨ ਦੀ ਬਜਾਏ, ਮੈਂ ਉੱਛਲ ਚੁੱਕਿਆ ਅਤੇ ਟਾਹਣੀਆਂ ਨੂੰ ਥੱਲੇ ਉਤਾਰ ਦਿੱਤਾ. ਬਹੁਤ ਹੀ ਜਲਦੀ ਮੇਰੇ ਕੋਲ ਹਰੀ ਦੀ ਲੱਕੜ ਅਤੇ ਸੁੱਕੀਆਂ ਸੋਟੀਆਂ ਦੀ ਭੌਂਕ ਵਾਲੀ ਅੱਗ ਲੱਗੀ ਸੀ, ਅਤੇ ਮੇਰੇ ਕਾਫੋਰ ਨੂੰ ਪੈਸਾ ਕਮਾ ਸਕਦੀ ਸੀ. ਫਿਰ ਮੈਂ ਆਪਣੇ ਲੋਹੇ ਦੀ ਗਲੇ ਦੇ ਪਾਸਾ ਕਿੱਥੇ ਰੱਖਾਂ? ਮੈਂ ਕੋਸ਼ਿਸ਼ ਕੀਤੀ ਕਿ ਮੈਂ ਉਸ ਨੂੰ ਪੁਨਰਜੀਵਿਤ ਕਰਨ ਲਈ ਕੀ ਕਰ ਸਕਦਾ ਸੀ, ਪਰ ਉਹ ਇੱਕ ਮਰੇ ਵਾਂਗ ਸੀ.ਮੈਂ ਆਪਣੇ ਆਪ ਨੂੰ ਸੰਤੁਸ਼ਟ ਨਹੀਂ ਕਰ ਸਕਦਾ ਕਿ ਉਹ ਸਾਹ ਲੈਂਦਾ ਹੈ ਜਾਂ ਨਹੀਂ

'ਹੁਣ ਅੱਗ ਦੀ ਧੂੰਏ ਮੇਰੇ ਵੱਲ ਵਧ ਗਈ, ਅਤੇ ਇਸਨੇ ਮੈਨੂੰ ਅਚਾਨਕ ਭਾਰੀ ਬਣਾ ਦਿੱਤਾ ਹੋਣਾ. ਇਸ ਤੋਂ ਇਲਾਵਾ, ਕਪੂਰ ਦਾ ਭਾਫ ਹਵਾ ਵਿਚ ਸੀ. ਮੇਰੀ ਅੱਗ ਨੂੰ ਇਕ ਘੰਟੇ ਜਾਂ ਇਸ ਤੋਂ ਵੱਧ ਮੁੜਨ ਦੀ ਲੋੜ ਨਹੀਂ ਪਵੇਗੀ. ਮੈਂ ਆਪਣੇ ਮਜਬੂਰੀ ਤੋਂ ਬਹੁਤ ਥੱਕ ਗਿਆ, ਅਤੇ ਬੈਠ ਗਿਆ ਲੱਕੜ ਵੀ, ਇਕ ਬੁੱਲ੍ਹ ਨਾਲ ਭਰਿਆ ਹੋਇਆ ਸੀ ਜਿਹੜਾ ਮੈਂ ਸਮਝਿਆ ਨਹੀਂ ਸੀ. ਮੈਂ ਹੰਝੂਆਂ ਨੂੰ ਸਮਝਣ ਲਈ ਅਤੇ ਆਪਣੀਆਂ ਅੱਖਾਂ ਖੋਲ੍ਹਣ ਲਈ ਲਗਦਾ ਸੀ. ਪਰ ਸਾਰੇ ਹਨੇਰਾ ਸੀ ਅਤੇ ਮੋਰਚੇ ਦੇ ਹੱਥ ਮੇਰੇ ਉੱਪਰ ਸਨ. ਮੈਂ ਆਪਣੀ ਖਿੱਚ ਦਾ ਕਾਰਨ ਬੰਨ੍ਹਦਿਆਂ ਮੈਂ ਆਪਣੀ ਜੇਬ ਵਿਚ ਖਿੜਕੀ ਨਾਲ ਮੇਲ-ਬੁੱਕ ਲਈ ਮਹਿਸੂਸ ਕੀਤੀ ਅਤੇ ਇਹ ਚਲੀ ਗਈ. ਫਿਰ ਉਹ ਫੜ ਲਿਆ ਅਤੇ ਮੇਰੇ ਨਾਲ ਦੁਬਾਰਾ ਬੰਦ ਕਰ ਦਿੱਤਾ. ਇੱਕ ਪਲ ਵਿੱਚ ਮੈਨੂੰ ਪਤਾ ਸੀ ਕਿ ਕੀ ਹੋਇਆ ਸੀ. ਮੈਂ ਸੁੱਤਾ ਪਿਆ ਸੀ, ਅਤੇ ਮੇਰੀ ਅੱਗ ਚਲੀ ਗਈ ਸੀ, ਅਤੇ ਮੌਤ ਦੀ ਕੁੜੱਤਣ ਮੇਰੀ ਆਤਮਾ ਉੱਤੇ ਆਈ ਸੀ. ਜੰਗਲ ਲੱਕੜ ਦੇ ਬਲੌਂੜੇ ਦੀ ਗੰਧ ਨਾਲ ਭਰ ਰਿਹਾ ਸੀ. ਮੈਂ ਗਰਦਨ ਦੁਆਰਾ, ਵਾਲਾਂ ਦੁਆਰਾ, ਹਥਿਆਰ ਨਾਲ ਫੜਿਆ ਗਿਆ ਸੀ, ਅਤੇ ਖਿੱਚਿਆ ਗਿਆਇਹ ਸਾਰੇ ਨਰਮ ਲੋਕਾਂ ਨੂੰ ਮਹਿਸੂਸ ਕਰਨ ਲਈ ਅਚੰਭੇ ਵਿੱਚ ਬਹੁਤ ਭਿਆਨਕ ਸੀ ਪ੍ਰਾਣੀ ਮੇਰੇ ਉੱਤੇ ਢਾਲੇ ਮੈਨੂੰ ਇਵੇਂ

ਮਹਿਸੂਸ ਹੋਇਆ ਜਿਵੇਂ ਮੈਂ ਇਕ ਮਘਦਾ ਮੱਕੜੀ ਦੇ ਜਾਲ ਵਿਚ ਸੀ. ਮੈਨੂੰ ਜ਼ਿਆਦਾ ਤਾਕਤ ਮਿਲੀ, ਅਤੇ ਥੱਲੇ ਚਲਾ ਗਿਆ ਮੈਂ ਬਹੁਤ ਘੱਟ ਦੰਦਾਂ ਨੂੰ ਮਹਿਸੂਸ ਕੀਤਾ ਕਿ ਮੇਰੀ ਗਰਦਨ ਮੈਂ ਰੋਲ ਓ ਕੀਤਾ, ਅਤੇ ਜਿਵੇਂ ਮੈਂ ਕੀਤਾ, ਮੇਰਾ ਹੱਥ ਮੇਰੇ ਲੋਹੇ ਦੀ ਲੀਵਰ ਦੇ ਵਿਰੁੱਧ ਆਇਆ. ਇਸ ਨੇ ਮੈਨੂੰ ਤਾਕਤ ਦਿੱਤੀ. ਮੈਂ ਮੇਰੇ ਨਾਲ ਮਨੁੱਖੀ ਚੂਹਿਆਂ ਨੂੰ ਹਿਲਾ ਕੇ ਸੰਘਰਸ਼ ਕਰਨਾ ਸ਼ੁਰੂ ਕੀਤਾ, ਅਤੇ ਬਾਰ ਬਾਰ ਨੂੰ ਫੜ ਕੇ ਖਿੱਚਿਆ, ਮੈਂ ਇਸ ਗੱਲ ਦਾ ਦ੍ਰਿੜ ਕਰਦਾ ਹਾਂ ਕਿ ਮੈਂ ਆਪਣੇ ਚਿਹਰੇ 'ਤੇ ਨਿਰਣਾ ਕਰ ਸਕਦਾ ਹਾਂ. ਮੈਂ ਮਰੀਜ਼ਾਂ ਅਤੇ ਹੱਡੀਆਂ ਨੂੰ ਗੋਡਿਆਂ ਵਿਚ ਧੱਫੜ ਮਹਿਸੂਸ ਕਰ ਸਕਦਾ ਸੀ, ਅਤੇ ਇਕ ਪਲ ਲਈ ਮੈਂ ਮੁਫ਼ਤ ਸੀ.

'ਅਜੀਬ ਜਿਹੀ ਅਨੰਦ ਜੋ ਅਕਸਰ ਮੈਨੂੰ ਸਖ਼ਤ ਲੜਾਈ ਨਾਲ ਜਾਪਦਾ ਹੈ ਮੇਰੇ ਉੱਤੇ ਆ ਗਿਆ ਸੀ. ਮੈਨੂੰ ਪਤਾ ਸੀ ਕਿ ਦੋਨੋ ਅਤੇ ਖਤਮ ਹੋ ਗਏ ਸਨ, ਪਰ ਮੈਂ ਮੋਰਲਕੋਜ਼ ਨੂੰ ਆਪਣੇ ਮੀਟ ਲਈ ਅਦਾਇਗੀ ਕਰਨ ਦਾ ਇਰਾਦਾ ਕੀਤਾ. ਮੈਂ ਆਪਣੀ ਪਿੱਠ ਦੇ ਦਰਖ਼ਤ ਨਾਲ ਖੜ੍ਹੀ ਹਾਂ, ਮੇਰੇ ਅੱਗੇ ਲੋਹੇ ਦੀ ਬਾਰ ਦੀ ਝਾਲਰ. ਸਾਰੀ ਲੱਕੜੀ ਰਲਾ ਕੇ ਭਰੀ ਹੋਈ ਸੀ ਅਤੇ ਉਨ੍ਹਾਂ ਦੀਆਂ ਚੀਕਾਂ ਸੁਣਦੀ ਸੀ. ਇਕ ਮਿੰਟ ਲੰਘ ਗਿਆ. ਉਨ੍ਹਾਂ ਦੀ ਆਵਾਜ਼ ਉਤਸ਼ਾਹ ਦੀ ਉੱਚੀ ਪਿਚ ਵਿਚ ਜਾਪਦੀ ਸੀ, ਅਤੇ ਉਹਨਾਂ ਦੀਆਂ ਲਹਿਰਾਂ ਤੇਜ਼ੀ ਨਾਲ ਵੱਧਦੀ ਗਈ ਪਰ ਕੋਈ ਵੀ ਪਹੁੰਚ ਦੇ ਅੰਦਰ ਨਹੀਂ ਆਇਆ. ਮੈਂ ਕਾਲਪਨਿਕਤਾ ਤੇ ਖਿਸਕ ਗਿਆ ਸੀ ਫਿਰ ਅਚਾਨਕ ਆ ਪੁੱਜਾ. ਕੀ ਮੋਰਲਾਂ ਡਰੇ ਹੋਏ ਸਨ? ਅਤੇ ਇਸ ਦੇ ਏਦਾਂ ਤੇ ਇੱਕ ਅਜੀਬ ਗੱਲ ਆ ਗਈ. ਹਨੇਰਾ ਚਮਕਣ ਲੱਗਦਾ ਸੀ. ਬਹੁਤ ਹੀ ਘਬਰਾਹਟ ਨਾਲ ਮੈਂ ਆਪਣੇ ਮੋਰਲਾਂ ਬਾਰੇ ਦੇਖਣਾ ਸ਼ੁਰੂ ਕਰ ਦਿੱਤਾ- ਮੇਰੇ ਪੈਰ 'ਤੇ ਤਿੰਨ ਮਾਰੇ ਗਏ- ਅਤੇ ਫਿਰ ਮੈਂ ਹੈਰਾਨ ਹੋ ਗਿਆ, ਜਿਸ ਨਾਲ ਉਹ ਦੂਜਿਆਂ ਨੂੰ ਲਗਾਤਾਰ ਚੱਲ ਰਹੇ ਸਨ, ਜਿਵੇਂ ਕਿ ਲੱਗਦਾ ਸੀ ਕਿ ਮੇਰੇ ਪਿੱਛੇ,ਅਤੇ ਅੱਗੇ ਸਾਹਮਣੇ ਲੱਕੜ ਦੇ ਰਾਹੀਂ. ਅਤੇ ਉਨ੍ਹਾਂ ਦੀਆਂ ਪਿੱਠੀਆਂ ਹੁਣ ਸਫੈਦ ਨਹੀਂ ਸਨ, ਪਰ ਲਾਲ ਰੰਗ ਦੀਆਂ ਸਨ. ਜਿਵੇਂ ਮੈਂ ਖੰਭਾਂ ਨਾਲ ਖੜ੍ਹਾ ਸੀ, ਮੈਂ ਦੇਖਿਆ ਕਿ ਥੋੜ੍ਹਾ ਜਿਹਾ ਲਾਲ ਚਮਕਦਾ ਬ੍ਰਿਟਿਸ਼ਾਂ ਵਿਚਕਾਰ ਸਟਾਰਲਾਈਟ ਦੇ ਫਰਕ ਦੇ ਵਿਚਕਾਰ ਵਗਦਾ ਹੈ, ਅਤੇ ਗਾਇਬ ਹੋ ਜਾਂਦਾ ਹੈ. ਅਤੇ ਇਸ ਤੇ ਮੈਨੂੰ ਬਲਦੀ ਹੋਈ ਲੱਕੜ ਦੀ ਸੁਗੰਧਤਾ ਸਮਝ ਆਉਂਦੀ ਹੈ, ਜਿਹੜਾ ਝਟਕਾ ਭਰਿਆ ਗਰਮ ਹੋ ਰਿਹਾ ਸੀ ਜੋ ਹੁਣ ਇਕ ਗਰੀਬ ਗਰਜ, ਲਾਲ ਚਮਕਦਾਰ ਅਤੇ ਮੋਰਲਾਂ ਦੇ ਹਵਾਈ ਵਿਚ ਵਧ ਰਿਹਾ ਸੀ.

'ਮੇਰੇ ਦਰੱਖ਼ਤ ਦੇ ਪਿੱਛੇ ਚਲੀ ਗਈ ਅਤੇ ਪਿੱਛੇ ਦੇਖਦੇ ਹੋਏ, ਮੈਂ ਨੇੜਲੇ ਦਰਖ਼ਤਾਂ ਦੇ ਬਲੈਕ ਥੰਮ੍ਹਾਂ ਰਾਹੀਂ, ਬਲਦੀ ਜੰਗਲ ਦੀ ਅੱਗ ਨੂੰ ਵੇਖਿਆ. ਇਹ ਮੇਰੀ ਪਹਿਲੀ

ਅੱਗ ਮੇਰੇ ਤੋਂ ਬਾਅਦ ਆ ਰਹੀ ਸੀ ਜਿਸ ਨਾਲ ਮੈਂ ਨੀਂਦ ਦੀ ਭਾਲ ਕੀਤੀ ਪਰ ਉਹ ਚਲੀ ਗਈ. ਮੇਰੇ ਪਿੱਛੇ ਘੁੰਮਣਾ ਅਤੇ ਚੀਰਣਾ, ਵਿਸਫੋਟਕ ਥੱੜ ਜਿਵੇਂ ਹਰ ਤਾਜ਼ੇ ਰੁੱਖ ਨੂੰ ਅੱਗ ਵਾਂਗ ਫਟਾਇਆ ਗਿਆ, ਰਿਫਲਿਕਸ਼ਨ ਲਈ ਥੋੜ੍ਹਾ ਸਮਾਂ ਨਹੀਂ ਬਚਿਆ. ਮੇਰਾ ਲੋਹਾ ਬਾਰ ਅਜੇ ਵੀ ਫੜ ਲਿਆ ਹੈ, ਮੈਂ ਮੋਰਾਕਾਂ ਦੇ ਰਾਹਾਂ ਵਿੱਚ ਆਇਆ ਹਾਂ. ਇਹ ਇਕ ਨਜਦੀਕੀ ਦੌੜ ਸੀ. ਇੱਕ ਵਾਰ ਜਦੋਂ ਅੱਗ ਨੇ ਮੇਰੇ ਸੱਜੇ ਪਾਸੇ ਤੇ ਅੱਗੇ ਵਧਾਇਆ ਤਾਂ ਜਿਵੇਂ ਮੈਂ ਦੌੜਦਾ ਸਾਂ, ਮੈਂ ਬਾਹਰ ਨਿਕਲਿਆ ਅਤੇ ਖੱਬੇ ਪਾਸੇ ਵੱਲ ਮਾਰਿਆ. ਪਰ ਆਖਿਰਕਾਰ ਮੈਂ ਇੱਕ ਛੋਟੀ ਜਿਹੀ ਖੁੱਲ੍ਹੀ ਜਗ੍ਹਾ ਤੇ ਉਭਰਿਆ, ਅਤੇ ਜਿਵੇਂ ਮੈਂ ਇਸ ਤਰ੍ਹਾਂ ਕੀਤਾ, ਮੇਰੇ ਵੱਲ ਇੱਕ ਮਖੌਲੀ ਆ ਗਈ, ਅਤੇ ਮੈਨੂੰ ਪਿਛਲੇ, ਅਤੇ ਸਿੱਧੇ ਅੱਗ ਵਿੱਚ ਚਲਾ ਗਿਆ!

'ਅਤੇ ਹੁਣ ਮੈਂ ਸਭ ਤੋਂ ਡਰਾਉਣਾ ਅਤੇ ਭਿਆਨਕ ਚੀਜ਼ ਵੇਖਣਾ ਚਾਹੁੰਦਾ ਸੀ, ਮੈਂ ਸੋਚਦਾ ਹਾਂ ਕਿ ਉਸ ਭਵਿੱਖ ਦੀ ਉਮਰ ਵਿਚ ਜੋ ਮੈਂ ਦੇਖਿਆ ਹੈ. ਅੱਗ ਦੀ ਪ੍ਰਤੀਬਿੰਬ ਨਾਲ ਇਹ ਸਾਰਾ ਦਿਨ ਦਿਨ ਦਾ ਚਮਕਦਾਰ ਸੀ. ਸੈਂਟਰ ਵਿੱਚ ਇੱਕ ਪਹਾੜੀ ਜ ਤਮੂਲੁਸ ਸੀ, ਜੋ ਕਿ ਇੱਕ ਕੁਮੈਂਤ ਸ਼ਹਿਦ ਇਸ ਤੋਂ ਇਲਾਵਾ ਬਲਦੀ ਜੰਗਲ ਦੀ ਇੱਕ ਹੋਰ ਬਾਹਰੀ ਪੀਲੇ ਸਪੀਚ ਵੀ ਇਸ ਤੋਂ ਪੂਰੀ ਤਰ੍ਹਾਂ ਚੀਕ ਰਹੀ ਹੈ, ਅੱਗ ਦੀ ਵਾੜ ਦੇ ਨਾਲ ਪੂਰੀ ਤਰ੍ਹਾਂ ਘੇਰੀ ਹੋਈ ਹੈ. ਪਹਾੜੀ ਪਰਬਤ ਉੱਤੇ ਕੁਝ ਤੀਹ ਜਾਂ ਚਾਰ ਮਾਗਾਲ ਸਨ, ਜੋ ਚਾਨਣ ਅਤੇ ਗਰਮੀ ਨਾਲ ਚਮਕਿਆ ਹੋਇਆ ਸੀ, ਅਤੇ ਇੱਥੇ ਭੜਕਾਇਆ ਅਤੇ ਉਹਨਾਂ ਦੇ ਘਬਰਾਹਟ ਵਿਚ ਇਕ ਦੂਜੇ ਦੇ ਵਿਰੁੱਧ. ਪਹਿਲਾਂ ਤਾਂ ਮੈਨੂੰ ਉਨ੍ਹਾਂ ਦੀ ਅੰਨ੍ਹੇਪਣ ਦਾ ਅਹਿਸਾਸ ਨਹੀਂ ਸੀ, ਅਤੇ ਡਰਾਉਣ ਦੇ ਘੁਮੰਡ ਵਿੱਚ, ਮੇਰੇ ਬਾਰ ਨਾਲ ਉਨ੍ਹਾਂ 'ਤੇ ਤਿੱਖਾ ਹਮਲਾ ਕੀਤਾ, ਜਿਵੇਂ ਕਿ ਉਹ ਮੇਰੇ ਕੋਲ ਆਏ, ਇੱਕ ਨੂੰ ਮਾਰ ਕੇ ਅਤੇ ਕਈ ਹੋਰ ਜਾਨਾਂ ਲੈ ਗਏ ਪਰ ਜਦੋਂ ਮੈਂ ਉਨ੍ਹਾਂ ਵਿੱਚੋਂ ਕਿਸੇ ਇਕ ਦੇ ਸੰਕੇਤਾਂ ਨੂੰ ਲਾਲ ਅਸਮਾਨ ਦੇ ਵਿਰੁੱਧ ਹੈਤਵਾਲੇ ਦੇ ਹੇਠਾਂ ਲੱਭ ਰਿਹਾ ਸੀ,ਅਤੇ ਉਨ੍ਹਾਂ ਦੀਆਂ ਆਵਾਜ਼ਾਂ ਸੁਣੀਆਂ, ਉਨ੍ਹਾਂ ਨੂੰ ਯਕੀਨ ਦਿਵਾਇਆ ਗਿਆ ਸੀ ਕਿ ਉਨ੍ਹਾਂ ਦੀ ਲਾਪਰਵਾਹੀ ਅਤੇ ਦੁਖਦਾਈ ਤਰਾਸਦੀ ਹੈ, ਅਤੇ ਮੈਂ ਉਹਨਾਂ ਨੂੰ ਹੋਰ ਨਹੀਂ ਮਾਰਿਆ.

'ਪਰ ਹਰ ਹੁਣ ਅਤੇ ਤਦ ਇੱਕ ਮੇਰੇ ਵੱਲ ਸਿੱਧਾ ਆ ਜਾਂਦਾ ਹੈ, ਇੱਕ ਦਮਕ ਭਰਿਆ ਦਹਿਸ਼ਤ ਭਰਦਾ ਹੈ ਜਿਸ ਨੇ ਮੈਨੂੰ ਉਸ ਤੋਂ ਦੂਰ ਕਰਨ ਲਈ ਤੇਜ਼ ਬਣਾਇਆ. ਇੱਕ ਸਮੇਂ ਵਿੱਚ ਅੱਗ ਦੀ ਥੋੜ੍ਹੀ ਜਿਹੀ ਮਰ ਗਈ, ਅਤੇ ਮੈਂ ਡਰ ਗਿਆ ਕਿ ਭਿਆਨਕ ਜੀਵ ਮੈਨੂੰ ਇਸ ਵੇਲੇ ਵੇਖ ਸਕਣਗੇ. ਮੈਂ ਇਸ ਤੋਂ ਪਹਿਲਾਂ ਉਨ੍ਹਾਂ ਵਿੱਚੋਂ ਕੁਝ ਨੂੰ ਮਾਰ ਕੇ ਲੜਾਈ ਸ਼ੁਰੂ ਕਰਨ ਬਾਰੇ ਸੋਚ ਰਿਹਾ ਸੀ; ਪਰ ਅੱਗ ਫਿਰ ਚਮਕਦੀ ਸੀ, ਅਤੇ ਮੈਂ

ਆਪਣਾ ਹੱਥ ਰੁਕਿਆ. ਮੈਂ ਉਨ੍ਹਾਂ ਦੇ ਵਿਚਕਾਰ ਪਹਾੜੀ ਦੇ ਬਾਰੇ ਵਿੱਚ ਤੁਰਿਆ ਅਤੇ ਉਨ੍ਹਾਂ ਤੋਂ ਬਚਿਆ, ਕੁਝ ਤਾਰਾਂ ਦੀ ਤਲਾਸ਼ ਕੀਤੀ. ਪਰ ਵੇਰਾ ਖਤਮ ਹੋਇਆ ਸੀ

'ਅਖ਼ੀਰ ਵਿਚ ਮੈਂ ਪਹਾੜੀ ਇਲਾਕੇ ਦੀ ਸਿਖਰ' ਤੇ ਬੈਠ ਗਿਆ ਅਤੇ ਇਸ ਅਜੀਬੋ-ਗ਼ਰੀਬ ਅਚੰਭੇ ਵਾਲੀ ਚੀਜ਼ ਨੂੰ ਅੰਨ੍ਹਿਆਂ ਦੀਆਂ ਅੱਖਾਂ ਨਾਲ ਫੜ ਕੇ ਦੇਖ ਲਿਆ ਅਤੇ ਇਕ ਦੂਜੇ ਨੂੰ ਵਿਲੱਖਣ ਆਵਾਜ਼ਾਂ ਬੰਨ੍ਹਦਿਆਂ ਦੇਖ ਰਿਹਾ ਸੀ ਕਿ ਅੱਗ ਦੀ ਚਤੁਰਾਈ ਉਨ੍ਹਾਂ ' ਧੂੰਏਂ ਦਾ ਕੋਲਾਂਕ ਉੱਗਦਾ ਹੈ ਆਸਮਾਨ ਵਿਚ ਅਤੇ ਇਸ ਲਾਲ ਪਰਦਾ ਦੇ ਦੁਰਲੱਭ ਟੈਂਟਰਾਂ ਰਾਹੀਂ, ਰਿਮੋਟ ਜਿਵੇਂ ਕਿ ਉਹ ਕਿਸੇ ਹੋਰ ਬ੍ਰਹਿਮੰਡ ਨਾਲ ਸਬੰਧਤ ਸਨ, ਛੋਟੇ ਸਿਤਾਰਿਆਂ ਨੂੰ ਚਮਕਿਆ. ਦੋ ਜਾਂ ਤਿੰਨ ਮੋਰਚੇ ਮੇਰੇ ਵਿਚ ਲੁਕੇ ਹੋਏ ਸਨ, ਅਤੇ ਮੈਂ ਉਨ੍ਹਾਂ ਨੂੰ ਆਪਣੀਆਂ ਮੁਸਲਾਂ ਦੇ ਸੱਟਾਂ ਨਾਲ ਬਾਹਰ ਕੱਢ ਦਿੱਤਾ, ਕੰਬਣ ਲੱਗਿਆ ਜਿਵੇਂ ਮੈਂ ਕੀਤਾ.

'ਉਸ ਰਾਤ ਦੇ ਜ਼ਿਆਦਾਤਰ ਹਿੱਸੇ ਲਈ ਮੈਨੂੰ ਯਕੀਨ ਦਿਵਾਇਆ ਗਿਆ ਸੀ ਕਿ ਇਹ ਇਕ ਦੁਖੀ ਸੁਪਨਾ ਸੀ. ਮੈਂ ਜਾਗਦਾ ਰਹਿਣ ਦੀ ਉਤਸੁਕ ਇੱਛਾ ਨਾਲ ਆਪਣੇ ਆਪ ਨੂੰ ਅਤੇ ਚੀਕਿਆ. ਮੈਂ ਆਪਣੇ ਹੱਥਾਂ ਨਾਲ ਜ਼ਮੀਨ ਨੂੰ ਕੁੱਟਿਆ, ਅਤੇ ਉਠਿਆ ਅਤੇ ਦੁਬਾਰਾ ਬੈਠ ਗਿਆ, ਅਤੇ ਇੱਥੇ ਅਤੇ ਉਥੇ ਘੁੰਮਦਾ ਰਿਹਾ ਅਤੇ ਦੁਬਾਰਾ ਬੈਠ ਗਿਆ. ਤਦ ਮੈਂ ਆਪਣੀਆਂ ਅੱਖਾਂ ਤੇ ਰਗੜ ਜਾਣ ਅਤੇ ਪਰਮੇਸ਼ੁਰ ਨੂੰ ਬੇਨਤੀ ਕਰਦਾ ਹਾਂ ਕਿ ਮੈਂ ਜਾਗਦਾ ਰਹਾਂ. ਤਿੰਨ ਵਾਰੀ ਮੈਂ ਵੇਖਿਆ ਕਿ ਮੋਰਾਕਾਂ ਨੇ ਆਪਣੇ ਸਿਰਾਂ ਨੂੰ ਪੀੜਾ ਦੇ ਰੂਪ ਵਿਚ ਧੱਕ ਦਿੱਤਾ ਅਤੇ ਅੱਗ ਵਿਚ ਚੜ੍ਹ ਗਏ. ਪਰ ਅਖੀਰ ਵਿੱਚ, ਅੱਗ ਦੇ ਲਾਲ ਰੰਗ ਤੋਂ ਹੇਠਾਂ, ਕਾਲਾ ਧੂੰਆਂ ਦੇ ਸਟਰੀਮਿੰਗ ਜਨਤਾ ਤੋਂ ਉੱਪਰ ਅਤੇ ਧੁੱਪ ਅਤੇ ਕਾਲੇ ਕਰਣ ਵਾਲੇ ਰੁੱਖਾਂ ਦੇ ਸਟੱਪਸ ਅਤੇ ਇਹਨਾਂ ਧੁੰਦਰੇ ਜਾਨਵਰਾਂ ਦੀ ਘਟਦੀ ਗਿਣਤੀ, ਦਿਨ ਦਾ ਚਿੱਟਾ ਪ੍ਰਕਾਸ਼ ਨਿਕਲਿਆ.

'ਮੈਂ ਫਿਰ ਦੀ ਤਿਕੜੀ ਦੀ ਖੋਜ ਕੀਤੀ, ਪਰ ਕੋਈ ਵੀ ਨਹੀਂ ਸੀ. ਇਹ ਸਪਸ਼ਟ ਸੀ ਕਿ ਉਹ ਜੰਗਲ ਵਿਚ ਆਪਣੇ ਗਰੀਬ ਛੋਟੇ ਸਰੀਰ ਨੂੰ ਛੱਡ ਗਏ ਸਨ. ਮੈਂ ਇਹ ਬਿਆਨ ਨਹੀਂ ਕਰ ਸਕਦਾ ਕਿ ਇਹ ਕਿਵੇਂ ਮੈਨੂੰ ਇਸ ਗੱਲ ਤੋਂ ਛੁਟਕਾਰਾ ਦਿਵਾਉਂਦਾ ਹੈ ਕਿ ਇਹ ਭਿਆਨਕ ਵਿਨਾਸ਼ ਤੋਂ ਬਚ ਗਿਆ ਹੈ ਜਿਸ ਦੀ ਕਿਸਮਤ ਲਿਖੀ ਜਾਪਦੀ ਸੀ. ਜਿਵੇਂ ਕਿ ਮੈਂ ਇਸ ਬਾਰੇ ਸੋਚਿਆ, ਮੈਂ ਲਗਭਗ ਬੇਸਹਾਰਾ ਘੁਸਪੈਠੀਆਂ ਦੇ ਕਤਲੇਆਮ ਦੀ ਸ਼ੁਰੂਆਤ ਕਰਨ ਲਈ ਪ੍ਰੇਰਿਤ ਹੋ ਗਈ ਸੀ, ਪਰ ਮੈਂ ਆਪਣੇ ਆਪ ਨੂੰ ਹੀ ਰੱਖਦਾ ਸੀ ਜਿਵੇਂ ਕਿ ਮੈਂ ਕਿਹਾ ਹੈ, ਇਹ ਪਹਾੜੀ ਜੰਗਲ ਵਿਚ ਇਕ ਕਿਸਮ ਦਾ ਟਾਪੂ ਸੀ. ਇਸ ਦੇ ਸਿਖਰ ਤੋਂ ਮੈਂ ਹੁਣ ਦੇ ਮਹਿਲ ਦੇ ਧੂੰਏ ਦੇ

ਧੁੰਦ ਵਿਚੋਂ ਬਾਹਰ ਨਿਕਲ ਸਕਦਾ ਹਾਂ ਹਰੇ ਪੋਰਸਿਲੇਨ, ਅਤੇ ਇਸ ਤੋਂ ਕਿ ਮੈਂ ਸਫੈਦ ਸਪਿੰਕਸ ਲਈ ਆਪਣੇ ਬੇਅਰਿੰਗ ਲੈ ਸਕਦਾ ਸੀ. ਅਤੇ ਇਸ ਤਰਾਂ, ਇਹਨਾਂ ਸ਼ਰਮਨਾਕ ਰੂਹਾਂ ਦੇ ਬਚੇ ਹੋਏ ਲੋਕ ਅਜੇ ਵੀ ਇੱਥੇ ਆ ਰਹੇ ਹਨ ਅਤੇ ਉਥੇ ਹੀ ਚਲੇ ਜਾਂਦੇ ਹਨ, ਜਿਵੇਂ ਦਿਨ ਬਹੁਤ ਸਪਸ਼ਟ ਹੋ ਜਾਂਦਾ ਹੈ, ਮੈਂ ਆਪਣੇ ਪੈਰਾਂ ਬਾਰੇ ਕੁਝ ਘਾਹ ਟੁੱਟਦਾ ਹਾਂ ਅਤੇ ਤੰਬਾਕੂਨੋਸ਼ੀ ਅਤੇ ਕਾਲੇ ਦਰਮਿਆਨੇ ਦੇ ਉੱਤੇ ਲਕੋਵਾਂ ਪੈਂਦੀ ਹੈ, ਜੋ ਕਿ ਅਜੇ ਵੀ ਅੰਦਰੂਨੀ ਤੌਰ ' ਟਾਈਮ ਮਸ਼ੀਨ ਦਾ ਗੁਪਤ ਸਥਾਨ ਮੈਂ ਹੌਲੀ-ਹੌਲੀ ਤੁਰਦਾ ਹਾਂ, ਕਿਉਂਕਿ ਮੈਂ ਲਗਭਗ ਥੱਕਿਆ ਹੋਇਆ ਸੀ ਅਤੇ ਲੰਗੜਾ ਹੋ ਗਿਆ ਸੀ ਅਤੇ ਮੈਂ ਮਹਿਸੂਸ ਕੀਤਾ ਕਿ ਛੋਟੀ ਮਾਤਰਾ ਦੀ ਭਿਆਨਕ ਮੌਤ ਦੇ ਲਈ ਸਭ ਤੋਂ ਜ਼ਿਆਦਾ ਦੁਖੀ ਹੈ. ਇਹ ਇੱਕ ਭਾਰੀ ਤਬਾਹੀ ਸੀ. ਹੁਣ, ਇਸ ਪੁਰਾਣੇ ਜਾਣੇ-ਪਛਾਣੇ ਕਮਰੇ ਵਿੱਚ, ਇਹ ਅਸਲ ਖੁਰਾਕ ਨਾਲੋਂ ਇੱਕ ਸੁਪਨਾ ਦੇ ਦੁੱਖ ਵਰਗਾ ਹੈ. ਪਰ ਉਸ ਸਵੇਰ ਨੇ ਮੈਨੂੰ ਬਿਲਕੁਲ ਇਕੱਲੇ ਛੱਡ ਦਿੱਤਾ - ਬਹੁਤ ਹੀ ਇਕੱਲੇ. ਮੈਂ ਆਪਣੇ ਇਸ ਮਕਾਨ ਬਾਰੇ ਸੋਚਣਾ ਸ਼ੁਰੂ ਕਰ ਦਿੱਤਾ, ਇਸ ਅੱਗ ਦੇ ਪਿਛਲੇ ਪਾਸੇ, ਤੁਹਾਡੇ ਵਿੱਚੋਂ ਕੁਝ, ਅਤੇ ਅਜਿਹੇ ਵਿਚਾਰਾਂ ਨਾਲ ਇੱਕ ਦਰਦ ਸੀ ਜੋ ਦਰਦ ਸੀ.

'ਪਰ ਜਿਵੇਂ ਮੈਂ ਤਪੱਸਿਆ ਦੀ ਸਵੇਰ ਦੇ ਅਖ਼ੀਰ ਵਿਚ ਤੰਬਾਕੂਨੋਸ਼ੀ ਛੱਡਿਆ, ਮੈਂ ਇਕ ਖੋਜ ਕੀਤੀ. ਮੇਰੇ ਟਰਾਊਜ਼ਰ ਜੇਬ ਵਿਚ ਅਜੇ ਵੀ ਕੁਝ ਢਿੱਲੀ ਮੇਲ ਸਨ. ਗੁੰਮ ਹੋਣ ਤੋਂ ਪਹਿਲਾਂ ਹੀ ਬੱਕਸ ਨੂੰ ਲੀਕ ਕੀਤਾ ਹੋਇਆ ਹੋਣਾ ਚਾਹੀਦਾ ਹੈ

' . . , , , . . . , . ਅੰਡਰ-ਵਿਸ਼ਵ ਦੇ ਤਰੀਕੇ ਮੈਂ ਹੁਣ ਸਮਝ ਗਿਆ ਹਾਂ ਕਿ ਓਵਰ-ਵਰਲਡ ਲੋਕਾਂ ਦੀ ਸਾਰੀ ਸੁੰਦਰਤਾ ਕਿਵੇਂ ਢੱਕੀ ਹੋਈ ਹੈ ਖੇਤ ਵਿਚਲੇ ਪਸ਼ੂਆਂ ਦੇ ਦਿਨਾਂ ਵਾਂਗ, ਉਨ੍ਹਾਂ ਦਾ ਸੁਹਾਵਣਾ ਦਿਨ ਬਹੁਤ ਖੁਸ਼ੀ ਭਰਿਆ ਸੀ. ਪਸ਼ੂਆਂ ਵਾਂਗ, ਉਨ੍ਹਾਂ ਨੂੰ ਦੁਸ਼ਮਣ ਦਾ ਪਤਾ ਨਹੀਂ ਸੀ ਅਤੇ ਨਾ ਹੀ ਉਨ੍ਹਾਂ ਦੀ ਕੋਈ ਲੋੜ ਸੀ. ਅਤੇ ਉਨ੍ਹਾਂ ਦਾ ਅੰਤ ਇੱਕੋ ਜਿਹਾ ਸੀ.

'ਮੈਂ ਇਹ ਸੋਚ ਕੇ ਦੁਖੀ ਹਾਂ ਕਿ ਮਨੁੱਖੀ ਅਕਲ ਦਾ ਸੁਪਨਾ ਕਿੰਨਾ ਸੰਖੇਪ ਹੈ. ਇਸ ਨੇ ਖੁਦਕੁਸ਼ੀ ਕੀਤੀ ਸੀ ਇਹ ਸੁਸਤੀ ਅਤੇ ਸੌਖ ਵਿੱਚ ਆਪਣੇ ਆਪ ਨੂੰ ਸਥਿਰ ਕਰ ਚੁੱਕਾ ਸੀ, ਇਕ ਸੰਤੁਲਤ ਸਮਾਜ ਜਿਸਦਾ ਸੁਰੱਖਿਆ ਅਤੇ ਸਥਾਈਤਾ ਜਿਸਦੇ ਘੋਸ਼ਣਾ ਦੇ ਰੂਪ ਵਿੱਚ ਸੀ, ਨੇ ਇਸ ਦੀ ਆਖ਼ਰੀ ਪਰੀਖਿਆ ਹਾਸਲ ਕੀਤੀ - ਇਸਦੇ ਅੰਤ ਵਿੱਚ ਆਉਣ ਦਾ. ਇੱਕ ਵਾਰ, ਜੀਵਨ ਅਤੇ ਜਾਇਦਾਦ ਲਗਭਗ ਪੂਰੀ ਸੁਰੱਖਿਆ ਤੇ ਪਹੁੰਚ ਚੁੱਕੀ ਹੋਣੀ ਚਾਹੀਦੀ ਹੈ. ਅਮੀਰਾਂ ਨੂੰ ਉਨ੍ਹਾਂ ਦੀ ਦੌਲਤ ਅਤੇ

ਅਰਾਮ ਦਾ ਭਰੋਸਾ ਦਿਵਾਇਆ ਗਿਆ ਸੀ, ਟਾਇਲਰ ਨੇ ਉਨ੍ਹਾਂ ਦੀ ਜ਼ਿੰਦਗੀ ਅਤੇ ਕੰਮ ਦਾ ਯਕੀਨ ਦਿਵਾਇਆ. ਇਸ ਸੰਪੂਰਨ ਸੰਸਾਰ ਵਿਚ ਕੋਈ ਸ਼ੱਕ ਨਹੀਂ ਕਿ ਬੇਰੁਜ਼ਗਾਰ ਦੀ ਕੋਈ ਸਮੱਸਿਆ ਨਹੀਂ ਸੀ, ਕੋਈ ਵੀ ਸਮਾਜਿਕ ਸਵਾਲ ਉਜਾਗਰ ਨਹੀਂ ਕੀਤਾ ਗਿਆ. ਅਤੇ ਇੱਕ ਬਹੁਤ ਚੁੱਪ ਕਰਕੇ ਬਾਅਦ ਵਿੱਚ ਸੀ.

'ਇਹ ਕੁਦਰਤ ਦਾ ਨਿਯਮ ਹੈ ਜੋ ਅਸੀਂ ਨਜ਼ਰਅੰਦਾਜ਼ ਕਰਦੇ ਹਾਂ, ਇਹ ਬੌਧਿਕ ਪਰਭਾਵੀਤਾ ਤਬਦੀਲੀ, ਖ਼ਤਰਾ, ਅਤੇ ਮੁਸੀਬਤ ਲਈ ਮੁਆਵਜ਼ਾ ਹੈ. ਇਸ ਦੇ ਵਾਤਾਵਰਣ ਨਾਲ ਇਕਸੁਰਤਾ ਨਾਲ ਇਕ ਜਾਨਵਰ ਇਕ ਸੰਪੂਰਣ ਪ੍ਰਣਾਲੀ ਹੈ ਕੁਦਰਤ ਕਦੇ ਵੀ ਬੁੱਧੀ ਨੂੰ ਨਹੀਂ ਸਮਝਦੀ, ਜਦ ਤੱਕ ਆਦਤ ਅਤੇ ਦ੍ਰਿਸ਼ਟ ਵਿਅਰਥ ਨਹੀਂ ਹੁੰਦੇ. ਉੱਥੇ ਕੋਈ ਅਕਲ ਨਹੀਂ ਹੈ ਜਿੱਥੇ ਕੋਈ ਬਦਲਾਵ ਨਹੀਂ ਹੈ ਅਤੇ ਤਬਦੀਲੀ ਦੀ ਕੋਈ ਲੋੜ ਨਹੀਂ ਹੈ. ਸਿਰਫ਼ ਉਹ ਜਾਨਵਰ ਹੀ ਖੁਫੀਆ ਖੁਆਈ ਕਰਦੇ ਹਨ ਜਿਨ੍ਹਾਂ ਨੂੰ ਇੱਕ ਵੱਡੀ ਕਿਸਮ ਦੀਆਂ ਜ਼ਰੂਰਤਾਂ ਅਤੇ ਖ਼ਤਰਿਆਂ ਨੂੰ ਪੂਰਾ ਕਰਨਾ ਹੁੰਦਾ ਹੈ.

'ਇਸ ਤਰ੍ਹਾਂ, ਜਿਵੇਂ ਮੈਂ ਇਸ ਨੂੰ ਵੇਖਦਾ ਹਾਂ, ਉੱਪਰੀ ਸੰਸਾਰ ਆਦਮੀ ਆਪਣੀ ਕਮਜ਼ੋਰੀ ਸੁਹੱਪਣ ਅਤੇ ਦੁਨੀਆ ਨੂੰ ਸਿਰਫ ਮਕੈਨੀਕਲ ਉਦਯੋਗ ਵੱਲ ਝੁਕਾਇਆ ਸੀ. ਪਰ ਇਸ ਪੂਰਨ ਰਾਜ ਵਿਚ ਮਕੈਨੀਕਲ ਸੰਪੂਰਨਤਾ ਲਈ ਇਕ ਚੀਜ਼ ਦੀ ਕਮੀ ਸੀ- ਪੂਰਨ ਸਥਾਈਤਾ ਜ਼ਾਹਰ ਹੈ ਕਿ ਸਮੇਂ ਦੇ ਬੀਤਣ ਨਾਲ, ਅੰਡਰ-ਵਿਸ਼ਵ ਦੀ ਖੁਰਾਕ, ਭਾਵੇਂ ਇਸਦਾ ਪ੍ਰਭਾਵ ਪੈ ਗਿਆ ਸੀ, ਉਹ ਅਸਥਿਰ ਹੋ ਗਿਆ ਸੀ. ਮਾਤਾ ਦੀ ਜ਼ਰੂਰਤ, ਜੋ ਕੁੱਝ ਹਜ਼ਾਰ ਸਾਲਾਂ ਤੋਂ ਬੰਦ ਹੋ ਚੁੱਕੀ ਸੀ, ਵਾਪਸ ਆ ਗਈ, ਅਤੇ ਉਹ ਹੇਠਾਂ ਸ਼ੁਰੂ ਹੋਈ. ਉਸ ਦੇ ਨਾਲ ਸੰਪਰਕ ਵਿੱਚ ਹੋਣ ਦੇ ਅਧੀਨ ਸੰਸਾਰ ਮਸ਼ੀਨਰੀ, ਜੋ ਕਿ ਸੰਪੂਰਣ ਹੈ, ਨੂੰ ਅਜੇ ਵੀ ਆਦਤ ਤੋਂ ਬਾਹਰ ਥੋੜਾ ਜਿਹਾ ਸੋਚਣ ਦੀ ਲੋੜ ਹੈ, ਸੰਭਵ ਤੌਰ ' ਅਤੇ ਜਦੋਂ ਦੂਸਰੀ ਚੀਜ਼ ਉਨ੍ਹਾਂ ਵਿਚ ਅਸਫ਼ਲ ਹੋ ਗਈ, ਤਾਂ ਉਹਨਾਂ ਨੇ ਆਪਣੀ ਪੁਰਾਣੀ ਆਦਤ ਤੋਂ ਜੋ ਪਹਿਲਾਂ ਮਨਾਹੀ ਕੀਤੀ ਸੀ ਵੱਲ ਮੁੜਿਆ. ਇਸ ਲਈ ਮੈਂ ਕਹਿ ਰਿਹਾ ਹਾਂ ਕਿ ਮੈਂ ਇਸ ਨੂੰ ਅੱਠ ਸੌ ਅਤੇ ਦੋ ਹਜ਼ਾਰ ਸੱਤ ਸੌ ਅਤੇ ਇੱਕ ਦੇ ਸੰਸਾਰ ਦੇ ਪਿਛਲੇ ਦ੍ਰਿਸ਼ਟੀਕੋਣ ਵਿੱਚ ਵੇਖਿਆ ਹੈ. ਇਹ ਹੋ ਸਕਦਾ ਹੈ ਕਿ ਇੱਕ ਸਪੱਸ਼ਟੀਕਰਨ ਗਲਤ ਹੋ ਸਕਦਾ ਹੈ ਜਿਵੇਂ ਕਿ ਪ੍ਰਣਾਲੀ ਦੀ ਸਮਝ ਆਉਂਦੀ ਹੈ. ਇਸ ਤਰ੍ਹਾਂ ਇਹ ਮੇਰੇ ਲਈ ਆਕਾਰ ਦਾ ਰੂਪ ਹੈ, ਅਤੇ ਜਿਵੇਂ ਮੈਂ ਤੁਹਾਨੂੰ ਇਹ ਦੇ ਦਿੰਦਾ ਹਾਂ.

'ਪਿਛਲੇ ਦਿਨ ਦੇ ਤੌਖਲਿਆਂ, ਉਤਸ਼ਾਹ ਅਤੇ ਅਤਿਆਚਾਰਾਂ ਦੇ ਬਾਅਦ, ਅਤੇ ਮੇਰੇ ਦੁੱਖ ਦੇ ਬਾਵਜੂਦ, ਇਸ ਸੀਟ ਅਤੇ ਸ਼ਾਂਤ ਦ੍ਰਿਸ਼ ਅਤੇ ਨਿੱਘੀ ਧੁੱਪ ਬਹੁਤ ਸੁਹਾਵਣਾ ਸੀ. ਮੈਂ ਬਹੁਤ ਥੱਕਿਆ ਅਤੇ ਨੀਂਦ ਵਿਚ ਸੀ, ਅਤੇ ਛੇਤੀ ਹੀ ਮੇਰਾ ਥਿਉਰਿਜ਼ੰਗ ਡਾਂਸਿੰਗ ਪਾਸ ਹੋਇਆ. ਆਪਣੇ ਆਪ ਨੂੰ ਇਸ 'ਤੇ ਫੜਨਾ, ਮੈਂ ਆਪਣਾ ਸੰਕੇਤ ਲੈ ਲਿਆ, ਅਤੇ ਮੈਦਾਨ' ਤੇ ਆਪਣੇ ਆਪ ਨੂੰ ਫੈਲਾ ਰਿਹਾ ਸੀ, ਮੇਰੇ ਕੋਲ ਲੰਮੀ ਅਤੇ ਤਾਜੀ ਨੀਂਦ ਸੀ

'ਮੈਂ ਸੂਰਜ ਡੁੱਬਣ ਤੋਂ ਪਹਿਲਾਂ ਥੋੜਾ ਜਿਹਾ ਜਾਗਿਆ. ਮੈਨੂੰ ਹੁਣ ਮੋਰਲਾਂ ਦੁਆਰਾ ਨੱਪਣ ਦੇ ਫੰਦੇ ਤੋਂ ਬਚਣ ਲਈ ਸੁਰੱਖਿਅਤ ਮਹਿਸੂਸ ਹੋਇਆ ਹੈ, ਅਤੇ, ਆਪਣੇ ਆਪ ਨੂੰ ਖਿੱਚਣ ਨਾਲ, ਮੈਂ ਸਫੈਦ ਸਪਿਨਕਸ ਵੱਲ ਪਹਾੜੀ ਦੇ ਹੇਠਾਂ ਆਇਆ ਹਾਂ. ਮੈਂ ਇਕ ਹੱਥ ਵਿਚ ਮੇਰਾ ਕਾਫ਼ਲਾ ਸੀ, ਅਤੇ ਦੂਜੇ ਪਾਸੇ ਮੇਰੀਆਂ ਜੇਬ ਵਿਚ ਮੈਚ ਸਨ.

'ਅਤੇ ਹੁਣ ਸਭ ਤੋਂ ਅਚਾਨਕ ਕੰਮ ਆਇਆ ਹੈ. ਜਿਵੇਂ ਮੈਂ ਸਪਿਨਕਸ ਦੇ ਪੈਡਸਟੇਲ ਤੱਕ ਪਹੁੰਚਿਆ ਸੀ, ਮੈਂ ਪਾਇਆ ਕਿ ਕਾਂਸੀ ਦੇ ਵਾਲਵ ਖੁੱਲ੍ਹੇ ਸਨ. ਉਹ ਖੋਖਲਾਂ ਵਿੱਚ ਝੁਕ ਗਏ ਸਨ

'ਤੇ ਮੈਂ ਉਨ੍ਹਾਂ ਤੋਂ ਪਹਿਲਾਂ ਥੋੜ੍ਹੀ ਦੇਰ ਤੱਕ ਰੋਕੀ, ਦਾਖਲ ਹੋਣ ਤੋਂ ਹਿਚਕਿਚਾਏ.

'ਅੰਦਰ ਇਕ ਛੋਟਾ ਜਿਹਾ ਅਪਾਰਟਮੈਂਟ ਸੀ, ਅਤੇ ਇਸ ਦੇ ਕੋਨੇ ਵਿਚ ਉੱਚੇ ਥਾਂ ਤੇ ਟਾਈਮ ਮਸ਼ੀਨ ਸੀ. ਮੇਰੀ ਆਪਣੀ ਜੇਬ ਵਿਚ ਛੋਟੇ ਲੀਵਰ ਸਨ. ਇਸ ਲਈ ਇੱਥੇ, ਸਫੈਦ ਸਪੀਨੈਕਸ ਦੀ ਘੇਰਾਬੰਦੀ ਲਈ ਆਪਣੀਆਂ ਸਾਰੀਆਂ ਵਿਸਥਾਰ ਤਿਆਰੀਆਂ ਦੇ ਬਾਅਦ, ਇਕ ਨਿਮਰ ਸਮਰਪਣ ਸੀ. ਮੈਂ ਆਪਣਾ ਲੋਹਾ ਬਾਰ ਦੂਰ ਚਲਾ ਗਿਆ, ਲਗਭਗ ਅਫ਼ਸੋਸ ਹੈ ਇਸਦੀ ਵਰਤੋਂ ਨਾ ਕਰੋ.

'ਅਚਾਨਕ ਸੋਚ ਮੇਰੇ ਸਿਰ ਵਿੱਚ ਆਈ, ਕਿਉਂਕਿ ਮੈਂ ਪੋਰਟਲ ਵੱਲ ਫਸਿਆ ਹੋਇਆ ਸੀ. ਇੱਕ ਵਾਰ ਲਈ, ਘੱਟੋ ਘੱਟ, ਮੈਂ ਮੋਰਲਾਂ ਦੇ ਮਾਨਸਿਕ ਆਪਰੇਸ਼ਨਾਂ ਨੂੰ ਸਮਝ ਲਿਆ. ਹੱਸਣ ਲਈ ਮਜ਼ਬੂਤ ਝੁਕਾਅ ਨੂੰ ਦਬਾਉਣ ਲਈ, ਮੈਂ ਕਾਂਸੀ ਦੇ ਫਰੇਮ ਦੁਆਰਾ ਅਤੇ ਟਾਈਮ ਮਸ਼ੀਨ ਤਕ ਕਦਮ ਰੱਖਿਆ. ਮੈਨੂੰ ਇਹ ਦੇਖ ਕੇ ਹੈਰਾਨੀ ਹੋਈ ਕਿ ਇਹ ਧਿਆਨ ਨਾਲ ਤੇਲ ਨਾਲ ਅਤੇ ਸਾਫ਼ ਕੀਤਾ ਗਿਆ ਸੀ. ਮੈਨੂੰ ਇਸ ਗੱਲ ਤੋਂ ਸ਼ੱਕ ਹੈ ਕਿ ਉਸ ਦੇ ਮਕਸਦ ਨੂੰ ਸਮਝਣ ਲਈ ਮਿਸ਼ਰਣਾਂ ਨੇ ਅੰਸ਼ਕ ਤੌਰ 'ਤੇ ਇਸ ਨੂੰ ਟੁਕੜਿਆਂ' ਤੇ ਲਿਜਾਇਆ ਸੀ.

'ਹੁਣ ਜਦੋਂ ਮੈਂ ਖਲੋਤਾ ਸੀ ਅਤੇ ਇਸ ਦੀ ਜਾਂਚ ਕੀਤੀ ਸੀ, ਤਾਂ ਉਸ ਦੇ ਜੁਗਤ ਦੀ ਖੁਸ਼ੀ ਵਿਚ ਖੁਸ਼ੀ ਦਾ ਪਤਾ ਲੱਗਿਆ, ਜੋ ਮੈਂ ਉਮੀਦ ਕੀਤੀ ਸੀ ਉਹ ਹੋਇਆ ਸੀ. ਕਾਂਸੀ ਦੇ ਪੈਨਲ ਅਚਾਨਕ ਹੌਲੀ ਹੌਲੀ ਡਿੱਗ ਕੇ ਅਤੇ ਇੱਕ ਝੌਂਗਾ ਨਾਲ ਫਰੇਮ ਨੂੰ ਮਾਰਿਆ. ਮੈਂ ਅਚਾਨਕ ਫਸ ਗਿਆ ਸੀ. ਇਸ ਲਈ ਮੋਰਚੇ ਨੇ ਸੋਚਿਆ. ਇਸ 'ਤੇ ਮੈਂ ਬਹੁਤ ਖੁਸ਼ ਹਾਂ.

'ਉਹ ਪਹਿਲਾਂ ਹੀ ਉਨ੍ਹਾਂ ਦੇ ਬੁੜ ਬੁੜ ਕਰਨ ਵਾਲੇ ਹਾਸੇ ਨੂੰ ਸੁਣ ਸਕਦੇ ਸਨ ਕਿਉਂਕਿ ਉਹ ਮੇਰੇ ਵੱਲ ਆਏ ਸਨ. ਬਹੁਤ ਸ਼ਾਂਤੀ ਨਾਲ ਮੈਂ ਮੈਚ ਨੂੰ ਰੋਕਣ ਦੀ ਕੋਸ਼ਿਸ਼ ਕੀਤੀ. ਮੈਨੂੰ ਸਿਰਫ ਲੀਵਰ 'ਤੇ ਠੀਕ ਕਰਨ ਲਈ ਅਤੇ ਫਿਰ ਇੱਕ ਭੂਤ ਦੀ ਤਰ੍ਹਾਂ ਛੱਡਿਆ ਸੀ. ਪਰ ਮੈਂ ਇੱਕ ਛੋਟੀ ਜਿਹੀ ਗੱਲ ਨੂੰ ਨਜ਼ਰ ਅੰਦਾਜ਼ ਕੀਤਾ ਸੀ. ਮੈਚ ਇਸ ਘਿਨਾਉਣੇ ਕਿਸਮ ਦੇ ਸਨ ਜੋ ਸਿਰਫ ਬਕਸੇ ਤੇ ਹੀ ਰੌਸ਼ਨੀ ਸਨ.

'ਤੁਸੀਂ ਕਲਪਨਾ ਕਰੋਗੇ ਕਿ ਮੇਰੇ ਸਾਰੇ ਸ਼ਾਂਤ ਕਿਸ ਤਰ੍ਹਾਂ ਅਲੋਪ ਹੋ ਗਏ. ਥੋੜ੍ਹੇ ਜਿਹੇ ਮੇਰੇ ਨੇੜੇ ਸਨ ਇਕ ਨੇ ਮੈਨੂੰ ਛੋਹਿਆ ਮੈਂ ਲੀਵਰ ਦੇ ਨਾਲ ਉਨ੍ਹਾਂ 'ਤੇ ਹਨੇਰੇ ਵਿਚ ਇਕ ਵੱਡਾ ਝਟਕਾ ਮਾਰਿਆ, ਅਤੇ ਮਸ਼ੀਨ ਦੀ ਕਾਠੀ' ਚ ਪਟਾਉਣਾ ਸ਼ੁਰੂ ਕੀਤਾ. ਫਿਰ ਇਕ ਪਾਸੇ ਮੇਰੇ ਤੇ ਇਕ ਵਾਰ ਆਇਆ ਅਤੇ ਫਿਰ ਇਕ ਹੋਰ. ਤਾਂ ਮੈਂ ਆਪਣੇ ਲੀਵਰਾਂ ਲਈ ਆਪਣੀਆਂ ਲਗਾਤਾਰ ਉਂਗਲਾਂ ਨਾਲ ਲੜਨਾ ਚਾਹੁੰਦਾ ਸੀ, ਅਤੇ ਉਸੇ ਸਮੇਂ ਉਨ੍ਹਾਂ ਸਟੱਡਿਆਂ ਲਈ ਮਹਿਸੂਸ ਕੀਤਾ, ਜਿਨ੍ਹਾਂ ਉੱਤੇ ਇਹ ਢੁਕਵਾਂ ਸਨ. ਇੱਕ, ਅਸਲ ਵਿੱਚ, ਉਹ ਲਗਭਗ ਮੇਰੇ ਤੋਂ ਦੂਰ ਹੋ ਗਏ ਸਨ ਜਿਵੇਂ ਕਿ ਇਹ ਮੇਰੇ ਹੱਥ ਤੋਂ ਖਿਸਕ ਗਈ ਹੈ, ਮੇਰੇ ਸਿਰ ਦੇ ਨਾਲ ਮੈਨੂੰ ਹਨੇਰੇ ਵਿਚ ਬੱਟਣਾ ਪਿਆ- ਮੈਂ ਮੋਰਟਲਕ ਦੀ ਖੋਪੜੀ ਦੀ ਅਵਾਜ਼ ਸੁਣੀ - ਇਹ ਮੁੜ ਪ੍ਰਾਪਤ ਕਰਨ ਲਈ. ਇਹ ਜੰਗਲ ਵਿਚ ਲੜਾਈ ਨਾਲੋਂ ਇਕ ਹੋਰ ਨਜ਼ਦੀਕ ਸੀ, ਮੈਂ ਸੋਚਦਾ ਹਾਂ, ਇਹ ਆਖਰੀ ਰੱਸੀ.

'ਪਰ ਅਖ਼ੀਰ ਵਿਚ ਲੀਵਰ ਫਿੱਟ ਕੀਤਾ ਗਿਆ ਅਤੇ ਖਿੱਚਿਆ ਗਿਆ. ਮੇਰੇ ਹੱਥੋਂ ਫੜੀ ਹੋਈ ਹੱਥ ਫਿਸਲ ਕੇ ਅੱਜ ਕੱਲ੍ਹ ਹਨੇਰੇ ਮੇਰੇ ਨਜ਼ਰਾਂ ਤੋਂ ਡਿੱਗ ਗਈ . ਮੈਂ ਆਪਣੇ ਆਪ ਨੂੰ ਉਹੀ ਸਲੇਟੀ ਰੌਸ਼ਨੀ ਵਿਚ ਦੇਖਿਆ ਹੈ ਅਤੇ ਮੈਂ ਇਸ ਬਾਰੇ ਪਹਿਲਾਂ ਹੀ ਵਿਆਖਿਆ ਕੀਤੀ ਹੈ.

'ਮੈਂ ਪਹਿਲਾਂ ਹੀ ਤੁਹਾਨੂੰ ਬੀਮਾਰੀ ਅਤੇ ਉਲਝਣ ਦੇ ਬਾਰੇ ਦੱਸਿਆ ਹੈ ਜੋ ਸਮੇਂ ਦੀ ਯਾਤਰਾ ਨਾਲ ਆਉਂਦਾ ਹੈ. ਅਤੇ ਇਸ ਵਾਰ ਮੈਂ ਕਾਠੀ ਵਿਚ ਸਹੀ ਤਰ੍ਹਾਂ ਨਹੀਂ ਬਿਰਾਜਿਆ ਸੀ, ਪਰ ਬਾਹਰੀ ਅਤੇ ਅਸਥਿਰ ਫੈਸ਼ਨ ਵਿਚ ਅਨੰਤ ਸਮੇਂ ਲਈ ਮੈਂ ਮਸ਼ੀਨ ਤੇ ਚਿਪਕਿਆ ਜਿਵੇਂ ਕਿ ਇਸ ਵਿਚ ਚਲਾਕੀ ਅਤੇ ਵਾਈਬ੍ਰੇਟ ਕੀਤੀ ਗਈ ਸੀ, ਮੈਂ ਕਿੰਨੀ ਬੇਸਹਾਰਾ ਹਾਂ ਕਿ ਮੈਂ ਕਿਵੇਂ ਗਈ, ਅਤੇ ਜਦੋਂ ਮੈਂ ਦੁਬਾਰਾ ਡਾਇਲਜ਼ ਵੱਲ ਦੇਖਣ ਲਈ ਆਪਣੇ ਆਪ ਨੂੰ ਲਿਆ ਤਾਂ ਮੈਨੂੰ ਪਤਾ ਲੱਗਿਆ ਕਿ ਮੈਂ ਕਿੱਥੇ ਪਹੁੰਚਿਆ ਸੀ ਹੈਰਾਨ ਸੀ. ਇਕ ਡ੍ਰੈਂਡ ਰਿਕਾਰਡ ਦਿਨ, ਅਤੇ ਹਜ਼ਾਰਾਂ ਦਿਨ, ਇਕ ਹੋਰ ਲੱਖਾਂ ਦਿਨ ਅਤੇ ਹਜ਼ਾਰਾਂ ਕਰੋੜਾਂ ਲੋਕ. ਹੁਣ, ਲੀਵਰ ਨੂੰ ਪਿੱਛੇ ਛੱਡਣ ਦੀ ਬਜਾਏ, ਮੈਂ ਉਨ੍ਹਾਂ ਨੂੰ ਅੱਗੇ ਵੱਧਣ ਲਈ ਉਹਨਾਂ ਨੂੰ ਖਿੱਚ ਲਿਆ ਸੀ, ਅਤੇ ਜਦੋਂ ਮੈਂ ਇਹਨਾਂ ਸੂਚਕਾਂ ਨੂੰ ਵੇਖਣ ਲਈ ਆਇਆ ਤਾਂ ਮੈਂ ਦੇਖਿਆ ਕਿ ਹਜਾਰਾਂ ਹੱਥ ਇਕ ਤੇਜ਼-ਰਫ਼ਤਾਰ ਦੇ ਸਕਿੰਟ ਹੱਥ ਦੇ ਰੂਪ ਵਿੱਚ ਤੇਜ਼ੀ ਨਾਲ ਗੋਲ ਰਿਹਾ ਸੀ.
ਭਵਿੱਖਮੁਖੀ

'ਜਿਵੇਂ ਮੈਂ ਦੇਖਦਾ ਰਿਹਾ, ਚੀਜ਼ਾਂ ਦੇ ਰੂਪਾਂ' ਤੇ ਇਕ ਵਿਸ਼ੇਸ਼ ਬਦਲਾਅ ਆਇਆ. ਪੱਲਪੇਟਿੰਗ ਗ੍ਰੀਨ ਗਹਿਰੀ ਹੋ ਗਈ; ਫਿਰ-ਭਾਵੇਂ ਮੈਂ ਅਜੇ ਵੀ ਅਸਾਧਾਰਤ ਗਤੀ ਨਾਲ ਸਫ਼ਰ ਕਰ ਰਿਹਾ ਸੀ-ਦਿਨ ਅਤੇ ਰਾਤ ਦਾ ਝਪਕਦਾ ਉਤਾਰ, ਜੋ ਕਿ ਆਮ ਤੌਰ ਤੇ ਹੌਲੀ ਹੌਲੀ ਦਰਸਾਉਂਦੀ ਹੈ, ਵਾਪਸ ਆ ਗਿਆ ਅਤੇ ਹੋਰ ਅਤੇ ਹੋਰ ਜਿਆਦਾ ਚਿੰਨ੍ਹ ਲਗਾਏ. ਇਸ ਨੇ ਪਹਿਲਾਂ ਮੈਨੂੰ ਬਹੁਤ ਪਰੇਸ਼ਾਨ ਕੀਤਾ ਰਾਤ ਅਤੇ ਦਿਨ ਦੇ ਬਦਲਾਵ ਹੌਲੀ ਅਤੇ ਹੌਲੀ ਹੌਲੀ ਵਧਦੇ ਗਏ ਅਤੇ ਸੂਰਜ ਦੇ ਆਕਾਸ਼ ਵਿਚ ਲੰਘ ਗਏ, ਜਿੰਨਾ ਚਿਰ ਉਹ ਸਦੀਆਂ ਤੱਕ ਫੈਲਦਾ ਨਹੀਂ ਸੀ. ਅਖੀਰ ਵਿੱਚ ਇੱਕ ਸੰਜਮਿਤ ਸੰਜਮ ਜਿਹੜੀ ਧਰਤੀ ਉੱਤੇ ਜੰਮੀ ਹੋਈ ਸੀ, ਇੱਕ ਸੰਝ ਧੂੜ ਜਿਹੀ ਹੁਣੇ ਹੀ ਟੁੱਟ ਗਈ ਹੈ ਅਤੇ ਉਦੋਂ ਜਦੋਂ ਇੱਕ ਕੋਮੇਟ ਗੂੜ੍ਹੇ ਰੰਗ ਦੇ ਅਸਮਾਨ ਤੇ ਝੁਕਿਆ. ਸੂਰਜ ਦਾ ਸੰਕੇਤ ਸੀ ਜੋ ਲੰਬੇ ਸਮੇਂ ਤੋਂ ਲਾਪਤਾ ਹੋ ਗਿਆ ਸੀ; ਕਿਉਂਕਿ ਸੂਰਜ ਡੁੱਬਣ ਤੋਂ ਪਹਿਲਾਂ ਖ਼ਤਮ ਹੋ ਗਿਆ ਸੀ - ਇਹ ਬਸ ਉੱਠਿਆ ਅਤੇ ਪੱਛਮ ਵਿਚ ਡਿੱਗ ਗਿਆ, ਅਤੇ ਵੱਡਾ ਅਤੇ ਵੱਧ ਲਾਲ ਬਣ ਗਿਆ ਚੰਦ ਦਾ ਸਾਰਾ ਟੁਕੜਾ ਖਤਮ ਹੋ ਗਿਆ ਸੀ.ਤਾਰੇ ਦੇ ਚੱਕਰ ਲਗਾਉਣੇ, ਹੌਲੀ ਅਤੇ ਹੌਲੀ ਹੌਲੀ ਵਧਦੇ ਹੋਏ, ਚਾਨਣ ਦੇ ਜੀਵੰਤ ਪੁਆਇੰਟਾਂ ਨੂੰ ਸਥਾਨ ਦਿੱਤਾ. ਤੇ ਆਖ਼ਰੀ ਵਾਰ, ਮੈਂ ਰੋਕਣ ਤੋਂ ਕੁਝ ਸਮਾਂ ਪਹਿਲਾਂ, ਸੂਰਜ, ਲਾਲ ਅਤੇ ਬਹੁਤ ਵੱਡਾ, ਰੁਖ ਤੇ ਸਥਿਰ ਰੁਕਿਆ, ਇਕ ਗੁੰਝਲਦਾਰ ਗੁੰਬਦ ਜਿਸਦੀ ਸੁਸਤ ਗਰਮੀ ਸੀ, ਅਤੇ ਹੁਣ ਅਤੇ ਫਿਰ ਇੱਕ ਪਲ ਪਲ ਖ਼ਤਮ ਹੋਣ ਨਾਲ. ਇਕ ਵਾਰ ਥੋੜ੍ਹੇ ਸਮੇਂ ਵਿਚ ਇਸ ਨੂੰ ਹੋਰ ਵਧੀਆ ਤਰੀਕੇ ਨਾਲ ਦਿਖਾਇਆ ਗਿਆ ਸੀ, ਪਰੰਤੂ ਇਹ ਛੇਤੀ ਹੀ ਆਪਣੀ ਖਾਰਕ ਲਾਲ

ਗਰਮੀ ਵੱਲ ਵਾਪਸ ਪਰਤ ਆਇਆ. ਮੈਂ ਇਸਦਾ ਵੱਧਦਾ ਜਾ ਰਿਹਾ ਅਤੇ ਇਸ ਗੱਲ ਨੂੰ ਦੇਖਦਾ ਹਾਂ ਕਿ ਟਾਇਰ ਡਰਾਗ ਦਾ ਕੰਮ ਕੀਤਾ ਗਿਆ ਸੀ. ਧਰਤੀ ਸੂਰਜ ਦੇ ਇਕ ਚਿਹਰੇ ਨਾਲ ਆਰਾਮ ਕਰਨ ਆਈ ਸੀ, ਜਿਵੇਂ ਸਾਡੇ ਆਪਣੇ ਸਮੇਂ ਵਿਚ ਚੰਦਰਮਾ ਧਰਤੀ ਦਾ ਸਾਹਮਣਾ ਕਰਦਾ ਹੈ. ਬਹੁਤ ਸਾਵਧਾਨੀ ਨਾਲ, ਮੈਨੂੰ ਯਾਦ ਹੈ ਕਿ ਮੈਂ ਆਪਣੀ ਪੁਰਾਣੀ ਸੁੱਤਾ ਡਿੱਗਣ ਬਾਰੇ ਸੋਚ ਰਿਹਾ ਹਾਂ, ਮੈਂ ਆਪਣੀ ਗਤੀ ਨੂੰ ਉਲਟਾਉਣਾ ਸ਼ੁਰੂ ਕੀਤਾ. ਹੌਲੀ ਅਤੇ ਹੌਲੀ ਚੱਕਰ ਲਾਉਣ ਵਾਲੇ ਹੱਥ ਚਲੇ ਗਏ ਜਦੋਂ ਤੱਕ ਹਜ਼ਾਰਾਂ ਅਚਾਨਕ ਕੋਈ ਰੁਕਾਵਟ ਦਿਖਾਈ ਨਹੀਂ ਦਿੰਦਾ ਸੀ ਅਤੇ ਰੋਜ਼ਾਨਾ ਦੀ ਕੋਈ ਵੀ ਹੁਣ ਇਸਦੇ ਪੈਮਾਨੇ 'ਤੇ ਇੱਕ ਧੁੰਦ ਨਹੀਂ ਸੀ. ਅਜੇ ਵੀ ਹੌਲੀ, ਜਿੰਨਾ ਚਿਰ ਇੱਕ ਉਜਾੜ ਬੀਚ ਦੀ ਧੁੰਦਲੀ ਪੇਚੀਨ ਦਿਖਾਈ ਨਹੀਂ ਦਿੰਦੀ

'ਮੈਂ ਬਹੁਤ ਹੌਲੀ ਬੰਦ ਕਰ ਦਿੱਤਾ ਅਤੇ ਟਾਈਮ ਮਸ਼ੀਨ ਤੇ ਬੈਠਾ, ਗੋਲ ਆ ਰਿਹਾ. ਅਸਮਾਨ ਹੁਣ ਨੀਲਾ ਨਹੀਂ ਰਿਹਾ ਸੀ. ਉੱਤਰ-ਪੂਰਬ ਵੱਲ ਇਹ ਕਾਲਾ ਕਾਲਾ ਸੀ, ਅਤੇ ਕਾਲਪਨਿਕ ਤੌਰ ਤੇ ਚਮਕੀਲੇ ਅਤੇ ਹੌਲੀ-ਹੌਲੀ ਪੀਲੇ ਚਿੱਟੇ ਤਾਰੇ ਦਿਖਾਈ ਦਿੱਤੇ. ਓਵਰਹੈੱਡ ਇਹ ਇੱਕ ਡੂੰਘਾ ਭਾਰਤੀ ਲਾਲ ਅਤੇ ਬੇਖੋਰੀ ਸੀ ਅਤੇ ਦੱਖਣ ਪੂਰਬ ਵੱਲ ਇਹ ਚਮਕਦਾਰ ਚਮਕਦਾਰ ਉੱਨਤੀ ਨਾਲ ਉੱਠਿਆ ਜਿੱਥੇ ਕਿ ਦਿਮਾਗ ਨੇ ਕੱਟਿਆ, ਸੂਰਜ ਦੀ ਵਿਸ਼ਾਲ ਤਿੱਖੀ ਆਵਾਜ਼ ਨੂੰ ਲਾਲ ਅਤੇ ਬੇਮਿਸਾਲ ਬਣਾ ਦਿੱਤਾ. ਮੇਰੇ ਬਾਰੇ ਚਟਾਨਾਂ ਇੱਕ ਸਖ਼ਤ ਲਾਲ ਰੰਗ ਦੇ ਸਨ, ਅਤੇ ਸਭ ਤੋਂ ਪਹਿਲਾਂ ਜਿੰਨੀਆਂ ਜਾਨਾਂ ਨੂੰ ਵੇਖ ਸਕਦੀਆਂ ਸਨ ਉਹ ਬੇਹੱਦ ਹਰੇ ਰੁੱਖ ਸਨ ਜੋ ਉਨ੍ਹਾਂ ਦੇ ਦੱਖਣ ਪੂਰਬੀ ਚਿਹਰੇ 'ਤੇ ਹਰ ਪ੍ਰੋਜੈਕਟਿੰਗ ਬਿੰਦੂ ਨੂੰ ਕਵਰ ਕਰਦੇ ਸਨ. ਇਹ ਇਕੋ ਅਮੀਰ ਹਰਾ ਸੀ ਜੋ ਇਕ ਜੰਗਲ ਦੇ ਮੋਜ਼ੇਲ ਜਾਂ ਲਿਵਾਣਿਆਂ 'ਤੇ ਇਕ ਗੁਫ਼ਾ ਤੇ ਦੇਖਦਾ ਹੈ: ਪੌਦਿਆਂ ਜਿਵੇਂ ਕਿ ਇਹ ਇਕ ਸਦੀਵੀ ਸੰਝੇਦ ਵਿਚ ਵਧਦੇ ਹਨ.

'ਮਸ਼ੀਨ ਇੱਕ ਝੁੱਗੀ ਬਸਤੀ ਤੇ ਖੜੀ ਸੀ. ਵੈਨ ਅਸਮਾਨ ਦੇ ਵਿਰੁੱਧ ਇਕ ਤਿੱਖੀ ਚਮਕੀਲੀ ਰੁਖ ਵਿੱਚ ਉੱਠਣ ਲਈ ਸਮੁੰਦਰ ਦੱਖਣ-ਪੱਛਮ ਵੱਲ ਖਿੱਚਿਆ ਗਿਆ ਉੱਥੇ ਕੋਈ ਵੀ ਤੋੜ ਨਹੀਂ ਸੀ ਅਤੇ ਨਾ ਹੀ ਲਹਿਰਾਂ ਸਨ, ਨਾ ਕਿ ਹਵਾ ਦੀ ਸਾਹ ਪ੍ਰੇਸ਼ਾਨ ਸੀ. ਕੇਵਲ ਥੋੜ੍ਹਾ ਜਿਹਾ ਤੇਲ ਵਾਲਾ ਸੂਲੀ ਉੱਠਿਆ ਅਤੇ ਕੋਮਲ ਸਾਹ ਲੈਣ ਵਾਂਗ ਡਿੱਗਿਆ, ਅਤੇ ਇਹ ਦਿਖਾਇਆ ਕਿ ਸਦੀਵੀ ਸਮੁੰਦਰ ਅਜੇ ਵੀ ਚੱਲ ਰਿਹਾ ਹੈ ਅਤੇ ਰਹਿ ਰਿਹਾ ਹੈ. ਅਤੇ ਮਾਰਜਿਨ ਦੇ ਨਾਲ ਜਿੱਥੇ ਪਾਣੀ ਕਦੇ-ਕਦੇ ਤੋੜ ਜਾਂਦਾ ਸੀ, ਅਸਾਧਾਰਣ ਅਸਮਾਨਾਂ ਦੇ ਹੇਠਾਂ ਸਲੂਣਾ-ਗੁਲਾਬੀ ਦਾ ਇੱਕ ਮੋਟਾ ਰੁਕਾਵਟ ਸੀ. ਮੇਰੇ ਸਿਰ ਵਿਚ ਜ਼ੁਲਮ ਦੀ ਭਾਵਨਾ ਸੀ, ਅਤੇ ਮੈਂ ਦੇਖਿਆ ਕਿ ਮੈਂ ਬਹੁਤ ਤੇਜ਼ੀ ਨਾਲ ਸਾਹ ਲੈ ਰਿਹਾ ਸੀ. ਸਨਸਨੀ ਨੇ ਮੈਨੂੰ ਸਿਰਫ ਪਹਾੜੀਕਰਨ ਦੇ

ਮੇਰੇ ਤਜਰਬੇ ਦੀ ਯਾਦ ਦਿਵਾਇਆ, ਅਤੇ ਇਸ ਤੋਂ ਮੈਂ ਹਵਾ ਨੂੰ ਹੁਣ ਨਾਲੋਂ ਬਹੁਤ ਘੱਟ ਵਿਅਕਤ ਕਰਨ ਦਾ ਨਿਰਣਾ ਕੀਤਾ ਹੈ.

'ਦੂਰ ਦੀ ਉਜਾੜ ਵਾਲੀ ਢਲਾਣ ਤੋਂ ਦੂਰ ਮੈਂ ਇਕ ਕੱਚੀ ਚੀਕ ਸੁਣੀ, ਅਤੇ ਇਕ ਵੱਡੀ ਸਫੈਦ ਬਟਰਫਲਾਈ ਦੀ ਤਰ੍ਹਾਂ ਇਕ ਚੀਕ ਚੜ੍ਹ ਗਈ ਅਤੇ ਉਹ ਚੀਰ ਕੇ ਲਹਿ ਗਿਆ ਅਤੇ ਚੱਕਰ ਕੱਟ ਰਿਹਾ ਸੀ. ਇਸ ਦੀ ਆਵਾਜ਼ ਦੀ ਆਵਾਜ਼ ਇੰਨੀ ਨਿਰਾਸ਼ਾਜਨਕ ਸੀ ਕਿ ਮੈਂ ਮਸ਼ੀਨ ਤੇ ਹੋਰ ਮਜ਼ਬੂਤੀ ਨਾਲ ਆਪਣੇ ਆਪ ਨੂੰ ਬੈਠਾ. ਮੈਨੂੰ ਫਿਰ ਨੇੜਿਓਂ ਘੁੰਮਦਿਆਂ ਵੇਖਿਆ, ਮੈਂ ਦੇਖਿਆ ਕਿ, ਜੋ ਨਜ਼ਦੀਕੀ ਹੈ, ਜੋ ਮੈਂ ਚਟਾਨ ਦੀ ਲਾਲ ਰੰਗ ਦਾ ਪੁੰਜ ਲੈ ਲਿਆ ਸੀ ਉਹ ਹੌਲੀ ਹੌਲੀ ਮੇਰੇ ਵੱਲ ਵਧ ਰਿਹਾ ਸੀ. ਫਿਰ ਮੈਂ ਦੇਖਿਆ ਕਿ ਇਹ ਚੀਜ਼ ਸੱਚਮੁੱਚ ਇਕ ਭਿਆਨਕ ਕਰੈਬ ਜਿਹੀ ਪ੍ਰਾਣੀ ਸੀ. ਕੀ ਤੁਸੀਂ ਕਲੰਡਰ ਦੀ ਕਲਪਨਾ ਕਰ ਸਕਦੇ ਹੋ ਜਿਵੇਂ ਕਿ ਯੌਰਡ ਟੇਬਲ, ਜਿਸਦੇ ਬਹੁਤ ਸਾਰੇ ਪੈਰਾਂ ਨੂੰ ਹੌਲੀ ਅਤੇ ਅਸਥਾਈ ਤੌਰ ਤੇ ਅੱਗੇ ਵਧਦੇ ਹੋਏ, ਇਸਦੇ ਵੱਡੇ ਪੰਜੇ ਲਪੇਟਦੇ ਹਨ, ਇਸਦੇ ਲੰਬੇ ਐਂਟੀਨੇ, ਜਿਵੇਂ ਕਿ ਕਾਰਟੀਆਂ 'ਵ੍ਹਿਪਜ਼, ਵਾਲਾਂ ਅਤੇ ਮਹਿਸੂਸ ਕਰਨਾ, ਅਤੇ ਇਸ ਦੀਆਂ ਅੰਸ਼ਕ ਅੱਖਾਂ ਇਸਦੇ ਦੋਹਾਂ ਪਾਸੇ ਵੱਲ ਦੇਖੀਆਂ ਹੋਈਆਂ ਹਨ ਧਾਤੂ ਮੋਰਚੇ? ਇਸਦੀ ਪਿੱਠ ਥਾਪੀ ਗਈ ਸੀ ਅਤੇ ਅਣਗਿਣਤ ਬਾਜ਼ਾਂ ਨਾਲ ਸਜਾਇਆ ਗਿਆ ਸੀ,ਅਤੇ ਇਕ ਹਰੇ ਹਰੇ ਰੁਝੇਵਿਆਂ ਨੇ ਇਹ ਇੱਥੇ ਅਤੇ ਇੱਥੇ ਖੁੰਧਿਆ. ਮੈਂ ਇਸਦੇ ਗੁੰਝਲਦਾਰ ਮੂੰਹ ਦੇ ਬਹੁਤ ਸਾਰੇ ਪਲੱਪਾਂ ਨੂੰ ਹਿਲਦੀ ਹਾਂ ਅਤੇ ਮਹਿਸੂਸ ਕਰ ਰਿਹਾ ਹਾਂ ਜਿਵੇਂ ਇਹ ਚਲੀ ਗਈ ਹੈ.

'ਜਿਵੇਂ ਮੈਂ ਆਪਣੇ ਵੱਲ ਖਿੱਚਣ ਵਾਲੀ ਇਸ ਭਿਆਨਕ ਵਿਹਾਰ' ਤੇ ਨਿਗਾਹ ਕੀਤੀ, ਮੈਂ ਆਪਣੀ ਗੱਲ 'ਤੇ ਇਕ ਗੁੰਝਲਦਾਰ ਮਹਿਸੂਸ ਕੀਤਾ ਜਿਵੇਂ ਕਿ ਇਕ ਮੱਖੀ ਉਥੇ ਰੋਸ਼ਨ ਕੀਤੀ ਸੀ. ਮੈਂ ਇਸਨੂੰ ਆਪਣੇ ਹੱਥ ਨਾਲ ਦੂਰ ਕਰਨ ਦੀ ਕੋਸ਼ਿਸ਼ ਕੀਤੀ, ਪਰ ਇੱਕ ਪਲ ਵਿੱਚ ਇਹ ਵਾਪਸ ਆਇਆ, ਅਤੇ ਮੇਰੇ ਕੰਨ ਦੁਆਰਾ ਲਗਭਗ ਇਕ ਵਾਰ ਹੋਰ ਆਇਆ. ਮੈਂ ਇਸ 'ਤੇ ਚਿਲਾਇਆ, ਅਤੇ ਕੁਝ ਚੀਜ ਨੂੰ ਚੀਰ ਕੇ ਫੜਿਆ. ਇਹ ਮੇਰੇ ਹੱਥੋਂ ਤੇਜ਼ੀ ਨਾਲ ਖਿੱਚਿਆ ਗਿਆ ਸੀ. ਇੱਕ ਡਰਾਉਣੇ ਕੁਆਪੇ ਨਾਲ, ਮੈਂ ਚਾਲੂ ਹੋ ਗਿਆ ਅਤੇ ਮੈਂ ਦੇਖਿਆ ਕਿ ਮੈਂ ਇੱਕ ਹੋਰ ਭਿਆਨਕ ਕਬਰ ਦੇ ਐਂਟੀਨਾ ਨੂੰ ਸਮਝ ਲਿਆ ਜੋ ਮੇਰੇ ਪਿੱਛੇ ਖੜ੍ਹਾ ਸੀ. ਇਸ ਦੀਆਂ ਬੁਰੀਆਂ ਅੱਖਾਂ ਉਨ੍ਹਾਂ ਦੇ ਡੰਡੇ 'ਤੇ ਝਗੜ ਰਹੇ ਸਨ, ਇਸਦਾ ਮੂੰਹ ਭੁੱਖ ਨਾਲ ਜਿਉਂ ਰਿਹਾ ਸੀ, ਅਤੇ ਇਸ ਦੇ ਵਿਸ਼ਾਲ ਅਣਗਿਣਤ ਪੰਛੀਆਂ, ਇੱਕ ਅਲਗਲ ਦੀ ਚਿੱਕੜ ਨਾਲ ਲਿਬੜ, ਮੇਰੇ ਉੱਤੇ ਆ ਰਹੇ ਸਨ. ਇੱਕ ਪਲ ਵਿੱਚ ਮੇਰੇ ਹੱਥ ਲੀਵਰ 'ਤੇ ਸੀ, ਅਤੇ ਮੈਂ ਆਪਣੇ

ਆਪ ਨੂੰ ਅਤੇ ਇਹ ਰਾਖਸ਼ਾਂ ਦੇ ਵਿਚਕਾਰ ਇੱਕ ਮਹੀਨੇ ਰੱਖਿਆ ਸੀ. ਪਰ ਮੈਂ ਅਜੇ ਵੀ ਉਸੇ ਬੀਚ 'ਤੇ ਸੀ, ਅਤੇ ਜਿਵੇਂ ਹੀ ਮੈਂ ਰੁਕਿਆ ਹਾਂ, ਮੈਂ ਉਨ੍ਹਾਂ ਨੂੰ ਸਾਫ਼-ਸਾਫ਼ ਦੇਖਿਆ. ਇਨ੍ਹਾਂ ਵਿੱਚੋਂ ਕਈ ਦਰਜਨ ਗਰਮ ਹਰੀ ਦੇ ਫੋਲੀਏਟਿਡ ਸ਼ੀਟਾਂ ਦੇ ਵਿਚਕਾਰ, ਇੱਥੇ ਸੁੰਘੜ ਰਹੇ ਹਨ

'ਮੈਂ ਦੁਨੀਆ ਨੂੰ ਲੁੱਟੇ ਜਾਣ ਵਾਲੇ ਭਿਆਨਕ ਤਬਾਹੀ ਦੀ ਭਾਵਨਾ ਨਹੀਂ ਦੱਸ ਸਕਦਾ. ਲਾਲ ਪੂਰਬੀ ਅਸਮਾਨ, ਉੱਤਰ ਵੱਲ ਕਾਲੀਤਾ, ਲੂਣ ਮੱਛੀ ਸਮੁੰਦਰ, ਪੱਟੀ ਵਾਲਾ ਸਮੁੰਦਰੀ ਕਿਨਾਰਾ ਇਹਨਾਂ ਫਾਲਤੂ, ਹੌਲੀ-ਰਗੜ ਵਾਲੇ ਰਾਖਸ਼ਾਂ ਨਾਲ ਘੁੰਮ ਰਿਹਾ ਹੈ, ਇਕੋ ਜਿਹੇ ਜ਼ਹਿਰੀਲੇ ਦਿੱਖ ਹਰੇ ਪਿੰਡੇ, ਜੋ ਕਿ ਆਪਣੇ ਫੇਫੜਿਆਂ ਨੂੰ ਦੁੱਖ ਪਹੁੰਚਾਉਂਦਾ ਹੈ: ਸਾਰੇ ਭਿਆਨਕ ਪ੍ਰਭਾਵ ਮੈਂ ਸੌ ਸਾਲ ਬਿਤਾਇਆ, ਅਤੇ ਉੱਥੇ ਇਕੋ ਜਿਹਾ ਲਾਲ ਸੁਭਾਅ ਸੀ - ਥੋੜਾ ਜਿਹਾ, ਥੋੜ੍ਹਾ ਜਿਹਾ ਡੂਲਰ-ਉਹੀ ਮਰ ਰਹੇ ਸਮੁੰਦਰ, ਉਸੇ ਹੀ ਠੰਢਕ ਹਵਾ, ਅਤੇ ਧਰਤੀ ਦੇ ਸੁੱਕੇ ਕੱਚੇ ਖੰਭਾਂ ਦੀ ਭੀੜ ਵੀ ਹਰੇ ਬੂਟੀ ਦੇ ਅੰਦਰ ਅਤੇ ਬਾਹਰ ਆਉਂਦੀ ਰਹੀ. ਲਾਲ ਚੱਟਾਨਾਂ ਅਤੇ ਪੱਛਮ ਦੇ ਆਕਾਸ਼ ਵਿਚ, ਮੈਂ ਇਕ ਵੱਡੀ ਨਵੀਂ ਚੰਦਰਮਾ ਵਰਗਾ ਵਕਰਿਆ ਫਿੱਕਾ ਰੇਖਾ ਦੇਖਿਆ.

'ਇਸ ਲਈ ਮੈਂ ਹਜ਼ਾਰਾਂ ਸਾਲਾਂ ਜਾਂ ਇਸ ਤੋਂ ਵੱਧ ਸਮੇਂ ਦੀ ਮਹਾਨ ਦੌੜ ਵਿਚ ਇਕ ਵਾਰ ਫਿਰ ਤੋਂ ਸੁੱਰਖਿਅਤ ਹਾਂ, ਧਰਤੀ ਦੇ ਕਿਸਮਤ ਦੇ ਭੇਤ ਨਾਲ ਖਿੱਚਿਆ ਹੋਇਆ ਹੈ, ਇਕ ਅਜੀਬ ਮੋਹ ਨਾਲ ਦੇਖ ਰਿਹਾ ਹੈ ਕਿ ਸੂਰਜ ਵੱਡੇ ਹੋ ਕੇ ਪੱਛਮ ਦੇ ਅਕਾਸ਼ ਵਿਚ ਘਟੇਗਾ, ਅਤੇ ਜੀਵਨ ਪੁਰਾਣੀ ਧਰਤੀ ਦੂਰ ਵਹਿੰਦੀ ਹੈ ਆਖਰਕਾਰ, 30 ਲੱਖ ਤੋਂ ਜ਼ਿਆਦਾ ਸਾਲ ਇਸ ਲਈ, ਸੂਰਜ ਦੇ ਵਿਸ਼ਾਲ ਲਾਲ-ਗੁੰਝਲਦਾਰ ਗੁੰਬਦ ਨੇ ਗੂੜ੍ਹੇ ਅਕਾਸ਼ ਦੇ ਦਸਵੰਧ ਹਿੱਸੇ ਨੂੰ ਅਸਪਸ਼ਟ ਕਰ ਦਿੱਤਾ ਸੀ. ਫਿਰ ਮੈਂ ਇਕ ਵਾਰੀ ਫੇਰ ਬੰਦ ਕਰ ਦਿੱਤਾ ਕਿਉਂਕਿ ਕਰਕ ਭੀੜਾਂ ਦੇ ਗਾਇਬ ਹੋ ਗਏ ਸਨ, ਅਤੇ ਲਾਲ ਸਮੁੰਦਰ, ਇਸਦੇ ਹਰਿਆ ਭਰਿਆ ਲੀਵਰਵਾਟਾਂ ਅਤੇ ਲਾਇਨੈਂਸਾਂ ਨੂੰ ਬਚਾਉਣ ਲਈ ਬੇਜਾਨ ਲੱਗਦਾ ਸੀ. ਅਤੇ ਹੁਣ ਇਹ ਚਿੱਟੇ ਰੰਗ ਦੇ ਨਾਲ ਸੀ. ਇੱਕ ਕੌੜੇ ਠੰਡੇ ਨੇ ਮੈਨੂੰ ਹਰਾਇਆ ਦੁਰਲੱਭ ਚਿੱਟੇ ਫਲੇਕਸ ਕਦੇ-ਕਦੇ ਹੇਠਾਂ ਆ ਗਏ. ਉੱਤਰ-ਪੂਰਬ ਵੱਲ, ਬਰਫ ਦੀ ਚਮਕ ਆਕਾਸ਼ ਦੇ ਸਟਾਰਲਾਈਟ ਦੇ ਹੇਠਾਂ ਰੱਖੀ ਹੋਈ ਸੀ ਅਤੇ ਮੈਂ ਗੋਲਾਕਾਰ ਚਿੱਟੇ ਰੰਗਾਂ ਦੇ ਚਿਹਰੇ ਨੂੰ ਦੇਖ ਸਕਦਾ ਸੀ.ਉੱਥੇ ਸਮੁੰਦਰੀ ਕਿਨਾਰਿਆਂ ਦੇ ਨਾਲ ਬਰਫ਼ ਦੇ ਤਲ ਉੱਤੇ ਝੁਕੇ ਹੋਏ ਸਨ ਵਧਦੇ ਜਨਤਾ ਨੂੰ ਹੋਰ ਅੱਗੇ; ਪਰ ਉਸ ਲੂਣ ਸਮੁੰਦਰ ਦਾ ਮੁੱਖ ਹਿੱਸਾ, ਅਨਾਦਿ ਸੂਰਜ ਦੇ ਅਧੀਨ ਸਾਰੇ ਖੂਨੀ, ਹਾਲੇ ਵੀ ਅਣਜਾਣ ਸੀ.

'ਮੈਂ ਇਹ ਦੇਖਣ ਲਈ ਆਪਣੇ ਬਾਰੇ ਸੋਚਿਆ ਕਿ ਕੀ ਜਾਨਵਰ ਦੇ ਕਿਸੇ ਵੀ ਟਰੇਸ ਨੂੰ ਬਚਾਇਆ. ਇੱਕ ਨਿਸ਼ਚਿਤ ਅਵਿਸ਼ਵਾਸੀ ਡਰ ਨੇ ਅਜੇ ਵੀ ਮੈਨੂੰ ਮਸ਼ੀਨ ਦੀ ਕਾਠੀ ਵਿੱਚ ਰੱਖਿਆ. ਪਰ ਮੈਨੂੰ ਧਰਤੀ ਜਾਂ ਅਸਮਾਨ ਜਾਂ ਸਮੁੰਦਰ ਵਿੱਚ ਕੁਝ ਨਹੀਂ ਹਿੱਲਣਾ ਪਿਆ. ਇਕੱਲੇ ਚਟਾਨਾਂ 'ਤੇ ਹਰੀ ਝਿੱਲੀ ਹੀ ਗਵਾਹੀ ਦਿੰਦੀ ਹੈ ਕਿ ਜੀਵਨ ਖ਼ਤਮ ਨਹੀਂ ਹੋਇਆ ਸੀ. ਸਮੁੰਦਰ ਵਿਚ ਇਕ ਉਚਾਈ ਰੇਤ ਬੰਨ੍ਹ ਛਾਈ ਹੋਈ ਸੀ ਅਤੇ ਸਮੁੰਦਰ ਤੋਂ ਪਾਣੀ ਘੱਟ ਗਿਆ ਸੀ. ਮੈਂ ਸੋਚਿਆ ਕਿ ਮੈਂ ਇਸ ਬੈਂਕ ਦੇ ਬਾਰੇ ਕੁਝ ਕਾਲਾ ਵਸਤੂ ਢੂੰਹਦਾ ਦੇਖਿਆ, ਪਰ ਇਹ ਮੁਸਕਾਨ ਹੋ ਗਿਆ ਜਿਵੇਂ ਮੈਂ ਇਸ ਵੱਲ ਦੇਖਿਆ, ਅਤੇ ਮੈਂ ਨਿਰਣਾ ਕੀਤਾ ਕਿ ਮੇਰੀ ਅੱਖ ਧੋਖਾ ਹੋ ਗਈ ਹੈ, ਅਤੇ ਇਹ ਕਿ ਕਾਲਾ ਵਸਤੂ ਸਿਰਫ਼ ਇਕ ਚੱਟਾਨ ਹੈ. ਅਸਮਾਨ ਵਿਚ ਤਾਰਿਆਂ ਬਹੁਤ ਤੇਜ਼ ਸਨ ਅਤੇ ਮੈਨੂੰ ਬਹੁਤ ਘੱਟ ਮਹਿਸੂਸ ਕਰਨ ਲਈ ਬਹੁਤ ਛੋਟੀ ਸੀ.

'ਅਚਾਨਕ ਮੈਂ ਦੇਖਿਆ ਕਿ ਸੂਰਜ ਦੀ ਸਰਕੂਲਰ ਪੱਛਮ ਦੀ ਪੱਛਮ ਵੱਲ ਪਰਿਵਰਤਿਤ ਹੋ ਗਈ ਸੀ; ਇੱਕ ਢੱਕਣ, ਇੱਕ ਬੇਅ, ਵਕਰ ਵਿੱਚ ਪ੍ਰਗਟ ਹੋਇਆ ਸੀ. ਮੈਂ ਦੇਖਿਆ ਕਿ ਇਹ ਵੱਡਾ ਹੋਇਆ ਇਕ ਮਿੰਟਾਂ ਲਈ ਸ਼ਾਇਦ ਮੈਂ ਇਸ ਕਾਲੀ ਘਾਟ ਨੂੰ ਵੇਖ ਕੇ ਹੈਰਾਨ ਰਹਿ ਗਿਆ ਸੀ ਜੋ ਦਿਨ ਭਰ ਚੱਲ ਰਿਹਾ ਸੀ, ਅਤੇ ਫਿਰ ਮੈਨੂੰ ਅਹਿਸਾਸ ਹੋਇਆ ਕਿ ਇਕ ਗ੍ਰਹਿਣ ਸ਼ੁਰੂ ਹੋ ਗਿਆ ਸੀ. ਜਾਂ ਤਾਂ ਚੰਦਰਮਾ ਜਾਂ ਗ੍ਰਹਿ ਪੰਪ ਸੂਰਜ ਦੀ ਡਿਸਕ ਤੋਂ ਪਾਰ ਹੋ ਰਿਹਾ ਸੀ. ਕੁਦਰਤੀ ਤੌਰ 'ਤੇ, ਪਹਿਲਾਂ ਮੈਂ ਇਸਨੂੰ ਚੰਦਰਮਾ' ਤੇ ਲੈ ਗਿਆ, ਪਰ ਮੈਨੂੰ ਵਿਸ਼ਵਾਸ ਕਰਨ ਲਈ ਬਹੁਤ ਕੁਝ ਕਰਨ ਦੀ ਲੋੜ ਹੈ ਕਿ ਮੈਂ ਜੋ ਅਸਲ ਵਿੱਚ ਦੇਖਿਆ ਹੈ ਧਰਤੀ ਦੇ ਨਜ਼ਦੀਕ ਲੰਘਦੇ ਹੋਏ ਅੰਦਰਲੇ ਗ੍ਰਹਿ ਦਾ ਆਵਾਜਾਈ ਸੀ.

'ਹਨੇਰਾ ਬਹੁਤ ਵਧ ਗਿਆ; ਇੱਕ ਠੰਢੀ ਹਵਾ ਪੂਰਬ ਤੋਂ ਤਾਜ਼ੇ ਤਾਜ਼ੇ ਜਗਾ ਸ਼ੁਰੂ ਹੋ ਗਈ ਅਤੇ ਹਵਾ ਵਿੱਚ ਛੱਜੇ ਹੋਏ ਫੁੱਲਾਂ ਦੀ ਗਿਣਤੀ ਵਿੱਚ ਵਾਧਾ ਹੋਇਆ. ਸਮੁੰਦਰ ਦੇ ਕੰਢੇ ਤੋਂ ਲਹਿਰਾਂ ਆਉਂਦੀਆਂ ਅਤੇ ਫ਼ੁਸਲ ਇਹਨਾਂ ਬੇਜਾਨ ਆਵਾਜ਼ਾਂ ਤੋਂ ਪਰੇ ਸੰਸਾਰ ਚੁੱਪ ਸੀ. ਚੁੱਪ? ਇਸ ਦੀ ਸਥਿਰਤਾ ਨੂੰ ਬਿਆਨ ਕਰਨਾ ਔਖਾ ਹੋਵੇਗਾ. ਮਨੁੱਖ ਦੀਆਂ ਸਾਰੀਆਂ ਆਵਾਜ਼ਾਂ, ਭੇਡਾਂ ਦਾ ਧੱਬਾ ਮਾਰਨਾ, ਪੰਛੀਆਂ ਦੀਆਂ ਚੀਕਾਂ, ਕੀੜਿਆਂ ਦਾ ਹੂਮ, ਜੋ ਕਿ ਸਾਡੀ ਜਿੰਦਗੀ ਦਾ ਪਿਛੋਕੜ ਬਣਾਉਂਦਾ ਹੈ-ਜੋ ਵੀ ਓਵਰਆਲ ਸੀ. ਜਿਵੇਂ ਕਿ ਹਨੇਰੇ ਨੂੰ ਘੇਰਿਆ ਹੋਇਆ ਹੈ, ਉਭਰਦੀਆਂ ਝੁਲਸਦੀਆਂ ਭਰਤੀਆਂ ਮੇਰੇ ਅੱਖਾਂ ਦੇ ਅੱਗੇ ਨੱਚਦੀਆਂ ਹਨ; ਅਤੇ ਹਵਾ ਦੇ ਠੰਡੇ ਵਧੇਰੇ ਤੀਬਰ. ਅਖੀਰ ਵਿੱਚ, ਇੱਕ ਇੱਕ ਕਰਕੇ, ਇੱਕ ਦੂਜੇ ਦੇ ਇੱਕ ਤੋਂ ਬਾਅਦ

ਇੱਕ, ਦੂਜੀ ਪਹਾੜੀ ਦੇ ਸਫੈਦ ਸ਼ਿਖਰ ਕਾਲਪਨਿਕ ਹੋ ਗਏ. ਹਵਾ ਰੋ ਰਿਹਾ ਸੀ. ਮੈਂ ਆਪਣੇ ਵੱਲ ਚਲੀ ਗਈ ਈਲੈਪਸ ਦੀ ਕਾਲੀ ਕੇਂਦਰੀ ਸ਼ੈਡੋ ਨੂੰ ਵੇਖਿਆ. ਇਕ ਹੋਰ ਪਲ ਵਿਚ ਇਕੱਲੇ ਪੀਲੇ ਤਾਰੇ ਨਜ਼ਰ ਆਉਂਦੇ ਸਨ. ਬਾਕੀ ਸਭ ਬੇਈਮਾਨ ਅਸ਼ਲੀਲਤਾ ਸੀ. ਆਕਾਸ਼ ਬਿਲਕੁਲ ਕਾਲਾ ਸੀ.

'ਇਸ ਮਹਾਨ ਹਨੇਰੇ ਦੇ ਇੱਕ ਡਰਾਉਣੇ ਮੇਰੇ ਉੱਤੇ ਆ ਗਏ. ਠੰਡੇ, ਜੋ ਮੇਰੇ ਦਿਮਾਗ ਨੂੰ ਮਾਰਿਆ ਗਿਆ ਸੀ, ਅਤੇ ਦਰਦ ਜੋ ਮੈਨੂੰ ਸਾਹ ਲੈਣ ਵਿੱਚ ਲੱਗਾ ਸੀ, ਨੇ ਮੇਰੇ ਤੇ ਕਾਬੂ ਪਾਇਆ ਮੈਂ ਥੱਕ ਗਿਆ, ਅਤੇ ਇੱਕ ਘਾਤਕ ਮਤਭੇਦ ਨੇ ਮੈਨੂੰ ਜ਼ਬਤ ਕੀਤਾ ਫਿਰ ਆਕਾਸ਼ ਵਿਚ ਇਕ ਲਾਲ-ਗਰਮ ਧਨੁਸ਼ ਵਾਂਗ ਸੂਰਜ ਦੇ ਕਿਨਾਰੇ ਦਿਖਾਈ ਦਿੱਤਾ. ਮੈਂ ਖੁਦ ਨੂੰ ਠੀਕ ਕਰਨ ਲਈ ਮਸ਼ੀਨ ਬੰਦ ਕਰ ਦਿੱਤੀ. ਮੈਨੂੰ ਠੇਸ ਲੱਗੀ ਹੈ ਅਤੇ ਵਾਪਸੀ ਦੀ ਯਾਤਰਾ ਦਾ ਸਾਹਮਣਾ ਕਰਨ ਦੇ ਅਸਮਰੱਥ ਹਾਂ. ਜਿਵੇਂ ਕਿ ਮੈਂ ਬੀਮਾਰ ਅਤੇ ਉਲਝਣ ਵਿਚ ਸੀ, ਮੈਂ ਫਿਰ ਚਲੇ ਜਾਣ ਵਾਲੀ ਚੀਜ਼ ਨੂੰ ਵੇਖਿਆ - ਇੱਥੇ ਕੋਈ ਗਲਤੀ ਨਹੀਂ ਸੀ ਕਿ ਇਹ ਇੱਕ ਚਲਦੀ ਚੀਜ਼ ਸੀ - ਸਮੁੰਦਰ ਦੇ ਲਾਲ ਪਾਣੀ ਦੇ ਵਿਰੁੱਧ. ਇਹ ਇਕ ਰਾਊਂਡ ਗੱਲ ਸੀ, ਸ਼ਾਇਦ ਇਕ ਫੁੱਟਬਾਲ ਦਾ ਆਕਾਰ, ਜਾਂ, ਇਹ ਵੱਡਾ ਹੋ ਸਕਦਾ ਹੈ, ਅਤੇ ਇਸ ਤੋਂ ਥੱਲੇ ਜਾ ਰਹੇ ਟੈਂਪਲਿਕ ਹੋ ਸਕਦੇ ਹਨ; ਇਹ ਖੂਨ ਦੇ ਲਾਲ ਪਾਣੀ ਦੇ ਉਲਟ ਕਾਲਾ ਹੁੰਦਾ ਸੀ, ਅਤੇ ਇਹ ਫਿਟਿੰਗ ਬਾਰੇ ਫਿਟਿੰਗ ਕਰ ਰਿਹਾ ਸੀ. ਫਿਰ ਮੈਨੂੰ ਲੱਗਾ ਕਿ ਮੈਂ ਬੇਹੋਸ਼ ਹੋ ਗਿਆ ਹਾਂ. ਪਰ ਉਸ ਰਿਮੋਟ ਅਤੇ ਭਿਆਨਕ ਸੰਕੇਤ ਵਿਚ ਲਾਪਤਾ ਹੋਣ ਦੇ ਇਕ ਭਿਆਨਕ ਡਰ ਨੇ ਮੈਨੂੰ ਸਹਾਰਾ ਦਿੱਤਾ ਜਦੋਂ ਕਿ ਮੈਂ ਕਾਠੀ ਤੇ ਚੜ੍ਹ ਗਿਆ.

'ਤਾਂ ਮੈਂ ਵਾਪਸ ਆ ਗਿਆ. ਲੰਬੇ ਸਮੇਂ ਲਈ ਮੈਂ ਮਸ਼ੀਨ ਤੇ ਅਸੁਰੱਖਿਅਤ ਹੋ ਗਿਆ ਹੋਣਾ ਚਾਹੀਦਾ ਹੈ. ਦਿਨ ਅਤੇ ਰਾਤਾਂ ਦੇ ਝਪਕਦੇ ਉਤਾਰਨ ਨੂੰ ਮੁੜ ਸ਼ੁਰੂ ਕੀਤਾ ਗਿਆ, ਸੂਰਜ ਨੂੰ ਸੋਨ ਫਿਰ ਮਿਲਿਆ, ਅਸਮਾਨ ਨੀਲਾ. ਮੈਂ ਜ਼ਿਆਦਾ ਆਜ਼ਾਦੀ ਨਾਲ ਸਾਹ ਲਿਆ. ਜ਼ਮੀਨ ਦੇ ਉਤਰਾਅ-ਚੜ੍ਹਾਅ ਦੇ ਸਮਰੂਪ ਹੜ੍ਹ ਅਤੇ ਵਗਣ ਲੱਗੇ. ਹੱਥ ਡੰਢਿਆਂ ਤੇ ਪਿਛਾਂਹ ਨੂੰ ਘੁੰਮਦੇ ਹਨ. ਆਖ਼ਰਕਾਰ ਮੈਂ ਦੁਬਾਰਾ ਘਰ ਦੇ ਧੁੰਦਲੇ ਝਟਕੇ ਵੇਖਿਆ, ਘਟੀਆ ਮਾਨਵਤਾ ਦੇ ਸਬੂਤ ਇਹ ਵੀ, ਬਦਲ ਗਏ ਹਨ ਅਤੇ ਪਾਸ ਕੀਤੇ ਗਏ ਹਨ, ਅਤੇ ਹੋਰ ਆਏ ਹਨ ਇਸ ਸਮੇਂ, ਜਦੋਂ ਲੱਖਾਂ ਦੀ ਡਾਇਲ ਸੁੱਰਖ਼ਰ ਵਿਚ ਸੀ, ਮੈਂ ਗਤੀ ਘੱਟ ਕੀਤੀ ਮੈਂ ਆਪਣੇ ਖੁਦ ਦੇ ਸੁੰਦਰ ਅਤੇ ਜਾਣੇ-ਬਣਾਏ ਆਰਕੀਟੈਕਚਰ ਨੂੰ ਪਹਿਚਾਣਨ ਲੱਗ ਪਿਆ , ਹਜ਼ਾਰਾਂ ਹੱਥ ਸ਼ੁਰੂਆਤ ਦੇ

ਸਮੇਂ ਵਾਪਸ ਚਲੇ ਗਏ, ਰਾਤ ਅਤੇ ਦਿਨ ਹੌਲੀ ਅਤੇ ਹੌਲੀ ਹੌਲੀ ਸਨ. ਤਾਂ ਪ੍ਰਯੋਗਸ਼ਾਲਾ ਦੀ ਪੁਰਾਣੀ ਦੀਆਂ ਕੰਧਾਂ ਨੇ ਮੈਨੂੰ ਘੇਰ ਲਿਆ. ਬਹੁਤ ਹੌਲੀ-ਹੌਲੀ, ਹੁਣ, ਮੈਂ ਇਸ ਪ੍ਰਕਿਰਿਆ ਨੂੰ ਹੌਲੀ ਕਰ ਦਿੱਤਾ.

'ਮੈਂ ਇਕ ਛੋਟੀ ਜਿਹੀ ਗੱਲ ਦੇਖੀ ਜੋ ਮੇਰੇ ਲਈ ਅਜੀਬ ਲੱਗਦਾ ਸੀ. ਮੈਂ ਸੋਚਦਾ ਹਾਂ ਕਿ ਮੈਂ ਤੁਹਾਨੂੰ ਦੱਸਿਆ ਹੈ ਕਿ ਜਦੋਂ ਮੈਂ ਇਸ ਨੂੰ ਨਿਰਧਾਰਤ ਕਰਦਾ ਹਾਂ, ਤਾਂ ਮੇਰੀ ਗਤੀ ਤੇਜ਼ ਹੋ ਜਾਣ ਤੋਂ ਪਹਿਲਾਂ, ਮਿਸ. ਵਾਚਟ ਕਮਰੇ ਦੇ ਪਾਰ ਲੰਘਿਆ ਹੋਇਆ ਸੀ, ਸਫ਼ਰ ਕਰ ਰਿਹਾ ਸੀ, ਜਿਵੇਂ ਕਿ ਮੈਨੂੰ ਲੱਗਦਾ ਸੀ ਜਿਵੇਂ ਕਿ ਰਾਕੇਟ. ਜਿਵੇਂ ਮੈਂ ਵਾਪਸ ਆਇਆ, ਮੈਂ ਉਸ ਸਮੇਂ ਉਸ ਸਮੇਂ ਦੁਬਾਰਾ ਪਾਸ ਹੋਇਆ ਜਦੋਂ ਉਸ ਨੇ ਪ੍ਰਯੋਗਸ਼ਾਲਾ ਨੂੰ ਘੇਰ ਲਿਆ. ਪਰ ਹੁਣ ਉਸ ਦੀ ਹਰ ਗਤੀ ਉਸ ਦੇ ਪੁਰਾਣੇ ਲੋਕਾਂ ਦੇ ਸਹੀ ਉਲਟੀਆਂ ਦਿਖਾਈ ਦੇ ਰਹੀ ਸੀ. ਹੇਠਲੇ ਪਾਸਿਆਂ ਦੇ ਦਰਵਾਜ਼ੇ ਖੁੱਲ੍ਹ ਗਏ ਅਤੇ ਉਹ ਚੁੱਪਚਾਪ ਪ੍ਰਯੋਗਸ਼ਾਲਾ ਵਿੱਚ ਮੋਹਰੀ ਹੋ ਗਈ, ਸਭ ਤੋਂ ਅੱਗੇ, ਅਤੇ ਦਰਵਾਜ਼ੇ ਦੇ ਪਿੱਛੇ ਅਲੋਪ ਹੋ ਗਈ, ਜਿਸ ਦੁਆਰਾ ਉਸਨੇ ਪਹਿਲਾਂ ਦਾਖਲ ਕੀਤਾ ਸੀ. ਇਸ ਤੋਂ ਪਹਿਲਾਂ ਕਿ ਮੈਂ ਇਕ ਪਲ ਲਈ ਹਿਲਰ ਨੂੰ ਵੇਖਾਂ. ਪਰ ਉਹ ਇੱਕ ਫਲੈਸ਼ ਵਾਂਗ ਲੰਘ ਗਿਆ.

'ਫਿਰ ਮੈਂ ਮਸ਼ੀਨ ਬੰਦ ਕਰ ਦਿੱਤੀ, ਅਤੇ ਦੁਬਾਰਾ ਮੇਰੇ ਬਾਰੇ ਪੁਰਾਣੀ ਜਾਣੀ-ਪਛਾਣੀ ਪ੍ਰਯੋਗਸ਼ਾਲਾ, ਮੇਰੇ ਸੰਦ, ਮੇਰੇ ਉਪਕਰਣ ਜਿਵੇਂ ਮੈਂ ਉਨ੍ਹਾਂ ਨੂੰ ਛੱਡ ਦਿੱਤਾ ਸੀ. ਮੈਂ ਬਹੁਤ ਹੀ ਅਸਥਾਈ ਚੀਜ਼ ਨੂੰ ਬੰਦ ਕਰ ਦਿੱਤਾ, ਅਤੇ ਮੇਰੇ ਬੈਂਚ 'ਤੇ ਬੈਠ ਗਿਆ ਕਈ ਮਿੰਟ ਲਈ ਮੈਂ ਹਿੰਸਕ ਤੌਰ ਤੇ ਕੰਬ ਰਿਹਾ ਸੀ ਫਿਰ ਮੈਂ ਸ਼ਾਂਤ ਹੋ ਗਿਆ. ਮੇਰੇ ਆਲੇ ਦੁਆਲੇ ਮੇਰੀ ਪੁਰਾਣੀ ਵਰਕਸ਼ਾਪ ਦੁਬਾਰਾ ਸੀ, ਬਿਲਕੁਲ ਜਿਵੇਂ ਕਿ ਇਹ ਸੀ. ਮੈਂ ਸ਼ਾਇਦ ਉੱਥੇ ਸੌਂ ਗਿਆ ਹੋ ਸਕਦਾ ਹੈ, ਅਤੇ ਸਾਰਾ ਕੁਝ ਇੱਕ ਸੁਪਨਾ ਰਿਹਾ ਹੈ.

'ਅਤੇ ਅਜੇ ਵੀ, ਬਿਲਕੁਲ ਨਹੀਂ! ਇਹ ਗੱਲ ਪ੍ਰਯੋਗਸ਼ਾਲਾ ਦੇ ਦੱਖਣ-ਪੂਰਬੀ ਕੋਨੇ ਤੋਂ ਸ਼ੁਰੂ ਹੋਈ ਸੀ. ਇਹ ਉੱਤਰ ਵੱਲ ਪੱਛਮ ਵੱਲ ਮੁੜਿਆ ਗਿਆ ਸੀ, ਉਸ ਕੰਧ ਨਾਲ ਜਿੱਥੇ ਤੁਸੀਂ ਇਸਨੂੰ ਦੇਖਿਆ ਸੀ. ਇਹ ਤੁਹਾਨੂੰ ਮੇਰੇ ਛੋਟੇ ਜਿਹੇ ਘਰਾਂ ਤੋਂ ਲੈ ਕੇ ਸਫੈਦ ਸਪਿੰਕਸ ਦੇ ਚੌਂਕ ਤੱਕ ਦਿੰਦਾ ਹੈ, ਜਿਸ ਵਿਚ ਮੋਰਚੇ ਨੇ ਮੇਰੀਆਂ ਮਸ਼ੀਨਾਂ ਨੂੰ ਚੁੱਕਿਆ ਸੀ.

'ਕੁਝ ਸਮੇਂ ਲਈ ਮੇਰਾ ਦਿਮਾਗ ਠੱਠੇ ਹੋ ਗਿਆ. ਇਸ ਵੇਲੇ ਮੈਂ ਉੱਠਿਆ ਅਤੇ ਇੱਥੇ ਦੀ ਲੰਘ ਕੇ, ਲੰਗੜਾ ਛਕਾਇਆ, ਕਿਉਂਕਿ ਮੇਰੀ ਅੱਡੀ ਅਜੇ ਵੀ ਦਰਦਨਾਕ ਸੀ,

ਅਤੇ ਬਹੁਤ ਤਵੱਧ ਤਰਸਦੀ ਹੋ ਗਈ. ਮੈਂ ਦਰਵਾਜ਼ੇ ਤੇ ਮੇਜ਼ ਤੇ ਪੱਲ ਮਾਲ ਗਜ਼ਟ ਨੂੰ ਦਰਵਾਜ਼ੇ ਤੇ ਦੇਖਿਆ. ਮੈਨੂੰ ਪਤਾ ਲੱਗਿਆ ਕਿ ਇਹ ਤਾਰੀਖ ਸੱਚਮੁੱਚ ਹੀ ਦਿਨ ਸੀ, ਅਤੇ ਟੈਲਪੀਸ ਵੱਲ ਦੇਖ ਰਿਹਾ ਸੀ, ਇਹ ਸਮਾਂ ਲਗਪਗ ਅੱਠ ਵਜੇ ਸੀ. ਮੈਂ ਤੇਰੀ ਆਵਾਜ਼ਾਂ ਅਤੇ ਪਲੇਟਾਂ ਦੀ ਅਵਾਜ਼ ਸੁਣੀ. ਮੈਂ ਝਿਜਕਿਆ-ਮੈਂ ਬਹੁਤ ਬਿਮਾਰ ਅਤੇ ਕਮਜ਼ੋਰ ਮਹਿਸੂਸ ਕੀਤਾ. ਫਿਰ ਮੈਂ ਚੰਗਾ ਸਿਹਤਮੰਦ ਮੀਟ ਸੁੰਘਾਇਆ, ਅਤੇ ਤੁਹਾਡੇ ਤੇ ਦਰਵਾਜ਼ਾ ਖੋਲ੍ਹਿਆ. ਤੁਹਾਨੂੰ ਬਾਕੀ ਦਾ ਪਤਾ ਹੈ ਮੈਂ ਧੋਤਾ, ਅਤੇ ਡਾਈਨਿੰਗ, ਅਤੇ ਹੁਣ ਮੈਂ ਤੁਹਾਨੂੰ ਕਹਾਣੀ ਦੱਸ ਰਿਹਾ ਹਾਂ.

'ਮੈਨੂੰ ਪਤਾ ਹੈ,' ਉਸ ਨੇ ਕਿਹਾ, ਇੱਕ ਵਿਰਾਮ ਦੇ ਬਾਅਦ, 'ਇਹ ਸਭ ਤੁਹਾਡੇ ਲਈ ਬਿਲਕੁਲ ਬੇਮਿਸਾਲ ਹੋਵੇਗਾ. ਮੇਰੇ ਲਈ ਇਕ ਸ਼ਾਨਦਾਰ ਗੱਲ ਇਹ ਹੈ ਕਿ ਮੈਂ ਇਸ ਪੁਰਾਣੇ ਪਹਿਰਾਵੇ ਵਾਲੇ ਕਮਰੇ ਵਿਚ ਰਾਤ-ਭਰ ਤੁਹਾਡੇ ਮਿੱਤਰਾਂ ਦੇ ਚਿਹਰੇ ਦੇਖ ਰਿਹਾ ਹਾਂ ਅਤੇ ਤੁਹਾਨੂੰ ਇਹ ਅਜੀਬ ਸਾਹਸ ਦੱਸ ਰਿਹਾ ਹਾਂ. '

ਉਸ ਨੇ ਡਾਕਟਰੀ ਵਿਅਕਤੀ ਵੱਲ ਦੇਖਿਆ. 'ਨਹੀਂ. ਮੈਂ ਤੁਹਾਨੂੰ ਇਸ 'ਤੇ ਵਿਸ਼ਵਾਸ ਕਰਨ ਦੀ ਉਮੀਦ ਨਹੀਂ ਕਰ ਸਕਦਾ. ਇਸ ਨੂੰ ਝੂਠ ਜਾਂ ਭਵਿੱਖਬਾਣੀ ਵਜੋਂ ਲੈ ਜਾਓ ਕਹੋ ਮੈਂ ਇਸ ਵਰਕਸ਼ਾਪ ਵਿਚ ਸੁਫਨਾ. ਇਹ ਸੋਚੋ ਕਿ ਮੈਂ ਇਸ ਕਹਾਣੀ ਨੂੰ ਰਚਣ ਤੋਂ ਪਹਿਲਾਂ ਆਪਣੀ ਦੌੜ ਦੀ ਕਿਸਮਤ ਦਾ ਅੰਦਾਜ਼ਾ ਲਗਾ ਰਿਹਾ ਹਾਂ. ਇਸ ਦੀ ਦਿਲਚਸਪੀ ਨੂੰ ਵਧਾਉਣ ਲਈ ਕਲਾ ਦੀ ਇੱਕ ਮਾਤਰ ਲੜੀ ਦੇ ਰੂਪ ਵਿੱਚ ਇਸ ਦੇ ਸੱਚ ਨੂੰ ਮੇਰੇ ਦਾ ਇਲਾਜ ਅਤੇ ਇੱਕ ਕਹਾਣੀ ਵਜੋਂ ਇਸ ਨੂੰ ਲੈ ਕੇ, ਤੁਸੀਂ ਇਸ ਬਾਰੇ ਕੀ ਸੋਚਦੇ ਹੋ? '

ਉਸ ਨੇ ਆਪਣਾ ਪਾਈਪ ਚੁੱਕਿਆ ਅਤੇ ਆਪਣੇ ਪੁਰਾਣੇ ਤਰੀਕੇ ਨਾਲ ਸ਼ੁਰੂ ਕਰ ਦਿੱਤਾ, ਜਿਸ ਨਾਲ ਗੜਬੜੀ ਦੀਆਂ ਬਾਰਾਂ ਉੱਤੇ ਘਬਰਾਹਟ ਆ ਗਈ. ਉੱਥੇ ਇੱਕ ਸਮਾਪਤੀ ਸਥਿਰਤਾ ਸੀ ਫੇਰ ਮੁਰਗੀ ਚਾਕਰਾਂ ਅਤੇ ਜੁੱਤੀਆਂ ਦੀ ਸ਼ੀਸ਼ਾ ਬਣ ਗਈ ਅਤੇ ਕਾਰਪੇਟ ਤੇ ਖਿਲਾਰਿਆ. ਮੈਂ ਸਮੇਂ ਦੀਆਂ ਮੁਸਾਫਰਾਂ ਦੇ ਚਿਹਰੇ ਤੋਂ ਆਪਣੀਆਂ ਅੱਖਾਂ ਕੱਢ ਲਈਆਂ, ਅਤੇ ਉਨ੍ਹਾਂ ਦੇ ਦਰਸ਼ਕਾਂ ਵੱਲ ਧਿਆਨ ਦਿੱਤਾ. ਉਹ ਹਨੇਰੇ ਵਿਚ ਸਨ, ਅਤੇ ਉਨ੍ਹਾਂ ਦੇ ਅੱਗੇ ਛੋਟੇ ਜਿਹੇ ਰੰਗ ਦੇ ਤੌਲੀਏ ਸਨ. ਮੈਡੀਕਲ ਆਦਮੀ ਸਾਡੇ ਹੋਸਟ ਦੀ ਚਿੰਤਾ ਵਿੱਚ ਲੀਨ ਸੀ. ਸੰਪਾਦਕ ਆਪਣੀ ਸਿਗਾਰ ਦੇ ਅੰਤ ਵਿਚ - ਠੀਕ ਵੇਖ ਰਿਹਾ ਸੀ. ਪੱਤਰਕਾਰ ਨੇ ਆਪਣੀ ਘੜੀ ਲਈ ਫਿਲੀਪ ਕੀਤਾ. ਜਿੱਥੋਂ ਤੱਕ ਮੈਨੂੰ ਯਾਦ ਹੈ, ਉਹ ਦੂਸਰਿਆਂ ਨਾਲ ਨਜਿੱਠ ਰਹੇ ਸਨ.

ਸੰਪਾਦਕ ਇੱਕ ਸਾਹ ਲੈਣ ਦੇ ਨਾਲ ਖੜ੍ਹਾ ਸੀ 'ਇਹ ਕਿੰਨੀ ਤਰਸ ਹੈ ਕਿ ਤੁਸੀਂ ਕਹਾਣੀਆਂ ਦੇ ਲੇਖਕ ਨਹੀਂ ਹੋ!' ਉਸ ਨੇ ਕਿਹਾ, ਸਮੇਂ ਦਾ ਸਫ਼ਰ ਕਰਨ ਵਾਲੇ ਦੇ ਮੋਢੇ ਤੇ ਆਪਣਾ ਹੱਥ ਪਾਓ

'ਤੁਸੀਂ ਇਹ ਵਿਸ਼ਵਾਸ ਨਹੀਂ ਕਰਦੇ?'

'ਖੂਹ' -

'ਮੈਂ ਨਹੀਂ ਸੋਚਿਆ.'

ਵਾਰ ਯਾਤਰੀ ਸਾਡੇ ਵੱਲ ਮੁੜਿਆ 'ਮੈਚ ਕਿੱਥੇ ਹਨ?' ਉਸ ਨੇ ਕਿਹਾ.

ਉਹ ਇੱਕ ਨੂੰ ਜਲਾਉਂਦਾ ਸੀ ਅਤੇ ਉਸਦੀ ਪਾਈਪ, ਪਫਿੰਗ ਤੇ ਬੋਲਦਾ ਸੀ. 'ਤੁਹਾਨੂੰ ਸੱਚ ਦੱਸਣ ਲਈ

... ਮੈਂ ਆਪਣੇ ਆਪ ਨੂੰ ਇਸ 'ਤੇ ਵਿਸ਼ਵਾਸ ਨਹੀਂ ਕਰਦਾ .... ਅਤੇ ਫਿਰ ਵੀ…'

ਥੋੜ੍ਹੀ ਜਿਹੀ ਮੇਜ਼ ਉੱਤੇ ਸੁੱਕੀਆਂ ਚਿੱਟੇ ਫੁੱਲਾਂ ਤੇ ਉਸਦੀ ਚਤੁਰਾਈ ਦੀ ਜਾਂਚ ਕੀਤੀ ਗਈ. ਫਿਰ ਉਸ ਨੇ ਆਪਣੇ ਪਾਈਪ ਨੂੰ ਫੜੀ ਰੱਖਣ ਵਾਲੇ ਹੱਥ ਨੂੰ ਚਾਲੂ ਕਰ ਦਿੱਤਾ, ਅਤੇ ਮੈਂ ਦੇਖਿਆ ਕਿ ਉਹ ਆਪਣੇ ਟੁਕੜਿਆਂ ਤੇ ਕੁਝ ਅੱਧੇ-ਚੰਗੀ ਤਰਾਂ ਦੇ ਜ਼ਖ਼ਮ ਨੂੰ ਦੇਖ ਰਿਹਾ ਸੀ.

ਮੈਡੀਕਲ ਆਦਮੀ ਉਠਿਆ, ਦੀਪਕ 'ਤੇ ਆਇਆ, ਅਤੇ ਫੁੱਲ ਦੀ ਪੜਤਾਲ 'ਗਾਇਨੇਸੀਅਮ ਦੇ ਅਸਾਧਾਰਣ', ਉਸ ਨੇ ਕਿਹਾ. ਇਕ ਮਨੋਵਿਗਿਆਨੀ ਨੂੰ ਇਕ ਨਮੂਨੇ ਲਈ ਹੱਥ ਫੜ ਕੇ ਦੇਖਣਾ ਚਾਹੀਦਾ ਹੈ.

ਪੱਤਰਕਾਰ ਨੇ ਕਿਹਾ ਕਿ ਜੇ ਇਹ ਇਕ ਚੌਥਾਈ ਨਹੀਂ ਹੈ ਤਾਂ ਮੈਨੂੰ ਫਾਂਸੀ ਦਿੱਤੀ ਜਾ ਰਹੀ ਹੈ.

'ਅਸੀਂ ਘਰ ਕਿਵੇਂ ਆਵਾਂਗੇ?'

ਮਨੋਵਿਗਿਆਨੀ ਨੇ ਕਿਹਾ, 'ਸਟੇਸ਼ਨ' ਤੇ ਬਹੁਤ ਸਾਰੇ ਕੈਬ ਹਨ. '

ਮੈਡੀਕਲ ਆਦਮੀ ਨੇ ਕਿਹਾ, 'ਇਹ ਇੱਕ ਉਤਸੁਕ ਚੀਜ਼ ਹੈ; 'ਪਰ ਮੈਂ ਜ਼ਰੂਰ ਇਨ੍ਹਾਂ ਫੁੱਲਾਂ ਦੇ ਕੁਦਰਤੀ ਆਦੇਸ਼ ਨੂੰ ਨਹੀਂ ਜਾਣਦਾ. ਕੀ ਮੈਂ ਉਨ੍ਹਾਂ ਕੋਲ ਆਵਾਂ? '

ਵਾਰ ਯਾਤਰੀ ਝਿਜਕਿਆ ਫਿਰ ਅਚਾਨਕ: 'ਨਿਸ਼ਚਿਤ ਨਹੀਂ.'

'ਤੁਸੀਂ ਉਨ੍ਹਾਂ ਨੂੰ ਅਸਲ ਵਿਚ ਕਿੱਥੇ ਲੈ ਗਏ?' ਨੇ ਮੈਡੀਕਲ ਮਨੁੱਖ ਨੂੰ ਕਿਹਾ

ਵਾਰ ਯਾਤਰੀ ਨੇ ਆਪਣੇ ਸਿਰ ਨੂੰ ਉਸ ਦੇ ਹੱਥ ਪਾ ਦਿੱਤਾ ਉਹ ਇਕ ਅਜਿਹੇ ਵਿਅਕਤੀ ਦੀ ਤਰ੍ਹਾਂ ਬੋਲਦਾ ਸੀ ਜੋ ਉਸ ਵਿਚਾਰ ਨੂੰ ਫੜੀ ਰੱਖਣ ਦੀ ਕੋਸ਼ਿਸ਼ ਕਰ ਰਿਹਾ ਸੀ ਜੋ ਉਸ ਤੋਂ ਦੂਰ ਨਹੀਂ ਹੋਇਆ ਸੀ. 'ਜਦੋਂ ਮੈਂ ਸਮੇਂ' ਤੇ ਯਾਤਰਾ ਕੀਤੀ, ਤਾਂ ਉਨ੍ਹਾਂ ਨੂੰ ਮੇਰੀ ਜੇਬ ਵਿਚ ਪਾ ਦਿੱਤਾ ਗਿਆ. ' ਉਸ ਨੇ ਕਮਰੇ ਦੇ ਚਾਰੋ ਪਾਸੇ ਵੱਲ ਦੇਖਿਆ. 'ਮੈਨੂੰ ਸ਼ਰਮ ਆ ਰਿਹਾ ਹੈ ਜੇ ਇਹ ਸਭ ਕੁਝ ਨਹੀਂ ਹੋ ਰਿਹਾ. ਇਹ ਕਮਰਾ ਅਤੇ ਤੁਸੀਂ ਅਤੇ ਹਰ ਦਿਨ ਦੇ ਮਾਹੌਲ ਨੂੰ ਮੇਰੀਆਂ ਯਾਦਾਂ ਲਈ ਬਹੁਤ ਜ਼ਿਆਦਾ ਹਨ . ਕੀ ਮੈਂ ਕਦੇ ਸਮਾਂ ਮਸ਼ੀਨ, ਜਾਂ ਸਮੇਂ ਦੀ ਮਸ਼ੀਨ ਦਾ ਮਾਡਲ ਬਣਾ ਦਿੱਤਾ? ਜਾਂ ਕੀ ਇਹ ਸਿਰਫ਼ ਇੱਕ ਸੁਪਨਾ ਹੀ ਹੈ? ਉਹ ਕਹਿੰਦੇ ਹਨ ਜ਼ਿੰਦਗੀ ਜ਼ਿੰਦਗੀ ਦਾ ਸੁਪਨਾ ਹੈ, ਕਈ ਵਾਰ ਇਕ ਕੀਮਤੀ ਘਟੀਆ ਸੁਪਨਾ ਹੈ-ਪਰ ਮੈਂ ਇਕ ਹੋਰ ਖੜ੍ਹਾ ਨਹੀਂ ਹੋ ਸਕਦਾ ਜੋ ਫਿੱਟ ਨਹੀਂ ਹੋਵੇਗਾ. ਇਹ ਪਾਗਲਪਣ ਹੈ ਅਤੇ ਇਹ ਕਿੱਥੋਂ ਆਇਆ ਹੈ? ... ਮੈਨੂੰ ਉਸ ਮਸ਼ੀਨ ਨੂੰ ਵੇਖਣਾ ਚਾਹੀਦਾ ਹੈ. ਜੇ ਕੋਈ ਹੈ ਤਾਂ! '

ਉਸ ਨੇ ਤੇਜ਼ੀ ਨਾਲ ਦੀਵੇ ਨੂੰ ਫੜ ਲਿਆ, ਅਤੇ ਇਸ ਨੂੰ ਚੁੱਕਿਆ, ਲਾਲ ਰੰਗ ਭਰਿਆ ਹੋਇਆ, ਦਰਵਾਜ਼ੇ ਰਾਹੀਂ ਕੋਰੀਡੋਰ ਵਿਚ. ਅਸੀਂ ਉਸ ਦਾ ਪਿੱਛਾ ਕੀਤਾ ਉਥੇ ਦੀਪਕ ਦੀ ਚਮਕ ਰੌਸ਼ਨੀ ਵਿਚ ਮਸ਼ੀਨ ਨੂੰ ਨਿਸ਼ਚਤ ਤੌਰ 'ਤੇ, ਫੁੱਟਪਾਥ, ਬਦਸੂਰਤ, ਅਤੇ ਪੁਛਿਆ ਗਿਆ ਸੀ; ਪਿੱਤਲ, ਅਬੀਨੀ, ਹਾਥੀ ਦੰਦ, ਅਤੇ ਅਰਧ-ਪਾਰਦਰਸ਼ੀ ਚਮਕਦਾਰ ਕਵਾਟਜ਼ ਦੀ ਇੱਕ ਚੀਜ. ਸਪਰਸ਼ ਨਾਲ ਮੇਰੇ ਲਈ ਹੱਥ ਫੜ ਕੇ ਅਤੇ ਇਸ ਦੀ ਰੇਲ ਮਹਿਸੂਸ ਕੀਤੀ- ਅਤੇ ਭੂਰੇ ਦੇ ਚਟਾਕ ਅਤੇ ਸਿੱਰਿਆ ਦੇ ਨਾਲ ਹਾਥੀ ਦੰਦ ਤੇ ਅਤੇ ਘਾਹ ਅਤੇ ਮੈਸ ਦੇ ਬਿੱਟ ਦੇ ਹੇਠਲੇ ਹਿੱਸੇ ਤੇ ਅਤੇ ਇੱਕ ਰੇਲ ਖਿੱਚੀ ਭੱਠੀ.

ਵਾਰ ਯਾਤਰੀ ਨੇ ਲੈਂਪ ਨੂੰ ਬੈਂਚ ਤੇ ਰੱਖ ਦਿੱਤਾ ਅਤੇ ਖਰਾਬ ਰੇਲ ਦੇ ਨਾਲ ਆਪਣਾ ਹੱਥ ਚਲਾ ਗਿਆ. ਉਸ ਨੇ ਕਿਹਾ, 'ਇਹ ਸਭ ਠੀਕ ਹੈ.' 'ਜਿਹੜੀ ਕਹਾਣੀ ਮੈਂ ਤੁਹਾਨੂੰ ਦਿੱਤੀ ਸੀ ਉਹ ਸੱਚ ਸੀ. ਮੈਨੂੰ ਠੰਡੇ ਵਿਚ ਤੁਹਾਨੂੰ ਇੱਥੇ ਲਿਆਉਣ ਲਈ

ਮਾਫੀ ਹੈ. ' ਉਸ ਨੇ ਦੀਪ ਲੈ ਕੇ, ਅਤੇ, ਇੱਕ ਪੂਰਨ ਚੁੱਪ ਵਿੱਚ, ਅਸੀਂ ਤਮਾਕੂਨੋਸ਼ੀ ਵਿੱਚ ਵਾਪਸ ਚਲੇ ਗਏ

ਉਹ ਸਾਡੇ ਨਾਲ ਹਾਲ ਵਿਚ ਆਇਆ ਅਤੇ ਆਪਣੀ ਕੋਟ ਨਾਲ ਐਡੀਟਰ ਦੀ ਮਦਦ ਕੀਤੀ. ਮੈਡੀਕਲ ਆਦਮੀ ਨੇ ਉਸ ਦੇ ਚਿਹਰੇ ਵੱਲ ਦੇਖਿਆ ਅਤੇ ਇਕ ਨਿਸ਼ਚਿੰਤ ਝਟਕੇ ਨਾਲ ਉਸ ਨੂੰ ਦੱਸਿਆ ਕਿ ਉਹ ਜ਼ਿਆਦਾ ਕੰਮ ਤੋਂ ਪੀੜਤ ਸੀ, ਜਿਸ ਤੇ ਉਹ ਬਹੁਤ ਜ਼ਿਆਦਾ ਹੱਸੇ ਸਨ. ਮੈਨੂੰ ਯਾਦ ਹੈ ਕਿ ਉਹ ਖੁੱਲ੍ਹੇ ਦਰਵਾਜ਼ੇ 'ਤੇ ਖੜ੍ਹੀ ਹੈ, ਚੰਗੀ ਨੀਂਦ ਲਿਆਉਂਦੀ ਹੈ.

ਮੈਂ ਸੰਪਾਦਕ ਨਾਲ ਇੱਕ ਕੈਬ ਸਾਂਝੀ ਕੀਤੀ. ਉਸ ਨੇ ਕਹਾਣੀ ਨੂੰ 'ਭਿਆਨਕ ਝੂਠ' ਸਮਝਿਆ. ਮੇਰੇ ਆਪਣੇ ਹਿੱਸੇ ਲਈ ਮੈਂ ਸਿੱਟਾ ਕੱਢਣ ਵਿੱਚ ਅਸਮਰਥ ਸੀ. ਕਹਾਣੀ ਇੰਨੀ ਸ਼ਾਨਦਾਰ ਅਤੇ ਬੇਮਿਸਾਲ ਸੀ, ਕਹਾਣੀ ਇੰਨੀ ਭਰੋਸੇਯੋਗ ਅਤੇ ਸ਼ਾਂਤ ਸੀ ਮੈਂ ਇਸ ਬਾਰੇ ਜ਼ਿਆਦਾਤਰ ਰਾਤ ਨੂੰ ਜਾਗਦਾ ਰਹਿੰਦਾ ਹਾਂ. ਮੈਂ ਅਗਲੇ ਦਿਨ ਜਾਣ ਦਾ ਪੱਕਾ ਇਰਾਦਾ ਕੀਤਾ ਅਤੇ ਸਮੇਂ ਦੇ ਯਾਤਰੀ ਨੂੰ ਦੁਬਾਰਾ ਵੇਖਣਾ ਚਾਹੁੰਦਾ ਸੀ. ਮੈਨੂੰ ਦੱਸਿਆ ਗਿਆ ਸੀ ਕਿ ਉਹ ਪ੍ਰਯੋਗਸ਼ਾਲਾ ਵਿੱਚ ਸਨ, ਅਤੇ ਘਰ ਵਿੱਚ ਅਸਾਨ ਰੂਪ ਵਿੱਚ ਹੋਣ ਕਰਕੇ, ਮੈਂ ਉਸ ਕੋਲ ਗਿਆ. ਪ੍ਰਯੋਗਸ਼ਾਲਾ, ਹਾਲਾਂਕਿ, ਖਾਲੀ ਸੀ. ਮੈਨੂੰ ਇੱਕ ਲਈ ਟਾਈਮ ਮਸ਼ੀਨ 'ਤੇ ਮਿੰਟ ਅਤੇ ਮੇਰੇ ਹੱਥ ਨੂੰ ਬਾਹਰ ਕੱਢਿਆ ਅਤੇ ਲੀਵਰ ਨੂੰ ਛੂਹਿਆ. ਤੇ, ਜੋ ਕਿ ਵਾੜ ਦੁਆਰਾ ਹਿੱਲਣ ਵਾਲੀ ਟੱਟੀ ਵਰਗੀ ਉੱਚੀ-ਉੱਚੀ ਪੱਲਾ ਫੁੱਟਦੀ ਹੈ. ਇਸਦੀ ਅਸਥਿਰਤਾ ਨੇ ਮੈਨੂੰ ਬਹੁਤ ਚਕਾਲ ਦਿਤਾ ਹੈ, ਅਤੇ ਮੇਰੇ ਬਚਪਨ ਦੇ ਦਿਨਾਂ ਦੀ ਇੱਕ ਵਿਆਪਕ ਯਾਦਗੀ ਸੀ ਜਦੋਂ ਮੈਂ ਦਖਲ ਕਰਨ ਤੋਂ ਮਨ੍ਹਾ ਕੀਤਾ ਜਾਂਦਾ ਸੀ. ਮੈਂ ਕੋਰੀਡੋਰ ਰਾਹੀਂ ਵਾਪਸ ਆਈ ਟਾਈਮ ਪ੍ਰਸਾਰਕ ਨੇ ਮੇਰੇ ਨਾਲ ਤਮਾਕੂਨੋਸ਼ੀ ਵਿੱਚ ਮੁਲਾਕਾਤ ਕੀਤੀ ਉਹ ਘਰੋਂ ਆ ਰਿਹਾ ਸੀ. ਉਸ ਦੇ ਕੋਲ ਇਕ ਬਾਂਹ ਦੇ ਹੇਠ ਇਕ ਛੋਟਾ ਕੈਮਰਾ ਸੀ ਅਤੇ ਇਕ ਦੂਜੇ ਦੇ ਹੇਠਾਂ ਇਕ ਕਪੜਾ ਸੀ ਜਦੋਂ ਉਹ ਮੈਨੂੰ ਵੇਖਦੇ ਤਾਂ ਹੱਸਦਾ, ਅਤੇ ਮੈਨੂੰ ਕੰਬਣ ਲਈ ਇੱਕ ਕੋਨ ਦਿੱਤੀ. 'ਮੈਂ ਬਹੁਤ ਡਰੇ ਹੋਏ ਹਾਂ,' ਉਸ ਨੇ ਕਿਹਾ, 'ਉਸ ਚੀਜ਼ ਨਾਲ ਉੱਥੇ.'

'ਪਰ ਕੀ ਇਹ ਕੁਝ ਝੂਠ ਨਹੀਂ ਹੈ?' ਮੈਂ ਕਿਹਾ. 'ਕੀ ਤੁਸੀਂ ਸਮੇਂ ਦੇ ਨਾਲ ਸਫ਼ਰ ਕਰਦੇ ਹੋ?'

'ਸੱਚਮੁੱਚ ਅਤੇ ਸੱਚਮੁੱਚ ਮੈਂ ਹਾਂ.' ਅਤੇ ਉਹ ਮੇਰੀ ਨਿਗਾਹ ਵਿੱਚ ਸਾਫ਼ ਦੇਖੇ. ਉਹ ਝਿਜਕਿਆ ਉਸ ਦੀ ਅੱਖ ਕਮਰੇ ਦੇ ਬਾਰੇ ਭਟਕ ਗਈ ਉਸ ਨੇ ਕਿਹਾ, 'ਮੈਨੂੰ ਸਿਰਫ ਅੱਧਾ ਘੰਟਾ ਚਾਹੀਦਾ ਹੈ.' 'ਮੈਨੂੰ ਪਤਾ ਹੈ ਕਿ ਤੁਸੀਂ ਕਿਉਂ ਆਏ, ਅਤੇ ਇਹ ਤੁਹਾਡੇ

ਲਈ ਬਹੁਤ ਚੰਗਾ ਹੈ. ਇੱਥੇ ਕੁਝ ਮੈਗਜ਼ੀਨ ਹਨ. ਜੇ ਤੁਸੀਂ ਦੁਪਹਿਰ ਦਾ ਖਾਣੇ ਲਈ ਰੁਕੇ ਹੋਵੋਗੇ ਤਾਂ ਮੈਂ ਇਸ ਸਮੇਂ ਸਾਬਤ ਕਰਦਾ ਹਾਂ ਕਿ ਤੁਸੀਂ ਹਰ ਸਮੇਂ, ਨਮੂਨੇ ਅਤੇ ਸਭ ਤੋਂ ਅੱਗੇ ਜਾ ਰਹੇ ਹੋ. ਜੇ ਤੁਸੀਂ ਹੁਣ ਮੈਨੂੰ ਛੱਡ ਕੇ ਮਾਫ਼ ਕਰੋਗੇ? '

ਮੈਂ ਸਹਿਮਤੀ ਦੇ ਦਿੱਤੀ, ਫਿਰ ਉਸ ਦੇ ਸ਼ਬਦਾਂ ਦਾ ਪੂਰੀ ਆਯਾਤ ਸਮਝ ਲਿਆ, ਅਤੇ ਉਸ ਨੇ ਨੱਕਿਆ ਅਤੇ ਕੋਰੀਡੋਰ ਹੇਠਾਂ ਚਲਾ ਗਿਆ. ਮੈਂ ਪ੍ਰਯੋਗਸ਼ਾਲਾ ਦੇ ਸਲਾਮੇ ਦਾ ਦਰਵਾਜਾ ਸੁਣਿਆ, ਆਪਣੇ ਆਪ ਨੂੰ ਕੁਰਸੀ ਤੇ ਬੈਠਾ, ਅਤੇ ਰੋਜ਼ਾਨਾ ਕਾਗਜ਼ ਲੈ ਲਿਆ. ਦੁਪਹਿਰ ਦਾ ਖਾਣ ਤੋਂ ਪਹਿਲਾਂ ਉਹ ਕੀ ਕਰਨ ਜਾ ਰਿਹਾ ਸੀ? ਫਿਰ ਅਚਾਨਕ ਮੈਨੂੰ ਇੱਕ ਇਸ਼ਤਿਹਾਰ ਦੁਆਰਾ ਯਾਦ ਕਰਾਇਆ ਗਿਆ ਸੀ ਕਿ ਮੈਂ ਰਿਚਰਡਸਨ, ਪ੍ਰਕਾਸ਼ਕ ਨੂੰ ਮਿਲਣ ਲਈ ਵਾਅਦਾ ਕੀਤਾ ਸੀ, ਦੋਵਾਂ ਵਿੱਚ. ਮੈਂ ਆਪਣੀ ਘੜੀ ਵੱਲ ਦੇਖਿਆ, ਅਤੇ ਵੇਖਿਆ ਕਿ ਮੈਂ ਇਸ ਕੁੜਮਾਈ ਨੂੰ ਬਚਾ ਨਹੀਂ ਸਕਦਾ. ਮੈਂ ਉੱਠ ਕੇ ਟਾਈ ਯਾਤਰੀ ਨੂੰ ਦੱਸਣ ਲਈ ਬੀਤਣ ਤੋਂ ਹੇਠਾਂ ਗਿਆ.

ਜਿਵੇਂ ਮੈਂ ਦਰਵਾਜੇ ਦੇ ਹੱਥਾਂ ਨੂੰ ਫੜੀ ਹੋਈ ਸੀ ਮੈਂ ਅਜੀਬੋ-ਗੁੰਝਲਾਹਟ ਸੁਣੀ, ਅਖੀਰ ਵਿਚ ਅਖੀਰ ਨੂੰ ਵੱਢਿਆ, ਅਤੇ ਇੱਕ ਕਲਿਕ ਅਤੇ ਇੱਕ ਥੁੱਡ. ਹਵਾ ਦੀ ਧੜਕਣ ਨੇ ਮੈਨੂੰ ਘੇਰ ਲਿਆ ਜਿਵੇਂ ਕਿ ਮੈਂ ਦਰਵਾਜ਼ਾ ਖੋਲ੍ਹਿਆ, ਅਤੇ ਅੰਦਰੋਂ ਫਰਸ਼ 'ਤੇ ਡਿੱਗ ਰਹੇ ਟੁੱਟੇ ਹੋਏ ਕੱਚ ਦੀ ਆਵਾਜ਼ ਆਈ . ਵਾਰ ਯਾਤਰੀ ਉੱਥੇ ਨਹੀਂ ਸੀ ਮੈਨੂੰ ਇਕ ਭੁੱਜ, ਸੰਜਮਿਤ ਚਿੱਤਰ ਨੂੰ ਇਕ ਪਲ ਲਈ ਕਾਲਾ ਅਤੇ ਪਿੱਤਲ ਦੀ ਆਵਾਜਾਈ ਭਰੀ ਪਕੜ ਵਿਚ ਬੈਠਾ ਦੇਖਿਆ ਗਿਆ- ਇਕ ਤਸਵੀਰ ਇੰਨੀ ਪਾਰਦਰਸ਼ੀ ਸੀ ਕਿ ਡਰਾਇੰਗ ਦੀਆਂ ਆਪਣੀਆਂ ਸ਼ੀਟਾਂ ਨਾਲ ਬੈਂਚ ਬਿਲਕੁਲ ਵੱਖਰੀ ਸੀ. ਪਰ ਇਹ ਫਰੈਮ ਗੁਆਚ ਗਿਆ ਕਿਉਂਕਿ ਮੈਂ ਆਪਣੀਆਂ ਅੱਖਾਂ ਨੂੰ ਰਗੜ ਦਿੱਤਾ. ਟਾਈਮ ਮਸ਼ੀਨ ਚਲੀ ਗਈ ਸੀ. ਧੂੜ ਨੂੰ ਘੱਟ ਕਰਨ ਲਈ ਬਚਾਓ, ਪ੍ਰਯੋਗਸ਼ਾਲਾ ਦਾ ਹੋਰ ਅੰਤ ਖਾਲੀ ਸੀ. ਸਕਾਈਲਾਈਟ ਦੀ ਇਕ ਬਾਹੀ ਜ਼ਾਹਰ ਹੈ, ਜ਼ਾਹਿਰ ਹੈ, ਇਸ ਵਿੱਚ ਬੁੱਝਿਆ ਹੋਇਆ ਹੈ

ਮੈਨੂੰ ਇੱਕ ਅਚਾਨਕ ਹੈਰਾਨ ਮਹਿਸੂਸ ਹੋਇਆ. ਮੈਨੂੰ ਪਤਾ ਸੀ ਕਿ ਅਜੀਬ ਕੁਝ ਵਾਪਰਿਆ ਹੈ, ਅਤੇ ਇਸ ਪਲ ਲਈ ਇਹ ਅਹਿਸਾਸ ਨਹੀਂ ਹੋ ਸਕਦਾ ਕਿ ਇਹ ਅਜੀਬ ਗੱਲ ਕਿਹੋ ਜਿਹੀ ਹੋ ਸਕਦੀ ਹੈ. ਜਿਵੇਂ ਮੈਂ ਖੜ੍ਹੋਤਾ ਹੋਇਆ ਸੀ, ਬਾਗ਼ ਵਿਚ ਦਰਵਾਜ਼ਾ ਖੁਲ੍ਹ ਗਿਆ ਅਤੇ ਆਦਮੀ-ਸੇਵਕ ਪੇਸ਼ ਹੋਇਆ.

ਅਸੀਂ ਇਕ-ਦੂਜੇ ਵੱਲ ਦੇਖਿਆ. ਫਿਰ ਵਿਚਾਰ ਆਉਣੇ ਸ਼ੁਰੂ ਹੋ ਗਏ. 'ਮੀਰ ਹੈ - ਉਹ ਤਰੀਕਾ ਚਲਾ ਗਿਆ ਹੈ? ' ਨੇ ਕਿਹਾ.

'ਨਹੀਂ, ਸਰ. ਕੋਈ ਵੀ ਇਸ ਤਰ੍ਹਾਂ ਨਹੀਂ ਆਇਆ ਹੈ ਮੈਂ ਉਸਨੂੰ ਇੱਥੇ ਲੱਭਣ ਦੀ ਉਮੀਦ ਕਰ ਰਿਹਾ ਸੀ. '

ਉਸ ਵੇਲੇ ਮੈਂ ਸਮਝ ਗਿਆ. ਨਿਰਾਸ਼ਾਜਨਕ ਰਿਚਰਡਸਨ ਦੇ ਖਤਰੇ 'ਤੇ, ਮੈਂ ਠਹਿਰਿਆ ਹੋਇਆ ਸੀ, ਸਮੇਂ ਦੇ ਯਾਤਰੀ ਦੀ ਉਡੀਕ; ਦੂਜੀ ਵਾਰ ਉਡੀਕ ਕੀਤੀ ਜਾ ਰਹੀ ਹੈ, ਸ਼ਾਇਦ ਅਜੇ ਵੀ ਅਜਨਬੀ ਦੀ ਕਹਾਣੀ ਹੈ, ਅਤੇ ਉਨ੍ਹਾਂ ਦੇ ਨਾਲ ਨਮੂਨੇ ਅਤੇ ਫੋਟੋਆਂ ਲਿਆਏਗਾ. ਪਰ ਮੈਂ ਹੁਣ ਡਰਨਾ ਚਾਹੁੰਦਾ ਹਾਂ ਕਿ ਮੈਨੂੰ ਇੱਕ ਜੀਵਨ ਭਰ ਦੀ ਉਡੀਕ ਕਰਨੀ ਚਾਹੀਦੀ ਹੈ. ਤਿੰਨ ਵਾਰ ਪਹਿਲਾਂ ਦੇ ਸਮੇਂ ਦਾ ਸਫ਼ਰ ਅਲੋਪ ਹੋ ਗਿਆ ਸੀ. ਅਤੇ, ਜਿਵੇਂ ਕਿ ਹਰ ਕੋਈ ਹੁਣ ਜਾਣਦਾ ਹੈ, ਉਹ ਕਦੇ ਵਾਪਸ ਨਹੀਂ ਆਇਆ.

ਉਪਗ੍ਰਹਿ

ਕੋਈ ਨਹੀਂ ਚੁਣ ਸਕਦਾ ਪਰ ਹੈਰਾਨ ਕਰੋ. ਕੀ ਉਹ ਕਦੇ ਵਾਪਸ ਆਵੇਗਾ? ਹੋ ਸਕਦਾ ਹੈ ਕਿ ਉਹ ਅਤੀਤ ਵਿੱਚ ਵਾਪਸ ਆ ਗਿਆ ਹੋਵੇ, ਅਤੇ ਖੂਨ-ਪੀਂਦੇ, ਬੇਢੰਗੇ ਪੱਧਰਾਂ ਦੀ ਉਮਰ ਵਿੱਚ ਲੱਕੜ-ਭਰੇ ਕਰੂਬਿਆਂ ਵਿੱਚ ਡਿੱਗ ਪਿਆ; ਕ੍ਰੈਟੀਸੀਅਸ ਸਮੁੰਦਰ ਦੇ ਤਲ ਉੱਤੇ; ਜਾਂ ਵਿਅੰਗਾਤਮਕ ਸੋਰਸੀਆਂ ਦੇ ਵਿੱਚ, ਜੁਰੱਸਿਕ ਸਮੇਂ ਦੇ ਵਿਸ਼ਾਲ ਸਿਪਾਹੀ ਬ੍ਰਿਉਸ ਉਹ ਹੁਣ ਵੀ ਹੋ ਸਕਦਾ ਹੈ- ਜੇ ਮੈਂ ਇਹ ਸ਼ਬਦ ਵਰਤ ਸਕਦਾ ਹਾਂ- ਕੁਝ ਪਲੈਸੀਓਸੌਰੇਸ-ਭੂਚਾਲ ਵਾਲੇ ਓਓਲੀਟੀਕ ਪ੍ਰਾਲ ਚਟਾਨ 'ਤੇ ਭਟਕਣਾ, ਜਾਂ ਤ੍ਰਿਕਸਕ ਉਮਰ ਦੇ ਇਕੱਲੇ ਖਾਰੇ ਵਾਲੇ ਝੀਲਾਂ ਦੇ ਕੋਲ. ਜਾਂ ਕੀ ਉਹ ਅੱਗੇ ਆਉਣ ਵਾਲੇ ਕਿਸੇ ਇਕ ਪੁਰਖ ਵਿਚ ਜਾਂਦਾ ਹੈ, ਜਿਸ ਵਿਚ ਪੁਰਸ਼ ਅਜੇ ਵੀ ਆਦਮੀ ਹਨ, ਪਰ ਸਾਡੇ ਆਪਣੇ ਸਮੇਂ ਦੇ ਬੁਝਾਰਤਾਂ ਦੇ ਨਾਲ ਜਵਾਬ ਦਿੱਤਾ ਗਿਆ ਅਤੇ ਇਸ ਦੇ ਘਟੀਆ ਸਮੱਸਿਆਵਾਂ ਹੱਲ ਹੋ ਗਈਆਂ? ਦੌੜ ਦੀ ਮਰਦਮਸ਼ੁਮਾਰੀ ਵਿਚ: ਮੇਰੇ ਲਈ, ਮੈਂ ਇਹ ਨਹੀਂ ਸੋਚ ਸਕਦਾ ਕਿ ਕਮਜ਼ੋਰ ਤਜਰਬੇ, ਅਲੱਗ ਥਿਊਰੀ, ਅਤੇ ਆਪਸੀ ਵਿਵਾਦ ਦੇ ਇਹ ਆਉਣ ਵਾਲੇ ਦਿਨ ਸੱਚਮੁਚ ਮਨੁੱਖ ਦਾ ਅੰਤ ਹੈ! ਮੈਂ ਕਹਿੰਦਾ ਹਾਂ, ਮੇਰੇ ਆਪਣੇ ਹਿੱਸੇ ਲਈ ਉਹ, ਮੈਂ ਜਾਣਦਾ ਹਾਂ- ਸਮਾਂ ਮਸ਼ੀਨ ਬਣਾਉਣ ਤੋਂ ਬਹੁਤ ਸਮਾਂ ਪਹਿਲਾਂ ਸਾਡੇ ਨਾਲ ਇਸ ਸਵਾਲ 'ਤੇ ਚਰਚਾ ਕੀਤੀ ਗਈ ਸੀ-ਸੋਚਿਆ ਪਰ ਮਨੁੱਖਤਾ ਦੀ ਤਰੱਕੀ ਦਾ ਨਾਖੁਸ਼,ਅਤੇ ਸੱਭਿਅਤਾ ਦੀ ਵਧਦੀ ਢੇਰ ਵਿੱਚ ਸਿਰਫ ਇੱਕ ਮੂਰਖ ਢੇਰ ਨੂੰ ਵੇਖਣਾ ਚਾਹੀਦਾ ਹੈ ਜੋ ਅਖੀਰ ਵਿਚ ਇਸਦੇ ਨਿਰਮਾਤਾਵਾਂ ਉੱਤੇ ਵਾਪਸ ਆਉਣਾ ਅਤੇ ਤਬਾਹ ਕਰਨਾ ਜ਼ਰੂਰੀ ਹੈ. ਜੇ ਇਸ ਤਰ੍ਹਾਂ ਹੈ, ਤਾਂ ਇਹ ਸਾਡੇ ਰਹਿਣ ਲਈ ਰਹਿੰਦੀ ਹੈ ਜਿਵੇਂ ਕਿ ਇਹ ਇੰਝ ਨਹੀਂ

ਸੀ. ਪਰ ਮੇਰੇ ਲਈ ਭਵਿੱਖ ਅਜੇ ਵੀ ਕਾਲਾ ਅਤੇ ਖਾਲੀ ਹੈ - ਇੱਕ ਵਿਸ਼ਾਲ ਅਗਿਆਨਤਾ ਹੈ, ਉਸਦੀ ਕਹਾਣੀ ਦੀ ਯਾਦ ਨਾਲ ਕੁਝ ਕੁ ਅਸਧਾਰਨ ਸਥਾਨਾਂ ਤੇ ਪ੍ਰਕਾਸ਼ਮਾਨ. ਅਤੇ ਮੇਰੇ ਕੋਲ ਹੈ, ਮੇਰੇ ਦਿਮਾਗ ਲਈ, ਦੋ ਅਜੀਬ ਚਿੱਟੇ ਫੁੱਲ- ਹੁਣੇ ਕਲੇਟ ਕੀਤੇ ਗਏ ਹਨ ਅਤੇ ਭੂਰੇ ਅਤੇ ਫਲੈਟ ਅਤੇ ਭੁਰਕਲੇ ਹਨ- ਇਹ ਗਵਾਹੀ ਦੇਣ ਲਈ ਕਿ ਜਦੋਂ ਦਿਮਾਗ ਅਤੇ ਤਾਕਤ ਚਲੀ ਗਈ ਸੀ, ਧੰਨਵਾਦ ਅਤੇ ਆਪਸੀ ਸੰਵੇਦਨਾ ਹਾਲੇ ਵੀ ਇਨਸਾਨ ਦੇ ਦਿਲ ਵਿਚ ਰਹਿੰਦੀ ਹੈ.ਅਤੇ ਭੂਰਾ ਅਤੇ ਫਲੈਟ ਅਤੇ ਭੁਰਭੁਰਾ-ਨੂੰ ਇਹ ਗਵਾਹੀ ਦੇਣ ਲਈ ਕਿ ਜਦੋਂ ਵੀ ਮਨ ਅਤੇ ਤਾਕਤ ਚਲੀ ਗਈ ਸੀ, ਧੰਨਵਾਦ ਅਤੇ ਵਿਅਕਤੀ ਦੇ ਦਿਲ ਵਿੱਚ ਇੱਕ ਆਪਸੀ ਕੋਮਲਤਾ ਅਜੇ ਵੀ ਰਹਿ ਰਹੀ ਹੈ.ਅਤੇ ਭੂਰਾ ਅਤੇ ਫਲੈਟ ਅਤੇ ਭੁਰਭੁਰਾ-ਨੂੰ ਇਹ ਗਵਾਹੀ ਦੇਣ ਲਈ ਕਿ ਜਦੋਂ ਵੀ ਮਨ ਅਤੇ ਤਾਕਤ ਚਲੀ ਗਈ ਸੀ, ਧੰਨਵਾਦ ਅਤੇ ਵਿਅਕਤੀ ਦੇ ਦਿਲ ਵਿੱਚ ਇੱਕ ਆਪਸੀ ਕੋਮਲਤਾ ਅਜੇ ਵੀ ਰਹਿ ਰਹੀ ਹੈ.